जहांगीर रतनजी दादाभाई टाटा यांचा जन्म फ्रान्समध्ये १९०४ मध्ये झाला. पॅरिस आणि मुंबई येथे त्यांनी आपले शिक्षण पुरे केले. जे. आर्. डी टाटा यांनी जनतेसाठी फक्त संपत्ती निर्माण केली असे नाही, तर या संपत्तीचे आपण केवळ विश्वस्त आहोत, असे त्यांनी सतत मानले. जे.आर्.डी. टाटा अधिक ओळखले जातात, ते त्यांच्या या विश्वस्त संकल्पनेमुळे.

विसाव्या शतकाने विमानोड्डाणापासून अणुऊर्जेपर्यंत जी थक्क करून टाकणारी प्रगती साधली, तिच्यावर जे.आर्.डी. टाटा स्वार झाले. भारतात विमान-वाहतूक प्रथम सुरू केली, ती जे.आर्.डी.नीच आणि अणुऊर्जेच्या विकासाकडे पहिल्यांदा लक्ष दिले तेही त्यांनीच. या दोन्ही क्षेत्रांत त्यांनी भारतास जगाच्या नकाशावर मानाचे स्थान प्राप्त करून दिले. तोपर्यंत जगाच्या दृष्टीने भारत हा एक भौगोलिक प्रदेश होता इतकेच. अशा या अनन्यसाधारण कर्तृत्वाच्या माणसाचे अनुभवांतून साकार झालेले विचारधन पुस्तकरूपाने येथे प्रथमच संकलित होत आहे.

मुंबई विद्यापीठाच्या विशेष पदवीदान समारंभात बोलताना जे.आर्.डी. म्हणाले होते :

"१९३८ मध्ये एका गाफील क्षणी माझ्या सहकाऱ्यांनी – ते सगळेच माझ्यापेक्षा ज्येष्ठ होते – टाटा उद्योगसमूहाचा अध्यक्ष म्हणून माझी निवड केली, तेव्हाच मी माझ्या मनाशी शपथ घेतली, की राजकीयदृष्ट्या स्वतंत्र आणि आर्थिकदृष्ट्या समर्थ भारत निर्माण करण्याचे जमशेदजी टाटा यांचे स्वप्न प्रत्यक्षात आणण्यासाठी आपण आणि आपल्या उद्योगसमूहाने प्रयत्नांची पराकाष्ठा करायची."

भारतात हवाई वाहतुकीचे युग प्रवर्तित करण्यात जे.आर्.डींचा मोठा वाटा होता. येथे अणुऊर्जेचे युग अवतरले, त्यातही त्यांचा महत्त्वाचा सहभाग आहे. टाटा आयर्न अँड स्टील कंपनीचे अध्यक्ष म्हणून जे.आर्.डी.चा पोलाद व्यवसायाशी चाळीस वर्षांहून अधिक काळ संबंध आला. या कंपनीचा जमशेदपूर येथील कारखाना

एके काळी संपूर्ण ब्रिटिश साम्राज्यात सर्वांत मोठा मानला जात होता. पुढे जे.आर्.डींच्या मार्गदर्शनाखाली टाटा उद्योगसमूहाने उत्पादनाच्या अनेक क्षेत्रांमध्ये पदार्पण केले. सौंदर्य प्रसाधनांपासून रसायनांपर्यंत आणि विद्युत्कणभारांच्या उपयोगापासून आनुवंशिकतेचा उलगडा करण्यापर्यंत.

फ्रान्सने – जे.आर्.डी.टाटा यांच्या जन्मभूमीने – त्यांना 'कमांडर ऑफ द लीजन ऑफ ऑनर' या सन्मानाने गौरविले, तर भारताने – त्यांच्या मातृभूमीने – त्यांना पद्मविभूषण या किताबाने अलंकृत केले. जे.आर्.डी. 'नाईट कमांडर ऑफ द ऑर्डर ऑफ सेंट ग्रेगरी द ग्रेट' आहेत. पश्चिम जर्मनीचे 'नाईट कमांडर ऑफ मेरिट' हे पदक त्यांच्या गळ्यात रुळत असते. भारतीय हवाईदलाचे ते सन्माननीय एअर व्हाईस मार्शल आहेत. व्यवस्थापनशास्त्रातील कर्तृत्वाबद्दल आंतरराष्ट्रीय पातळीवर त्यांचा गौरवपूर्ण उल्लेख करण्यात आला आहे. १९८३ च्या जानेवारीमध्ये रोटरी इंटरनॅशनलने जे.आर्.डींना पारितोषिक दिले. या पारितोषिकात म्हटले आहे.' 'उपक्रमशीलता आणि साहस यांचे मूर्तिमंत प्रतीक म्हणजे जे.आर्.डी. टाटा. असंख्य तरुणांना त्यांनी कार्याची प्रेरणा दिली. देशाच्या समर्पणशील सेवेचे लखलखते उदाहरण म्हणजे जे.आर्.डी. टाटा'

गेले अर्धशतक जे.आर्.डी.टाटा यांच्याकडे भविष्यकाळाचा वेध घेणारे द्रष्टे म्हणून पाहिले जात आहे. त्याबद्दल कधी त्यांचा परदेशांत जयजयकार झाला, तर बऱ्याच वेळा भारतात मात्र उपेक्षाच वाट्याला आली. हा संपूर्ण भारतीय उपखंड दुर्धर दारिद्र्याच्या खाईतून वर काढून त्याला संपन्नतेच्या वैभवशाली कालखंडात नेण्यासाठी ज्या अल्पस्वल्प भारतीयांनी अथक परिश्रम केले, त्यांपैकी जे.आर्.डी. टाटा हे शेवटचे मानकरी आहेत.

कीनोट

जे.आर.डी. टाटा

भागधारकांसमोर केलेली अध्यक्षीय निवेदने व भाषणे यांतील
काही उताऱ्यांचे संकलन

संपादक

एस.ए. साबावाला व आर.एम. लाला

अनुवाद

सुप्रिया वकील

मेहता पब्लिशिंग हाऊस

KEYNOTE by J.R.D TATA
Edited by S.A.Sabavala and R.M. Lala
Updated by Arvind Mambro

Translated into Marathi Language by Supriya Vakil

कीनोट : जे.आर.डी. टाटा /

अनुवाद : सुप्रिया वकील
१०२, यशोवर्धन अपार्टमेंट, ६५३ ए, शाहूपुरी,
३री गल्ली, कोल्हापूर - ४१६००१. © ०२३१-२६५८२८५

प्रकाशक : सुनील अनिल मेहता, मेहता पब्लिशिंग हाऊस, १९४१ सदाशिव पेठ, माडीवाले कॉलनी, पुणे - ४११०३०.

मुद्रक : जंगम ऑफसेट प्रा. लि., २५/१०, नांदेड फाटा, सिंहगड रोड, पुणे - ४११०४१.

मुखपृष्ठ : मेहता पब्लिशिंग हाऊस, पुणे

प्रथमावृत्ती : १९८९ / सुधारित द्वितीय आवृत्ती : फेब्रुवारी, २००८ / सप्टेंबर, २००९ / पुनर्मुद्रण : डिसेंबर, २०१३

किंमत : ₹ २२०/-

ISBN 978-81-7766-931-2

या पुस्तकाच्या पहिल्या आवृत्तीचे अनुवादक श्री. माधव मोर्डेकर

टाटा उद्योगसमूहाचे हे बोधचिन्ह संस्थापक जमशेटजी टाटा
यांच्या कल्पनेतून आकाराला आले.
या बोधचिन्हातील 'हुमाता', 'हुख्ता' व 'हवार्श्ता'
या प्राचीन 'अवेस्ता' भाषेतील शब्दांचा अर्थ आहे 'सुविचार'
'सुवचन' आणि 'सत्कृत्य.' श्री.जे.आर.डी. टाटा
यांनी नंतरच्या काळात या बोधचिन्हातील पंखांची रचना बदलली.

अनुक्रम

पहिल्या आवृत्तीच्या निमित्ताने

एकाच पुस्तकाच्या पानापानांत एका व्यक्तित्वाच्या मनन-चिंतनाचा परिपाक पाहायला मिळणे हे प्रथमच घडत आहे. अर्धशतकाहून अधिक काळ देशातील सर्वांत मोठ्या औद्योगिक समूहाचे नेतृत्व करणाऱ्या व्यक्तीने विस्तृत विषयमालिकेचा परामर्श घेतला आहे. या औद्योगिक समूहाने नवेनवे मार्ग शोधून भारताला आधुनिक औद्योगिक देश घडण्यात मोठे योगदान दिले आहे.

या व्यक्तीने गेल्या पन्नास वर्षांत राष्ट्रीय चर्चासत्रांत भाग घेतला आहे. मार्गदर्शन केले आहे. जनमत घडवण्यास उत्तेजन व चालना दिली आहे आणि सरकारी धोरणावर – अप्रत्यक्ष का होईना – पण आपला प्रभाव पाडला आहे. कधीकधी या व्यक्तीला स्वत:च्या इच्छेविरुद्ध द्रष्ट्या महापुरुषाची उपाधी चिकटवून घ्यावी लागली आहे आणि सगळ्या महामानवांची जशी घरच्या माणसांकडून उपेक्षा होते, त्यांना समजून घेतले जात नाही, त्यांच्या विचारांचा विपरीत अर्थ लावला जातो, तसेच या व्यक्तीच्या बाबतीतही घडले आहे. या व्यक्तीची गणना भारतातील अत्यंत निवडक लोकांत व्हावी. अशा व्यक्ती आता जवळपास दुर्मिळ होत आहेत. या माणसांनी २० व्या शतकाच्या पूर्वार्धात अत्यंत धैर्य व जोमाने गगनभरारी घेतली आणि अवघ्या उपखंडाला गुलामगिरीच्या दलदलीतून वर काढले व ऑगस्ट १९४७ ची अविस्मरणीय मध्यरात्रही दाखविली. तो नियतीचा विलक्षण संकेत होता.

सुदैवाने, या दुर्मिळ जातकुळीतली अखेरची व्यक्ती असणारे जे.आर.डी. टाटा आजही आपल्या सोबत आहेत. आजही त्यांची तेजस झळाळी व त्यांचा सगळा करिष्मा टिकून आहे. ते त्यांच्या काळाशी समरसून जगत असले तरी त्यांची नजर सतत भविष्यातील प्रगतीवर लागलेली आहे. त्यांना अवकाश संशोधन, आनुवंशिकता शास्त्रातील रहस्ये उलगडणे अशा बाबींत अतिशय रस आहे. त्यांना आपल्या देशाच्या थोर परंपरेचा अभिमान असला तरी, त्यांना एकाच गरुडभरारीत आपल्या देशाला इलेक्ट्रॉनिक युगात नेण्याचीही इच्छा आहे. ते सखोल विचार करतात, मृदू स्वरात बोलतात, विशिष्ट बाजू उचलून न धरता वगवेगळ्या मतप्रवाहांशी समझोता करतात. त्यांच्या मनात लहान-मोठे, खाजगी-सार्वजनिक क्षेत्र असा संघर्ष

अजिबात नाही, पण खाजगी उद्योग व त्यासंबंधी काही पुढाकार घेताना मुस्कटदाबी केली तर राजकीय स्वातंत्र्यावरही तशीच वेळ येणं अटळ आहे, असे त्यांचे ठाम मत आहे.

हे पुस्तक नऊ प्रकरणांत विभागले आहे. प्रारंभीच्या प्रकरणात जेआरडींनी त्यांच्या आजतागायतच्या घटनापूर्ण आयुष्याकडे – म्हणजे १९२० च्या दशकापासून ते आजवर – या कालखंडाकडे दृष्टिक्षेप टाकला आहे. 'मेघांचे गाणे' या शीर्षकाच्या विशिष्ट विषयावरील प्रकरणामध्ये त्यांनी १९३३ साली मुंबईच्या रोटरी क्लबमध्ये केलेले भाषण दिले आहे, तसेच १९८२ साली त्यांच्या कराची-मुंबई विमानोड्डाणाच्या सुवर्णमहोत्सवी वर्षानिमित्त आयोजित स्वागतसमारंभातील त्यांच्या भाषणाने समारोप केला आहे. पुस्तकाच्या मध्यात, त्यांचे आर्थिक बाबींवरील, उद्योग, नियोजन, व मानवी संबंध या विषयांवरील विचार आहेत. 'जगण्यासाठी धोरण' या प्रकरणात त्यांची लोकसंख्या विस्फोट व अध्यक्षीय पद्धतीवरील मते कळतात. या विषयावर बोलणारे ते पहिलेच प्रवक्ते आहेत. 'उदयोन्मुख समाज' या उपान्त प्रकरणात त्यांनी पुढच्या शतकातील सुसंघटित राज्यसंस्थेची उत्क्रांती यावर विचार व्यक्त केले आहेत.

आज वयाच्या ८२ व्या वर्षी जे.आर.डीं.चे आचार-विचार अजूनही उत्साहपूर्ण व टवटवीत आहेत. त्यांच्या निम्म्या वयाच्या माणसासारखे! तुमची त्यांच्याशी भेट झाली तर ते तुमच्याशी भूतकाळाबद्दल न बोलता भविष्याबद्दल बोलतील. त्यांचे कर्तृत्व अफाट असले तरी त्यांना त्याबद्दल बोलणे आवडत नाही. फक्त ते त्यांच्या 'स्किईंग' कौशल्याबद्दल बोलायला मात्र लगेच तयार असतात.

भारताची सततची गरिबी त्यांना अत्यंत दु:खी करते. भारताची दारिद्र्य-निर्मूलनाच्या दिशेने होणारी मंदगती वाटचाल हे त्यांच्या नैराश्याचे मुख्य कारण असले तरीही, ते आपल्या देशवासीयांची कौशल्ये व कर्तृत्व एकत्र आणून त्यांना जागतिक स्तरावर उपलब्ध असणाऱ्या तांत्रिक प्रगतीच्या साहाय्याने गरिबीशी लढा देण्यासाठी प्रवृत्त करण्यास सर्वतोपरी मदत करायला सदैव तयार असतात.

अशा व्यक्तीचे विचार या एका पुस्तकात समाविष्ट करण्याचा आमचा प्रयत्न आहे. यातून त्यांचे मूलभूत मानवी गुण, त्यांची समस्यांना सामोरे जाण्याची सभ्य-शालीन पद्धत मन:चक्षूंसमोर उभी राहील आणि वाचकाला देशाचे अधिक कल्याण घडवण्यासाठी विचारप्रवृत्त करण्यास साहाय्यभूत ठरेल अशी आम्हाला आशा आहे.

२ एप्रिल १९८६ **एस.ए.एस. व आर.एम.एल.**

प्रस्तावना

टाटा समूहातील माझ्या काही सहकाऱ्यांनी, मी गेल्या पन्नास वर्षांत केलेल्या भाषणांतील निवडक उताऱ्यांचे पुस्तक प्रकाशित करण्याचा मनोदय व्यक्त केला तेव्हा मी त्यांना या बेतापासून परावृत्त करण्याचा प्रयत्न केला, कारण ज्या लोकांनी माझे काहीच बिघडवले नव्हते अशा कित्येक सहृदय माणसांना पदरमोड करून 'बोअर' व्हायला लावणे मला प्रशस्त वाटत नव्हते. मात्र, सर्वसाधारणपणे म्हाताऱ्या माणसांचे सांगणे जसे धुडकावले जाते, तसेच त्यांनी माझा हा सल्ला तर धुडकावलाच, वर आणखी मला या पुस्तकाची प्रस्तावना लिहायला सांगितले आहे!

काही लोकांना हे पुस्तक विकत घ्यायची भूल पडेल, ते लोक हमखास विचारतील, की तुम्ही अशा प्रकारची कंटाळवाणी भाषणे का बरे केलीत? शिवाय, ज्या विषयांवर बोलण्याची माझी खास पात्रता नाही, अशा बहुसंख्य विषयावर न मागितलेली मते आणि सल्ले, तेसुद्धा इतके तपशिलात विशद करण्याचे कारण काय, असा त्यांना प्रश्न पडेल. अर्थात, यातील बरेचसे उतारे माझ्या भाषणातील नसून, ते भागधारकांसाठी असणाऱ्या वार्षिक अध्यक्षीय निवेदनांतले आहेत, ही गोष्टही त्यांच्या लक्षात येईल. मी कबूल केलेच पाहिजे, की देशातील सर्वांत मोठ्या औद्योगिक समूहाचा प्रमुख या नात्याने सरकारच्या अर्थविषयक धोरणांवर भाष्य करण्यासाठी मुक्त व्यासपीठ, 'हक्काचा' श्रोतृवृंद आणि माझे विचार निवेदनाद्वारे जाहीरपणे व्यक्त करण्यासाठी विस्तृत वृत्तपत्रीय माध्यम यांचा मोह टाळणे मला शक्य झाले नाही. विशेषकरून मला असे वाटायचे, की या निमित्ताने, राष्ट्रीय अर्थविषयक चर्चेतील माझ्या 'बारीकशा' आवाजाने जनमत जागृत होत असेल तर, या देशावर सत्ता गाजवणाऱ्या एकापाठोपाठ एक आलेल्या शासनव्यवस्था आपल्यावर जो कालबाह्य व वायफळ समाजवाद लादू पाहत आहेत, त्याला विरोध करणं हे माझं कर्तव्य आहे आणि त्यासाठी मी माझा 'आवाज' वापरला पाहिजे असं मला वाटलं. भारतात व जगभरातील इतर देशांत याचा विपरीत अनुभव व विरोधी पुरावा असूनही वर्षानुवर्ष त्यांचा हाच हेका सुरू आहे.

यातील काही भाषणे मला खास निमंत्रणे मिळाल्यामुळे केली गेली आहेत. उदाहरणार्थ वैमानिक कला. या विषयाच्या बाबतीत तर वासरांत लंगडी गाय शहाणी

म्हणावी तसं माझ्या कौशल्य व कर्तृत्वाच्या ख्यातीने अतिशयोक्त सीमा गाठली आहे. यांपैकी बरीचशी निमंत्रणे फक्त वैमानिक कलेविषयी बोलण्याची असत, त्याचा मला मनोमन आनंदही होत असे. मात्र मला व्यवसाय व उद्योग यांविषयीही थोडीफार माहिती आहे याचा विसर पडत असे.

वाचकाच्या दृष्टिकोनातून पाहता या पुस्तकाचा एक उणेपणा अगदी स्पष्ट आहे. तो म्हणजे मी वर्षानुवर्ष त्याच त्याच गोष्टी पुन:पुन्हा सांगितल्या आहेत. अगदी आत्ताआत्तापर्यंत मी ते सांगण्याचा मोह टाळू शकलो नाही, कारण आर्थिक धोरणे बदलण्याची माझी विनंती दुर्लक्षिली जात होती. पस्तीस वर्षांच्या समाजवादी नियोजन व नियंत्रण पद्धतीनंतरही भारतातील जनसामान्यांच्या वाट्याला आलेली उपेक्षा, दारिद्र्य आणि लाजिरवाण्या जिण्याची करुण कहाणी त्यांपैकी बहुतेकांच्या चेहऱ्यांवर व डोळ्यांत परावर्तित झालेली दिसत होती. या लोकांच्या जीवनात चांगली सुधारणा घडवून आणण्याची उत्कट तळमळ त्यांना उशिरा का होईना, पण माझ्या भाषणांतून जाणवली असावी.

मला प्रस्तावनेला इथेच पूर्णविराम देणे आवडले असते, पण मला स्मरणशक्तीला ताण देऊन काही महत्त्वाचे प्रसंग-भेटी आठवण्याचे सक्त आदेशही देण्यात आले आहेत. भूतकाळातील या घटना आजही सुरस वाटू शकतील अशी त्यांना आशा आहे, पण दुर्दैवाने मी याबाबतीत फारसे योगदान देऊ शकत नाही. कारण मी दैनंदिनी लिहीत नाही, शिवाय मी दैनंदिनीच्या मदतीने काही गोष्टी आठवल्या, तरी एकतर त्या सुपरिचित असतील किंवा फक्त मला व माझ्या निकटच्या वर्तुळातील माणसांनाच रस वाटण्याजोग्या अथवा गंमत वाटण्याजोग्या असतील.

काही घटना खरोखरच महत्त्वाच्या होत्या. त्या ज्या काळात घडल्या त्याला महत्त्व होते. पण त्यातल्या बहुतेकशा फक्त माझ्या दृष्टीने महत्त्वाच्या होत्या. उदाहरणादाखल सांगायचे तर, चाळीस वर्षांपूर्वीची गोष्ट आहे. त्यावेळी 'भारत छोडो' चळवळीचा थरार होता. मीही भारावून जाऊन काँग्रेसच्या एका सार्वजनिक सभेला हजर राहिलो होतो. जवाहरलाल नेहरू व इतर नेत्यांनी त्या सभेत जळजळीत जहाल भाषणे केल्याबद्दल त्यांना अटक झाली. ही सभा माझ्या लेखी अगदी नाट्यपूर्ण ठरली, कारण माझे मन द्विधा झाले होते, मला स्वातंत्र्य संग्रामात झोकून द्यावे असे अगदी तळमळीने वाटत होते. त्याचवेळी माझ्यावरच्या प्रचंड मोठ्या व्यवस्थापकीय जबाबदाऱ्या सांभाळत मला हे कार्य अर्थपूर्ण रीतीने करता येणार नाही, हेही मी ओळखून होतो. राजकारणापासून दूर राहण्याच्या निर्णयाचा मला कधीही पश्चात्ताप झाला नाही. त्यावेळी मी या निर्णयाप्रत आलो होतो की, मी राजकारणापेक्षा व्यवसाय व उद्योग या क्षेत्रात राहूनच मायभूमीसाठी अधिक काही करू शकतो. नाहीतरी, माझा उपजत कल राजकारणाकडे नाहीच, त्यामुळे मी या

क्षेत्रासाठी योग्य नाही. स्वातंत्र्याची पहाट फुटू पाहत आहे याबद्दल मला जराही संदेह नव्हता आणि स्वातंत्र्य मिळाल्यावर जवाहरलाल सरकारचे नेतृत्व करणार याबाबतही शंका नव्हती. "कुणी सांगावेऽ", माझ्या मनात आले, "आज तुरुंगवास पत्करण्यापेक्षा एक दिवस अधिक उपयुक्त मार्गांनी सेवा करण्याची संधी लाभेल!"

मला जीवनप्रवासात भेटलेल्या विशेष व्यक्तींबद्दल, माझे त्यांच्याशी असलेले संबंध, माझी त्यांच्याविषयीची मते याबद्दल मला नेहमी विचारले जाते. माझ्यावर सर्वाधिक प्रभाव टाकणाऱ्या व्यक्ती साहजिकच राजकीय क्षेत्रातल्या होत्या. गांधीजींसारख्या स्वातंत्र्यलढ्याचे नेतृत्व करणाऱ्या व्यक्तींचा प्रभाव अधिक होता.

मला आजवर भेटलेल्या व्यक्तींमधली सर्वांत असामान्य व्यक्ती म्हणजे महात्मा गांधी. गांधीजी हे सर्वांत महान व्यक्तित्व होतं. त्यांच्याविषयी अनेकांच्या मनात असायचा तसा आदर व कौतुक यांचे मिश्रण माझ्याही मनात होते. या मिश्रणाला त्यांच्या आर्थिक तत्त्वज्ञानाविषयीच्या साशंकतेची किनारही असे. तरीसुद्धा, काहीही असो, सर्वजण त्यांच्यामागून जायचे. त्यांना अखेरपर्यंत पाठिंबा द्यायचे. मला त्यांच्यामध्ये आढळलेला, अतिशय अनपेक्षित आणि आवडलेला स्वभावगुण म्हणजे त्यांच्यातला अगदी छोट्या मुलासारखा मिष्किलपणा. त्यांच्या चेहऱ्यावर मिष्किल स्मित उमटत असे. कधीकधी ते समोरच्याला त्यांच्या उपस्थितीत अवघडल्यासारखं होऊ नये म्हणून जाणीवपूर्वक ते भाव चेहऱ्यावर आणत असत. जवाहरलाल नेहरूंप्रमाणेच गांधीजीसुद्धा अत्यंत कनवाळू व सौजन्यशील व्यक्ती होते. ते कोणताही प्रश्न व पत्र, बिनमहत्त्वाचे असले तरीही, कधीही अनुत्तरित ठेवत नसत.

जवाहरलाल व मी आमच्या तारुण्याच्या बहराच्या काळात होतो, तेव्हा जवाहरलाल चिलखत चढवलेल्या शूर सरदारासारखे भासत. त्यांनी त्यांच्या उरातली उत्कटता व प्रखर भावना माझ्यातही जागवली होती. त्यांच्याविषयी मला वाटणारे प्रेम व निष्ठा अखेरपर्यंत तसेच टिकून राहिले असले तरी, ते सत्तेवर आल्यानंतर मात्र आमच्या भावबंधांचा गोफ वेगाने सैल होत चालल्याचे माझ्या लक्षात आले. मी त्यांच्या बऱ्याचशा अर्थविषयक व आंतरराष्ट्रीय धोरणांशी असहमत असल्याचे ते जाणून होते. त्यामुळंच बहुधा ते पंतप्रधान झाल्यानंतर आमचे संबंध चांगले असले तरी आमचा संपर्क अत्यंत कमी होत गेला आणि त्यांना किंवा इंदिरा गांधींना कधीही माझ्याशी सल्लामसलत करण्याची किंवा मला सरकारसाठी काही करू देण्याची गरजसुद्धा वाटली नाही. याला अपवाद एकच, तो म्हणजे राष्ट्रीयीकरणानंतर पंचवीस वर्षे त्यांनी मला एअर-इंडियाचे अध्यक्षपद भूषवू दिले. माझे या दोघांशीही असणारे संबंध सर्वस्वी परस्पर मैत्री व आस्था यांवर आधारित होते.

माझे ज्यांच्याशी उत्तम सूर जुळले व मला ज्यांच्याविषयी व्यक्तिशः अत्यंत आदर व कौतुक होते अशी आणखी एक व्यक्ती म्हणजे वल्लभभाई पटेल. मला

त्यांच्या जबरदस्त राजकीय व प्रशासकीय ज्ञानाविषयी आदर होता. त्यांच्यासारखी पार्श्वभूमी असलेल्या माणसात ही प्रचंड कुवत कशी आली असेल, ते समजून घेणे कठीण होते. त्यांचे नितळ, निर्मळ मन, त्यांची उत्तम जाणीव व तर्कशक्ती कुणीही अतिशय प्रभावित व्हावे अशीच होती! याच गुणवैशिष्ट्यांच्या जोरावर ते अत्यंत कठीण भासणाऱ्या प्रश्नांना सामोरे जाऊन, त्यांची उकल करत असत.

मी गांधीजींना भेटून यायचो, तेव्हा आनंद, उत्साह व स्फूर्ती घेऊन यायचो, पण नेहमी जराशी साशंकता असायचीच. जवाहरलालना भेटून यायचो तेव्हा भावनेनी भारून गेलेलो असायचो, पण नेहमी मनात गोंधळ असायचा, काही गोष्टी पटलेल्या नसायच्या. पण वल्लभभाईंबरोबरची भेट आनंददायी असे. मी त्यांना भेटून बाहेर पडायचो तेव्हा आपल्या देशाच्या भविष्याबद्दल मनात एक नवा विश्वास जागलेला असायचा. माझ्या मनात नेहमी विचार यायचा, नियतीची योजना काही निराळी असती तर! जवाहरलाल यांच्याऐवजी पंतप्रधानपदी वल्लभभाई विराजमान झाले असते तर भारताची वाटचाल पूर्ण निराळ्या मार्गावरून झाली असती आणि आजच्यापेक्षा त्याची आर्थिक स्थिती अधिक भक्कम असती. वल्लभभाईंची मुद्रा करारी आणि त्यांचे दिसणे भारदस्त होते. पण या करारी व्यक्तिमत्त्वाच्या आत एक प्रेमळ व कनवाळू काळीज दडलेले होते. त्यांच्या या स्वभावविशेषामुळेच स्वातंत्र्योत्तर काळात त्यांच्या हाताखाली काम करणाऱ्या कठोर ब्रिटिश व भारतीय सनदी प्रशासकांना त्यांच्याविषयी प्रेम होते. या सर्वांहून महत्त्वाची गोष्ट म्हणजे त्यांच्यापाशी आश्चर्यकारक विनोदबुद्धी होती. एकदा मी स्वत: याची 'शिकार' बनलो आहे. एक प्रसंग मी कधीच विसरणार नाही. एकदा मी या महान व्यक्तीला भेटीची वेळ मागितली. त्यांनी मला सकाळच्या फेरफटक्याच्या वेळी त्यांच्यासमवेत यायला सांगितले. मी आनंदानं कबूल झालो, मात्र ही वेळ होती पहाटे पाच वाजताची आणि त्यांनी आणखी तिघांनाही हीच वेळ दिली होती! कल्पना करून बघा, आम्ही चौघेजण त्यांच्यासोबत निघालो आहोत आणि तासभर एकमेकांना मागे ढकलत आपापले म्हणणे त्यांना ऐकवण्यासाठी धडपडतो आहोत. वल्लभभाईंची आमची कसरत पाहून चांगलीच करमणूक झालेली दिसत होती.

मला माहीत असलेल्या सर्व राजकारण्यांमध्ये जयप्रकाश नारायण यांची जातकुळी वेगळी होती, मात्र त्यांच्याविषयी मला अत्यंत प्रेम व कौतुक होते. मी त्यांच्याविषयी सर्वप्रथम ऐकले ते दुसऱ्या जागतिक महायुद्धाच्या दरम्यान. त्यावेळी ते मुंबईत अथवा जवळपास कुठेतरी भूमिगत झाले होते आणि त्यांनी मुंबईचा वीजपुरवठा खंडित करण्याच्या उद्देशाने टाटा विद्युत् कंपनीचे उच्च दाबाचे विद्युत्वाहक मनोरे उडवून देण्याचा रोमांचक कार्यक्रम हाती घेतला होता. त्यांना आणि त्यांच्या मित्रांना लवकरच कळून चुकले, की एका रेषेत उभे केलेल्या मनोऱ्यांचे पाय

कापण्याचा प्रयत्न केला तरी ते फक्त वाकतात, मोडून पडत नाहीत. त्यामुळे विद्युत्वहन खंडित होत नाही आणि एकाचवेळी मनोऱ्यांवर आघात केले तरी ते विशिष्ट कोनात कडेला पडतात. त्यानंतर जयप्रकाशना कम्युनिस्ट पक्षाने पकडून देऊन त्यांचा घात केला. तोवर त्यांनी कोलांटी उडी मारलेली होती. जर्मनीने पोलंड व पश्चिम युरोपवर हल्ला केला. त्यावेळी रशियाने जर्मनीला साथ दिली होती, तेव्हा कम्युनिस्ट पक्षाचा युद्धाला प्रखर विरोध होता. मात्र हिटलरने रशियावर आक्रमण करताच कम्युनिस्ट पक्ष कट्टर पाठीराखा बनला होता.

त्यानंतर काही वर्षांतच जमशेदपूरमधील कामगार समस्येच्या संदर्भात माझी त्यांच्याशी भेट झाली. या भेटीत मी त्यांची पारदर्शी तळमळ व सभ्य, समंजस वृत्ती पाहून प्रभावित झालो. हे गुण एका माजी क्रांतिकारकामध्ये आढळणे अनपेक्षित होते. मला वाटते त्यांच्या या अतिसमंजसपणामुळेच ते प्रभावशाली राजकीय नेता बनू शकले नाहीत व भारतीय राजकारणात शक्तिशाली भूमिका वठवू शकले नाहीत. ते अत्यंत प्रामाणिक होते, एखाद्या गोष्टीची दुसरी बाजू जाणण्याची, तडजोड स्वीकारण्याची त्यांची कुवत मोठी होती. ते कपटी राजकारणात कधीही सहभागी झाले नाहीत. जवाहरलालनी राजकीय क्षेत्र स्वच्छ ठेवण्याचा प्रयत्न करूनही भारतीय राजकारण कपटी दलदलीत वेगाने रुतत गेले. पण जयप्रकाश मात्र त्यात कधीच नव्हते. मला ज्या जयप्रकाशांचा स्नेह व शुभेच्छा लाभण्याचे भाग्य लाभले, त्यांचा अंत दु:खी व भ्रमनिरास झालेली व्यक्ती म्हणून झाला.

माझा दीर्घ व निकटचा संपर्क असणारी दुसरी राजकारणी व्यक्ती म्हणजे इंदिरा गांधी. माझे त्यांच्या पित्याशी जसे भावबंध होते तसेच इंदिरा गांधींशीही होते. सामाजिकदृष्ट्या आमची उत्तम मैत्री होती, पण जवाहरलाल यांच्याप्रमाणेच त्यांनीही स्वत:भोवती उभी केलेली तटबंदी भेदणे मला कधीही शक्य झाले नाही. आमच्या नात्यातील मर्यादेची मला जरी खंत असली; त्यामुळे मला देशहिताच्या वाटणाऱ्या – ज्याविषयी सांगणे मला महत्त्वाचे वाटायचे अशा गोष्टी त्यांच्यापर्यंत पोचवायच्या असत – त्या मोकळेपणे पोचवता आल्या नाहीत, तरी त्यामुळे आमची मैत्री अबाधित राहिली आणि अखेरपर्यंत टिकूनही राहिली.

इंदिरा गांधींच्या मृत्यूनंतर, त्यांच्याविषयीच्या एका पुस्तकात मी म्हटले आहे, की त्यांच्या व्यक्तिमत्त्वात दोन सर्वस्वी भिन्न इंदिरा गांधी होत्या – एक होत्या अतिशय धूर्त व सर्वशक्तिमान राजकारणी-मुत्सद्दी आणि दुसऱ्या होत्या अतिशय दयाळू, सुसंस्कृत माणूस – ज्यांच्याविषयी 'सभ्य-सुसंस्कृत' या शब्दातील भाव अत्यंत समर्पकपणे व्यक्त होतात अशी व्यक्ती. त्यांचे व्यक्तिमत्त्व अत्यंत गुंतागुंतीचे होते. त्यांच्या निधनानंतर पुरेसा काळ लोटल्यानंतरच त्यांच्याविषयीच्या

आडपडदा न ठेवता सांगितलेल्या आठवणी व चरित्रे यांतून त्यांच्या व्यक्तिमत्त्वाचे व कर्तृत्वाचे संपूर्ण दर्शन घडेल.

माझा ज्यांच्याशी परिचय झाला, मला ज्यांचा सहवास लाभला अशा सुप्रसिद्ध व्यक्तींमध्ये केवळ राजकारणीच नव्हते, तर इतर क्षेत्रातील व्यक्तीही होत्या. त्यांच्याशी संपर्क येणे हे माझे भाग्यच होते. माझ्या परिचयातील ख्यातनाम व्यक्तींमधील सर्वांत असामान्य व्यक्ती म्हणजे अर्थातच होमी भाभा. निसर्गाने त्यांना बहाल केलेल्या अपूर्व बुद्धिसंपदेच्या जोडीला त्यांना जमशेटजी टाटांचा सहवास लाभला होता. या धडाडीच्या द्रष्टया माणसाजवळ अपरिमित ऊर्जा आणि आपले स्वप्न वास्तवात उतरवण्याचे झपाटलेपण होते. काही माणसांकडे पाहिल्यावर असा ठाम विश्वास वाटतो, की मानवी इतिहासातली ही माणसे जन्माला येताना विधिलिखित घेऊनच आली आहेत, त्यामुळे त्यांच्या हातून सामान्य माणसाच्या क्षमतांपलीकडची कर्तृत्वं घडतात. होमी भाभा अशाच अलौकिक व्यक्तींपैकी एक होते. अशा व्यक्तींपैकी काहीजण तारुण्याच्या बहरातच जगाचा निरोप घेण्याचे विधिलिखितही घेऊन आलेले असतात... दुर्दैवाने, होमीही तसेच विधिलिखित घेऊन आले होते. अशा व्यक्तींना आपल्याला अल्पकाळ लाभणार आहे याची अंतर्यामी जाणीव असल्यासारखे ते या अल्पकाळात आपले महान कार्य पूर्णत्वाला नेण्यासाठी अतिमानवी परिश्रम झपाटून करत असतात.

होमी भाभांनी अवघ्या दोन दशकांत भारताला अणुविज्ञान क्षेत्रात स्वयंपूर्णता मिळवून देऊन उत्तुंग कर्तृत्व सिद्ध केले. या त्यांच्या महान कार्यात मी खारीचा वाटा उचलू शकलो याचे मला अतिशय समाधान वाटते. शास्त्रज्ञ, अभियंता, कुशल रचनाकार व प्रशासक, मानव्यशास्त्रातील मुरब्बी, कला व संगीताचा भोक्ता... होमी खरोखर पूर्णपुरुष होते.

मात्र, त्यांच्या स्वभावात एक विचित्र गुणही होता. त्यांना वेळेचे बंधन तिरस्करणीय वाटत असे, त्यामुळे कधीकधी लोकांशी व्यवहार करताना ते निष्काळजीपणे वागत असत. हा बहुधा आईनस्टाईन व एकेकाळी फ्रान्सचे पंतप्रधानपद भूषविलेले पॉल पेनलिव्ह यांच्यासहित सगळ्या थोर गणितज्ञांचा विशेषाधिकारच असावा! श्री. पेनलिव्ह एकदा त्यांच्या पॅरिस अपार्टमेंटच्या बाहेर जिन्याच्या पायऱ्यांवर बसून श्री. पेनलिव्ह यांचीच वाट बघत होते. काही वेळापूर्वी त्यांनी बाहेर जाताना स्वतःच दारावर चिठ्ठी टाचून ठेवली होती – 'थोड्याच वेळात परत येत आहे!'

होमीच्या गुणवैशिष्ट्यांतील एक ठळक विशेष म्हणजे त्यांच्यामध्ये गांधीजी व जमशेटजी यांच्याप्रमाणेच माणसे घडवण्याचे कसब होते. इतर कित्येक नेतृत्वांखाली काम करणाऱ्यांमध्ये कधी अशी कुठली असामान्य गुणवत्ता उदयाला आलेली दिसत नाही. वस्तुतः माझे असे ठाम मत आहे, की होमी भाभांनी जलदगतीने आधुनिक

बनू पाहणाऱ्या भारताच्या विकासासाठी दिलेले सर्वांत मोठे योगदान म्हणजे त्यांनी तरुण शास्त्रज्ञ व प्रशासकांना प्रशिक्षित केले आणि त्यांच्यामधील पूर्ण क्षमता प्रकाशात आणली. आज हे शास्त्रज्ञ व प्रशासक भारताच्या वैज्ञानिक व तांत्रिक उभारणीत मोठी भूमिका बजावत आहेत.

टाटा समूहामध्ये मला बरीच बुद्धिमान माणसे आढळली. त्यातल्या काहींना मी स्वत:च नेमले होते. या माणसांनी व्यक्तिश: व एकत्रितरीत्या काम करून पन्नासहून अधिक वर्षांत व माझ्या समूहातील सक्रिय कार्यकालात समूहाच्या सातत्यपूर्ण प्रगतीमध्ये व समूहाचा नावलौकिक उच्च राखण्यामध्ये मोलाचा वाटा उचलला आहे. त्यांनी तंत्रज्ञान व प्रशासन या क्षेत्रात सतत नवचैतन्याची तारांगणे निर्माण केली आहेत. त्यांच्यामधील सर्वांत लक्षणीय व माझ्या लेखी महत्त्वाचा असणारा समान गुणविशेष म्हणजे जमशेटजी टाटा यांनी घालून दिलेले आदर्श, श्रद्धा व परंपरा यांच्याप्रती त्यांची कट्टर निष्ठा आणि समर्पित वृत्ती.

असामान्य व्यवस्थापक नेहमी कणखर वृत्तीचे आणि स्वतंत्र व्यक्तिमत्त्वाचे असतात. त्यांची व्यवस्थापन सांभाळण्याची पद्धत तसेच व्यक्तिगत वर्तणूक भिन्न असते. कधी कधी टाटा समूहातील सर्व कंपन्यांमध्ये व्यवस्थापनाचे एकसूत्री तत्त्वज्ञान लागू करणे मुष्किल झाले आहे. यासंदर्भात एकूणच जर टाटा समूहाला आश्चर्यकारक यश लाभले असेल तर त्याला कारणीभूत आहेत इथले संचालक व व्यवस्थापक. या व्यावसायिक माणसांना, जमशेटजी टाटा यांनी न्याय्य व प्रामाणिक व्यवस्थापन, उत्पादनाचा दर्जा, उद्योगातील मानवी संबंध, औद्योगिक क्षेत्रातील लोकहित या संदर्भात नेमून दिलेल्या परंपरा व मापदंड यांच्या कक्षेत राहून, त्यांची कल्पकता व बुद्धिमत्ता यांचा पुरेपूर वापर करण्याचे पूर्ण स्वातंत्र्य दिलेले आहे. मला सांगायला आनंद वाटतो की इथली परंपरा व मापदंड यांचा टाटांची औद्योगिक मूल्यसंस्कृती म्हणून दूरवर नावलौकिक पसरला आहे.

मी होमी भाभा, अर्देशिर दलाल, जॉन मथाई, जे.डी. चोक्सी अशा आज आपल्यात नसलेल्या अनेक व्यक्तींचा सदैव कृतज्ञ आहे. या व्यक्तींनी अनेक वर्षे समूहाची सेवा केली, त्याला शोभा आणली. आजही अनेकजण समूहाच्या जबाबदारीचे ओझे अतिशय कौशल्याने सांभाळत आमच्यासोबत आनंदाने काम करत आहेत, त्यांचा नामोल्लेख करण्याची गरज नाही, मी त्यांचाही कृतज्ञ आहे.

या पुस्तकाचा घाट घालणाऱ्या माझ्या सहकाऱ्यांचा आग्रह होता, की मी या प्रस्तावनेत माझी स्वत:ची, माझ्या व्यक्तिमत्त्वाची अधिक आत्मीय प्रतिमा उभी करावी, माझ्या कर्तृत्वाला कशाने चालना मिळते ते सांगावे. पण मी स्वत:विषयी सुपरिचितही नाही वा महत्त्वाचेही नाही, असे काय सांगू शकेन?

मी स्वत:ला चांगला व विश्वासार्ह माणूस समजतो, दारू वा जुगाराच्या आहारी

न गेलेला, लहान मुलं-प्राणी यांची आवड असलेला... मी माझ्यातील अनेक दोष व उणिवा कबूल करतो.

उदाहरणार्थ, मला कुणी डिवचले तर मी चिडतो. मात्र वैतागवाणी गोष्ट अशी की, ज्यांच्यावर मी चिडतो त्यांच्यावर त्याचा काहीच परिणाम झालेला नसतो, माझ्या बायकोवर तर नाहीच नाही. मला आणखी एक गोष्टीचा त्रास होतो ती म्हणजे, मला स्वत:चेच मसुदे, पत्रे किंवा भाषणे दुरुस्त करण्याचीच नव्हे तर इतरांनीही लिहिलेले दुरुस्त करण्याची अनावर तळमळ असते. या गोष्टीचा दीर्घकाळ त्रास सोसणाऱ्या माझ्या सचिवांना अगदी वैताग असतो. त्यांना मी कित्येकदा झिडकारले आहे. मी त्यांचा समजूतदारपणा व सहनशीलता याबद्दल सदैव कृतज्ञ राहीन. माझ्या या 'दुरुस्ती वेडाचे' मूळ माझ्या इंग्रजी भाषेवरील निस्सीम प्रेमात आहे. आपल्या देशात ही भाषा सतत भ्रष्ट केली जात असते, त्यामुळे माझा सतत अधिक सुयोग्य शब्दाचा अथवा समर्पक वाक्प्रचाराचा शोध सुरूच असतो. मी या प्रस्तावनेचा खर्डासुद्धा तीनदा दुरुस्त केला आहे!

मला गचाळपणा अजिबात सहन होत नाही आणि माझा प्रत्येक कामात सर्वोत्कृष्टता साध्य करण्याचा त्रासदायक अट्टहास असतो. ज्या कामांत सर्वोत्कृष्टतेची आवश्यकता नसते, त्याबाबतीतसुद्धा मी आग्रही असतो, हे मी कबूल करतो.

मला माझ्या अनेक प्रेमप्रकरणांची कबुली देण्यात काहीही गैर वाटत नाही. त्यातील एका जीवनभराचे प्रीतिस्थान म्हणजे फ्रान्स, इंग्लंडची भाषा, साहित्य आणि काव्य. ही संपदा माझ्या मनात इच्छा जागवते, की माझे जे थोडेफार औपचारिक शिक्षण झाले ते माझ्या देशातील एखाद्या सुंदर व समृध्द भाषेत झाले असते तर...; दुसरे सर्वाधिक आनंदाचे, त्याचबरोबर अत्यंत कौशल्याची अपेक्षा करणारे प्रीतिस्थान म्हणजे विमानोड्डाण कला, तिसरे क्रीडा – विशेषत: वेगवान ड्रायव्हिंग व स्किईंग. स्किईंगमध्ये मी प्रत्येक हिवाळ्यात काही किरकोळ दुखापती झेलत असलो तरी, अजूनही हा खेळ आनंदाने खेळत असतो, अर्थात आता कौशल्य व जोम ओसरत चालला आहे.

ऐंशीच्या उंबरठ्यावरच्या माणसाने स्किईंग करणे, विमान चालवणे किंवा वेगवान गाड्या जलद चालवणे हा हास्यास्पद वेडगळपणा असल्याचे मला सांगणाऱ्या माझ्या मित्रांना, असे काहीसे धोके पत्करत जगण्यात जो थरार आणि स्वयंपूर्णतेची जाणीव लाभते; ती समजत नाही. खरे तर माझ्या लेखी, पिकल्या वयाची सर्वांत निष्ठुर शिक्षा म्हणजे शारीरिक क्षमतेचा सतत होणारा लय आणि वयासोबत अनेक हव्याहव्याशा गोष्टींना होणारा प्रतिबंध!

माझ्या स्वभावातील या दोषांखेरीज, माझ्या खासगी आयुष्याबद्दल जाहीरपणे सांगण्यासारखे माझ्याजवळ फारसे काही नाही. काही लोकांच्या मनात माझ्या

आयुष्यातील तथाकथित घटनांचे भारलेपण असेल, त्यांचा तो भ्रम तसाच राहून देणं मला अधिक मौजेचं वाटत आहे.

प्रिय वाचकहो, आता मी पर्याय तुमच्यावर सोपवतो...

एकतर हे पुस्तक बाजूला ठेवा, नाहीतर पान उलटून वाचायला सुरुवात करा.

८ एप्रिल, १९८६ **– जे.आर.डी. टाटा.**

जे. आर. डी. टाटा : १९४७ साली रेखाटलेले चित्र

जे.आर.डी. टाटा : एक झलक

जेआरडींनी संपूर्ण विसावे शतक पाहिले. १९०४ ते १९९३ असा त्यांचा जीवनप्रवास घडला. त्यांचा जन्म पॅरिसमध्ये झाला आणि त्यांनी जिनिव्हामध्ये अखेरचा श्वास घेतला. या जीवनप्रवासादरम्यान त्यांच्या कारकीर्दीची सत्तरहून अधिक वर्षे त्यांनी भारतात घालवली. या दरम्यान, त्यांनी १९३२ साली भारताला नागरी हवाई सेवेचा लाभ घडवून दिला आणि पुढे १९४८ साली भारताने 'एअर-इंडिया इन्टरनॅशनल'ची स्थापना करून परदेशी भरारी घेतली, त्यामध्येही त्यांचे मोठे योगदान आहे. त्यानंतर तीस वर्षांनी त्यांना 'एअर-इंडिया' च्या अध्यक्षपदावरून दूर करण्यात आले. त्यावेळी लंडनच्या 'डेली-टेलिग्राफ' (२७ फेब्रुवारी १९७८) सहित अनेकांनी एअर-इंडियाला जगातील सर्वांत यशस्वी विमानसेवांच्या पंक्तीत नेऊन बसविण्याचे श्रेय त्यांना बहाल केले होते.

त्यांनी बावन्न वर्ष 'टाटा' या भारतातील सर्वांत मोठ्या औद्योगिक समूहाच्या अध्यक्षपदाची धुरा सांभाळली. 'टाटा' म्हणजे पोलाद व विद्युतऊर्जेपासून ते रसायने व ऑटोमोबाईल्सपर्यंत सगळ्या गोष्टींचे उत्पादन करणारा औद्योगिक समूह. त्यांच्या अध्यक्षपदाच्या कारकीर्दीत 'एअर-इंडिया' खेरीज (त्याचे राष्ट्रीयीकरण झाले) 'टाटा केमिकल्स' आणि 'टेल्को' या कंपन्यांची मुहूर्तमेढ रोवली गेली आणि या दोन्ही कंपन्या विक्री व मूल्य या दोन्ही संदर्भात भारतातील पहिल्या दहा अग्रगण्य कंपन्यांच्या यादीत जाऊन बसल्या.

सामाजिक संदर्भात सांगायचे तर, कुटुंबनियोजनाचे आवाहन करणारे ते सर्वप्रथम होते. त्यांनी या संदर्भात प्रथम आवाज उठवला. पंतप्रधान जवाहरलाल नेहरू त्यांच्या मताशी असहमत होते. या देशातील माणसे हे या देशाचे सामर्थ्य आहे, असे त्यांचे म्हणणे होते. मात्र जेआरडींनी चाळीस वर्षे, कुटुंबनियोजनाला चालना देणाऱ्या प्रचार मोहिमेचा ठामपणे पाठपुरावा केला. त्यांनी स्थापन केलेल्या 'फॅमिली प्लॅनिंग असोसिएशन ऑफ इंडिया' या कुटुंबनियोजन संस्थेमार्फत हे कार्य मुख्यत्वे पार पाडले. त्यांच्या या कार्याची दखल खूप उशिरा घेतली गेली. या संदर्भात त्यांना मिळालेल्या अनेक आंतरराष्ट्रीय पारितोषिकांतील सर्वोच्च सन्मान म्हणजे त्यांना

युनोचे 'पॉप्युलेशन अॅवॉर्ड' मिळाले. त्यांचा पाठिंबा व कल्पक दृष्टी यामुळेच दोन राष्ट्रीय संस्थांची स्थापना झाली. टाटा इन्स्टिट्यूट ऑफ फंडामेन्टल रिसर्च आणि नॅशनल सेंटर फॉर द परफॉर्मिंग आर्टस् (N.C. P. A.). तिसरी संस्था - द नॅशनल इन्स्टिट्यूट ऑफ अॅडव्हान्स्ड स्टडीजचे उद्घाटनही त्यांच्या हस्ते झाले. त्यानंतर दोन वर्षांत त्यांनी जगाचा निरोप घेतला.

जेआरडींनी नियंत्रित अर्थव्यवस्थेतील दिशाभूल करणाऱ्या धोरणांविरुद्ध तीस वर्षे आवाज उठवला. अशा अर्थव्यवस्थेने देशाचा औद्योगिक विकास खुंटवला होता आणि त्यांनी भारतासाठी पाहिलेल्या औद्योगिक भवितव्याच्या स्वप्नाचाही चुराडा झाला होता.

एकदा मी त्यांच्या कार्यालयात प्रवेश केला. मी अजून खुर्चीत बसलोसुद्धा नव्हतो, तितक्यात ते म्हणाले, "तुला सांगतो, रुसी, माझे आयुष्य म्हणजे एक संघर्ष आहे संघर्ष – आजवर एकाही पंतप्रधानाने एकदाही मला विचारले नाही, की देशाच्या आर्थिक धोरणाविषयी तुमचे काय विचार आहेत अथवा तुम्हाला काय वाटते?"

ते व्यथित स्वरात असेही म्हणत, की "इतर कुठल्याही देशात असे घडले नसते."

तथापि, त्यांनी यामुळे खचून न जाता, योग्य वेळी आपली मते स्पष्ट शब्दांत मांडली.

त्यांनी म्हटलं आहे, "राष्ट्रीय अर्थविषयक चर्चेतील माझ्या 'बारीकशा' आवाजाने जनमत जागृत होत असेल तर, या देशावर सत्ता गाजवणाऱ्या एकापाठोपाठ एक आलेल्या शासनव्यवस्था आपल्यावर जो कालबाह्य व वायफळ समाजवाद लादू पाहत आहेत, त्याला विरोध करणे हे माझे कर्तव्य आहे आणि त्यासाठी मी माझा 'आवाज' वापरला पाहिजे असे मला वाटले. भारतात व जगभरातील इतर देशांत याचा विपरीत अनुभव व विरोधी पुरावा असूनही वर्षानुवर्षे त्यांचा हाच हेका सुरू आहे."

त्यांनी अवघ्या तीनच दशकांनंतर सरकारच्या समाजवाद व नियंत्रणाच्या गंजक्या कवचाला गेलेले तडे जाणले होते. १९८६ साली 'कीनोट' च्या प्रथम आवृत्तीच्या प्रकाशनसमारंभाच्यावेळी जेआरडी ब्याऐंशी वर्षांचे होते. या समारंभात बोलताना ते म्हणाले होते, "माझ्या मनातील एक दुःख व खंत म्हणजे सरकारने पंडित जवाहरलाल नेहरूंच्या सरकारपासून अलीकडे काही वर्षांपर्यंत, आमच्यासारख्या उत्साहाने सळसळणाऱ्या व प्रखर आशेने भारलेल्या अनेकांना पुरेसे कार्य करण्याची परवानगी दिली नाही. आज बऱ्याच गोष्टी बदलल्या आहेत. आता माझे अखेरचे दुःख म्हणजे, मी आता वयाच्या अशा टप्प्यावर येऊन पोहोचलो आहे की, आता

मला अधिक उत्तमरीत्या घडणाऱ्या या गोष्टींमध्ये अधिक चांगला विकास व माझ्या कल्पनेपेक्षा जलद गतीने होणारी प्रगती यांमध्ये निश्चयपूर्वक सहभागी होणे शक्य नाही. भाषणाच्या अखेरीस ते म्हणाले : ''माझी फक्त एवढीच इच्छा आहे, की आपली आगेकूच पाहण्याची मला दीर्घकाळ संधी लाभावी.''

त्याप्रमाणे त्यांना संधी लाभली. त्यानंतर पाच वर्षांनी जुलै १९९१ मध्ये त्यांना वित्तमंत्री मनमोहन सिंग यांचे अर्थसंकल्पीय भाषण ऐकता आले. भारतीय अर्थव्यवस्थेची भूतकाळच्या शृंखलांतून मुक्तता झाली होती.

अर्थसंकल्पीय भाषणानंतर मी म्हणालो की, आजवर तुम्ही ज्यासाठी लढा दिलात, ते अखेर सरकारने स्वीकारलेले पाहून तुम्हाला अतिशय आनंद वाटत असेल, पण त्यांनी त्याचे श्रेय घेतले नाही. सरकारच्या धोरणांच्या दिवाळखोरीमुळे त्यांना या महत्त्वपूर्ण बदलाचा 'यू-टर्न' घ्यावा लागला आहे आणि या नव्या विचारसरणीशी व धोरणाशी आपल्या अथक लढ्याचा फारसा संबंध नाही असे त्यांचे मत होते.

देश ज्या मार्गाने निघाला आहे, ते पाहून त्यांना नेहमी क्लेश होत असत, तरीसुद्धा त्यांच्या जीवनातील अखेरच्या शंभर दिवसांपर्यंत त्यांचे सळसळते चैतन्य अबाधित राहिले होते. कारण, त्यांना सर्जनशील कार्यसिद्धीमध्ये परिपूर्ती वाटत असे. इतर लोक कदाचित डगमगले असतील, पण जेआरडी मात्र कर्तृत्व सिद्ध करत राहिले.

ते एकदा मला म्हणाले होते, ''मी स्वत:जवळ फारसे पैसे ठेवायचे नाहीत असं ठरवलं आहे.''

१९४४ साली वयाच्या चाळिशीत त्यांनी त्यांच्या संपत्तीतला काही हिस्सा 'जेआरडी टाटा ट्रस्ट' ला दिला. त्यांच्या जीवनकालात या विश्वस्त संस्थेनं दहा कोटी रुपयांहून अधिक रक्कम देणगी स्वरूपात दिली आहे. या विश्वस्त संस्थेला पै न् पै जेआरडी देत असत. पैसा ही त्यांच्या जीवनात प्रेरक शक्ती कधीच नव्हती. त्यांना प्रेरणा देणारा घटक म्हणजे कार्यसिद्धीचा आनंद.

ही गोष्ट सोदाहरण सांगतो. त्यांनी भारतात नागरी विमानसेवेला प्रारंभ केला. या घटनेच्या तिसाव्या व पन्नासाव्या स्मरणोत्सवानिमित्त त्यांनी दोन विमानांची जबाबदारी स्वत:कडे घेतली. १९८२ साली जेव्हा त्यांनी सिंगल इंजिन लिओपार्ड मॉथ विमानातून कराची ते मुंबई या विमानप्रवासाचा सुवर्णमहोत्सवी क्षण पुन्हा 'सादर' केला, तेव्हा ते अवघे अठ्ठ्याहत्तर वर्षांचे होते. इतिहासाच्या स्मृती वर्तमानात पुन्हा ताज्या-टवटवीत करून ते विमानातून उतरले तेव्हा त्यांच्या स्वागतासाठी जमलेल्या गर्दीला संबोधित करत ते म्हणाले, ''माझ्या आजच्या या विमानसफरीचा

उद्देश होता आपल्या देशातील तरुणाईमध्ये आशेची पणती चेतवणे व त्यांच्यामध्ये उत्साह जागवणे... हे सर्व तरुण जेव्हा अठ्ठ्याहत्तर वर्षांचे होतील – आणि हे सर्वजण वयाचा किमान एवढा टप्पा गाठतीलच अशी मी आशा करतो – तेव्हा त्यांनासुद्धा माझ्यासारखंच करावंसं वाटेल... सर्व अडचणी, सगळी उद्विग्नता पार करून सुद्धा काहीतरी कार्यसिद्धी घडवण्यामध्ये आनंद असतो. आपल्याला जे करणं शक्य आहे तेवढं आणि इतरांच्या तुमच्याकडून अपेक्षा असतात, त्यापेक्षा काही अधिक चांगलं घडवण्यात समाधान असतं.''

दुर्मिळ गोष्ट म्हणजे, त्यांचा आनंद फक्त वैयक्तिक कर्तबगारी सिद्ध करण्यापुरताच मर्यादित नव्हता, तर त्यांच्या तालमीत जडणघडण झालेल्या, त्यांच्यासाठी काम करणाऱ्या व्यक्तींच्या कर्तृत्वानेही ते आनंदित होत असत. ते बावन्न वर्षे टाटा सन्सचे अध्यक्षपद भूषवून या पदावरून बाजूला झाले, तेव्हा वृत्तपत्रांनी म्हटले आहे की, 'जेआरडी हे आपल्या स्वत:च्या संस्थेत लोकांची जडणघडण करणारे एकमात्र सुप्रसिद्ध उद्योगपती आहेत. त्यांनी तयार केलेली माणसे आज खाजगी क्षेत्रात मातब्बर असामी बनली आहेत.'

आपण यापूर्वीही पाहिले आहे की, जेआरडींचा कार्यसिद्धीचा आनंद उद्योगव्यवसायाच्या सीमा भेदून पलीकडे पोचणारा होता. त्यातूनच त्यांनी अनेक संस्थांची निर्मिती केली. त्यांपैकी काही ठळक नावे म्हणजे – टाटा इन्स्टिट्यूट ऑफ फंडामेंटल रिसर्च (T. I. F. R.). या संस्थेत डॉ. होमी भाभा यांनी भारताचा अणुऊर्जा कार्यक्रम पूर्णत्वाला नेला. जेआरडींनी त्यांना समर्थ साथ दिली. संगीत व कला यांवाचून माणूस अपूर्ण आहे अशी त्यांची ठाम श्रद्धा होती. त्यातूनच त्यांनी होमीचे बंधू जमशेद भाभा यांना 'एन.सी.पी.ए.' च्या निर्मितीसाठी पाठिंबा दिला. या दोन महत्त्वपूर्ण संस्थांखेरीज, त्यांनी बेंगलोरच्या 'नॅशनल इन्स्टिट्यूट ऑफ ॲडव्हान्स्ड स्टडीज'च्या उभारणीतही वाटा उचलला होता.

त्यांनी 'हिरोशिमा' घडण्याआधीच अणुऊर्जेचे सामर्थ्य ओळखले होते. त्यांनी लिहून ठेवले आहे: ''अणुभौतिकशास्त्र ही अजूनही विशुद्ध विज्ञानशाखा मानली जात असली तरी, भौतिकशास्त्रज्ञांना खात्री आहे, की नजीकच्या भविष्यकाळात भौतिकशास्त्राची ही शाखा मानवाला ऊर्जेचा नवा, प्रचंड व अक्षय्य स्रोत उपलब्ध करून देईल. (त्यानंतर त्यांनी विद्युतऊर्जा निर्मितीसाठी ही ऊर्जा वापरण्याची कल्पना मांडली.) याच शाखेत होमी भाभा, चंद्रशेखर, अशी जगप्रसिद्ध माणसे आहेत आणि जर सुयोग्य सुविधा दिल्या तर या शाखेत प्रचंड क्षमता आहे.''

मुंबईत एन.सी.पी.ए.मध्ये 'टाटा थिएटर' च्या कोनशिला समारंभात बोलताना जेआरडी म्हणाले होते, ''आम्ही वैद्यकीय सुविधा, विज्ञान व शिक्षण या क्षेत्रांत योगदान दिल्यानंतर कलाक्षेत्राकडे वळलो याचे कारण म्हणजे या देशात – जिथे

नाटक, संगीत व नृत्य या कलांचा थोर अभिजात वारसा आहे, तो वारसा हळूहळू नष्ट होण्याच्या मार्गावर आहे. त्यामुळे या क्षेत्राकडे लक्ष देण्याची विशेष गरज आहे असे आम्हाला वाटले.''

जगातील इतर देशांमध्ये हे कलाप्रकार एकतर लिखित स्वरूपात नोंद आहेत – किंवा सध्याच्या काळात ध्वनीफितींत नोंद आहेत आणि अर्थातच 'प्लॅस्टिक आर्टस्'चे सर्व प्रकार दगडात, चित्रांत वगैरे जतन झाले आहेत, पण भारतीय कला व संगीत, नृत्य व नाटक यांची कुठे नोंद नाही. ही परंपरा गुरुकडून शिष्यांकडे चालत आली आहे आणि ही प्रथम दर्जाची परंपरा हळूहळू नामशेष होत आहे. त्यासोबत आजवर टिकून राहिलेले तज्ज्ञ गुरुजनांचे कामही अखेरचा श्वास घेत आहे. नॅशनल सेंटरचे प्रमुख कार्य होते या वारशाचे जतन व त्यांची नोंद करणे आणि दुसरे कार्य म्हणजे अर्थातच, आपण ज्याला 'परफॉर्मिंग आर्टस्' म्हणतो, त्या भारतीय नाट्यकलांना शक्य तितकी चालना देणे व या कलांचे पुनरुज्जीवन करणे.

जेआरडी हे उद्योगक्षेत्राची ग्रामीण उन्नतीप्रती जबाबदारी ओळखणारे पहिले अग्रगण्य उद्योगपती होते. १९६९ साली मद्रासमध्ये एका सभेत बोलताना ते म्हणाले होते, ''ग्रामीण भागात स्थापन झालेल्या उद्योगांनी त्यांच्या जवळपासच्या भागातील खेडी 'दत्तक' घ्यावीत. या उद्योगांतील व्यवस्थापक, इथले अभियंते, डॉक्टर्स, कुशल विशेषज्ञ यांचा काही वेळ या खेड्यातील लोकांना साहाय्य करण्यासाठी, त्यांना मार्गदर्शन करण्यासाठी, खेडूत व कंपनी यांच्या दरम्यानच्या सहकारी प्रकल्पांमधील नव्या प्रगतीवर लक्ष ठेवण्यासाठी राखून ठेवायला हवा. खेड्यांमध्ये कुटुंबनियोजन कार्यक्रमाला सहकार्य करणे ही अमूल्य सेवा ठरेल. अशा प्रकारच्या संयुक्त उपक्रमाचा लाभ मुख्यत्वे खेड्याला तर मिळेलच शिवाय ते उद्योगाच्याही हिताचे ठरेल कारण आसपासचा भाग समृध्द, निरोगी व शांतीपूर्ण असणे उद्योगाला लाभदायक असते.''

जेआरडींच्या संकल्पना प्रत्यक्ष कृतीत उतरवण्यासाठी टाटा कंपन्यांच्या 'आर्टिकल्स ऑफ असोसिएशन' मध्ये दुरुस्त्या करण्यात आल्या आणि कंपनीच्या कर्मचाऱ्यांच्या कल्याणाच्या विचारापलीकडे जाऊन सामाजिक ऋणाचं बंधन संबंधित कंपन्यांच्या उद्दिष्टांचा भाग म्हणून स्वीकारण्यात आले.

जेआरडी व्यक्तिशः स्वतःपेक्षा इतर लोकांमध्ये अधिक रस घेत असत. ही गोष्ट अगदी सुस्पष्ट होती. त्यांना अनोळखी असणाऱ्या माणसांसाठीसुद्धा त्यांच्यापाशी स्मितहास्य असे. ते म्हणत असत, ''वाईट गोष्ट म्हणजे आपण पुरेसे हसतसुद्धा नाही. मी कार चालवत असतो. त्यावेळी समोरून एखादा माणूस येतो, तो मला ओळखतो... अशावेळी मी त्या माणसाकडे बघून हसतो. यामुळे त्याला खूप आनंद

होतो आणि मला त्यासाठी पैही खर्च करावी लागत नाही.''

आपण जीवनातले लहान लहान क्षण बरेचदा आत्ममग्नतेत गुंग असल्यामुळे वाया घालवत असतो. पण जेआरडी अशा क्षणांतून आनंद मिळवत असत. त्यांचा आनंद नि:स्वार्थी होता. त्यांना इतरांनीही तसाच आनंद घ्यावा असं वाटत असे. ही गोष्ट या उदाहरणावरून स्पष्ट होते.

एका अमेरिकी अर्थतज्ज्ञाचं एक विधान त्यांच्या कानावर आलं. त्यानं म्हटलं होतं की, भारत आगामी शतकात 'आर्थिक महासत्ता' बनेल. हे ऐकल्यावर जेआरडी श्रोतृवृंदाला उद्देशून म्हणाले,

''मला भारत आर्थिक महासत्ता बनायला नको आहे. मला भारतानं सुखी-समाधानी बनायला हवं आहे.''

त्यांनी ज्या ज्या क्षेत्राला स्पर्श केला, ते ते क्षेत्र त्यांनी अलंकृत केलं. त्यांची मातृभाषा होती फ्रेंच. त्यांना ही भाषा अतिशय आवडत असे, त्यांचा हा विषय उत्तम होता. त्यानंतर ते विशीच्या उंबरठ्यावर असताना भारतात स्थायिक झाले, त्यावेळी त्यांनी इंग्रजी भाषेवर प्रभुत्व मिळवण्याचा निश्चय केला आणि ते साध्यही केले. त्यांच्या या प्रयत्नांचा त्यांनी अथक पाठपुरावा केला, त्यामध्ये कधीही विश्राम घेतला नाही. त्यांनी अगदी अखेरपर्यंत, आपले विचार व्यक्त करण्यासाठी आवश्यक असणारे नेमके शब्द निवडण्यासाठी अनंत परिश्रम घेतले. १९२० च्या दशकात त्यांनी विमानभरारी घ्यायचे ठरविले त्यावेळी त्यांनी त्या विषयावरची जवळजवळ सर्व पुस्तके वाचली. गोल्फ खेळायला सुरुवात केली त्यावेळी त्यांनी गोल्फवरची पुस्तके वाचली. त्यांनी टेनिस व ब्रिज हे खेळ शिकायचे ठरवले, त्यावेळी त्यांनी या दोन्ही खेळांवरच्या साहित्याचा अभ्यास केला. जेआरडींनी कधीच कुठली गोष्ट अर्धवट केली नाही, त्यांना नेहमी सर्वश्रेष्ठतेचा ध्यास असे. १९४२ साली जेआरडींना स्वातंत्र्यचळवळीत सक्रिय सहभागी होण्याचा मोह झाला होता. पण त्यांनी स्वत:ला सावरले. भारताला आर्थिकदृष्ट्या स्वतंत्र करण्यासाठी जोमाने प्रयत्न करणे ही त्यांची भूमिका होती.

ते भूतकाळात डोकावत सांगतात, की स्वातंत्र्य मिळाले त्यावेळी मी त्रेचाळीस वर्षांचा, उत्साहाने अत्यंत सळसळता होतो.

''माझ्या मनात अनेक भव्य स्वप्न होती आणि खाजगी क्षेत्र व सरकार यादरम्यानच्या सहकार्याबद्दल बऱ्याच अपेक्षा होत्या.''

मात्र त्यांची स्वप्ने वास्तवात उतरली नाहीत, याला अपवाद फक्त एकच– १९४८ साली 'एअर-इंडिया इन्टरनॅशनल' हे त्यांचे एक स्वप्न साकार झाले.

जेआरडींना दोन उपखंडांचा वारसा होता. त्यांचे पिता – आर.डी. (रतनजी

दादाभॉय) टाटा म्हणजे भारतात औद्योगिक क्रांती घडवणारे, पोलाद, जल-विद्युत् ऊर्जा व उच्चस्तरीय तांत्रिक शिक्षण यांची देणगी देणारे थोर व्यक्तित्व, जमशेटजी टाटा यांचे चुलतभाऊ व सहकारी. जेआरडींच्या आई फ्रेंच होत्या. त्यांना आपल्या आईविषयी अत्यंत भक्तिभाव होता.

जेआरडींचा जन्म १९०४ साली पॅरिसमध्ये झाला. त्यांचं शिक्षण पॅरिस, मुंबई व योकोहामा या ठिकाणी झालं. ते इंग्रजी सुधारण्यासाठी काही काळ 'इंग्लिश ग्रॅमर स्कूल' मध्ये सुद्धा होते. ते भारतात स्थायिक झाले तेव्हा ते फक्त एकवीस वर्षांचे होते. आर.डी.टाटांनी जेआरडींना आणखी काही काळ सैन्यात राहायची परवानगी नाकारली. जेआरडींनी भारताकडे प्रयाण केले तेव्हा त्यांची तुकडी मोरोक्कोत गेली आणि या तुकडीतील सर्वच्या सर्व सैनिक युद्धात कामी आले. त्यांना आयुष्याच्या अखेरपर्यंत, वडिलांनी त्यांना केंब्रिजमध्ये न पाठवता (तिथे त्यांच्यासाठी प्रवेश राखून ठेवलेला होता.) भारतात बोलावून घेतले याची खंत होती. यामुळे माझ्यात 'न्यूनगंड' आला असं ते म्हणत असत.

भारतात आल्यानंतर, १९२५ साली जेआरडींना 'हाऊस ऑफ टाटाज' मध्ये प्रशिक्षणासाठी समारंभपूर्वक आणण्यात आलं. त्यानंतर अवघ्या नऊ महिन्यांत त्यांचे वडील निवर्तले आणि १९२६ साली जेआरडी भारतातील सर्वांत मोठ्या औद्योगिक समूहाचे संचालक बनले. या औद्योगिक समूहाचा आवाका पोलाद व विद्युत् ऊर्जा ते साबण व कापडनिर्मिती असा विस्तृत होता.

त्यांनी एका मुलाखतीत म्हटले होते, ''माझ्यापाशी तांत्रिक ज्ञानाचा अभाव असल्यामुळं इतरांना प्रोत्साहित करणं हे माझं व्यवस्थापनातील मुख्य योगदान होतं.''

त्यांनी प्रत्येक माणसाशी त्याच्या पद्धतीने वागून लोकांमधील सर्वोत्तम गुण कसे बाहेर आणले, त्याविषयी त्यांनी तपशीलवार विवेचन केलं आहे.

''यामध्ये कधीकधी स्वत:चीच मतं गुंडाळून ठेवावी लागतात. हे यातनादायी पण आवश्यक असतं.''

जेआरडी पुढं म्हणतात, ''माणसांचं नेतृत्व करायचं तर ते आपुलकीनं करावं लागतं.''

जेआरडी चौतीस वर्षांचे होते, त्यावेळी टाटा समूहाच्या तत्कालीन अध्यक्षांचं आकस्मिक निधन झालं. तीन ज्येष्ठ संचालकांनी बैठक घेऊन, तरुण जेआरडींची 'टाटा सन्स' या 'पेरेन्ट कंपनी'च्या अध्यक्षपदी निवड केली.

मी जेआरडींना प्रश्न केला की, ''त्या ज्येष्ठ संचालकांनी तुमची इतक्या लहान वयातच कशी काय निवड केली?''

त्यावर ते विनयाने उत्तरले, ''तो मानसिक तोल ढळण्याचाच प्रकार होता.''

टाटा अध्यक्षाने समूहाच्या सर्व कंपन्याचं प्रमुखपद सांभाळणे हा रिवाजच होता. पण जेआरडींनी ही प्रथा मोडली आणि त्यांना ज्या कंपन्यांमध्ये त्यांची उपस्थिती अत्यावश्यक वाटली, फक्त त्या कंपन्यांचीच त्यांनी धुरा स्वीकारली.

इंग्लिश खाडी विमानातून पार करून जाणारे पहिले वैमानिक ब्लेरियट यांचे फ्रान्सच्या किनाऱ्यावर आर.डी. टाटांच्या घराशेजारी घर होते. ब्लेरियट यांचा पायलट जवळच्या समुद्रकिनारी छोटे विमान उतरवत असे. त्याने एकदा जेआरडींना विमानातून चक्कर मारून आणलं. जेआरडी त्यावेळी पंधरा वर्षांचे होते. त्यांनी त्याच वेळी निश्चय केला, की आपणसुद्धा गगनात भरारी घ्यायची. त्यांचा हा निश्चय वास्तवात उतरण्यासाठी त्यांना दहा वर्षे प्रतीक्षा करावी लागली.

१९२९ साली, जेआरडी 'फ्लाईंग स्कूल' मधून उत्तीर्ण झाले. त्यांना 'एक' क्रमांकाचा विमानचालकाचा परवाना मिळाला. ते पहिले भारतीय वैमानिक ठरले. त्यानंतर वर्षभराने त्यांनी 'आगाखान चषक' स्पर्धेत भाग घेतला. या स्पर्धेत भारतीय स्पर्धकानं एकट्यानं भारत ते इंग्लंड अथवा इंग्लंड ते भारत असा विमानप्रवास करायचा होता. या स्पर्धेतील प्रवासादरम्यान जेआरडींनी इजिप्तमधल्या अबौकिर उपसागराशी विमान उतरवलं, त्यावेळी स्पर्धेतील दुसरे स्पर्धक अॅस्पी इंजिनिअर स्पार्क प्लग नसल्यामुळे तिथे खोळंबले होते. जेआरडींनी खिलाडूवृत्तीने त्यांना स्वत:जवळचा जादा स्पार्क प्लग दिला आणि दोन्ही स्पर्धकांनी विरुद्ध दिशांनी प्रवासाला सुरुवात केली. (अॅस्पी लंडनहून कराचीकडे तर जेआरडी कराचीहून लंडनकडे निघाले होते.) अॅस्पींनी त्यांच्यापेक्षा अवघ्या काही तासांच्या फरकाने ही स्पर्धा जिंकली.

त्यानंतर जेआरडी म्हणाले, "अॅस्पी विजयी झाले या गोष्टीचा मला फार आनंद झाला कारण, त्यामुळं त्यांना भारतीय हवाई दलात प्रवेश मिळणे सुकर झाले."

पुढे, अॅस्पी भारतीय हवाई दल प्रमुख बनणारे दुसरे भारतीय ठरले.

जेआरडींनी आणखीही काही साहसी प्रयोग केले. १९३० च्या दशकाच्या प्रारंभी, नेविल विन्टसेन्ट नामक एक धडाडीचा ब्रिटिश माणूस भारतात आला होता. त्याने छोट्याशा विमानातून भारतभ्रमण करताना, अनेकांना विमानसफरी घडवल्या. त्याने जेआरडींना हवाईसेवा सुरू करण्याची कल्पना सुचवली. हे तर जेआरडींचेसुद्धा स्वप्न होते! मग सर दोराब यांचे मन वळवण्यात यश आले आणि 'टाटा एअरलाईन्स'चा प्रारंभ झाला. त्यावेळी ही 'टाटा सन्स'चीच शाखा होती.

"एक ऑक्टोबरच्या सुप्रभाती... सूर्य पूर्वेच्या क्षितिजावर प्रभा फाकत होता त्याचवेळी, सिंगल इंजिन पसमॉथ विमानानं टपाल घेऊन कराचीहून मुंबईकडे प्रयाण

केले. विमानाची घरघर सुरू झाली... विमान झेप घेऊ लागले तेव्हा वैमानिक देवाची प्रार्थना करत होता'', जेआरडी गतस्मृती जागवत सांगतात.

त्या दिवशी जेआरडी नियंत्रण कक्षात होते. अशा तऱ्हेने भारताच्या पहिल्यावहिल्या विमानसेवेचे उद्‌घाटन झाले.

त्यांनी लावलेल्या विमानसेवेच्या रोपट्याचा वेलू गगनावरी गेला आणि 'एअर-इंडिया इन्टरनॅशनल' च्या विशाल वृक्षात रूपांतरित झाला. १९४८ साली जेआरडींनी एअर-इंडियाच्या पहिल्या आंतरराष्ट्रीय विमानसेवेची मुहूर्तमेढ रोवली. ही सेवा सर्वप्रथम लंडनशी जोडण्यात आली होती. हा त्यांचा व भारत सरकारचा संयुक्त उपक्रम होता. प्रारंभीच्या काळात एअर-इंडियाचे कार्यालय लंडन विमानतळावर एका 'कॅरॅव्हॅन' मध्ये होते. पुढील तीस वर्षांच्या काळात जेआरडींच्या सततच्या निगराणीखाली ही विमानसेवा जगातील सर्वोत्तम विमानसेवांच्या पंक्तीत जाऊन बसली.

''तुमच्या जीवनातील सर्वाधिक समाधानाचा क्षण कोणता?'' असा प्रश्न विचारला असता जेआरडी उत्तरले, ''आकाशात भरारी घेण्याचा अनुभवच सर्वश्रेष्ठ ठरला आहे. माझ्या पहिल्यावहिल्या एकट्याने केलेल्या विमानोड्डाणाच्या थराराची दुसऱ्या कशाशीही बरोबरी होऊ शकत नाही. त्यानंतर नंबर लागतो, 'एअर-इंडिया'चा, ज्या ठिकाणी मला हवे ते करण्याचे स्वातंत्र्य होते. एका अर्थाने, मी सुरू केलेल्या गोष्टींपैकी ही खरोखर महत्त्वाची गोष्ट होती.''

जेआरडी विनम्र होते. 'टेल्को' सुरू करण्याचा मान त्यांच्याकडे जातो. ही कंपनी उत्तुंग स्थानी पोहोचली आहे आणि आज भारतातील अवजड वाहन व्यापारातील सत्तर टक्के व्यापार या कंपनीच्या ताब्यात आहे. ते टाटा समूहातील इतर कंपन्यांपैकी 'टाटा सन्स' व 'टाटा स्टील' या कंपन्यांच्या विशेषकरून निकट होते. या कंपन्यांतच त्यांनी कारकीर्दीचा प्रारंभ केला होता.

जेआरडींनी इतर अनेक मार्गांनीही समाधान मिळवले. संपूर्ण जीवनभर ते शरीरसंपदा उत्तम राखण्याबाबत आग्रही होते. १९८७ सालापर्यंत ते व्यायाम करत असत. त्यांचा उद्देश होता, 'स्किईंग' साठी शरीरसंपदा उत्तम राखणे. ते 'स्की केबल कार'मधून पडले – त्याला ते 'खुळचट अपघात' म्हणत असत. आणि त्यांना बारीकसे फ्रॅक्चर झाले. तोवर त्यांचे स्किईंग सुरू होते. ते वयाच्या पंच्याहत्तरीपर्यंत टेनिस आणि विशेषत: गोल्फ खेळत असत. त्यांना वयाच्या चाळिशीत स्किईंग शिकण्याचा अभिमान होता. सर्वसामान्यपणे या वयात लोक क्रीडाक्षेत्रातून निवृत्त होतात. मात्र जेआरडी वयाच्या चौऱ्याऐंशिव्या वर्षापर्यंत स्किईंग करत होते. तरुण असताना त्यांना जलद गाड्यांचं वेड होतं. तेव्हा ते मुंबईत त्यांच्या बिन मडगार्डच्या बगॅट्टी कारमधून फिरत असत. त्यांना जर विमानकलेची मोहिनी पडली नसती तर बहुधा त्यांनी 'ग्रँड प्रिक्स' स्पर्धेत भाग घेतला असता.

ते स्वत:ला सतत कुठल्या ना कुठल्या गोष्टीत गुंतवून ठेवत असले तरीसुद्धा मानवी व्यथा आणि त्यांच्या देशातील बहुसंख्य नागरिक ज्या नरकप्राय परिस्थितीत जीवन कंठत होते, त्याविषयीची त्यांची संवेदनक्षमता जराही कमी झाली नाही. एकदा मुंबईत एका गरीब माणसाला रस्ता पार करताना पाहून ते मला म्हणाले होते, ''तो गरीब माणूस बघा. त्याच्या माथ्यावर जे ओझं आहे, तेवढीच बहुधा त्याची सगळी मालमत्ता असावी.''

ते आपल्यापेक्षा नशिबाचं लेणं कमी लेऊन आलेल्या लोकांना साहाय्य करण्यासाठी उत्सुक असत. हीच गोष्ट त्यांच्या लोकहितकारी कार्यामध्ये प्रतिबिंबित झाली होती. त्यांना इतर बाबींविषयीही आस्था होती. त्यापैकी एक गोष्ट म्हणजे त्यांना भारतातील स्त्रियांच्या अवस्थेविषयी अत्यंत आस्था होती. त्यांच्या निधनापूर्वी काही वर्षे आधी त्यांनी स्वत:चा एक ट्रस्ट स्थापन केला. स्त्रियांची अवस्था सुधारण्यासाठी उभारण्यात आलेल्या या ट्रस्टचं नाव आहे, जे.आर.डी. व थेल्मा जे. टाटा ट्रस्ट.

ते पारितोषिके, गौरव आणि मान्यतेचे इतर कुठलेही प्रकार मिळवण्यासाठी उत्सुक नव्हते, तरीसुद्धा त्यांनी स्पर्श केलेल्या प्रत्येक क्षेत्रातील त्यांचे कार्य इतके अनुकरणीय होते, की त्यांच्यावर सन्मानांचा वर्षाव होत गेला. त्यांना डॅनियल गुगेनहिम पुरस्कारासहित विमानकलेतील काही सर्वोच्च पुरस्कार लाभले. १९९२ साली त्यांना 'भारतरत्न' हा देशातील सर्वोच्च नागरी सन्मान बहाल करण्यात आला.

२९ नोव्हेंबर १९९३ रोजी त्यांच्या निधनाचे वृत्त देताना बीबीसीने त्यांचा 'द लिजंडरी इंडियन इंडस्ट्रिॲलिस्ट' असा उल्लेख केला होता. त्यांना इतक्या सगळ्या ऐहिक सत्ता व वैभवाचे वलय असले तरी त्यांना ओळखणाऱ्या व्यक्तींच्या दृष्टीने ते प्रेमळ, सहृदय माणूस होते.

ते म्हणत असत, ''मला स्वत:ची ओळख राहावी असं वाटतं, ते आपलं कर्तव्य पार पाडणारा प्रामाणिक माणूस म्हणून.''

–'द जॉय ऑफ अचिव्हमेंट: कॉन्व्हर्सेशन्स विथ जेआरडी टाटा' (पेंग्विन, १९९५) या आर. एम. लाला लिखित पुस्तकातील काही अंश

सुमारे सत्तर वर्षांपूर्वी जे.आर.डी. टाटांनी ज्या वास्तूत करिअरला प्रारंभ केला व पुढे प्रदीर्घकाळ ते जिथं काम करत होते ते 'बॉम्बे हाऊस'.

Please contact us at **Mehta Publishing House,** 1941, Madiwale Colony, Sadashiv Peth, Pune 411030.

✆ +91 020-24476924 / 24460313

Email : info@mehtapublishinghouse.com
production@mehtapublishinghouse.com
sales@mehtapublishinghouse.com

Website : www.mehtapublishinghouse.com

माझी मानसयात्रा

स्वातंत्र्य व त्यानंतर

★

आठवणींच्या प्रदेशात

जे.आर.डी. टाटांचा जन्म १९०४ मध्ये पॅरिस येथे झाला. त्यांचे शिक्षण जॅन्सन बेसायली, पॅरिस येथे झाले. ते भारतात येत तेव्हा कॅथेड्रल हायस्कूलमध्ये शिकत असत. शाळेत असताना 'फ्रेंच कॉम्पोझिशन' हा त्यांचा आवडता विषय होता.

१९२५ साली ते 'टाटा सन्स' या फर्ममध्ये दाखल झाले. त्यांचे पिता आर.डी. टाटा, जमशेटजी व दोराबजी टाटा यांनी ही फर्म स्थापन केली होती. ते या फर्मचे संस्थापक-संचालक होते. १९२६ साली वडिलांच्या निधनानंतर जेआरडी 'टाटा सन्स' चे संचालक बनले. अगदी सुरुवातीपासूनच त्यांचा 'टाटा स्टील'शी संबंध होता. १९३२ साली, त्यांच्या पुढाकाराने 'टाटा सन्स'ची विमानसेवा ही शाखा सुरू झाली. 'टाटा एअरलाईन्स' ने भारतात नियमित हवाई वाहतुकीची मुहूर्तमेढ रोवली. पुढे राष्ट्रीयीकरणानंतर या विमानसेवेचे रूपांतर 'एअर-इंडिया' मध्ये झाले. १९७८ सालापर्यंत जे.आर.डी. 'एअर-इंडिया' च्या अध्यक्षपदी होते.

१९३८ साली, टाटा सन्सच्या संचालकांनी (हे सर्वजण त्यांना वडीलधारे होते) त्यांची भारतातील सर्वांत मोठ्या औद्योगिक समूहाच्या अध्यक्षपदी निवड केली. आजही ते या पदावर विराजमान आहेत. १९८५ साली, ४६ वर्षांच्या कारकीर्दीनंतर त्यांनी 'टाटा स्टील'चे अध्यक्षपद सोडले. या विभागामध्ये त्यांनी त्यांच्या साठ वर्षांच्या सक्रिय औद्योगिक जीवनाकडे मागे वळून पाहिले आहे. टाटांनी स्थापन केलेल्या पोलाद शहरातील काही आठवणी, तिथे भेटलेली माणसे आणि घटना प्रसंग यांवर टाकलेला हा दृष्टिक्षेप...

स्वातंत्र्य व त्यानंतर

१० एप्रिल १९८१ रोजी, मुंबई विद्यापीठाने आयोजित केलेल्या खास पदवीप्रदान समारंभात जे.आर.डी. टाटा यांना 'डॉक्टर ऑफ लॉज' (एल.एल.डी.) पदवी बहाल करण्यात आली, त्याप्रसंगी जे.आर.डी. टाटा यांनी केलेले भाषण.

आपल्या देशाने गेल्या पन्नास वर्षांत ज्या मार्गावरून वाटचाल केली, त्याविषयी मी सर्वप्रथम बोलू इच्छितो आणि तेसुद्धा शक्य तितक्या कमी शब्दांत. भारताच्या तत्कालीन इतिहासातील सर्वांत रोमांचक आणि खळबळीच्या कालखंडातील, मला माहीत असलेले महत्त्वपूर्ण क्षण, घटना यांकडे मागे वळून पाहताना मी फक्त काही प्रसंगांच्या स्मृतींशी क्षणभर थबकणार आहे.

मी पन्नास वर्षांपूर्वी टाटा समूहात माझ्या कारकीर्दीला प्रारंभ केला. त्यावेळी माझी शैक्षणिक बाजू शोचनीय होती, पण माझ्यापाशी अमाप उत्साह आणि भावनावेग होता. त्यावेळी आपल्या देशावर परकीयांची राजकीय सत्ता असणे आणि आपल्या देशातील बहुतांश लोकांचे दारिद्र्य या गोष्टींवर माझी प्रतिक्रिया अतिशय तीव्र होती. माझ्या उमलत्या वयातला बहुतेकसा काळ युरोपमध्ये गेला होता. तिथल्या समृद्धीच्या तुलनेत हे दारिद्र्य अत्यंत तीव्रतेने जाणवायचे.

आपल्या ब्रिटिश राज्यकर्त्यांवरचा माझा राग कधीकधी अगदी बालिशपणे प्रकट होत असे. १९३० सालची गोष्ट आहे. त्यावेळी मी माझ्या नवपरिणीत पत्नीसह दार्जिलिंगला गेलो होतो. त्यावेळचे बंगालचे गव्हर्नर सर स्टॅनले जॅक्सन कालिम्पाँग मधला कुठलासा समारंभ आटोपून दार्जिलिंगला जाणार होते. त्यांची गाडी जाईपर्यंत दार्जिलिंग ते सिलीगुडी या दरम्यानचा रस्ता रोखून धरण्यात आला होता. त्यामुळे शेकडो गाड्या खोळंबून राहिल्या होत्या. अशाप्रकारे लोकांना तिष्ठत ठेवण्याचा निषेध म्हणून आम्ही उभयतांनी गव्हर्नर महाशयांना 'घेराओ' घातला. त्या काळी बंगालमधला तरुण वर्ग व्हाईसरॉय यांच्या ताफ्याकडे विस्मयाने पाहत राहत असे. मी माझ्या पत्नीला गव्हर्नरांच्या गाडीसमोर उभे राहायला सांगितले होते. मी माझे म्हणणे गव्हर्नर महोदयांना सक्तीने ऐकवत असतानाच, मी त्यांच्याशी काय

बोलतोय, या उत्सुकतेने ती पुढे आली आणि त्यांच्या गाडीचा मार्ग आपोआप खुला झाला... त्यांची गाडी झर्रदिशी निघून गेली!

आपल्या लोकांची आर्थिक स्थिती आणि ती सुधारण्यासाठी काय करायला पाहिजे, या विचाराने माझे मन भारून गेले होते. अगदी आजतागायत मला या गोष्टीचा ध्यास आहे. माझ्या तेव्हाच्या भाबड्या आणि उतावीळ वृत्तीनुसार मी काही स्वप्ने रंगवली होती. माझ्यासारखे व्यवसाय-उद्योग क्षेत्रातील लोक राजकीय स्वातंत्र्य मिळाल्यानंतर नवभारताच्या जडणघडणीसाठी काय काय साहाय्य करू शकतील, याबाबतीत माझ्या मनात काही कल्पना होत्या. स्वतंत्र भारतातील आपल्या जनतेला चांगले जीवनमान लाभण्यासाठी त्यांना कसलीही कमतरता जाणवू नये, कशाचेही भय वाटू नये असे माझ्या मनात चित्र होते.

१९३८ साली, माझ्यापेक्षा वयाने ज्येष्ठ असलेल्या माझ्या सर्व सहकाऱ्यांनी, मानसिक तोल ढळलेल्या एका गाफील क्षणी, माझी टाटा समूहाच्या अध्यक्षपदी निवड केली. त्याचवेळी मी निश्चय केला, की जमशेटजी टाटांचे स्वप्न साकार करण्यासाठी वाहून घ्यायचे आणि उद्योगसमूहातर्फेही त्यासाठी सर्वतोपरी प्रयत्न करायचे. जमशेटजी टाटांचे स्वप्न होते राजकीयदृष्ट्या स्वतंत्र व आर्थिकदृष्ट्या बलशाली भारत घडवणे. मी या देशाच्या विकासामध्ये महत्त्वपूर्ण भूमिका बजावण्याचा निर्धार केला.

पण, त्यासाठी सगळ्यांत आधी स्वतंत्र होणे आवश्यक होते. मग या महत्त्वपूर्ण कार्यात माझी भूमिका काय असायला हवी? माझ्या सुदैवाने माझा मोतीलाल नेहरू, महात्मा गांधी, जवाहरलाल नेहरू व वल्लभभाई पटेल अशा थोर लोकांशी व्यक्तिशः परिचय होता. ते लोकही मला ओळखत होते. त्यांच्या स्वातंत्र्यलढ्यात आपणही सहभागी व्हायचे असे माझ्या मनाने घेतले. सुदैवाने, लवकरच मला कळून चुकले, की राजकारण हे आपले क्षेत्र नाही आणि आपल्याला तुरुंगातले जीवन झेपणार नाही, अगदी अशा सुविख्यात मंडळींच्या सहवासातसुद्धा तिथे राहणे आपल्याला जमणार नाही. इतक्या वर्षांत आपल्या देशातील राजकारणाची अधोगती होत होत, सध्या ते ज्या रसातळाला गेले आहे, ते पाहता, आपण या क्षेत्रापासून दूर राहिलो या गोष्टीची माझ्या मनाला कधीही खंत वाटत नाही.

माझ्या तरुण नजरेला, जवाहरलाल झळाळतं चिलखत घातलेल्या सेनापतीसारखे भासत. ते आपल्या देशाला स्वातंत्र्य मिळवून देतील आणि आपल्याला एका नव्या तेजोमयी जगतात घेऊन जातील असे वाटत असे. आम्ही दोघे उत्तम मित्र असलो तरी, माझ्या दृष्टीने मोठी खंत म्हणजे, मला त्यांचे अलिप्ततेचे वलय भेदून त्यांच्याजवळ जाता आले नाही. कदाचित त्यांनाही हे जाणवले असावे, की मला त्यांच्याविषयी प्रेम आणि आदर असला तरी, आमची दोघांची आर्थिक बाबींवरील

मते जुळणारी नव्हती. मी या विषयावर चर्चा करण्याचा प्रयत्न केला तर ते खिडकीतून बाहेर पाहू लागत. ही त्यांची चर्चा टाळण्यासाठी केलेली युक्ती आहे हे माझ्या ध्यानात आले, नकोशा चर्चा टाळण्याचा त्यांचा हा सौजन्यपूर्ण शिरस्ता आहे, हे माझ्या ध्यानात आले! माझे वल्लभभाई पटेलांशी अगदी सहज सूर जुळले. त्यांचे व्यक्तिमत्त्व मोठे कणखर व जबरदस्त होते, पण त्या उग्र चेहऱ्याआड प्रेमळ अंत:करण दडलेले होते. ते हजरजबाबीही होते.

दुसऱ्या महायुद्धाचा प्रारंभ आणि त्यामध्ये लगेचच फ्रान्सचा पाडाव यामुळे भारतातील राजकीय परिस्थितीत आणि माझ्या ब्रिटिशांबद्दलच्या मतात संपूर्ण बदल घडला. सुरुवातीपासूनच माझ्या मनात एक गोष्ट स्पष्ट होती, की नाझी जर्मनीचा विजय झाला तर त्यामुळे फक्त युरोपमध्ये नव्हे तर कदाचित बहुतांश पाश्चात्त्य जगतातील स्वातंत्र्य व लोकशाहीला मूठमाती मिळेल आणि त्याचा परिणाम म्हणून भारतालाही परकीय राजवटीतून मुक्त होण्यास अगदी दशकानुदशके नाही तरी अजून बरीच वर्षं लागतील. माझ्या विचारांतील या परिवर्तनामुळे, मला आपण राष्ट्रीय स्वातंत्र्य चळवळीशी काही बेइमानी करतोय असे वाटत नव्हते, उलट मला ठाम खात्री वाटत होती, की भारताने युद्धात सहभागी होण्याने (या गोष्टीला माझा ठाम पाठिंबा होता) 'ॲक्सिस' शक्तींचा म्हणजेच जर्मनी-इटली व जपान यांच्या युतीचा पराभव लवकर घडेल आणि त्यायोगे आपण लवकर स्वतंत्र होऊ.

या युद्धात अंतिम विजय दोस्त राष्ट्रांचाच होणार याबद्दल मला खात्री वाटत होतीच, ती अधिक दृढ होण्यास एक कारण घडले. आमच्या एका कंपनीने युद्ध सुरू होण्याआधी स्वीडनहून एक 'स्टीम पॉवर प्लॅन्ट' मागवला होता. १९४१ साली ही यंत्रसामग्री पाठवण्यात आली, त्याचवेळी जर्मनीने रशियावर हल्ला चढवला होता आणि जर्मन फौजा मॉस्कोच्या प्रवेशद्वाराशी आल्या होत्या. मात्र मला आश्चर्याचा सुखद धक्का देणारी आणि सुटकेचा नि:श्वास सोडावा अशी गोष्ट घडली. या यंत्रसामग्रीचा उत्तरेकडील अरचँगेल ते दक्षिणेकडील बाकू पर्यंत, संपूर्ण पश्चिम रशियातून प्रवास घडला. जर्मन सैन्याचा मॉस्कोला वेढा पडलेला असताना, अवघ्या काही मैलांवरच्या लोहमार्गावरून प्रवास करून ही यंत्रसामग्री वेळेवर भारतात पोहोचली. आम्ही अमेरिकेकडून मागवलेल्या बदली प्लँटच्या आधी ही यंत्रसामग्री इथे येऊन पोहोचली होती. या प्रसंगातला महत्त्वाचा मुद्दा असा, की नाझी जर्मनीच्या भीषण हल्ल्यापुढे रशियन हतबल झाले आहेत अशी जी वृत्तं कानावर येत होती, त्यात काहीही तथ्य नाही, रशियन असाहाय नाहीत, ही गोष्ट यामुळे सिद्ध झाली. ऐन युद्धाच्या धामधुमीत ते व्यापारी वाहतुकीसाठी त्यांची रेल्वे व्यवस्था खुली ठेवण्याची जोखीम पत्करू शकत होते, ते असाहाय नव्हते हेच यातून दिसून आले.

युद्धाचा दु:खद कालखंड संपला आणि त्याचा अपरिहार्य शेवट येऊन ठेपला.

त्यावेळी माझ्या मनात युद्धानंतरच्या आर्थिक परिस्थितीविषयी अधिकाधिक विचारमंथन सुरू झाले. अगदी काही दुर्मिळ अपवाद वगळता, त्याकाळच्या भारतीय राजकारण्यांनी, अगदी आजच्या राजकारण्यांप्रमाणेच, अर्थविषयक बाबींत फारशी समज अथवा रस दाखवला नाही, याला अपवाद फक्त गांधीजी व जवाहरलाल नेहरू यांचा. जवाहरलाल नेहरूंना सोव्हिएत रशियाने अनुसरलेला विकासाचा मार्ग मनोमन पसंत होता. मला तो अगदी नापसंत होता; तर गांधीजींचे सर्वसामान्यांसाठीचे औद्योगिक तत्त्वज्ञान आकर्षक वाटले तरी, ते भारतासारख्या देशात औद्योगिक संरचना उभारणीसाठी, अगदी ग्रामीण अर्थकारणाची भरभराट व विकास साधण्यासाठीसुद्धा उपयुक्त ठरणार नाही असे मला वाटत होते.

हे असे असले तरी, माझ्या दृष्टीने एक गोष्ट स्पष्ट होती ती म्हणजे स्वातंत्र्यप्राप्तीनंतरच्या सुरुवातीच्या वर्षांत, ज्या काळात राजकीय प्रश्नांचा परिस्थितीवर प्रभाव असण्याची शक्यता होती, त्या काळात देशाचा एकूण आर्थिक विकास व विशेषत: जलद औद्योगिकीकरण घडणे ही देशाची प्रमुख आणि सर्वाधिक तातडीची गरज होती. त्यामुळे भारतीय उद्योजक – व्यावसायिकांनी आधीपासूनच विचार करायला हवा, भारताच्या स्वातंत्र्यप्राप्तीनंतरच्या गरजा काय असतील; त्यावर लक्ष केंद्रित करायला हवे असे मला वाटत होते, आणि त्यांना समोर उभ्या असणाऱ्या मोठ्या राष्ट्रीय कार्यात महत्त्वाची भूमिका बजावू दिली जाईल अशी मला आशा होती.

त्यामुळे मी १९४४ साली मी भारतासाठी युद्धोत्तर आर्थिक विकासाचा आराखडा तयार करायचे ठरवले. त्यासाठी मी चार आघाडीच्या व्यावसायिक मित्रांना निमंत्रण दिले, सोबत मी आणि माझे टाटा समूहातील तीन सहकारी[१] होते. यांच्यासमवेत मी या कामाला सुरुवात केली. या आराखड्याचा अहवाल डॉ. जॉन मथाई यांनी शब्दबद्ध केला होता. तो १९४४ साली प्रकाशित झाला. या अहवालाने बरीच खळबळ माजवली तसेच अहवालाच्या लेखकांच्या शहाणपणाबद्दल काही शंकाही उपस्थित झाल्या. आमची ही योजना 'बॉम्बे प्लॅन' म्हणून ओळखली जाऊ लागली. यामध्ये आम्ही अन्न, वस्त्र, निवारा आणि इतर काही आवश्यक गोष्टी अशा किमान गरजा धरून, त्या भागवण्याच्या दृष्टीने आगामी पंधरा वर्षांच्या कालखंडाचे उद्दिष्ट ठेवून, त्या कालावधीत देशाचे दरडोई उत्पन्न दुप्पट करण्याचे लक्ष्य निर्धारीत केले. या योजनेसाठी, युद्धपूर्व किमतीच्या आधारे, दहा हजार कोटी रुपये खर्च करून राष्ट्रीय उत्पन्न तिपटीने वाढवता येईल असे आम्हाला वाटत होते. भारताच्या तेव्हाच्या जीएनपी (ग्रॉस नॅशनल प्रॉडक्ट) पेक्षा ही वाढ चौपट ठरणार होती. पण

---

१. सर श्रीराम, सर पुरुषोत्तमदास ठाकुरदास, श्री. जी. डी. बिर्ला, श्री. कस्तुरभाई लालभाई आणि टाटा समूहातील सर अर्देशिर दलाल, श्री. ए. डी. श्रॉफ व डॉ. जॉन मथाई.

प्रत्यक्षात मात्र, १९५१-५२ मध्ये भारत सरकारची पहिली पंचवार्षिक योजना सादर झाली. तोवर म्हणजे १९४४ ते १९५१ या काळात रुपयाचे मूल्य इतके घसरले होते, की आमच्या योजनेतील दहा हजार कोटी रुपयांचा खर्च एव्हाना त्रेचाळीस हजार कोटी रुपयांवर जाऊन पोचला होता. आज हीच रक्कम २ लाख २० हजार कोटी रुपयांवर जाईल!

असो, आम्ही या योजनेचा आराखडा शब्दबद्ध केला. त्याला सदतीस वर्षे उलटल्यानंतरही आपल्या लोकांचे दरडोई उत्पन्न फक्त ५० टक्क्यांनी वाढले आहे. आमच्या 'बॉम्बे प्लॅन' नुसार हे उद्दिष्ट पंधरा वर्षांत शंभर टक्के साध्य होणार होते.

आर्थिक आघाडीवरच्या आपल्या या उद्वेगजनक अपयशाला अर्थातच अनेक गोष्टी कारणीभूत असल्या, तरी त्यातील ठळक कारणे शोधणे अवघड नाही. त्यांपैकी एक कारण म्हणजे नव्या व अननुभवी सरकारपुढे उभे ठाकलेले प्रश्न व जबाबदाऱ्यांची प्रचंड मोठी व्याप्ती व त्यांचे गुंतागुंतीचे स्वरूप. त्यावेळी सरकारपुढे युद्धानंतरची परिस्थिती, फाळणीची शोकान्तिका, संस्थानांचे विलीनीकरण, राज्यघटनेची रचना व तिचा स्वीकार अशा अनेक समस्या उभ्या होत्या. देशातील दुष्काळ, पूर, आणि इतर संकटे निराळीच! आपल्या देशाच्या पहिल्या सरकारने या प्राथमिक जबाबदाऱ्या व अडचणींना अत्यंत सक्षमतेने, आणि समर्पित वृत्तीने तोंड दिले. मात्र, इतिहास त्यांना व त्यांच्यानंतर आलेल्या सरकारांना निर्दोष ठरवू शकणार नाही, कारण कोणत्याही विकास योजनेतील महत्त्वाचे उद्दिष्ट असते, आपल्या लोकांच्या जीवनस्तरात ठळक सुधारणा घडवणे. मात्र ही सरकारे आगामी दशकांत हे उद्दिष्ट साध्य करण्यात अपयशी ठरली.

ते आपल्या देशातील लोकसंख्या वाढीचा दर मर्यादित राखण्याची आत्यंतिक निकड ओळखण्यात सर्वप्रथम अपयशी ठरले. मी १९५१ साली... म्हणजे जवळपास तीस वर्षांपूर्वी एका जाहीर भाषणात याविषयी धोक्याचा इशारा दिला होता. या विषयावर बोलणारा बहुधा मी पहिलाच असावा.

माझ्या सांगण्याकडे दुर्लक्ष तर करण्यात आलेच, पण जितकी लोकसंख्या जास्त तितके आपल्या देशाचे सामर्थ्य जास्त... असं उलट मलाच वरिष्ठ स्तरावरून सुनावण्यात आले!

या समस्येने धारण केलेले गंभीर स्वरूप दिल्लीच्या लक्षात आल्यानंतरसुद्धा कुटुंबनियोजनाच्या उपाययोजना आणि त्यासाठी उपलब्ध करून दिलेले साधनस्रोत अत्यंत अपुरे होते आणि अजूनही अपुरेच आहेत. परिणामी गेल्या तीस वर्षांत भयानक वाढलेल्या आपल्या लोकसंख्येमुळे आपल्याच लोकांना आपण साध्य केलेल्या आर्थिक विकासाची फळे चाखता आलेली नाहीत.

तथापि आपल्या अपुऱ्या प्रगतीला भरमसाट लोकसंख्यावाढ हे एकमात्र कारण

नाही. विकासयोजना आखताना अनेक वर्षे ग्रामीण भारताकडे दुर्लक्ष करण्याची घोडचूक हेही एक कारण आहे. ग्रामीण भारतात भीषण दारिद्र्य आहे आणि तिथेच जलद रोजगार निर्मितीच्या व जीवनस्तर उंचावण्याच्या संधी आहेत, पण त्यांचा लाभ उठवण्याऐवजी अवजड उद्योगांना जास्त प्राधान्य दिले गेले.

शासनाच्या सर्वंकष नियंत्रणाआधारेच कल्याणकारी राज्याची स्थापना करता येऊ शकते, या राज्यकर्त्यांच्या चुकीच्या समजुतीमुळे, हा समज चुकीचा आहे हे अन्यत्र सिद्ध होऊनही, औद्योगिक विकासाची मुख्य जबाबदारी सार्वजनिक क्षेत्राकडे सोपवण्यात आली. वास्तविक सार्वजनिक क्षेत्राची शून्यातून उभारणी करावी लागणार होती आणि या क्षेत्राची सूत्रे औद्योगिक क्षेत्राचा अनुभव नसलेल्या प्रशासकांकडे सोपवण्यात आली होती.

सार्वजनिक क्षेत्रातील उद्योगांवर मंत्री व शासकीय नोकरशहांचे प्रचंड नियंत्रण होते आणि उच्चपदस्थांच्या सतत बदल्या करण्यामुळे त्यांचा कामात पुढाकार घेण्याचा उत्साह मावळत असे व त्यांच्या कार्यक्षमतेचा ऱ्हास होत असे. अगदी आजही तीच परिस्थिती आहे. ऊर्जा, वाहतूक व कोळसा या देशाच्या औद्योगिक संरचनेतील पायाभूत गरजांच्या संदर्भात, सार्वजनिक क्षेत्राला नेमून दिलेले लक्ष्य गाठण्यात अपयश आले, त्याला या गोष्टींमुळे निर्माण झालेली हतबलता कारणीभूत होती. या अपयशामुळे वीजकपात, उत्पादनघट आणि लक्षावधी टन कोळसा ट्रकमधून वाहून नेण्यासारख्या हास्यास्पद प्रकारांमुळे होणारी नासधूस अशा गोष्टी घडल्या. त्यांची झळ आज आपल्याला बसत आहे.

इथे एक गोष्ट नमूद करायला हवी. ती म्हणजे आपल्याकडच्या सरकारांनी तीव्र तात्त्विक दबाव असूनही संमिश्र अर्थव्यवस्थेची संकल्पना मान्य करून खाजगी उद्योगांना अस्तित्व टिकवू दिले व त्यांना देशाच्या आर्थिक विकासात थोडीफार भूमिका बजावू दिली. दुर्दैवाची गोष्ट अशी, की याआधी नमूद केलेल्या त्याच तात्त्विक कारणांमुळे खाजगी क्षेत्राच्या विकासावर कडक निर्बंध घालण्यात आले. खरे तर याच खाजगी क्षेत्रातील साधनसामग्री व व्यवस्थापकीय अनुभव यांद्वारे देशाच्या आर्थिक विकासात मोठे योगदान घडले असते. खाजगी क्षेत्रावरील कडक निर्बंधांमुळे या क्षेत्रातील कृती मंदावली, आणि मैलोन्मैल लांब लाल फितीच्या परवाने व नियम यांच्या कचाट्यात सापडल्यामुळे या क्षेत्राची प्रभावीपणे काम करण्याची क्षमता दुबळी झाली.

त्यामुळे आपल्या दृष्टीने आश्चर्याचीच गोष्ट आहे, की जर्मनी व जपान यांसारख्या युद्धामुळे उद्‌ध्वस्त झालेल्या तसेच, अनेक नव्या विकसनशील देशांनी योग्य व फलनिष्पत्ती-केंद्रित आर्थिक धोरणे अनुसरून जीएनपी वृद्धीचा दर सातत्याने कितीतरी उच्च राखला आहे. त्यांपैकी काही देशांचा वार्षिक उत्पन्न वाढीचा दर दहा टक्के

राहिला आहे. त्या तुलनेत, आपला दर आहे ३.५%, म्हणजे आपण गेल्या तीस वर्षांत दरडोई १.४% एवढाच विकास साधला आहे. त्यामुळे आपली जवळपास निम्मी जनता दारिद्र्यरेषेखाली आहे.

आपली गेल्या पन्नास वर्षांची वाटचाल पाहिली, की माझे मन खिन्न होते. माझ्या मनातल्या आणि माझ्यासारख्याच हजारोंच्या स्वप्नातला भारत अजूनही स्वप्नातच राहिला आहे. आता काळाची खूप पाने उलटून गेली आहेत. मी पन्नास वर्षांपूर्वी जसा होतो, तशी आजची लक्षावधी तरुणाई जीवनाच्या तशाच टप्प्यावर आहे, त्यांच्यापैकी बरेचजण मी त्या वयात पाहत होतो तशी भविष्याची स्वप्ने पाहत असतील, त्याची चिंता करत असतील. मी त्यांच्या नव्या कार्याचा व साहसाचा साक्षीदार होईन, कदाचित त्यामध्ये सहभागी होईन. आगामी पन्नास वर्षांत या तरुणाईने व त्यांच्या मुलाबाळांनी कुठल्या प्रकारच्या जीवनाची अपेक्षा ठेवायची?

■

आठवणींच्या प्रदेशात

२२ ऑगस्ट १९६३ रोजी लायन्स क्लब, जमशेदपूर येथे केलेले भाषण.

मी आईनस्टाईनइतका मोठा असायला हवा होतो, म्हणजे मलाही त्यांच्या-सारखेच करता आले असते. एकदा, एका प्लेटला शंभर डॉलर या दराने एक भोजनसमारंभ आयोजित केला होता. या समारंभात आईनस्टाईन भाषण देणार होते. या थोर व्यक्तीचे भाषण ऐकण्यासाठी अमेरिकेतील सर्व क्षेत्रांतील दिग्गज मंडळींना – विशेषत: विज्ञान क्षेत्रातील अग्रगण्य व्यक्तींना – आमंत्रणे गेली होती. सभा सज्ज झाली. आईनस्टाईन भाषणासाठी उभे राहिले आणि म्हणाले, "मला काहीही सांगायचं नाही." आणि एवढे बोलून ते खाली बसले. भोजनाचे पैसे तर पाण्यात गेलेच होते, पण तिथे बाकी काय हलकल्लोळ माजला असेल याची कल्पना करता येईल! त्यांच्या या 'भाषणाचा'(!) श्रोतृवृंदावर झालेला भयंकर परिणाम पाहून आईनस्टाईन पुन्हा उभे राहिले आणि म्हणाले, "माझ्याजवळ जेव्हा काही सांगण्यासारखे असेल, तेव्हा मी आपल्याला कळवेन."

त्यानंतर साधारण सहा महिन्यांनंतर असाच शंभर डॉलर प्रती प्लेट या दरानं दुसरा भोजनसमारंभ आयोजित करण्यात आला आणि त्या समारंभात आईनस्टाईननी खरोखरच भाषण दिले! मी मात्र असे करणार नाहीये!

मी या शतकाच्या दुसऱ्या दशकात, माझ्या वडिलांबरोबर जमशेदपूरला आलो, तेव्हापासून माझे या शहराशी नाते गुंफले जाण्यास सुरुवात झाली. आजही मला आठवतंय, या ठिकाणी येणे, इथे प्रत्यक्ष कारखान्यात जायची परवानगी मिळणे, या गोष्टींनी मी केवढा थरारून गेलो होतो!

त्याकाळी व पुढील काही वर्षांतही, जमशेदपूरमधले एक जबरदस्त व्यक्तिमत्त्व होते – जनरल मॅनेजर, टी.डब्ल्यू. टुट्विलर. ते जमशेदपूरचे जणू अनभिषिक्त सम्राटच होते! त्यांना त्याच तोडीचा मानमरातब, आदर व प्रेम मिळत असे. सर्वजण त्यांना घाबरत असत. ते वागतही राजेशाही थाटात! टुट्विलरना आपल्याला अनेक

गोष्टींची सिद्धी प्राप्त आहे असे वाटायचे. त्यांपैकी एक म्हणजे पोकर खेळणं! त्याकाळी, टाटा आयर्न ॲन्ड स्टील कंपनीच्या संचालक मंडळाची दरवर्षी नाताळच्या सुट्टीत जमशेदपूरला बैठक व्हायची (टुट्विलर कंपनी सोडून गेल्यानंतर अशा बैठका क्वचित झाल्या.) या बैठकांत कुठले उपयुक्त काम होत नसे, फक्त पोकरचे डाव होत असत आणि श्री. टुट्विलर यांचा खिसा हलका होत असे! खरोखर, मला आठवतेय सलग चार वर्षे टुट्विलर यांच्या खिशाला अशी मस्तपैकी मोठी कात्री लागली! त्यांचे त्यांनाच कळेनासे झाले होते की, ज्या देशानं हा खेळ 'शोधून' काढला त्या देशाच्या सुपुत्राला हे फालतू भारतीय कसे काय हरवू शकतात!

टुट्विलर त्यांच्या तिखट भाषेबद्दलही प्रसिद्ध होते. त्यांच्या तिखट वक्तव्याचे अनपेक्षित व दुर्दैवी परिणाम दिसले. जमशेदपूरमध्ये पहिला मोठा संप घडण्यामागे हेच महत्त्वाचे कारण होते. त्यावेळी 'कोक ओव्हन्स' मध्ये एक पारशी सद्गृहस्थ फोरमन म्हणून काम करत असत. ते कामावर येताना टाय व कॉलर लावून येत. या गोष्टीनं श्री. टुट्विलर बिथरले. पोलाद कारखान्यात काम करणाऱ्या कामगाराने टाय व कॉलर लावायचे काही कारण नाही, असे त्यांचे मत होते. एके दिवशी काहीतरी बिनसले आणि श्री. टुट्विलरनी संतापाच्या भरात त्यांच्या टाय व कॉलरला हात घातला आणि म्हणाले, "या गावात टाय आणि कॉलर लावण्याची पात्रता जर कुणाची असेल, तर ती माझी आहे!"

त्यावर त्या श्री. माणेक होमी या फोरमनने ताबडतोब राजीनामा दिला आणि कामगार संघटना स्थापन केली. यातूनच पुढे संप आणि सगळे आनुषंगिक प्रकार घडले.

आज आपण फक्त कोटी, अब्ज या संदर्भात विचार करतो, पण त्याकाळी आम्हाला हजार व लाख हे आकडे महत्त्वाचे वाटत असत. या आकड्यांचा विचार करताना केवळ ते कसे खर्च करायचे एवढाच विचार नसे, तर ते कसे उभे करायचे, याचासुद्धा विचार करावा लागत असे. मला ते दिवस चांगले आठवतात. पहिला महायुद्धानंतर लगेच, आम्ही मुंबईत होतो. कामगारांचा त्या महिन्याचा, पुढच्या महिन्याचा पगार कसा भागवायचा, पैसे कसे उभे करायचे, काहीच कळत नव्हते. त्याकाळी उद्योगांना 'संरक्षण' नव्हते. तेव्हा सर दोराब यांनी 'टाटा स्टील' वाचवण्यासाठी स्वत:ची सगळी मिळकत बँकेकडे गहाण ठेवली होती.

त्या काळी पोलादाची किंमत विश्वास बसणार नाही इतकी कमी होती. मला चांगलं आठवतंय, पोलादी वासे ११० रुपये टन दराने भारतात आयात होत असत आणि तेव्हा आमच्याकडे युद्धपूर्व काळातलीच यंत्रसामग्री होती, अद्याप आमच्या नव्या प्लँटचे काम पूर्ण झालेले नव्हते.

माझ्या वडिलांनी तीन-चार वर्षे प्रयत्नांची पराकाष्ठा करून, राजकीय चळवळ

उभारून, पंतप्रधान जवाहरलाल नेहरू यांचे पिता मोतीलाल नेहरू यांच्या साहाय्यानं जकात आयोगाची स्थापना करून, उद्योगधंद्यांना 'संरक्षण' मिळवून दिले. यावरून आठवलं... जकात आयोगाचे पहिले अध्यक्ष होते जॉर्ज रेनी. हे विख्यात ब्रिटिश सद्‌गृहस्थ जकात आयोगाची पहिली बैठक घेण्यासाठी जमशेदपूरला आले होते.

त्यावेळी त्यांनी आमचं प्रतिनिधित्व करणाऱ्या श्री. पीटरसन यांना अतिशय अदबीनं विचारलं, "आपण श्री. पीटरसन... टाटा आयर्न अॅन्ड स्टील कंपनीचे संचालक?"

त्यावर पीटरसन म्हणाले, "होय,सर."

त्यानंतर श्री. रेनी टुट्‌विलर यांच्याकडं वळून म्हणाले, "श्री. टुट्‌विलर... तुम्ही जनरल मॅनेजर...?"

त्यावर टुट्‌विलर उत्तरले, "यू आर गॉड-डॅम राईट, मीच तो."

वेल, त्यावेळी मिळालेले 'संरक्षण' नव्या प्लँटची पूर्तता आणि संबंधित प्रत्येकाचे परिश्रम यांमुळेच आम्ही त्या वादळी दिवसांवर मात करू शकलो. या सर्व गोष्टींना धन्यवाद द्यायला हवेत!

त्या काळी, जीवन चिंतामुक्त होते आणि राहणीमान स्वस्त होते. एक हजार रुपये म्हणजे राजेशाही पगार होता, मला त्यापेक्षा थोडा कमी पगार होता. त्या काळातल्या रुपयाची बरोबरी साधारणपणे आजच्या सात-आठ रुपयांशी होईल (१९६३साली). त्या काळी कम्युनिझम, समाजवाद, नियोजन, नोकरशाही यांविषयी चर्चा नव्हती; फारसा करांचा बोजा नव्हता; किंवा तो वाटत नव्हता; ज्यांच्यापाशी थोडाफार पैसा होता, त्या लोकांना कसली उणीव भासत नव्हती, पण जनसामान्यांचे जीवन दु:खी होते. देशात दारिद्र्य व अज्ञानाचे थैमान माजले होते आणि साऱ्याच्या मुळाशी नैराश्य व कटुतेची भावना होती. १९३० साली पौंडाचे अवमूल्यन झाले, त्या पाठोपाठ रुपयाही आपोआप घसरला. यामुळे दहा वर्षे देशातून सोन्याचे मोठ्या प्रमाणावर निर्गमन झाले. हे सोने मुख्यत्वे शेतकऱ्यांकडच्या दागिन्यांचे होते. या सोन्याला यातनांची काळी झळाळी होती. हे त्या काळातल्या अत्यंत क्लेषकारक व विदारक आर्थिक परिस्थितीचे द्योतक होते.

त्यानंतर, १९२९ साली मी माझ्या अत्यंत प्रिय गोष्टीवर – विमानोड्डाण कलेवर लक्ष केंद्रित करायला प्रारंभ केला.

मी मगाशी सांगितले तसे त्या काळात आयुष्य अगदी साधे-सरळ होते; जीवनात ताणतणाव अगदी अल्प होते. ब्रिटिश सरकारचा सर्वोच्च अंमल होता; आगामी कायदेभंगाची चळवळ, स्वातंत्र्यसंग्राम व अखेर ब्रिटिश साम्राज्याचा पाडाव

या गोष्टी कुणाच्या कल्पनेच्या कक्षेतसुद्धा नव्हत्या. १९३२ साली आम्ही नागरी कायदेभंगाच्या खऱ्या अर्थानं सक्रिय चळवळीचा प्रारंभ पाहिला. या घटनेचे पडसाद पुढच्या काळात उमटले. त्यानंतर आम्ही १९३८ सालापर्यंत प्रवास केला. याच वर्षी मी अध्यक्ष झालो, पण त्या वर्षी जगभरात कितीतरी अधिक महत्त्वाच्या घटना घडल्या. याच वर्षी हिटलरने ऑस्ट्रिया व झेकोस्लोव्हाकियावर ताबा घेतला. याच वर्षी म्युनिच कराराची अधोगती सुरू झाली, युद्धाची जुळवाजुळव सुरू झाली. तथापि, भारतात मात्र तेव्हा या सगळ्याचे फारसे पडसाद उमटले नाहीत. सहा प्रांतांमधील काँग्रेस मंत्रिमंडळात काहीतरी समझोता झाला होता आणि 'छत्रीधारी सद्गृहस्थांनी' आपल्या कारकीर्दीत शांततेची घोषणा केल्यामुळे, आगामी काही वर्षांत तरी शांत व सरळ-साधे आयुष्य जगता येईल अशी अजूनही आशा होती.

माझ्या दृष्टीने ते अतिशय महत्त्वाचे वर्ष ठरले. तेव्हा मी फक्त तेहतीस वर्षांचा होतो. तेव्हा सर नवरोजी सकलातवाला अध्यक्षपदी होते. आमचे अध्यक्ष धडधाकट प्रकृतीचे होते. त्यामुळे मी अजून काही वर्षे पडद्यामागे राहीन असे वाटत होते, पण त्यांचे त्यावर्षी निधन झाले आणि माझ्या सहकाऱ्यांनी बहुधा मानसिक तोल ढळलेल्या अवस्थेत, माझी अध्यक्षपदी निवड केली. त्याबरोबर माझे तोवरचे सुखी आणि चिंतामुक्त आयुष्य अकस्मात संपले, आणि माझ्यावर जबाबदाऱ्यांचे ओझे आले. हे ओझे इतर कुणाच्या खांद्यावर पाहणे मला फार आवडले असते! तथापि, त्यानंतरची माझ्या आयुष्यातली पंचवीस वर्षे अगदी आरामात गेली, ही गोष्ट मी कबूल करायलाच हवी. आमच्या समूहाच्या प्रगतीचे खूपसे श्रेय मला देण्यात आले आहे पण, ही प्रगती आमच्या समूहातील प्रत्येकाच्या परिश्रमातून साध्य झाली आहे.

याचवर्षी, सर जहांगीर घांडी[२] टाटा स्टीलचे पहिले भारतीय जनरल मॅनेजर झाले. याच वर्षी माझे मित्र श्री. जे.डी.चोक्सी (स्टील कंपनीचे उपाध्यक्ष) टाटा समूहात रुजू झाले.

त्यानंतर, दुसऱ्या महायुद्धाचे शिंग फुंकले गेले आणि त्याबरोबरच एका संपूर्ण नव्या युगाला प्रारंभ झाला. भारतात ब्रिटिश राजवटीला प्रारंभ झाल्यानंतर बहुधा ही सर्वांत महत्त्वपूर्ण घटना असावी. अगदी सुरुवातीला या महाप्रचंड घटनेमुळे आणि युरोपमध्ये युद्धाला तोंड फोडणाऱ्या विनाशकारी प्रसंगांमुळे अवघ्या देशात खळबळ उडाली होती. हे केवळ एका देशानं दुसरा देश पादाक्रांत करण्यासाठी सुरू केलेलं युद्ध नव्हे, त्यामध्ये आणखी बराच अर्थ दडलेला आहे हे सर्वांनाच ठाऊक होते.

---

२. १९४६ ते १९५४ या कालावधीत सर जहांगीर घांडी यांची 'रेसिडेन्ट डायरेक्टर-इन-चार्ज' म्हणून नियुक्ती करण्यात आली होती. १९५४ ते १९६४ दरम्यान, ते 'डायरेक्टर-इन-चार्ज' होते.

काहीतरी मोठं घडत आहे याची सर्वांनाच सखोल जाणीव होती. दुर्दैवाने, भारतात या विषयाबाबत निर्माण झालेल्या उत्साहाची लाट, याबाबत निर्माण झालेला रस, ब्रिटिश व काँग्रेस यांच्या दरम्यानच्या संघर्षात ओसरला. काँग्रेस 'चले जाव' चळवळीचं नेतृत्व करत होती. लोकांना (त्यामध्ये मीही होतो) जगातील उर्वरित भागातील भयावह घटनांचा शेवट सुखद व सुरक्षित व्हावा असं वाटत होतं, त्याचवेळी गेले दोनशे वर्षं देशाला ज्या स्वातंत्र्याची आस होती, ते स्वातंत्र्य लाभावं असंही वाटत होतं.

वेल, हा इतिहास अगदी अलीकडचा आहे, त्यामुळे मी त्यावर अधिक सविस्तर सांगण्याची गरज नाही. काय घडले ते तुम्हा सर्वांना माहीत आहेच. काँग्रेस मंत्रिमंडळाने राजीनामे दिले आणि बहुतेकसे नेते तुरुंगात गेले. जमशेदपूरलासुद्धा संप झाला, अर्थात त्याचं कारण कामगार-कलह हे अजिबात नव्हतं, हा संप महात्मा गांधींच्या अटकेचा निषेध करण्यासाठी झाला होता. त्या काळी स्वत: श्री. नेहरूंनी जवळजवळ चौदा वर्षे तुरुंगवास भोगला. तो काळ खरोखरच अतिशय खडतर होता.

या सगळ्यांतून जे काही निष्पन्न झालं, त्यामध्ये एक गोष्ट मला अतिशय समाधानाची व लक्षणीय वाटते, ती म्हणजे कसलीही कटुता उरलेली नाही. भारत व इंग्लंड दोन्ही देशांतील नेत्यांच्या मुत्सद्दीपणामुळे भारताला शांतीपूर्ण व मैत्रीपूर्ण मार्गाने स्वातंत्र्य लाभले.

■

मेघांचे गाणे

जेव्हा आभाळात फारशी गर्दी नव्हती...

★

महाराजा

★

बाय-प्लेन्स ते बोईंग्ज

★

कार्यसिद्धीचा आनंद

१ क्रमांकाचे, १० फेब्रुवारी १९२९ तारीख असलेले निळसर रंगाचे वैमानिक प्रमाणपत्र, जे.आर.डी. टाटा हे वैमानिक परवाना प्राप्त पहिले भारतीय असल्याचा दाखला देते. जेआरडी सांगतात, ‘‘माझा विमानोड्डाणाशी पहिलावहिला संपर्क अगदी चित्तवेधी होता! १९३० सालची गोष्ट आहे. मी पॅरिसच्या ल बोर्ज विमानतळावर एका छोट्या विमानाची सूत्रं सांभाळत होतो. या विमानाला ब्रेक नव्हते. त्याचवेळी इम्पिरियल एअरवेजचं अर्गोसी विमान आभाळात झेपावण्याच्या तयारीत होतं. माझं विमान या विमानाच्या शेपटीवर जाऊन आदळलं आणि ते निकामी झालं! इम्पिरियल एअरवेज सोडून सगळ्यांची करमणूक झाली!’’[१]

त्यावर्षी म्हणजे १९३० साली जेआरडी टाटांनी आगाखान यांनी ५०० पौंडांचं बक्षीस ठेवलेल्या विमान शर्यतीत भाग घेतला होता. हे बक्षीस इंग्लंड ते भारत अथवा भारत ते इंग्लंड असा एकट्याने विमानप्रवास करणाऱ्या पहिल्या भारतीय व्यक्तीसाठी होते. टाटांनी जिप्सी मॉथ विमानातून कराचीहून उड्डाण केले. वाटेत इजिप्तमधल्या अ‍ॅलेक्झांड्रिया येथील आर. ए. एफ. हवाईतळावर त्यांना या स्पर्धेतील एक स्पर्धक भेटले, अ‍ॅस्पी इंजिनिअर. ते लंडनहून कराचीकडे निघाले होते. अ‍ॅस्पी इंजिनिअर स्पार्क प्लग्जवाचून खोळंबले होते. टाटांनी आनंदाने त्यांना आपल्याजवळचे स्पार्क प्लग्ज दिले आणि दोन्ही स्पर्धक आपापल्या अंतिम ठिकाणांच्या दिशेने... परस्परविरुद्ध दिशेनं झेपावले. जे.आर.डी. टाटा लंडनला पोहोचण्याआधी अवघे काही तासच इंजिनिअर कराचीला पोहोचले, आणि त्यांनी हे बक्षीस पटकावले.

त्या लंडनभरारीनंतर दोन वर्षांनी, म्हणजे १९३२ साली जे.आर.डी. टाटांनी कराची ते मुंबई या विमानसेवेचे उद्‌घाटन केले. हीच भारतातील पहिली नियमित हवाई सेवा! त्यानंतर पन्नास वर्षांनी, १९८२ साली, वयाच्या अठ्ठ्याहत्तराव्या वर्षी त्यांनी लिओपार्ड मॉथ विमानातून याच प्रसंगाच्या स्मृती जागवत हवाई सफर केली. त्यांनी उद्‌घाटनाच्या वेळी पस मॉथ विमान वापरलं होतं. आत्ताचं हे लिओपार्ड मॉथ त्याच्यासारखंच होतं. जुहू येथे घातलेल्या एका शामियान्यात त्यांच्या स्वागतासाठी उत्साही श्रोतृवृंद जमला होता. या प्रसंगी जेआरडींना दिलेले भाषण येथे पुनर्मुद्रित केले आहे.

---

१. २३ जानेवारी १९७८ रोजी दिल्ली येथे ‘पॅसिफिक एरिया ट्रॅव्हल असोसिएशन’ च्या २७ व्या वार्षिक परिषदेतील भाषणातून.

'टाटा एअरलाईन्स' सुरू करण्याची मूळ कल्पना नेविल विन्टसेन्ट यांची. आर.ए.एफ.चे माजी अधिकारी नेविल भारतात विमानभ्रमंती करत होते, मजा म्हणून लोकांना विमानसफर घडवत होते. त्यांनीच टाटांपुढं विमानसेवा सुरू करण्याचा प्रस्ताव ठेवला. १९३० च्या दशकाच्या प्रारंभीचे दिवस साहसाने भारलेले होते.

टाटा भूतकाळात डोकावत सांगतात, "आमच्याकडे विमान कला अथवा विमान उतरवण्याच्या सुविधा नव्हत्या. रेडिओ नव्हता. खरं तर, मुंबईत आमच्याकडं विमानतळसुद्धा नव्हता. आम्ही जुहू या शहरालगतच्या मासेमारी करण्याचं ठिकाण असलेलं खेडं कम सागरतीर निवास असणाऱ्या ठिकाणी आमचा विमानतळ उभारला होता. समुद्र थोडा खालच्या बाजूला होता. तिथल्या किनाऱ्यालाच आम्ही आमचं 'एअरफिल्ड' म्हणत असू. पावसाळ्यात भरतीच्या लाटा पुढं घुसल्या की, आमचं हे 'एअरफिल्ड' सागरतळाशी लुप्त होत असे! त्यामुळं आम्हाला दर पावसाळ्यात तिथला गाशा गुंडाळून, दोन विमानं, तीन वैमानिक आणि तीन मेकॅनिक्स अशा सगळ्या लवाजम्यासह पुण्याला जावं लागत असे. पुण्याला आम्हाला येरवडा तुरुंगाजवळच्या छोट्या शेतात विमानतळ करण्याची परवानगी मिळाली होती!

१९४६ साली, 'टाटा एअरलाइन्स' ही 'टाटा सन्स'ची शाखा 'एअर-इंडिया' या नावाची 'जॉईंट स्टॉक' कंपनी बनली आणि पुढं दोन वर्षांनी जे.आर.डी टाटांच्या सूचनेवरून, 'एअर-इंडिया इंटरनॅशनल' ची स्थापना झाली. हा भारतातील सरकार व खाजगी कंपनी यांचा पहिला संयुक्त प्रकल्प होता.

१९५३ साली सरकारनं देशांतर्गत विमानसेवा, तसंच 'एअर-इंडिया इंटरनॅशनल'चं राष्ट्रीयीकरण करण्याचा निर्णय घेतला. सरकारनं देशांतर्गत व आंतरराष्ट्रीय विमानसेवांचे विलीनीकरण करून एकच संस्था स्थापन करून, त्यांचे अध्यक्षपद जे.आर.डी. टाटांकडे देण्याचे ठरविले. जेआरडींनी याला असहमती दर्शवली आणि त्यानंतर विमानसेवेच्या दोन संस्था स्थापन झाल्या - एक : देशांतर्गत विमानसेवा सांभाळणारी आणि दुसरी : आंतरराष्ट्रीय विमानसेवांसाठी. जेआरडींना एअर-इंडिया इंटरनॅशनलचे प्रमुखपद भूषविण्याचे निमंत्रण देण्यात आले. त्यांनी पुढल्या २५ वर्षांत हे पद समर्थपणे सांभाळले. त्यांच्या विमानोड्डाण क्षेत्रातील ४६ वर्षांच्या कारकीर्दीत त्यांनी लाकूड व कापड वापरलेली एकेरी पंखाची विमाने ते आजची चारशे लोकांना वाहून नेण्याची क्षमता असणारी, लुकलुकत्या दिव्याची जम्बो जेट विमाने पाहिली आहेत.

ते विमानांची कार्यपद्धत व त्यांच्या देखभालीचा दर्जा या संदर्भात कसलीही तडजोड सहन करणार नाहीत. त्यांनी भारताला आंतरराष्ट्रीय विमान वाहतूक क्षेत्रात मानाचे स्थान प्राप्त करून दिले.

विमानोड्डाण क्षेत्रातील योगदानाबद्दल, जेआरडी टाटांना अनेक राष्ट्रीय व आंतरराष्ट्रीय पुरस्कार लाभले आहेत, त्यापैकी सर्वांत प्रतिष्ठेचा पुरस्कार म्हणजे, १९९८ साली त्यांना लाभलेला डॅनियल गुगेनहिम पदक पुरस्कार होय.

जेव्हा आभाळात फारशी गर्दी नव्हती...

मागे वळून पाहता...

'एअरो क्लब ऑफ इंडिया' च्या अहवालातील एका लेखातून : सन १९७०.

या शतकाच्या प्रारंभी वैमानिक कला क्षेत्राचे नियंत्रण करणारी जगभरात फक्त एकच संस्था होती - एफ.ए.आय.[१] - (फेडरेशन एरोनॉटिक इन्टरनॅशनल). या काळात जगभरातील सरकारांना या कलेविषयी फारशी उत्सुकता नव्हती. उड्डाणयंत्रांना कसलेही भविष्य नव्हते, फक्त युद्धाच्या वेळीच त्यांची गरज भासत असे! उड्डाणयंत्रे व त्यांचे चालक म्हणजे पीडाच होती, प्रचंड मोठा आवाज करणारे, प्रचंड भाऊगर्दी आकर्षित करणारे. या गर्दीमुळे भरपूर कचरा होत असे, तो गाड्या भरभरून वाहून न्यावा लागत असे. कधी कधी तर ही विमानं आणि त्यांचे चालक यांनासुद्धा गाडीत घालून न्यावे लागत असे!

नागरी विमानोड्डाण कलेला भविष्य आहे असे मानायला एअरो क्लब्ज मधल्या वेड्या मंडळींखेरीज कुणीही तयार नव्हते. ही कला केवळ एका क्रीडा प्रकार व नेत्रदीपक गोष्ट आहे असंच मानलं जात असे. एखाद्या हवाई प्रदर्शनासंदर्भात गर्दीला आवर घालायचा असला किंवा एखाद्या शेतकऱ्याने कुणाच्यातरी विमानाने माझ्या गाईला जायबंदी केले किंवा माझ्या शेतीची नासधूस केली अशी तक्रार नोंदवली तरच फक्त अधिकारीवर्ग हस्तक्षेप करत असे. अधिकारीवर्ग म्हणजे एखादा करारी, टोकदार टोपी घातलेला, झुबकेदार मिशा असलेला पोलीस.

---

१. नोव्हेंबर १९८५ मध्ये, संस्थेच्या ७८व्या सर्वसाधारण परिषदेत, एफ.ए.आय. नं जे.आर.डी. टाटा यांना 'गोल्ड एअर मेडल'ने सन्मानित केले. या मानपत्रात म्हटले आहे की, 'श्री. टाटा यांची विमानोड्डाणविषयक स्वप्ने, दृष्टिकोन व समर्पित वृत्ती यांचे भारतीय नागरी हवाई वाहतूक व विमानसेवा उद्योगाच्या प्रगतीमध्ये ठळक योगदान आहे.'

१० फेब्रुवारी १९२९ रोजी, मला एफ.ए.आय.च्या वतीनं 'एअरो क्लब ऑफ इंडिया ॲण्ड बर्मा' यांनी निळसर सोनेरी रंगाचे वैमानिकाचे प्रमाणपत्र दिले. आजवर कुठल्याही कागदपत्राने मी इतका रोमांचित झालेला नाही! या प्रमाणपत्रावरच्या 'एक' या क्रमांकाने माझ्या अभिमानाच्या जाणिवेला आणखीनच धार चढवली. एफ.ए.आय.ने दिलेले भारतातील हे पहिले प्रमाणपत्र होते, आणि मी या प्रमाणपत्रासाठी पात्र ठरलेली देशातील पहिली व्यक्ती ठरलो, एवढाच त्याचा अर्थ असला, तरी या 'एक' क्रमांकाने मला विशेष आनंद दिला. तोवर उर्वरित जगात विमानोड्डाण ही चांगलीच गंभीर व सामान्य गोष्ट बनली होती. एव्हाना राईट ब्रदर्स, ब्लेरियट, फारमन, कॉड्रन कर्टिस, लॅथम, ब्रेग्यू अशा रचनाकार वैमानिकांचे आणि त्यांच्या लाकूड,तारा, कॅनव्हास, सायकलची चाकं असल्या वस्तू वापरून केलेल्या चित्रविचित्र रंगरूपाच्या विमानांचे साहसी दिवस मागे पडले होते. आज अगदी थोड्या लोकांना त्यांची नावं आठवत असतील. माझा जन्म आधीच्या काळात झाला, त्यामुळे मी त्यांच्यापैकी काहीजणांना या क्षेत्रात सक्रिय पाहिले आहे, हे माझे भाग्य आहे!

अगदी प्रारंभीच्या काळातील वैमानिकांचाही केव्हाच विसर पडला आहे. आज ब्लेरियटचा प्रमुख पायलट चार्लस् पेगॉड याचे नाव कितीजणांना आठवतंय? माझ्या लेखी, तो सर्वांत शूर आणि अविचारी धाडस करणारा माणूस होता. विमान गरगर फिरवणे, उलटेपालटे करणे असल्या कसरती करणारा तो पहिला वैमानिक! आपले आजचे धाडसी, तरुण पायलट म्हणतील, "त्यात काय मोठेसे? हे प्रकार तर विमानोड्डाणातले सगळ्यांत साधे, सोपे प्रकार आहेत."

खरं आहे, पण ही गोष्ट आहे साठ वर्षांपूर्वीची! त्याने हे साहस करून दाखवले ते अगदी सुरुवातीच्या, ब्लेरियटच्या काठ्या व कापड वापरलेल्या मोनोप्लेनच्या साहाय्याने. या इंजिनाची शक्ती इतकी कमी होती, की त्याला विमान लंबवर्तुळाकारातून प्रमाणबद्ध वर्तुळात आणणेसुद्धा अवघड होते. त्यामुळे त्याला बाहेरच्या बाजूला 'लूप' तयार करावे लागणार होते. त्याने प्राणावर उदार होत, विमानाची झेप घेतली आणि ते सरळ रेषेत येईपर्यंत तो प्रयत्नपूर्वक विमान रेटत राहिला, की अर्थातच त्याचं विमान करकरत असणार. ते विमान ज्या वेगमर्यादेसाठी बनवले होते त्या वेगमर्यादेपेक्षा कितीतरी अधिक वेगाने विमान चालवल्यामुळे त्यांच्या तारा याच्या निषेधात किंचाळत असणार. सर्वसामान्य 'लूप' मध्ये केंद्रपसारी शक्ती (centrifugal force) चालकाला त्याच्या आसनावर घट्ट धरून ठेवते, पण अशा बाहेरच्या दिशेच्या 'लूप'मध्ये हीच शक्ती त्याला जागेवरून भिरकावू पाहते. त्यामुळं, बिचाऱ्या पेगॉडला त्याच्या फुसक्या पट्ट्याला लोंबकळत राहावे लागले असणार आणि समजा विमान मोडले – तसं घडण्याची पन्नास टक्के शक्यता त्यानं गृहीत

धरली असणारच – तर, त्याच्यापाशी जीवरक्षणासाठी पॅराशूटसुद्धा नव्हते!

या आरंभीच्या 'पक्ष्यां'नंतर पहिल्या महायुद्धातले ऐतिहासिक लढवय्ये वैमानिक अवतरले. जर्मनीचे वॉन रिचटॉफेन व बोएल्क, इंग्लंडचे बॉल व मॅककडन, फ्रान्सचे गायनेमर व फॉन्क, अमेरिकेचे रिकेनबेकर आणि कॅनडाचा बिली बिशप अशा वैचारिकांच्या साहसाने माझी पिढी थरारून गेली होती.

त्यानंतर दीर्घ पल्ल्याच्या विमानप्रवास करणाऱ्या - किंगजफोर्ड ते लिन्डबर्ग अशा अग्रेसर वैमानिकांची फौज आली. लिन्डबर्गनं अटलांटिक महासागरावरून केलेले विमानोड्डाण ही वैमानिक कलेच्या आजवरच्या इतिहासातील सर्वोच्च कामगिरी असावी.[२] त्याने वैयक्तिक पराक्रमाचे शिखर गाठत एक नवा अध्याय लिहिलाच. त्याचबरोबर व्यापारी विमान-सेवेला परिपक्व अवस्था मिळवून दिली.

१९२९ साली मी विमानभरारी घेण्यास प्रारंभ केला, तोवर वैमानिक-कला क्षेत्रातली अद्‌भुतरम्यता बरीचशी लोपली होती आणि या क्षेत्रातले खंदे वीरही निघून गेले होते. तथापि सुदैवाने अजूनही वैयक्तिक विमानोड्डाणामध्ये बरीच मजा, थोडा धोका आणि जरासे जादूई आकर्षण बाकी होते. 'द फ्लाइंग क्लब' ही मुख्यत्वे विदेशात विकसित झालेली चळवळ अखेर भारतातही आली होती. याचं श्रेय होतं सर व्हिक्टर ससून यांना. त्यांच्या औदार्यामुळं, माझ्यासारख्या आकाशात भरारी मारण्याचे स्वप्न असणाऱ्या शेकडो लोकांना जमिनीवर जखडणाऱ्या शृंखला तोडून गगनभरारी घेता आली. पुढं हजारो भारतीय तरुणांचे आकाशात विहार करण्याचे स्वप्न साकार झाले.

त्यानंतर वर्षभराने 'एअर क्लब ऑफ इंडिया' च्या सहकार्याने आगाखान यांनी कल्पकतेने एक स्पर्धा आयोजित केली. त्यांनी भारत व ब्रिटन या दरम्यानचे अंतर तीस दिवसांच्या आत पार करणाऱ्या पहिल्या भारतीय वैमानिकासाठी पाचशे पौंडांच – ही रक्कम त्याकाळी बरीच मोठी होती – बक्षीस ठेवलं होतं. ही स्पर्धा एकट्यानं पूर्ण करायची होती. त्यावेळी माझ्याजवळ 'जिप्सी मॉथ' विमान होतं. मी काहीस उशिराच या स्पर्धेत नशीब अजमावून पाहायचे ठरवले. त्यावेळपर्यंत मनमोहन सिंग नावाच्या तरुण वैमानिकानं लंडनहून भारताकडं येण्याचा दोनदा प्रयत्न करून पाहिला होता, पण दोन्ही वेळा तो वाट चुकला होता. त्याबाबतचं वृत्त देताना एका विख्यात इंग्रजी मासिकानं 'नेमके' वर्णन केले होते,

---

२. २० मे १९२७ रोजी अमेरिकी एअर-मेल वैमानिक चार्लस् ए लिन्डबर्ग यानं 'रायन मोनोप्लेन' मधून लाँग आयलंड, न्यूयॉर्कहून पॅरिसच्या ल बोर्जे विमानतळाकडे प्रयाण केलं. ३३ तास ३९ मिनिटांत ३६०० मैलांचा प्रवास करून, तो २१ मे रोजी ईप्सित स्थळी उतरला.

“मिस्टर सिंग यांच्या विमानाचं नाव आहे ‘मिस इंडिया.’ त्यांचंही तेच झाले आहे.” (त्यांनी ‘मिस’ शब्दावर कोटी केली होती.)

मनमोहन सिंग यांनी तिसऱ्यांदा प्रयत्न करून पाहिला, तेव्हा आमची दोघांची गाझा इथे भेट झाली. त्या ठिकाणी विमान उतरवताना ते माझ्या विमानाला जवळजवळ धडकूनच जमिनीवर उतरले. दुसऱ्या दिवशी त्यांनी एक साहसी निर्णय घेतला... त्यांनी सिरीयन वाळंवटात उतरून, पिस्तुलाने काळविटांची पारध करायचे ठरवले! अखेर, ते भारतात पोहोचले, पण आगाखान चषक पटकावण्यासाठी जी कालमर्यादा दिली होती, ती उलटून गेल्यानंतर! त्यामुळे त्यांना हे बक्षीस मिळवता आले नाही. हे बक्षीस मिळवले कराचीच्या एका तरुणाने. या अठरा वर्षांच्या तरुणाचे नाव होते ॲस्पी इंजिनिअर. तो माझ्यापेक्षा फक्त अडीच तास आधी पोहोचला. मी पॅरिसमध्ये उतरलो आणि तो कराचीत. त्याच्या या कर्तबगारीच्या जोरावर ॲस्पीला नव्यानेच निर्माण झालेल्या आय.ए.एफ. मध्ये प्रवेश मिळाला. तिथं उत्तम कामगिरी बजावत, पुढे तीस वर्षांनी तो हवाई-दल प्रमुख बनला.

मात्र, आमच्या या कामगिरीनंतर, ॲमी जॉन्सन या महिलेने आम्हाला शरमेनं मान खाली घालायला लावली. ती विमानाने एकटी ऑस्ट्रेलियाला निघाली होती. तिला इंग्लंडहून भारतात येण्यास अवघे साडेतीन दिवस लागले. मला हेच अंतर पार करायला आठ दिवस पाच तास लागले होते. मी भूमध्यसमुद्राकडून निवडलेला मार्गही बराच दीर्घ होता. त्यानंतर बरोबर तीस वर्षांनी मी एअर-इंडियाच्या पहिल्या बोईंग ७०७ जेट विमानाने लंडन ते मुंबई असा प्रवास केला. या खेपेला मी प्रवासी होतो. या प्रवासाला बरोबर तितकेच तास आणि मिनिटे लागली – १९३० साली जितके दिवस व तास लागले होते तितकेच!

माझा ‘एअरो क्लब ऑफ इंडिया’ व ‘एफ.ए.आय’ यांच्याशी १९३४ साली पुन्हा संपर्क आला, मॅकरॉबर्टसन हवाई शर्यतीच्या निमित्ताने. ही स्पर्धा लंडन ते सिडनी या दरम्यान होणार होती आणि कराची व अलाहाबाद हे या स्पर्धेतील थांबे होते. मी ‘ग्राऊंडमार्शल’ होतो. या स्पर्धेत ॲमी जॉन्सन – आता ती ॲमी मॉलिसन झाली होती – आपल्या सुप्रसिद्ध पतीसह स्पर्धेत उतरली होती. ते भारतात सर्वप्रथम पोहोचले, पण अलाहाबादमध्ये त्यांच्या विमानाचे इंजिन जळाले... आणि स्पर्धेतील सर्वांत भरवशाचा स्पर्धक स्पर्धेतून बाहेर फेकला गेला. त्या घटनापूर्ण व सुखद काळापेक्षा आता दिवस खूपच बदलले आहेत. त्या काळी आभाळात फारशी गर्दी नव्हती, विमानेही तितकीशी विश्वासार्ह नव्हती. स्त्री-पुरुष विमानातून भरारी मारत ते आभाळात उडण्याच्या हौसेखातर, केवळ आवड म्हणून!

द टाटा एअर मेल

'द टाटा एअर मेल' सुरू होऊन जेमतेम शंभर दिवस झाले असतील, त्या दरम्यान २४ जानेवारी १९३३ रोजी मुंबईच्या रोटरी क्लबमध्ये केलेले भाषण.

श्री. विंगफिल्ड यांनी मला रोटरीच्या भोजनसमारंभात 'एअर मेल सर्व्हिसेस' या विषयावर बोलावे असे पहिल्यांदा सुचविले तेव्हा मी त्यांचं बोलणं हसण्यावारी नेलं आणि म्हणालो, ''मला खरंच या विषयाची काहीही माहिती नाही!''

त्यावर त्यांनी माझा त्रिफळा उडवणारी प्रतिक्रिया दिली.

ते म्हणाले, ''ओल्ड बॉय, अगदी खरं आहे, इतरांचीही तीच अवस्था आहे!''

एखाद्या देशात व्यापारी विमान वाहतुकीच्या जलद विकासासाठी योग्य अथवा अयोग्य असे अनेक घटक असतात. याबाबतीत भारत इतका सुदैवी आहे की, इथं व्यापारी विमान वाहतुकीचा जलद विकास होण्याच्या दृष्टीने सगळे अनुकूलच घटक आहेत, एकही गोष्ट प्रतिकूल नाही. हवामान (वर्षातील बहुतेकसा काळ), भूस्तराचा प्रकार, अंतरे, रेल्वे व रस्ते या साधनांचे अपुरेपण अशा सगळ्या गोष्टी अनुकूल आहेत. दुर्दैवानं सरकारला या लाभदायी परिस्थितीचे आकलन नसणे व त्यांनी या संदर्भात करावयाची कृती न घडणे, ही दुःखदायक परिस्थिती आहे. या देशातील सरकारनं दळणवळणाच्या साधनांना वेग देण्याचे प्रचंड महत्त्व अद्याप जाणलेलेच नाही आणि विमान वाहतुकीच्या अमर्याद भविष्याकडेही त्यांची डोळेझाक आहे. माझ्या मते, करदात्यांच्या जिवावर हवाईसेवा सुरू करणे व त्या चालवणे एवढीच आजची गरज नाही. आज मुख्य गरज आहे ती भक्कम पायाभूत यंत्रणा तयार करण्याची म्हणजेच विमानतळ, हवामानशास्त्र केंद्रे, बिनतारी संदेश यंत्रणा, विमानोड्डाण व मार्गदर्शक साधने, इ. गोष्टींची आणि त्यानंतर, खाजगी कंपन्यांना या सेवा सुरू करण्यास प्रोत्साहन देण्याची किंवा निदान त्यांना त्यासाठी परवाना देण्याची. या साऱ्या गरजांची पूर्तता कशी झाली?

१९२८ च्या उन्हाळ्यात, 'इम्पिरियल एअरवेज'नं क्रॉयडन ते कराची अशी भारतीय हवाई टपाल सेवा सुरू केली आणि प्रथमच भारत नियमित हवाई सेवेद्वारे पाश्चात्त्य देशांशी जोडला गेला. तथापि, ही सेवा म्हणजे ऑस्ट्रेलियाला जोडणाऱ्या महामार्गाचा फक्त एक भाग म्हणता येईल. पूर्वेकडे ही सेवा सुरू होणे अत्यावश्यक होते.

१९२९ साली टाटांनी सरकारपुढे कराची व मुंबई दरम्यान हवाईसेवा सुरू

करण्याची योजना मांडली. एक म्हणण्यापेक्षा दोन योजना मांडल्या. एक योजना होती फक्त टपाल विमानसेवा सुरू करण्याची व दुसरी, थोडी जास्त महत्त्वाकांक्षी योजना म्हणजे- टपाल व प्रवासी अशी संयुक्त विमानसेवा सुरू करणे. आम्हाला उत्तर अनपेक्षित नव्हते, पण ते मिळण्यास थोडा वेळ लागला. उत्तर ठाम नकारार्थी होते आणि त्याचे मुख्य कारण होते 'पैसा नाही!' या योजनांमध्ये दर वर्षी अनुक्रमे एक लाख व सव्वा लाख रुपयांची हमीही देण्यात आली होती. त्यापैकी बरीचशी रक्कम पत्रांना जादा टपालहशील लावून वसूल करता येण्याजोगी होती, तरीसुद्धा आम्हाला नकारघंटा ऐकायला मिळाली.

सरकार जर हवाई सेवेसाठी लाख, अर्धा लाख किंवा पैही खर्च करू शकत नसेल किंवा करणार नसेल, तर ते दमडीही खर्च न करता फुकट तरी स्वीकारतील का?

सरकार तशी योजना स्वीकारायला तयार झाले आणि 'टाटा एअर मेल' अस्तित्वात आली. त्यानंतर सविस्तर वाटाघाटी झाल्या आणि गेल्या वर्षीच्या (१९३२) प्रारंभी सरकार व आमची कंपनी यांच्या दरम्यान दहा वर्षांचा करार झाला. या करारानुसार आम्हाला सरकारकडून कसल्याही प्रकारचे अर्थसाहाय्य मिळणार नाही, उलट आम्हालाच प्रती पौंड विशिष्ट रक्कम सरकारकडे जमा करावी लागणार आहे. ही दरआकारणी प्रत्यक्ष विमानसेवा घेणाऱ्या टपालाच्या अंतरानुसार निश्चित करण्यात आली आहे. इथे एक गोष्ट आवर्जून नमूद करायला हवी ती म्हणजे भारतात वाहतूक कराव्या लागणाऱ्या टपालावरचा अधिभार आम्हाला मिळणाऱ्या भाड्यातच अंतर्भूत केला गेल्याने सरकारला व त्यामुळे करदात्याला काहीच तोशीस पडत नाही.

१५ ऑक्टोबर १९३२ रोजी भारतातील या पहिल्या सेवेचे अधिकृत उद्‌घाटन झाले. या विमानाचा वैमानिक मीच होतो. याच दिवशी दुपारी आमचे पहिले एअर-मेल मुंबईला पोहोचले आणि दुसऱ्या दिवशी सकाळी मद्रासला. या मार्गावर दोन 'पस मॉथ' विमाने कार्यान्वित झाली. एक कराची – मुंबई या मार्गावर तर दुसरं मुंबई-मद्रास या मार्गावर.

हा एकूण मार्ग अंदाजे १३५० मैलांचा आहे. त्यांपैकी एका दिवसात ११०० मैल अंतर कापले जाते. दक्षिणेकडे जाणाऱ्या विमानांतून, शनिवारी पहाटे अथवा तत्पूर्वी टपाल कराचीहून निघते ते अकरा तासांनी बेल्लारीला पोहोचते. त्या ठिकाणी मुक्काम असतो. त्यानंतर रविवारी[३] सकाळी टपाल मद्रासकडे रवाना होते. ते तिथे साडेनऊ वाजता पोहोचते. त्यानंतर परतीची फेरी दुसऱ्या दिवशी दुपारी सुरू होते

३. त्याकाळी रविवारी 'पोस्टल डिलीव्हरी' असे.

म्हणजे सोमवार उजाडतो. त्या दिवशी रात्री पुन्हा बेल्लारीत मुक्काम आणि दुसऱ्या दिवशी सकाळी कराचीला रवाना व्हायचे. बुधवारी इम्पिरियल एअरवेजचे पश्चिमेकडे जाणारे विमान गाठण्यासाठी त्याच दिवशी संध्याकाळपर्यंत कराचीत पोहोचायचे. अशा प्रकारे टपाल मुंबई व मद्रास येथे शक्य तितक्या लवकर पोहोचावे आणि लोकांना पत्रोत्तर देण्यास जास्तीत जास्त वेळ मिळावा या दृष्टीने परतीचे विमान उशिरात उशिरा निघावे अशा उद्देशाने आमचे वेळापत्रक आखलेले आहे. आमचे वेळापत्रक असे असले तरी आमची सेवा ही इम्पिरियल एअरवेजच्या भारतीय हवाई टपालसेवेची विस्तारीत शाखा असल्यामुळे, आम्हाला एम्पिरियल एअरवेजचे विमान कराचीला पोहोचण्यास विलंब झाला तर त्यानुसार दरवेळी आमच्या वेळापत्रकात बदल करावाच लागतो.

आज आम्ही पंधरावी विमान परतफेरी पूर्ण करत आहोत आणि सांगायला दुःख वाटते की, या विमानफेऱ्यांपैकी फक्त पाच वेळा इंडियन एअर मेल (लंडन ते कराची) वेळेवर आली. ही असहायता आमच्यासाठी एक गंभीर प्रश्न बनला आहे. कारण या सेवेला चोवीस तासांपेक्षा जास्त उशीर झाला, की दरवेळी आम्हाला आमचे विमान मद्रासला रिकामेच धाडावे लागते. कारण उत्तरेकडील टपाल वेळेवर घेऊन जायचे असते. भविष्यात इम्पिरिअल एअरवेजच्या[४] विमानसेवेत अधिक नियमितपणा येईल अशी आम्ही कळकळीची आशा करतो.

आम्ही सध्या प्रवासी वाहतूक करत नाही कारण आमच्या करारानुसार, जेव्हा प्रवासी वाहतूक सुरू होईल तेव्हा टपालासाठी एक स्वतंत्र विभाग करावा लागेल. सध्या आम्ही जी लहान विमानं वापरत आहोत, त्यामध्ये एकाचवेळी प्रवासी व टपाल दोन्हींसाठी पुरेशी जागा नाहीये, तथापि लोकांचा पाठिंबा लाभला तर – त्यांच्या भरवशावरच आमची ही सेवा पूर्णपणे अवलंबून आहे – लवकरच आमच्याकडे टपालाचा भार भरपूर वाढेल, मग आम्ही मोठी विमानं घेऊन ही सेवा अधिक सुसज्ज

---

४. नागरी विमान सेवा संचलनालयाच्या १९३३-३४ सालच्या अहवालात नमूद केलं आहे, की "हवाई टपाल सेवा कशी चालवावी याचे उत्कृष्ट उदाहरण म्हणून आम्हाला टाटा सर्व्हिसेसच्या कार्यक्षमतेचे कौतुक वाटते. १० ऑक्टोबर १९३३ रोजी त्यांनी कराचीत नेहमीच्या वेळेला विमान उतरवून, एक वर्षांचा कार्यकाल शंभर टक्के वक्तशीरपणे पूर्ण केला आहे... अगदी सर्वात खडतर पावसाळ्याच्या महिन्यांत, पावसाच्या वादळी थैमानात, मार्गावरील पश्चिम घाट भागातील भयप्रद स्थितीतसुद्धा मद्रास अथवा मुंबईतील कुठल्याही टपालाचा कराचीशी संपर्क तुटला नाही अथवा एकदाही मद्रासला टपाल उशिरा आलं नाही... आमच्या मान्यवर ट्रान्सकॉन्टीनेन्टल एअरवेज ऊर्फ इम्पिरियल एअरवेजने हे कसे घडते ते पाहण्यासाठी त्यांचे कर्मचारी टाटांकडे पाठवायला हवेत."

करू आणि त्यावेळी आम्ही मर्यादित प्रमाणात प्रवासी वाहतूक करू शकू अशी आशा आहे. मात्र, आमची ही हवाई सेवा सर्वप्रथम व मुख्यत्वे टपाल व मालवाहतूक सेवा असल्यामुळे आमच्या कार्यक्रमात अजून कमीतकमी काही वर्षे तरी प्रवासी वाहतुकीला दुय्यम स्थान राहणार आहे.

भारतातील सध्याच्या परिस्थितीत टपाल व प्रवासी वाहतूक एकत्र करणे असमाधानकारक ठरेल अशी आमची खात्री आहे, याचे मुख्य कारण असे, की टपाल वाहतुकीमध्ये फक्त वेग एवढ्या एकाच मुद्द्याचाच विचार केला जातो, मात्र प्रवासी वाहतुकीमध्ये प्रवाशांची सुरक्षितता व त्यांना व्यक्तिगत आरामदायी सुखसुविधा देणे या अतिशय महत्त्वाच्या गोष्टी असतात. ही अवस्था 'द एरोप्लेन'च्या संपादकांनी अतिशय समर्पक शब्दांत परिणामकारकरीत्या मांडली आहे. ते म्हणतात, "प्रवाशांना उशीर झाला तरी चालेल, पण कधीही त्यांना गमावता कामा नये आणि टपाल हरवलं तरी चालेल, पण त्याला कधीही उशीर होता कामा नये."

काही विशिष्ट परिस्थितीत टपाल व प्रवासी या दोन्ही गोष्टी एकत्र नांदू शकत नाहीत हे तुम्हालाही मान्य होईल.

सध्याच्या आमच्या सेवेच्या प्रत्यक्ष कार्यपद्धतीबद्दल मी आणखी काही बोलणार नाही. या सेवेला आत्ता कुठे तीन महिने होत आहेत; आणि इतक्यात काही निश्चित निष्कर्ष अथवा फलप्राप्तीसंबंधी काही मते देण्याच्या दृष्टीने हा काळ अगदीच अपुरा आहे.

आमच्यापुरते बोलायचे तर, मी एवढेच सांगू इच्छितो, की तुम्हाला अधिक विस्तृत व उत्तम सेवा देणे एवढेच आमचे ध्येय आहे. विश्वास ठेवा, व्यावहारिकदृष्ट्या हे साध्य करण्याचा एकमेव मार्ग म्हणजे टपाल अधिक जलद गतीने वाहून नेणे... आणखी जलद गतीने. त्यामुळे आमचे ध्येय आहे, आमच्या हवाई सेवेचा वेग शक्य तितका अधिक वाढवणे... अगदी जास्तीत जास्त वेगमर्यादा गाठणे, पण दुर्दैवाने, वेग वाढवणे म्हणजे खर्च वाढवणे. वेग वाढण्याचे दोन मार्ग आहेत. एक म्हणजे अधिक जलद मशिन्स बसवणे किंवा रात्रंदिवस विमान वाहतूक करणे. यांपैकी दुसरा, म्हणजे रात्रंदिवस विमान वाहतूक करणे हा मार्ग नि:संशय योग्य मार्ग आहे. हा मार्ग हास्यास्पद, अव्यवहार्य वाटतोय. शक्य तितकी कमाल वेगमर्यादा गाठत पहाटेपासून सूर्यास्तापर्यंत आभाळात विमान दामटत राहायचे आणि त्यानंतर पुढचे दहा तास जमिनीवर काढायचे, हे खरोखर हास्यास्पदच आहे. पण खरं तर माझं व्यक्तिशः असं ठाम मत आहे की, रात्रंदिवस हवाई सेवा सुरू ठेवल्याखेरीज हवाई वाहतुकीला टपाल वाहतूक करणारे एकमात्र साधन म्हणून खरी किंमत लाभणार नाही, मात्र रात्रीची विमानसेवा सुरू ठेवण्यासाठी अतिशय विस्तृत,महागडी, पायाभूत यंत्रणा आवश्यक आहे. या पायाभूत यंत्रणेत प्रकाशयोजनेची उपकरणे, आणीबाणीच्या

प्रसंगी विमान उतरवण्याची जागा, बिनतारी संदेश यंत्रणा, रेडिओ यंत्रणा, इ. सुविधांचा समावेश आवश्यक आहे. यासाठी येणारा खर्च वाहतूक कंपनीला पेलणे शक्य होणार नाही,त्यामुळे अशा प्रकारच्या पायाभूत यंत्रणेची सोय सरकारनेच करून दिली पाहिजे व त्यांनाच ते शक्य आहे, ही गोष्ट स्पष्ट आहे.

अगदी आत्तापर्यंत सरकारची व्यापारी विमानसेवेकडे पाहण्याची वृत्ती विचारात घेता, परिस्थिती फारशी आश्वासक नाही. नजीकच्या भविष्यकाळाचा विचार करता टपालसेवा जलद होण्याचा एकमात्र मार्ग म्हणून आम्हाला अधिक वेगवान विमानांवर भिस्त ठेवावी लागणार आहे. आमच्या सेवेच्या बाबतीत सांगायचे झाले तर, सध्या ताशी सुमारे शंभर मैल या वेगाने टपाल वाहून नेले जाते. अधिक जलद विमानांची प्रचंड वाढलेली किंमत, त्याचबरोबर ती चालवण्याचा खर्च विचारात घेता, बेल्लारीचा रात्रीचा थांबा वगळणे योग्य ठरेल. तसे करायचे म्हटले तर, आम्हाला दिवसाउजेडी कराची ते मद्रास हे अंतर कापणारे विमान वापरावे लागेल, म्हणजे वेगमर्यादा ताशी चाळीस मैलांनी आणखी वाढवावी लागेल. सध्या आमच्यापुरते बोलायचे तर हा प्रश्नच उद्भवत नाही. याचे कारण यंत्रांची उपलब्धता नाही, हे नसून सध्याच्या टपालाचा दर कमी असणे, हे आहे.

कदाचित अनावश्यक असेल, पण मला भारतातील हवाई वाहतुकीला असणाऱ्या अंतिम भविष्याबाबतचा आम्हाला असणारा अमर्याद विश्वास व्यक्त करायचा आहे. सुरुवातीची थोडी मंदीची वर्षे उलटली की प्रचंड विकास घडेलच, कुठल्याही नव्या उद्योगात घडतं तसंच, मात्र हवाई वाहतुकीत बहुधा इतर कुठल्याही उद्योगापेक्षा जास्त आव्हानात्मक अडथळे आहेत. आम्ही आत्मविश्वासाने, असा दिवस उजाडण्याची वाट पाहत आहोत, की ज्या दिवशी तुम्ही सर्वजण विमानसेवेखेरीज इतर कोणत्याही माध्यमाद्वारे प्रवास करण्याचा अथवा टपाल पाठवण्याचा विचारही करणार नाही, आणि असा दिवस उजाडेल त्यावेळी भारताला गमावलेला वेळ भरून काढण्यात साहाय्य करण्यासाठी आणि विमानसेवेच्या संदर्भात योग्य स्थान प्राप्त करण्यासाठी आमचं थोडं जरी योगदान घडलं असेल तर तो क्षण आमच्यासाठी उद्देशपूर्तीचा असेल. त्यावेळी आमचं मन समाधानी असेल.

हवाई युगाची पहाट

मागील भाषणानंतर दहा वर्षांनी, २ नोव्हेंबर १९४३ रोजी जे.आर.डी. टाटांनी मुंबईच्या रोटरी क्लबमध्ये केलेले भाषण.

आज आगगाडी किंवा मोटारी यांच्याकडे जसे वाहतुकीचे साधन म्हणून

पाहिले जाते, तसे अजून विमानाकडे पाहिले जात नाही, हे स्पष्टच आहे. त्यामुळे अद्याप हवाई युगाची पहाट फुटलेली नसेल, तर आपण त्याची अपेक्षा कधी करायची आणि त्याचे स्वरूप काय असेल?

हवाई युगाची माझी व्याखा अशी आहे : पंचवीस किंवा तीस वर्षांनी ज्या काळात हवाई प्रवासाच्या सुविधा आगगाडी व जहाजाच्या सुविधेप्रमाणेच उपलब्ध असतील तो काळ; ज्या काळात प्रवासाच्या विविध प्रकारांना आकारले जाणारे भाडे परस्परांशी मिळते-जुळते असेल, ज्या काळात दीर्घ अंतराचा सर्व प्रवास विमानाने होईल, ज्या काळी हवाई वाहतुकीचा सरासरी वेग ताशी सुमारे ४००मैल असेल, ज्या काळी पृथ्वीच्या पृष्ठभागावरील कोणत्याही एका ठिकाणापासून दुसऱ्या ठिकाणी जाण्यास एका दिवसापेक्षा जास्त वेळ लागणार नाही असा काळ.

हवाई युगाच्या आगमनाचा पहिला आणि सर्वांत महत्त्वाचा परिणाम म्हणजे त्यायोगे सर्व जग जवळ येईल आणि जगातील माणसं प्रत्यक्ष तसंच मानसिक व आत्मिकदृष्ट्याही परस्परांच्या निकट येतील.

हवाई युगाचा दुसरा परिणाम म्हणजे आपले जीवन प्रचंड गतिमान होईल. उद्योगव्यवसायाच्या व सांस्कृतिक संपर्काच्या वाढत्या संधीमुळं आपल्या कृतीकक्षा कितीतरी रुंदावतील, आपलं कार्य संख्यात्मक विस्तारेल आणि आपल्याला अशा वाढीव कार्याला वेळ करून देण्यासाठी, रोटरीतली भाषणं ऐकण्यासारख्या अनावश्यक व अनुत्पादक उद्योगांना कात्री लावावी लागेल! आपल्या काळजावरचा आणि धमन्यांवरचा ताण बहुधा त्या प्रमाणात वाढेल, पण क्रीडाक्षेत्रातील विस्तारीत संधी, अधिक चांगल्या हवामानाच्या प्रदेशात आरामदायी विश्रांतीसुख आणि प्रगत वैद्यकीय शास्त्रामुळे लाभणारे उत्तम आरोग्य व दीर्घायुष्य अशा गोष्टींनी त्याची भरपाईही होईल. प्रवास इतका आरामदायी होईल, की आजच्या आपल्या व्यावसायिक जीवनात मानवी झीज आणि हानी होण्याचे एक कारण पूर्ण नष्ट होईल आणि जेव्हा आपल्या जीवनातील धावपळ असह्य होईल तेव्हा विमानप्रवासच रामबाण उपाय घडवेल. कारण अशावेळी असह्य वाटणाऱ्या गलबल्यापासून दूर, आभाळातल्या हवेत काही तास तरंगत राहणे या अनुभवापेक्षा अधिक आरामदायी व शांत-निवांत आणखी काय असेल?

हवाई वाहतुकीचे मूलतत्त्व आहे वेग, आणि दुर्दैवाची गोष्ट म्हणजे 'वेग' ही जगातील सर्वांत महागडी वस्तू आहे. याचं मुख्य कारण म्हणजे अधिक वेगमर्यादा गाठण्यासाठी आवश्यक असणारी शक्ती व हवेत हजारो फूट उंचीवर वजन उचलून नेण्यासाठी लागणारी शक्ती यांचे व्यस्त प्रमाण होय. हे उदाहरणाने स्पष्ट करायचे तर, एखादे सर्वसामान्य मालवाहतुकीचे जहाज, मालवाहू आगगाडी व वाहतूक करणारे विमान यांपैकी प्रत्येक साधनाला २५०० अश्वशक्तीचे इंजिन बसवले तर

यांपैकी जहाज ७००० टन माल वाहू शकेल. आगगाडी ८०० टन तर विमान फक्त अडीच टन माल नेऊ शकेल. हीच गोष्ट दुसऱ्या पद्धतीने मांडायची तर, अश्वशक्तीची कमाल मर्यादा व माल वाहून नेण्याची क्षमता यांची तुलना केली तर, तेवढेच अंतर आणि तितकेच वजन वाहून नेण्यासाठी. विमानाला जहाजापेक्षा एकशेवीस पट, तर रेल्वेला पन्नास पट अधिक ऊर्जा लागते.

आता थोडे विमानाच्या अभद्र रूपाविषयी बोलतो. महायुद्धात विमानाने 'संहारक'पद प्राप्त केलेच आहे आणि ते मानवाच्या निर्मितीचे संहारक या रूपात भविष्यात भयसूचक चिन्ह बनलं आहे. १९६० किंवा १९७० मध्ये विमानाचे युद्धोपयोगी यंत्र म्हणून इतके प्रचंड सामर्थ्य असेल आणि ते इतके भयानक असेल, की माणसाने त्याच्या विकृत बुद्धीद्वारे याचा युद्धास्त्र म्हणून विकास करायचा ठरवलं, तर हेच अस्त्र माणसाला गिळून टाकेल, पुन्हा रानटी युग अवतरेल. अशा भयावह परिस्थितीत माणसाला पृथ्वीच्या पोटात आश्रय घेण्याची वेळ येईल. गेली शतकानुशतकं माणूस ज्या स्वातंत्र्य, शांती आणि इतर सगळ्या गोष्टींच्या प्राप्तीसाठी लढला, ते सारं टिकवून ठेवायचं असेल तर त्यानं विमानाचा उपयोग फक्त शांतता प्रस्थापित करण्याचे साधन म्हणूनच करण्याचा, फक्त लोकांची सेवा करण्यासाठी वापरण्याचा आणि आपलं विधिलिखित ऐक्य जपण्यासाठी करण्याचा निश्चय करायला हवा, तरच आपण हवाई युगाची पहाट उजाडण्याची निर्भयपणे प्रतीक्षा करू शकतो... सतत वृद्धिंगत होणाऱ्या संस्कृतीतील एक प्रकाशमान युग अवतरण्याची!

■

महाराजा

दुसऱ्या जागतिक महायुद्धाच्या आधीच्या काळात देशात फक्त दोन अंतर्गत विमानसेवा होत्या. युद्धानंतरच्या काळात भारत सरकारने अकरा विमानसेवांना परवाना दिला! त्यांपैकी बऱ्याचशा विमानसेवा दुसऱ्या जागतिक महायुद्धातील डाकोटा विमाने वापरत असत. तारतम्यहीन परवाना पद्धतीमुळे अनावश्यक स्पर्धा वाढली, दर वाढले आणि सर्वांचेच उत्पन्न घटले.

१९५० साली हवाई वाहतूक चौकशी समितीची स्थापना करण्यात आली. या समितीने सरकारने फक्त चार विमानसेवा सुरू ठेवाव्यात व काही विमानसेवांचे विलीनीकरण करावे अशी शिफारस केली. सरकारने ही शिफारस स्वीकारली नाही, उलट, १ ऑगस्ट १९५३पासून विमानसेवांचे राष्ट्रीयीकरण केले. 'एअर-इंडिया' नावाने ओळखल्या जाऊ लागलेल्या आपल्या विमानसेवेचा वियोग टाटांसाठी क्लेषकारक होता.

१९५३ सालच्या जुलै महिन्याच्या अखेरच्या दिवशी जे.आर.डी.टाटांनी 'द स्टोरी ऑफ अॅन एअरलाईन १९३२-१९५३'या एअरइंडियाच्या सर्व कर्मचाऱ्यांसाठी काढण्यात आलेल्या स्मरणिकेत एक संदेश दिला होता. याच स्मरणिकेत विमानसेवेतील एक अधिकारी एस.के. कूका यांचा भावपूर्ण निरोपही होता. 'एअर-इंडिया'चं सुविख्यात बोधचिन्ह — 'महाराजा' कूका यांच्याच कल्पनेतून साकारलं होतं. या स्मरणिकेतील जे.आर.डी. टाटा यांचा संदेश व एस.के. कूका यांनी (महाराजाच्या वतीनं) घेतलेला निरोप येथे उद्धृत केला आहे. या सोबत उमेश राव यांनी रेखाटलेलं चित्रही देत आहोत.

राष्ट्रीयीकरणानंतर जे.आर.डी. टाटांना केंद्र सरकारने 'एअर-इंडिया इंटरनॅशनल'चे अध्यक्षपद स्वीकारण्याची विनंती केली... आणि 'महाराजा' पुन्हा सेवेत रुजू झाला.

‘आनंदी काळाकडे मागे वळून पाहताना...’

‘द स्टोरी ऑफ ॲन एअरलाईन : १९३२-१९५३’ या एअर-इंडियाच्या स्मरणिकेत तेथील कर्मचाऱ्यांसाठी दिलेला संदेश.

जुलै महिन्याच्या या अखेरच्या दिवशी, एकवीस वर्षांपूर्वी जन्माला आलेल्या एका साहसाची अखेर होत आहे. या निमित्ताने माझे मन या आनंदमयी काळाकडे मागे वळून पाहत आहे, विशेषत: मला ऑक्टोबर महिन्यातली ती रोमांचक पहाट आठवत आहे! त्या दिवशी मी पस मॉथ मधून कराचीहून मुंबईला आनंदात उड्डाण केलं. आमच्यासोबत होतं आमच्या सेवेचं पहिलंवहिलं मौल्यवान टपाल... आणि आमच्या विमानसेवेचं उद्घाटन झालं. आम्ही ताशी शंभर मैल वेगानं झूं-झूं करत आमच्या ‘लक्ष्या’च्या दिशेनं मार्गस्थ असताना मी मनात या उपक्रमाला यश लाभावं आणि त्यासाठी काम करणाऱ्यांना सुरक्षितता लाभावी, यासाठी मनातल्या मनात प्रार्थना करत होतो.

बहुधा माझ्या प्रार्थनेतील शक्ती कमी पडली असावी कारण, त्यानंतरच्या काही वर्षांत बरेचजण मृत्युमुखी पडले. दुर्दैवाने आमच्या या कार्याशी संबंधित असणाऱ्या अपघातांत काहीजणांचा अंत झाला. त्या काळात आमची टीम अगदी छोटी होती. मी त्या सगळ्यांना अगदी व्यक्तिश: ओळखत होतो. त्यांपैकी प्रत्येक जण जाताना माझ्या काळजाचा एकेक तुकडा सोबत घेऊन गेला.

या प्रसंगी मला आठवण येते ती नेविल विन्टसेन्ट यांची. या उमद्या आणि अत्यंत कार्यक्षम माणसाने या प्रकल्पाची कल्पना सुचवली, त्याने अत्यंत तळमळीने व सक्षमपणे तिला मूर्त रूप दिले. मात्र दहा वर्षांनी, अटलांटिक महासागर ओलांडून भारतात येण्याच्या धोकादायक विमान प्रवासात त्यांना गोळ्या घालण्यात आल्या. त्यांच्याबरोबरच मला होमी भरूचा यांचीही आठवण होत आहे. विन्टसेन्ट, मी आणि होमी असे अर्धवेळ वैमानिक म्हणजे ‘टाटा एअरलाईन्स’चा एकूण वैमानिक-वृंद! मला एन.जी. गाडगीळ यांचीही आठवण होत आहे... त्यांनी इंग्लंडमध्ये माझ्याबरोबर ‘बी’ परवाना घेतला होता, माझा भाऊ जमशेद याच्याही स्मृती मनात

जाग्या झाल्या आहेत. त्याला आमच्याकडे वैमानिक व्हायचे होते. त्यासाठी प्रशिक्षण घेत असताना त्याला प्राण गमवावे लागले. मला आणखीही काही चांगल्या माणसांची आठवण होत आहे. आज ते आपल्यात नाहीत. त्यांच्या आठवणींनी मन शोकाकूल झाले आहे.

पण, आठवणींच्या प्रदेशात डोकावताना, माझं मन आज आपल्यासोबत असलेल्या मित्रांकडेही वळलं तेव्हा खूप आनंद झाला. या सर्वांबरोबर माझे अतूट स्नेहबंध निर्माण झाले आहेत. आम्ही यशाचा आनंद एकत्र लुटला आहे आणि अपयशाचे दु:खही एकत्र पचवले आहे. अगदी प्रारंभीच्या दिवसांत आम्ही आनंदाचा बहर आणि उद्वेगाचे चटके परस्परांसोबतच अनुभवले आहेत आणि ही कंपनी उभारली आहे. पुढे याच कंपनीचे एअर-इंडिया व एअर-इंडिया इन्टरनॅशनलमध्ये रूपांतर झाले. मी या सर्वांचा, त्यांच्या निष्ठावंत पाठिंब्याबद्दल आभारी आहे. तो माझ्या सदैव स्मरणात राहील.

१९३७ सालापर्यंत, आम्ही अद्यापी 'लहान' असलो तरी, आम्ही चांगली प्रगती केली होती. त्यामुळं आम्ही आत्मविश्वासानं भविष्याच्या योजना आखू शकलो. आम्ही आणखी मोठी विमाने आणली आणि आमच्या कार्यविस्तारासाठी वैमानिक मिळावेत म्हणून खास प्रशिक्षण केंद्रही सुरू केले. १९३९ साली आम्ही अधिक मोठी झेप घेण्यासाठी सज्ज झालो... बहु-इंजिन विमाने, विमानाच्या दैनंदिन खेपांची अधिक संख्या व दूरवरच्या मार्गांना गवसणी... अशा प्रकारे आपण अधिक उत्तुंग भरारी घेण्यास सज्ज आहोत असे आम्हाला वाटत होते. आमची क्षितिजं विस्तारल्यामुळे आमची नजर दूरवरच्या प्रदेशापर्यंत पोहोचली... एके दिवशी आपण या दूरवरच्या प्रदेशांपर्यंत आपले पंख पसरू अशी मनात आकांक्षा होती.

त्यानंतर युद्धाला प्रारंभ झाला, त्यासोबत निर्बंध आणि अडचणींचे अडसर आले, पण त्यासोबत अनुभव आणि संधींची द्वारंही खुली झाली. सुरुवातीला सरकारने आमच्या विमानताफ्यातली काही विमाने लष्करात दाखल करून घेतली, पण पुढे आम्हाला दोन इंजिनांची आधुनिक विमाने उसनी दिली. या विमानांच्या साहाय्याने आम्ही आमच्या चालू मार्गांमध्ये सुधारणा केल्या, तर काही नवीन मार्ग सुरू केले. आम्ही आमची यंत्रणा उभी केली. शांतता स्थापन होण्याची प्रतीक्षा करत असतानाच आमच्या मनात भव्य व उज्ज्वल भविष्याची स्वप्ने आणि ती साकार करण्याच्या नव्या योजना होत्या. आपल्या कुंडलीतल्या ग्रहांची लवकरच आपल्यावर वक्र नजर होणार आहे याची आम्हाला कल्पनाही नव्हती.

युद्धानंतरच्या युगात आमच्या वाट्याला यातना आणि वैफल्य आलं असलं तरी त्यात एकमात्र समाधानाची गोष्ट म्हणजे परदेशी विस्तार घडवण्याची आम्ही दीर्घकाळ मनात जपलेली आकांक्षा पूर्ण झाली. 'एअर-इंडिया इन्टरनॅशनल'च्या

उभारणीचे शिवधनुष्य पेलताना, आम्ही आमच्याजवळचा सर्व अनुभव, ऊर्जा आणि आस्था बहाल केली. या एकवीस वर्षांत आम्ही भले आणखी काही कमावले नसेल, पण मी मात्र असमाधानी असणार नाही.

आता निरोप घेण्याची वेळ येऊन ठेपली आहे. आपल्या या प्रवासाचे अखेरचे पान उलटून,पुस्तक बाजूला ठेवताना आपल्या मनात खंत वा कडवटपणाला जराही जागा नाही. उलट, आपण जे करण्यायोग्य होते ते केले, आपण आपला गुणवत्तेचा मापदंड नेहमीच उच्च राखला, तो कधीच घसरू दिला नाही, आपल्याला आपल्या स्मृतींपासून दूर जाण्याची कधीच गरज वाटणार नाही, या विचाराचे मनाला समाधान आहे.

जे.आर.डी. टाटा
अध्यक्ष
एअर-इंडिया लिमिटेड
एअर-इंडिया इन्टरनॅशनल लिमिटेड

३१ जुलै, १९५३

निरोप...

"बाळ, तुझे दिवस आता सरत आले आहेत..."
डोळ्यांत मृदू भाव आणून ते मला हळुवारपणे विचारतात,
"आता तुझं काय होणार?"
मला नाही माहीत,
एका आयुष्यात दोन-दोन मालक लाभणाऱ्या कुत्र्यासारखी
माझी अवस्था झाली आहे...
माझ्या काळजात दुसरं काय असणार?
फक्त दुःख भरून राहिलंय... दुःख!
त्यांनी मला जन्म दिला,
माझं पालनपोषण केलं.
याच 'घरात' मी चौदा वर्षांपूर्वी
पहिला सूर्यकिरण पाहिला.
सुरुवातीला मी इवलासा होतो, पण हळूहळू मी बलवान झालो;
प्रेम आणि ममतेची घुटी कुणाच्या अंगी लागणार नाही!
मी आपल्या थोर मायभूमीच्या चारी दिशांना विहरलो,
आमचं नाव सर्वत्र दुमदुमत होतं...
उत्तर-दक्षिण... पूर्व-पश्चिम...
त्यानंतर मी आणखी एक जग पादाक्रांत केलं;
माझे पंख नव्या लोकांपर्यंत आणि
नव्या देशांपर्यंत पोहोचले.
मी आपल्या देशाचा ध्वज तिथं नेऊन रोवला...
सामर्थ्यवान पंखांनी मी सातासमुद्रापार भरारी घेतली...
आमची मौल्यवान उड्डाणं घेऊन.
परिश्रम कधीही वाया जात नाहीत;
कुठलाच पहिला प्रयत्न कधी व्यर्थ ठरत नाही.
पेरलेलं बीज जर शुद्ध व अस्सल असलं

तर हिवाळाही त्याला गोठवू शकत नाही.
आमचं नाव कदाचित बदलेल,
पण आमच्या पाऊलखुणा राहतील.
मी मान लववून आपला निरोप घेतो...
जग ही रंगभूमी असेल, तर मी माझी भूमिका
पार पाडली आहे.
गजबजलेल्या 'घरा'तून 'शाबास' म्हणून
गजर घुमला...
तर, मी नम्रपणे उभा राहीन...
आणि माझ्या जागी येणाऱ्याला
वाटचालीत सुयश चिंतीन...

बाय-प्लेन्स ते बोईंग्ज

नोव्हेंबर १९६०मध्ये, श्री. जे.आर.डी. टाटा यांना 'एअर-इंडिया इन्टरनॅशनल'चे अध्यक्ष या नात्याने, लंडनच्या 'रॉयल एरोनॉटिकल सोसायटी' मध्ये १६ वे ब्रिटिश कॉमनवेल्थ व्याख्यान देण्यासाठी आमंत्रित करण्यात आले होते. व्याख्यानाचा विषय होता : 'भारतीय हवाई वाहतुकीची कहाणी.' रॉयल एरोनॉटिकल सोसायटीच्या जानेवारी १९६१ मधील अंकातून खालील उतारा घेतला आहे.

भारतातील काहीजण असा दावा करतील, की प्रवासी हवाई वाहतुकीचा खराखुरा प्रारंभ हिंदू पुराणकथांतील उडत्या गंधर्वांच्या काळात झाला. मी मात्र याबाबतीत एक ऐतिहासिक घटना मानतो. आज जागतिक व्यापार, पर्यटन व संपर्क या क्षेत्रात अतिशय महत्त्वाची भूमिका बजावणारा हवाई वाहतूक हा प्रचंड मोठा उद्योग १८ फेब्रुवारी १९११ रोजी भारतात जन्माला आला. राजे पंचम जॉर्ज यांच्या राज्याभिषेक समारंभाचा एक भाग म्हणून इंग्लंडमध्ये हेन्डन ते विन्डसर कॅसल अशी पहिली हवाई टपाल सेवा सुरू झाली, त्याआधी चार महिने भारतात या उपक्रमाला सुरुवात झाली होती! श्री. हेन्री पिकेट यांनी स्थानिक टपाल अधिकाऱ्यांसोबत विचारविनिमय करून हम्बर बाय-प्लेनमधून अलाहाबाद ते नैनी जंक्शन हे सहा मैलांचे अंतर कापून टपाल पोहोचविले होते. हे टपाल पोहोचण्यास फक्त तेरा मिनिटं लागली होती. इथं आवर्जून नमूद करायला हवं की या विमानोड्डाणाची सर्व व्यवस्था कॅप्टन विन्डहॅम (ते पुढे कमांडर सर वॉल्टर विन्डहॅम बनले) यांनी सांभाळली होती, व त्यानंतर झालेल्या राज्याभिषेक टपाल वाहतुकीची जबाबदारी त्यांच्यावर सोपवण्यात आली होती. त्यामुळं हवाई टपाल वाहतूक सेवेचे संस्थापक तेच होते.

भारतीय टपाल अधिकाऱ्यांनी या उपक्रमाची मुहूर्तमेढ रोवण्याचे स्तुत्य कार्य केल्यानंतर त्याच वर्षी एक कायदा संमत झाला. या कायद्यान्वये भारतीय प्रदेशावरून उड्डाण करणाऱ्या विमानांसाठी सविस्तर नियामक चौकट बनवण्यात आली. ज्या काळात मोटार गाडी ही अद्याप नावीन्याची गोष्ट होती, त्या काळात अशा प्रकारचा

कायदा अमलात आणून, भारत सरकारनं आपण जगातील हवाई उद्योगाचा गांभीर्यानं विचार करणाऱ्या देशांच्या यादीत असल्याचे दाखवून दिले. या जोडपरिश्रमानंतर त्यांना शीण आला असावा असे दिसते. कारण ऑक्टोबर १९१९ मध्ये 'एअर नेव्हिगेशन' विषयावरील 'नॅशनल कन्व्हेन्शन' ला चिकटून राहण्याखेरीज भारतात वेगळे काही घडले नाही. पहिल्या महायुद्धानंतर हवाई वाहतुकीशी निगडित बाबी घडायला प्रारंभ झाला.

खऱ्या अर्थाने नियमित भारतीय हवाई सेवा १९३२ साली सुरू झाली. तिचे मूळ होते भव्यदिव्य स्वप्न बाळगणाऱ्या, दूरदर्शी व अत्यंत कार्यक्षम माणसांच्या तळमळीच्या परिश्रमांत... त्या माणसाचे नाव नेविल विन्टसेन्ट. आर.ए.एफ. मध्ये उत्तम सेवा बजावल्यानंतर, विन्टसेन्ट व त्यांचे सहकारी जे. एस. नेवॉल १९२९ साली भारतात आले. पहिल्या महायुद्धात वापरलेल्या दोन डी.एच.नाईन विमानांतून आलेल्या या जोडगोळीनं भारतात झंझावाती दौरा केला. त्यांनी या सफरीत भारताचा बहुतांश भाग फिरून पाहताना, बऱ्याच संभाव्य हवाई मार्गांचं सर्वेक्षणही केलं. विन्टसेन्टनी अगदी सुरुवातीपासूनच भारतात हवाई वाहतूक उद्योगासाठी असणारे प्रचंड सामर्थ्य जाणले होते. त्यांच्या मनातील योजना साकार करण्यासाठी त्यांनी टाटा समूहाशी हातमिळवणी केली. त्यांचे आमच्या कंपनीशी अतिशय उत्तम व फलदायी संबंध होते. १९४२ साली त्यांनी जगाचा निरोप घेतला, तोवर त्यांचे आमच्याशी संबंध टिकून होते. भारतात लष्करी विमान तयार करण्याच्या टाटांच्या प्रकल्पाशी संबंधित, इंग्लंडमधील एका मोहिमेवरुन परत येत असताना, आर. ए. एफ.च्या बॉम्बहल्ल्यात त्यांना प्राण गमवावे लागले. स्पेनच्या किनाऱ्यावर त्यांच्या विमानाला जलसमाधी मिळाली. मला नेविल विन्टसेन्ट यांच्या भारतातील कारकीर्दीच्या आरंभापासून त्यांचा सहवास लाभण्याचे भाग्य मिळाले आहे. मी या निमित्ताने अतिशय उमद्या व हिकमती माणसाच्या स्मृतीस आदरांजली अर्पण करतो. नेविल विन्टसेन्ट भारतीय हवाई वाहतुकीचे संस्थापक होते.

१९२९ साली विन्टसेन्ट यांनी टाटा कंपनीसाठी काही योजना आखल्या होत्या. कराचीमध्ये इम्पिरियल एअरवेजशी जोडणारी कराची-मुंबई-मद्रास अशी विमानसेवा सुरू करण्याच्या दृष्टीने त्यांनी आखलेल्या योजनेला सुरुवातीला भारत सरकारची मान्यता मिळाली नाही. अखेर १९३२साली कराची-अहमदाबाद-मुंबई-बेल्लारी-मद्रास या टपालसेवेला एकदाची मंजुरी मिळाली. त्यासाठी सरकारबरोबर प्रदीर्घ वाटाघाटी झाल्या आणि टाटांनी अखेर कसल्याही टपाल महसुलाच्या अथवा सरकारी अर्थसाहाय्याच्या हमीविना ही सेवा सुरू करण्याचे मान्य केले. १५ ऑक्टोबर १९३२ रोजी मी 'पस मॉथ' मधून कराची ते मुंबई व्हाया अहमदाबाद या मार्गावर उड्डाण करून हवाई टपाल सेवेचे उद्घाटन केले. विन्टसेन्टनी मुंबईमध्ये

या विमानाचा ताबा घेतला आणि त्यांनी मद्रासपर्यंतचे उर्वरित अंतर बेल्लारीमार्गे पूर्ण केले. त्यावेळी टाटा एअरलाईन्समध्ये एक पस मॉथ, एक लिओपार्ड मॉथ, एक माडाचं आच्छादन असलेलं छप्पर, एक पूर्णवेळ वैमानिक, त्याचे सहायक म्हणून विन्टसेन्ट व मी, एक अर्धवेळ इंजिनिअर, दोन नवशिके यंत्रसहायक एवढीच साधनसामग्री होती आणि त्याजोडीला होता अमर्याद आशावाद!

त्या काळी जगाच्या इतर भागांत सुरू असणाऱ्या हवाई टपालसेवा एका इंजिनाच्या विमानाद्वारे होत असत, पण मला वाटतं, भारतीय हवाई टपाल सेवेच्या त्या प्रारंभीच्या काळात इथं जमिनीवरील यंत्रणेची जितकी कमतरता भासत असे, तितकी कुठेच नसेल. उदाहरणादाखल टाटांच्या हवाईसेवेतला कराची-मद्रास हा १३०० मैलांचा मार्ग विचारात घेऊया. या संपूर्ण मार्गात फक्त कराचीला रेडिओ व रात्रीच्या वेळी विमान उतरवण्याची थोडीफार सोय होती. बाकी संपूर्ण मार्गात कसल्याही प्रकारची सुविधा नव्हती. मुंबई या विमानसेवेच्या मुख्य केंद्रात तर सर्व प्रकारच्या हवामानात उपयुक्त ठरेल असा विमानतळसुद्धा नव्हता. मुंबईतील विमानतळ म्हणजे समुद्रकिनाऱ्यावरचा, सुकलेल्या चिखलाचा सपाट भाग! हे ठिकाण वर्षातील फक्त आठ महिने वापरणे शक्य होत असे. पावसाळ्यात भरतीच्या लाटा उसळल्या की हा 'विमानतळ' अक्षरशः समुद्राच्या तळाशी लुप्त होत असे! मग आम्हाला आमची विमानसेवा पुण्याला हलवावी लागत असे. महात्मा गांधींचे आवडते निवासस्थान- म्हणजे येरवडा कारागृहाजवळच्या शेतात छोट्याशा धावपट्टीवर आम्हाला ही 'सेवा' पार पाडावी लागत असे. मार्गावरील कुठल्याही थांब्यावर प्रकाशसुविधा नसल्याने रात्रीची उड्डाणे शक्यच नव्हती आणि बेल्लारीत रात्रीचा मुक्काम करावा लागत असल्यामुळे, कराची ते मद्रास हे अंतर ताशी चाळीस मैल या सरासरी वेगाने, वेळ न दवडता कापावे लागत असे. शिवाय या मार्गावरील ५००० फूट उंचीच्या पर्वतरांगा, वाळवंटे, दलदलीचे प्रदेश आणि पावसाळ्याच्या चार महिन्यांत जवळजवळ तीनशे इंच पाऊस पडणारे देशातील भाग ओलांडावे लागत असत. पावसाळ्यातल्या धुवाधार वृष्टीखेरीज, विजांच्या कडकडाटासह उठणारी वादळे, वाळूची वादळे आणि तीव्र हवामानाला तोंड द्यावे लागत असे. मात्र अशा काहीशा प्रतिकूल परिस्थितीची पर्वा न करता टाटा एअरलाईन्सने आपल्या पहिल्या वर्षाच्या कार्यकालात १,६०,००० मैलाचे अंतर पार केले, आणि कधीही नियमितता भंग पावू दिली नाही.

१९३३ साली, टाटा एअरलाईन्सच्या पाठोपाठ भारतीय हवाई वाहतूक क्षेत्रात आणखी एका कंपनीचे आगमन झाले. दिल्लीस्थित 'इंडियन नॅशनल एअरवेज' ही कंपनी स्वतः सेवा पुरविणे आणि 'इंडियन ट्रान्स-कॉन्टिनेन्टल एअरवेज' मधील दोघा भारतीय अल्पभागधारकांपैकी एक या नात्याने भारत सरकारच्या यासंबंधीच्या

उपक्रमांत सहभाग घेणे, अशा दुहेरी उद्देशाने स्थापन करण्यात आली होती. १ डिसेंबर १९३३ रोजी या कंपनीने आपल्या वैयक्तिक सेवेला प्रारंभ केला. त्यांची आरंभीची सेवा होती कलकत्ता ते रंगून आणि कलकत्ता ते ढाक्का (ते आता बांगलादेशात आहे) या दरम्यान प्रवासी, टपाल व माल वाहतुकीची आठवडी विमानसेवा. त्यांच्याकडे डी हॅविलँड ड्रॅगन विमानं होती.

'एअर सर्व्हिसेस ऑफ इंडिया' या तिसऱ्या विमानसेवेने १९३७ साली पदार्पण केले. या विमानसेवेअंतर्गत मुंबई ते काठियावाडमधील काही भारतीय संस्थाने यांदरम्यान प्रवासी वाहतूक सुरू झाली, त्याचबरोबर त्यांनी मुंबई ते आग्नेयेला कोल्हापूर यांदरम्यान प्रवासी विमानसेवा सुरू केली. त्यांच्या ताफ्यात डी हॅविलँड फॉक्स मॉथ्स, पर्सिवल गल्स आणि डी. एच. ड्रॅगन्स विमानं होती. या कंपनीच्या बाबतीतली एक विशेष गोष्ट म्हणजे, या कंपनीनं विमानप्रवासासाठी द्वितीय श्रेणी रेल्वे भाड्यापेक्षा थोडासाच जास्त आकार घेण्याचे ठरवले होते. परंतु, खर्चाचे गणित मांडता अगदी शंभर टक्के जागा भरल्या तरी, एकूण खर्चाची रक्कम प्रथम श्रेणी रेल्वे भाड्यापेक्षा बरीच अधिक झाली असणार. त्यामुळं हा व्यवहार तोट्याचाच ठरला आणि या विमानसेवेला दोनच वर्षांत गाशा गुंडाळावा लागला.

दरम्यानच्या काळात 'टाटा एअरलाईन्स' व 'इंडियन नॅशनल एअरवेज'ने अगदी डोळे दीपवणारी नसेना का, पण स्थिर प्रगती साधली.

महायुद्धादरम्यान विमानसेवेत व्यत्यय आला. काही सेवा कमी कराव्या लागल्या, तरी युद्धाने विस्ताराच्या व विविध क्षेत्रांत प्रवेश करण्याच्या संधी निर्माण केल्या. विमान कंपन्यांकडे बरीच खास कामे सोपवण्यात आली. आर.ए.एफ.च्या वतीनं दक्षिणी अरेबियन मार्गाचे सर्वेक्षण कराणे, इराकला रसद पोचविणे, बर्मामधून निर्वासितांची पाठवणी करणे आणि आर.ए.एफ. च्या यंत्रसामग्रीची संपूर्ण दुरुस्ती व देखभाल करणे अशी विविध कामे मिळाली.

१ जानेवारी १९४६रोजी भारतातील नागरी विमान वाहतुकीला पूर्ववत व्यापारी दर्जा प्राप्त झाला. भारतीय नागरी हवाई वाहतूक उद्योग त्यावेळी – या उद्योगात फक्त टाटा एअरलाईन्स व इंडियन नॅशनल एअरवेज या कंपन्यांचा समावेश होता – तुलनात्मकदृष्ट्या लहान असला तरी तो उत्तमरीत्या संघटित केलेला, आधुनिक विमाने हाताळण्याचा अनुभव असलेला व आर्थिकदृष्ट्या भक्कम होता. युद्धानंतरच्या काळात नागरी विमान वाहतुकीचा विकास घडेल याची संपूर्ण खात्री बाळगून आगामी काळातील सुसंधींची प्रतीक्षा करत होता. १९४३ साली, भारत सरकारनं कॅप्टन एफ.सी. टिम्स, एम.सी. (ते पुढं सर फ्रेडरिक टिम्स बनले) यांची नेमणूक करण्यात स्तुत्य दूरदृष्टी दर्शवली. भारत सरकारनं त्यांच्यावर युद्धोत्तर काळात भारतीय नागरी विमान वाहतुकीच्या योजना तयार करण्याची खास कामगिरी सोपवली होती. कॅप्टन

टिम्स यांनी १९३१ साली, सर फ्रान्सिस शेल्मरडिन यांच्यानंतर नागरी विमानवाहतूक विभागाचे संचालक म्हणून कार्यभार स्वीकारला. अत्यंत विस्तृत तांत्रिक व प्रशासकीय अनुभवाचे संचित व कामाचा अफाट उरक असणाऱ्या सर फ्रेडरिक यांनी १९४३ साली सप्टेंबर महिन्यात, युद्धोत्तर काळातील विमानवाहतुकीबाबत सर्व पैलूंचा विचार करणारी कागदपत्रे अतिशय काळजीपूर्वक बनवली. युद्धोत्तर काळातील प्रारंभीच्या दिवसांत, एकूण आवश्यक क्षमता वीस दशलक्ष टन मैलांपेक्षा कमी आहे, त्यासाठी DC-3 प्रकारची चाळीसपेक्षा कमी विमाने लागतील आणि नियमित हवाई सेवा पुरवणाऱ्या कंपन्यांची संख्या फक्त तीन वर आणावी, अगदी जास्तीत जास्त चार कंपन्या पुरेशा आहेत, असा त्यांचा अंदाज होता.

टिम्स याची मूळ योजना अतिशय उत्तम होती, पण १९४७ सालाच्या मध्यात, अकरा कंपन्यांना एक्कावन्नहून अधिक मार्गांसाठी तात्पुरते परवाने देण्यात आले आणि ही टिम्स युद्धोत्तर योजना जणू मोडीत निघाली. अखेर सावळा गोंधळ उडणं अटळ होतं.

परदेश भरारी

युद्धोत्तर काळातील भारतीय हवाई वाहतुकीचं चित्र गोंधळाचं व विषण्ण करणारं असलं तरी, त्यामध्ये आशेचा एकमात्र किरण होता, तो म्हणजे एअर-इंडिया इन्टरनॅशनलची निर्मिती व त्याचे दमदार यश.

युद्ध सुरू असताना, मी नेविल विन्टसेन्ट यांच्यासोबत युद्धोत्तर काळात आमच्या कंपनीच्या विकासाच्या कच्च्या योजना आखल्या होत्या. त्यामध्ये आम्ही अखेरच्या टप्प्यात पश्चिमेकडील देशांत सेवा पुरवणे व शक्य झाले तर इंग्लंडपर्यंत मजल मारण्याची योजना आखली होती. भारताला जर दीर्घ पल्ल्याच्या आंतरराष्ट्रीय विमानसेवेत प्रवेश करायचा असेल, तर त्या क्षेत्रात पाऊल टाकणे गरजेचे आहे, हे स्पष्ट दिसत होते. कारण, एकदा का परदेशी विमानकंपन्यांनी जगातील सर्वोत्तम हवाई मार्गांवर पाय रोवले, की भारताचा या क्षेत्रातील प्रवेश अवघड व आर्थिकदृष्ट्या धोक्याचे साहस ठरणार होता. व्यापारी व प्रवासी केंद्र म्हणून भारताचे महत्त्व वाढत होतेच, शिवाय भारताकडे आणखी एक जमेची बाजू होती, ती म्हणजे भारताचे व्यूहरचनात्मकदृष्ट्या स्थान. युरोप ते पूर्वेकडील दूरवरचे देश व ऑस्ट्रेलिया यांना जोडणाऱ्या एकमात्र व्यवहार्य हवाई मार्गावर भारताचे महत्त्वाचे स्थान असल्यामुळे, भारतात अथवा भारतमार्गे हवाई वाहतूक करत असणाऱ्या वा करू इच्छिणाऱ्या देशांशी व्यावहरिक बोलणी करताना भारताचे पारडे जड होते.

एअर-इंडियाकडे या लाभदायी परिस्थितीचा फायदा उठवण्यासाठी सविस्तर

योजना तयारच होती. १९४७ सालच्या वसंतऋतूत, एअर-इंडियाने स्वातंत्र्योत्तर काळात नव्याने स्थापन झालेल्या भारत सरकारकडे बहुव्याप्त प्रस्ताव सादर केले. यामध्ये 'एअर-इंडिया इन्टरनॅशनल लिमिटेड' नामक नवी कंपनी सुरू करण्याचा प्रस्ताव होता. या कंपनीसाठी भारत सरकार, एअर इंडिया व नागरिक भांडवल उभारणीत सहभागी होतील, या कंपनीची व्यवस्था सांभाळणे व तंत्रसाहाय्य या बाबींत एअर-इंडिया सहकार्य करेल, आणि सुरुवातीला या कंपनीद्वारे भारत व यु. के. दरम्यान नियमित सेवा पुरविली जाईल, त्यासाठी आधुनिक, दीर्घ पल्ल्याची, हवेचा दाब नियंत्रित ठेवण्याची क्षमता असलेली विमाने वापरली जातील, अशा प्रकारची ही योजना होती. सुरुवातीला सरकारने या प्रस्तावाबाबत काहीशी थंड भूमिका घेतली कारण त्यांचा स्वत:च्या संपूर्ण मालकीच्या व स्वसंचलित विमानसेवा सुरू करण्याकडे कल होता. तथापि, एअर-इंडियाच्या या योजनेमुळे पैसा व मौल्यवान वेळ या दोन्ही गोष्टी वाचतील कारण एअर-इंडियाकडे प्रकल्पपूर्तीसाठी लागणाऱ्या तांत्रिक सुविधा आणि इतर सर्व यंत्रणा आधीच तयार होत्या, हे त्यांना कळून चुकले तेव्हा त्यांनी हा प्रस्ताव आनंदाने स्वीकारला आणि तेव्हापासून आपला पूर्ण व सर्वतोपरी पाठिंबा दिला.

ही योजना साकार करण्यासाठी शक्य तितक्या लवकर कामाला प्रारंभ करताना, एअर-इंडियाने (काही महिन्यांपूर्वीच) तीन लॉकहीड कॉन्स्टेलेशन विमानांची मागणी नोंदवली होती, तसंच वैमानिकांना प्रशिक्षण देणे, इतर कर्मचारीवृंद यांचीही व्यवस्था केली होती. आमच्या नशिबाने आम्हाला हात दिला आणि आम्हाला ठरलेल्या मुदतीआधी— जवळजवळ सहा महिने आधीच— विमाने ताब्यात मिळाली. दुसऱ्या एका ग्राहकाने ऑर्डर रद्द केल्यामुळे हा योग जुळून आला. अशाप्रकारे, ८ मार्च १९४८ रोजी औपचारिक स्थापना झालेल्या 'एअर-इंडिया इन्टरनॅशनल'ने त्यावर्षीच्या ८ जून रोजी मुंबई-लंडन या प्रवासी वाहतुकीचे उद्‌घाटन केले.

राष्ट्रीयीकरण

सन १९५० च्या प्रारंभी, भारत सरकारने उच्च न्यायालयातील एका नामवंत न्यायमूर्तींच्या अध्यक्षतेखाली हवाई-वाहतूक चौकशी समिती नियुक्त केली.

सप्टेंबर १९५० मध्ये या समितीने सरकारला आपला अहवाल सादर केला. या अहवालात मुख्यत्वे हवाई-वाहतूक उद्योगाने मांडलेल्या मतांचे समर्थन होते. या उद्योगाची अवस्था एकूणच असमाधानकारक होण्यास सदोष व तारतम्यहीन परवानापद्धत हे मुख्य कारण असल्याच्या मताला या अहवालाने पुष्टी दिली. चालू परवाना पद्धतीत अनेकजणांना परवाने दिल्यामुळे अनावश्यक स्पर्धा निर्माण झाली होती,

खर्च वाढला होता आणि सर्वांच्याच उत्पन्नात घट झाली होती, यावरही या अहवालाने शिक्कामोर्तब केले. या समितीने भविष्यात फक्त चारच कंपन्यांना परवाने देण्यास अनुकूलता दर्शवली होती. अशा प्रकारे सहा वर्षांपूर्वी सर फ्रेडरिक टिम्स यांनी जी मूळ शिफारस केली होती, तिलाही या अहवालाने पुष्टी दिली. या समितीने काही कंपन्यांचे विलीनीकरण करावे व त्यांपैकी दोन कंपन्यांच्या परवान्यांचे नूतनीकरण करू नये अशीही शिफारस केली होती.

एकूणच या समितीच्या शिफारसी अत्यंत विश्वसनीय होत्या, त्यांची अंमलबजावणी झाली तर एकूण उद्योगाला आवश्यक असणारे साहाय्य तर मिळाले असतेच, शिवाय देशातील हवाई वाहतूक पद्धतीत सुधारणा घडून ती मजबूत व गतिमान झाली असती. पण प्रत्यक्षात मात्र सरकार या अहवालाशी संपूर्ण असहमत झाले! त्यामागची कारणे कधीही जाहीरपणे सांगण्यात आली नाहीत. पण माझा स्वत:चा असा कयास आहे, की तत्कालीन संबंधित मंत्र्यांच्या मनात राष्ट्रीयीकरणाचा विचार अगोदरच पक्का झाला असावा आणि त्यांनी डावपेचात्मक कारणांमुळे, दरम्यानच्या काळात या उद्योगाच्या बळकटीसाठी काहीही न करण्याचे ठरवले असावे. सरकारच्या दृष्टिकोनातून पाहता, त्यावेळच्या परिस्थितीत राष्ट्रीयीकरण हाच सर्वांत सोपा व झटपट उपाय होता, हे मान्य करावेच लागेल.

मार्च १९५३ मध्ये भारताच्या संसदेनं 'एअर कॉर्पोरेशन्स ॲक्ट' पास केला. २० मे रोजी त्याला राष्ट्रपतींची संमती मिळाली. या कायद्यातील दोन मुख्य तरतुदी अशा होत्या : '' 'इंडियन एअरलाईन्स' व 'एअर-इंडिया इन्टरनॅशनल' या नावांच्या दोन संस्था अस्तित्वात येतील.''

राष्ट्रीयीकरणामुळे एकवीस वर्षांच्या घटनापूर्ण युगाची अखेर झाली. या युगाने सर्वप्रथम साहसी पाऊल टाकले आणि धीमी पण दमदार वाटचाल घडवली. त्यापाठोपाठ अभूतपूर्व पण अस्ताव्यस्त विस्तार घडवला आणि अखेर तीव्र मतभेद, गोंधळ आणि विनाशही पाहिला.

पहिलेवहिले!

१ ऑगस्ट १९५३ रोजी सकाळी इंडियन एअरलाईन्स कॉर्पोरेशनने भारतात व इतर जवळपासच्या देशांत नियमित विमानसेवा पुरवणाऱ्या सर्व हवाई वाहतूक कंपन्यांची मालमत्ता व व्यवसाय आपल्या छत्राखाली घेतला, तर 'एअर-इंडिया इन्टरनॅशनल कॉर्पोरेशन'ने 'एअर-इंडिया इन्टरनॅशनल' आपल्या अखत्यारीत घेतले. राष्ट्रीयीकरणामुळे भारतीय हवाई वाहतुकीच्या कहाणीतील एका नव्या आणि अधिक सुव्यवस्थित अध्यायाला प्रारंभ झाला.

१९ एप्रिल १९६० रोजी एअर-इंडियाने जेट युगात प्रवेश केला. या दिवशी एअर-इंडियाच्या बोईंग ७०७ विमानानं ब्ल्यू रिबन रूट वरून लंडनच्या दिशेने उद्घाटनपर उड्डाण केले.

ए.आय.आय.च्या बोईंग दलाच्या संदर्भातील उल्लेखनीय गोष्ट म्हणजे, रोल्स राईस कॉनवे इंजिन बसवणारी ही जगातील पहिली विमानसेवा होती. या विमानाला हे इंजिन बसवल्यामुळे विलक्षण झेप आणि इंधनबचत साध्य झाली आणि त्यायोगे मुंबई ते लंडन हे अंतर प्रवासी विमानातून विनाथांबा पार करणे प्रथमच शक्य झाले. फेब्रुवारी १९६० मध्ये एका 'डिलीव्हरी फ्लाईट' च्या उड्डाणात हे साध्य झाले होते. त्यावेळी आम्ही ४८५० मैलांचे अंतर ताशी सहाशे मैलांच्या सरासरी वेगाने बरोबर आठ तास पाच मिनिटांत कापले होते. आम्ही मुंबईत उतरलो तेव्हा माझे मन गतकाळात गेले. तीस वर्षांपूर्वी हेच अंतर कापायला मला किती वेळ लागला होता, त्याची आठवण झाली. तेव्हा मी एकट्यानं मुंबई ते लंडन हे अंतर बरोबर एवढ्याच दिवसांत पार केले होते... बरोबर आठ दिवस आणि पाच तासांत!

■

कार्यसिद्धीचा आनंद

'आपण एकत्र मिळून स्वप्ने पाहिली आणि परिश्रमही केले.'

१ फेब्रुवारी १९७८ रोजी श्री.जे.आर.डी. टाटांनी एअर-इंडियाचे अध्यक्षपद सोडले त्यावेळी भारतातून तसेच परदेशांतूनही त्यांच्यावर पत्रांचा वर्षाव झाला. एअर-इंडियाच्या 'मॅजिक कार्पेट' या नियतकालिकात कंपनीच्या कर्मचाऱ्यांना उद्देशून लिहिलेल्या पत्रात श्री. जे.आर.डी. टाटा लिहितात :

"प्रिय मित्रांनो,

मी एअर-इंडिया सोडून जात असताना माझ्याबद्दलच्या सदिच्छा, आपुलकी व्यक्त करणारी व खेदही प्रकट करणारी असंख्य पत्रे पाहून मी भारावून गेलो आहे.

भारताच्या लौकिकाला साजेल अशी विमानसेवा इथे सुरू करण्याचे माझे भव्य स्वप्न पूर्ण करण्यात तुम्ही मला सहकार्य केलेत, तुमचे मनापासून आभार! एवढं म्हणण्याखेरीज मी आणखी काय बोलू? या सर्व कालखंडात तुम्ही मला प्रेम, निष्ठा व पाठिंबा अगदी भरभरून दिलात, तुमच्यापैकी कित्येकांनी आपल्या संयुक्त उपक्रमाला अख्खं जीवन वाहिलंत, त्याबद्दल तुम्हा सर्वांचे आभार! आपण सर्वजण एकत्रच वाढलो, पंख पसरून नवनवी आभाळं सर केली, आपल्या देशाचा ध्वज दूरदेशी नेला आणि तिथल्या व आपल्या देशवासीयांना अधिक जवळ आणलं.

आता आपण एकमेकांपासून दूर जाणार या गोष्टींचं दु:ख मला लपवता येत नाही. एका फ्रेंच कवीनं या मनोवस्थेचं वर्णन मोठ्या समर्पक शब्दांत केलं आहे. तो म्हणतो, "दूर होणे म्हणजे काही अंशांनी मरण पावणे!" आणि माझ्यातला अर्ध्याहून अधिक आयुष्याचा साक्षीदार असणारा भाग १ फेब्रुवारी रोजी मरण पावला. पण स्मृतींचा कधी अंत होत नाही, त्यामुळं मी आयुष्याच्या अखेरपर्यंत या रोमांचक कालखंडातील आनंदी, काही कडू-गोड स्मृती मनात जपून ठेवीन. या सर्व काळात आपण एकत्र मिळून स्वप्ने पाहिली, परिश्रम घेतले, कार्यसिद्धीने आनंदित झालो, अपयश धैर्याने पचवले, अपयशावर मात करण्यासाठी झगडलो, सर्वोत्कृष्टतेच्या

ध्यासाने अथक परिश्रम घेतले आणि नजर सदैव उत्तुंग ताऱ्यांवर ठेवली.

वियोगाची वेदना व जाणीव मनात आहेच, त्यासोबत मला अतिशय प्रिय असलेल्या व माझ्या जीवनाचा बराचसा भाग व्यापणाऱ्या विमानकला जगतातून व एअर-इंडियातून असं अकस्मात दूर होताना मला अत्यंत यातना होत आहेत. इतका दीर्घकाळ तुम्हा सर्वांसोबत काम केल्यानंतर आता इथून पुढं मी एअर-इंडिया परिवारातला सदस्य असणार नाही, या गोष्टीचे दुःख सर्वांत मोठे आहे.

तुमचा निरोप घेत असताना माझ्या मनाला एका गोष्टीचा दिलासा आहे, ती म्हणजे ही विमानसेवा तुमच्या हाती सुरक्षित आहे आणि आपण अगदी प्रारंभापासून कार्याचे जे उच्च मापदंड ठरवले आहेत, ते कधीही घसरणार नाहीत. आजपासून मी जरी बाजूला होणार असलो तरी, मनानं मी कायम तुमच्यासोबत राहीन आणि एअर-इंडियाच्या सातत्यपूर्ण यशासाठी व इथं काम करणाऱ्या प्रत्येकाच्या सुखसमृद्धी व सुरक्षेसाठी प्रार्थना करत राहीन!

शुभं भवतु!

उत्साहाची ठिणगी पुन्हा चेतवूया ...

१५ ऑक्टोबर १९६२ रोजी श्री.जे.आर.डी. टाटांनी एकट्याने केलेल्या कराची-मुंबई विमानोड्डाणाचा तिसावा वर्धापन दिन होता आणि १९८२ साली त्याच दिवशी जे.आर.डी.टाटांनी लिओपार्ड मॉथ मधून कराची ते मुंबई हा प्रवास एकट्याने पूर्ण करून त्या साहसी स्मृतींच्या पुन:प्रत्ययाचा आनंद घेतला. या पन्नासाव्या वर्धापनदिनी ते जुहूच्या विमानतळावर उतरले तेव्हा महाराष्ट्राचे राज्यपाल व मुख्यमंत्री यांच्यासह अनेक मान्यवर त्यांच्या स्वागतासाठी उपस्थित होते. या सात तासांच्या प्रवासानंतर उपस्थित श्रोत्यांसमोर आयत्यावेळी उत्स्फूर्तपणे बोलताना श्री. टाटा म्हणाले होते:

असं म्हणतात, की आयुष्यात काही क्षणी माणसाला असं वाटून जातं, की आता आपल्यापुढं छानसा खड्डा असता तर आपण त्यात आनंदानं उडी घेतली असती. माझ्यासमोरचा हा क्षण तशा प्रकारचा आहे. आत्ता माझ्याबद्दलची सगळी भाषणं ऐकताना मी आयुष्यात कधीही नसेन इतका अवघडून गेलो आहे.

माननीय राज्यपालांनी माझ्याविषयी 'मी विनम्र माणूस आहे.' असे उद्गार काढून त्यांचं चांगुलपण दाखवून दिलं आहे. मी विनम्र असावं अशा माझ्याजवळ बऱ्याच गोष्टी आहेत असं मला नेहमीच वाटतं आणि अगदी आजसुद्धा कराचीपर्यंत

विमानप्रवास करून तिथून सुरक्षितपणे परत येताना आपण काही खास कौशल्याचं, साहसाचं किंवा विशेष क्षमतेचं काही करतोय असं मला वाटलं नाही. आता हे विमानही म्हातारं झालं आहे, पण ते आपल्या म्हाताऱ्या वैमानिकाशी किती छान जमवून घेतंय! मला या प्रवासात उंच पर्वत पार करावे लागले नाहीत, की बर्फाची वादळं अथवा धुक्याचा अडसर भेदावा लागला नाही. या दोन्हीही प्रसंगांत – आजही व पन्नास वर्षांपूर्वीही – विमानोड्डाण तुलनात्मकदृष्ट्या अगदी साधं-सोपं होतं. यामध्ये केवळ हवेत तरंगत राहायचं होतं आणि शक्य तितक्या काटेकोरपणे मार्गक्रमण करायचं होतं. मात्र या खेपेच्या उड्डाणात एक फरक होता. पन्नास वर्षांपूर्वी मला मार्गक्रमण करताना नकाशा पाहणे व खाली मागं पडणारा भूप्रदेश पाहत होकायंत्रावर भिस्त ठेवून, ईप्सित स्थळीच पोहोचण्याची आशा ठेवणं एवढेच हातात होतं. आज माझ्या मदतीला रेडिओ होता. त्यामुळे मी फाजील विनय न बाळगता सांगू इच्छितो, की माझ्यावर स्तुतीसुमनांचा व अभिनंदनाचा वर्षाव माझ्या कामगिरीपेक्षा फारच जास्त प्रमाणात झाला आहे, पण मी हे सगळं ऐकताना सुखावलो नाही, असं म्हणणार नाही. या कौतुकाला मी पात्र नसलो तरी या स्तुतीनं मला आनंद दिला, त्याबद्दल मी वक्त्यांचा अत्यंत कृतज्ञ आहे.

मला अगदी बालपणापासून आभाळात भरारी घेण्याचे वेड होते. मी स्वत: विमान उडवण्याची आतुरतेनं वाट पाहत होतो. विमानकलेच्या अगदी प्रारंभापासून झालेल्या प्रत्येक सुप्रसिद्ध वैमानिकाविषयी मी वाचलं होतं, माझ्या मनावर त्यांच्या अफाट कर्तृत्वाची मोहिनी होती. १९२७ साली लिंडबर्गने केलेले उड्डाण... त्यानं एका इंजिनाच्या विमानातून तेहतीस तासांत अटलांटिक महासागर पार केला होता. त्याचं विमान या विमानाच्या किमान सहा वर्ष आधीचं होतं! आज माझ्याविषयी जे कौतुकोद्गार काढले गेले, ते सर्व लागू पडावेत अशी ती कार्यसिद्धी होती.

"हे जर इतकं साधं सोपं होतं,तर ते तुम्ही केलंत कशाला?" असा प्रश्न मला कुणीच न विचारल्यामुळं मी जरासा निराश झालो आहे. मात्र १९६२ साली मी जेव्हा हा प्रयोग केला, तेव्हा मात्र मला हा प्रश्न विचारला गेला होता. त्यावेळी मला असं वाटलं होतं, आणि आजही मला ते अधिक प्रकर्षानं वाटत आहे, की भारतातील नागरी हवाई वाहतूक व व्यापारी हवाई वाहतुकीच्या जन्माचा आणि गेल्या तीस वर्षांतील हवाई वाहतुकीच्या वृद्धीचा कोणत्या ना कोणत्या प्रकारे उत्सव साजरा करायलाच हवा. त्यावेळी माझ्या मनात, अजून वीस वर्षांनी मी एकोणऐंशी वर्षांचा होणार, तेव्हा माझ्यायोग्य कुठले विमान असेल का किंवा मी विमानभरारी घेण्याइतका धडधाकट असेन का, हा विचार आला नव्हता. अशा प्रकारे माझ्या या विमानभरारीमागचं कारण तेव्हाही तेच होतं आणि आजही तेच आहे.

या सुवर्णमहोत्सवी वर्षानिमित्त या प्रसंगाचा स्मरणोत्सव साजरा करण्यासाठी

आपण काहीतरी करावं असं मला वाटलं आणि मी करू शकत असलेली एकमात्र गोष्ट होती – विमानोड्डाण!

याखेरीज, माझ्या बेताला आणखीही दोन कारणं होती. त्यापैकी एक म्हणजे मला हे विमानोड्डाण, एअर-इंडिया व भारतीय हवाई वाहतुकीच्या जडणघडणीत सहकार्य करणाऱ्या स्त्री-पुरुषांना समर्पित करायचं होतं. प्रारंभी अगदी मोजके सहकारी होते. त्यानंतर ही संख्या शेकडो झाली व अखेर हजारोंच्या घरात गेली. या सर्वांनी सेहेचाळीस वर्षांहून अधिक काळ मला साथ केली आहे. मला कुठल्यातरी मार्गानं त्यांच्याविषयी कृतज्ञता व्यक्त करायची होती आणि त्यांना आदरांजली वाहायची होती. त्यासाठी अशा व्यक्तिगत सहभागाइतका दुसरा नाट्यपूर्ण मार्ग मला ठाऊक नव्हता. मी या सर्वांचा आणि या उड्डाणाचं प्रायोजकत्व स्वीकारणाऱ्या, व हे विमान दुरुस्त करून, त्याचे नूतनीकरण करून, ते उजाळून उड्डाणायोग्य करणाऱ्या एअर-इंडियाचा, त्यांच्या रसरसत्या उत्साहाबद्दल, त्यांनी घेतलेल्या परिश्रमाबद्दल, आमच्या संयुक्त उपक्रमातील त्यांच्या कष्टाबद्दल आणि गेल्या पन्नास वर्षांत माझ्यासोबत आनंदाचे क्षण वेचताना दु:खाच्या ठिणग्यांचा दाहही सोसल्याबद्दल आज अत्यंत कृतज्ञ आहे.

याचं दुसरं कारण म्हणजे गतकाळातील एखाद्या संस्मरणीय प्रसंगाच्या पुन:प्रत्ययाचा आनंद घेण्याची इच्छा! एखादी गोष्ट करून पुन्हा करून पाहावी असं सारखं वाटत असत. उदाहरणार्थ— वाङ्‌निश्चय किंवा विवाह! काही माणसं एकापेक्षा जास्त विवाह करून ते करूनही दाखवतात, पण आजच्या काळातले कर वगैरे लक्षात घेता, अगदी मोजक्या लोकांना एकापेक्षा जास्त बायका परवडतील. काहीही असलं, तरी मी असा विचार केला असता तरी, माझ्या पत्नीनं त्याला थारा दिला नसता!

याखेरीज आणखीही एक कारण आहे. मी जसजसा पैलतीराच्या दिशेनं निघालो आहे, तसं सध्याचं चित्र पाहून मन दु:खी होत आहे. आपल्या देशात भ्रमनिरासाची जाणीव वाढीला लागलेली पाहून मन व्यथित होतं. आपल्या देशात आपण जवळपास पस्तीस वर्षांपूर्वी ज्या आशेनं, महत्त्वाकांक्षा, तळमळ, आनंद यांचं तोरण बांधून स्वातंत्र्याचं स्वागत केलं होतं, अगदी त्याहीपूर्वी आपण एअर-इंडियाच्या निर्मितीसारख्या अनेक कामगिरी घडवण्यात सहभागी झालो होतो. पण आज हे सगळं लोप पावलं आहे, आपण नीतिधैर्य गमावून बसलो आहोत, आपला स्वत:वरच विश्वास उरलेला नाही.

आज तुम्ही जेव्हा तरुण पिढीशी बोलता, तेव्हा असं दिसतं, की यांना मुख्य चिंता आहे ती नोकरी मिळवण्याची. मी त्यांना दोष देणार नाही. हा खरोखर चिंतेचाच विषय आहे. मात्र, आज आपण काही घडवू शकतो, आपण इतरांपेक्षा चांगलं काही करू शकतो किंवा इतरांनी न केलेली गोष्ट आपण घडवून दाखवू

शकतो, ही भावनाच राहिलेली नाही. त्यामुळं मला वाटलं की, कदाचित, ही विमानभरारी उत्साहाची ठिणगी चेतवेल... आपल्या देशासाठी काहीतरी करण्याची, देशाचा नावलौकिक वाढवण्याची इच्छा प्रज्वलित करेल आणि त्याचबरोबर अगदी आजही ज्या काळात हवाई वाहतूक हे केवळ 'साहस' उरलेलं नसून हा एक मोठा उद्योग बनला आहे, अशा काळातसुद्धा नवं काही करून दाखवण्याची वेळ गेलेली नाही, अजूनही या क्षेत्रात खूप काही करता येऊ शकतं, ही गोष्ट व्यक्त होईल. अद्याप करण्याजोग्या बऱ्याच गोष्टी आहेत व या देशातील तरुण वर्ग करू शकेल अशा बऱ्याच गोष्टी आहेत. सभोवतालचं वातावरण, परिस्थिती कितीही खडतर असली, वैफल्य आणणारी असली, तरी तरुण वर्गानं काहीतरी करून दाखवण्यासाठी कणखर बनायला हवे.

आणि म्हणून, माझी आजची ही विमानभरारी हा आपल्या देशातील तरुणाईमध्ये आशा आणि उत्साहाची ज्योत चेतवण्याचा छोटासा प्रयत्न होता. आज इथं उपस्थित असलेल्यांपैकी, मी पन्नास वर्षांपूर्वी, म्हणजे १९३२ साली वयाच्या ज्या टप्प्यावर होतो, त्या टप्प्यावर आज असलेल्या लोकांची, ते अठ्ठ्याहत्तर वर्षांचे होतील तेव्हा— त्यांनी सर्वांनी वयाची किमान अठ्ठ्याहत्तरी गाठावी अशी मी आशा करतो— माझ्यासारखीच भावना असावी असं मला वाटतं ती म्हणजे, अडचणींचे कितीही अडसर उभे राहिले, नैराश्याची वादळं घोंघावत राहिली तरी, काहीतरी घडवून दाखवण्यात तसंच आपल्याला जे शक्य आहे ते आणि इतरांची आपल्याकडून जेवढी अपेक्षा असते त्यापेक्षा अधिक चांगले घडवून दाखवण्यात मोठा आनंद असतो.

''मी पुन्हा परत येईन...''

३१ जुलै, १९८९ रोजी, सिटल् मध्ये डॅनियल गुगेनहिम पुरस्काराला उत्तर देताना केलेले भाषण.

माझ्या हवाई जीवनातील एक सर्वांत लक्षणीय क्षण म्हणजे आम्हाला आमचं पहिलं बोईंग ७४७ विमान ताब्यात मिळालं तो दिवस! मी अगदी प्रारंभीच्या काळात अगदी छोटं, हास्यास्पद विमान उडवत असे. त्यानंतर बोईंग ७४७ चं आगमन झालं. छोट्याशा पस मॉथ शेजारी उभं राहिलेलं ७४७...या छायाचित्रानं मला व्यापारी हवाई वाहतुकीच्या प्रगतीची आणि काही अर्थानं भारताच्या प्रगतीची साक्ष पटवली.

मी सीटल्ला बऱ्याच वर्षांनी आलो आहे. इथं 'बोईंग'नं माझं स्वागत केलं

याचा मला आनंद वाटतो. त्यांनी मला त्यांचा उत्कृष्ट प्लँट फिरून दाखवला. पूर्वी, ज्यावेळी मी त्यांची विमानांचा ग्राहक होण्याची इच्छा बाळगून होतो, त्यावेळी इथं यायचो! 'बोईंग'च्या संचालक मंडळाचे तत्कालीन अध्यक्ष बिल ॲलेन यांच्याशी माझे वैयक्तिक स्नेहबंध जुळले, त्यांच्या सुखद स्मृती माझ्या मनात दरवळत असतात. आज इतक्या वर्षांनी पुन्हा सौ. ॲलेन यांना भेटणे माझ्यालेखी अतिशय आनंदाचे होते.

आपण ऐतिहासिकदृष्ट्या अजून हवाई प्रवासाच्या उंबरठ्यावरच आहोत. हवाईवाहतूक सुरू झाली, त्या दरम्यान माझा जन्म झाला आणि पंच्याऐंशी वर्षांनंतरही मी त्याचा साक्षीदार आहे हे माझे परमभाग्य आहे. मी भविष्यात कधीतरी पुन्हा इथे परत येण्याचं ठरवले आहे. बहुतेक येत्या शतकातच! तुमच्यापैकी कितीजणांचा पुनर्जन्मावर विश्वास आहे. मला माहीत नाही, पण भारतात आम्ही पुनर्जन्म मानतो. मी जर पुनर्जन्म घेतला तर, आणि जेव्हा घेईन तेव्हा, मी सिटल् आणि बोईंगला भेट द्यायला नक्की येईन.

■

प्रगतीसाठी युती

सार्वजनिक क्षेत्र

★

खाजगी क्षेत्र

★

संमिश्र अर्थव्यवस्थेची गुणवत्ता

गेली दशकानुदशके जे.आर.डी. टाटा खाजगी क्षेत्रातील सर्वांत मोठ्या औद्योगिक समूहाची सूत्रे सांभाळत आहेत, तसंच ते 'एअर-इंडिया' या सार्वजनिक क्षेत्रातील एका सार्वजनिक उपक्रमाचे प्रमुखपद सांभाळत आहेत. त्यामुळं त्यांना या दोन्ही क्षेत्रांबाबत बोलण्याचा मोठा अधिकार आहे. ते म्हणतात, की माझं खूप वर्षांपूर्वी स्वप्न होतं, की या दोन्ही क्षेत्रांची भागीदारी व्हावी आणि यातील प्रत्येकाने आपल्याला जे सर्वांत चांगलं जमण्यासारखं असेल त्यावर लक्ष केंद्रित करावे.

टाटांचे निरीक्षण आहे, की सरकारच्या हाती प्रचंड सत्ता आली की त्यामुळं खाजगी क्षेत्रातील प्रगतीचा श्वास गुदमरतोच, शिवाय सार्वजनिक क्षेत्रातील जबाबदार प्रमुखांच्या निर्णय प्रक्रियेवरही परिणाम होतो. या संदर्भात ते वुल्ड्रो विल्सन यांचे वचन उद्धृत करतात – "स्वातंत्र्याचा इतिहास म्हणजे सरकारी सत्तेच्या मर्यादांचा इतिहास होय, तिच्या वृद्धीचा नव्हे."

१९६९ साली टाटांनी प्रस्ताव मांडला, की खाजगी उद्योगांनी आपापल्या परिघांपलीकडे नजर टाकून खेडी दत्तक घ्यावीत. ते म्हणतात,

"या उद्योगांतील व्यवस्थापक, इथले अभियंते, डॉक्टर्स, कुशल विशेषज्ज्ञ यांचा काही वेळ या खेड्यातील लोकांना साहाय्य करण्यासाठी, त्यांना मार्गदर्शन करण्यासाठी, खेडूत व कंपनी यांच्या दरम्यानच्या सरकारी प्रकल्पांमधील नव्या प्रगतीवर लक्ष ठेवण्यासाठी राखून ठेवायला हवा. खेड्यांमध्ये कुटुंबनियोजन कार्यक्रमाला सहकार्य करणे ही अमूल्य सेवा ठरेल."

'टाटा स्टील' कंपनीने सर्वप्रथम या व इतर संकल्पनांची अंमलबजावणी केली. १९८० साली या कंपनीने टाटांच्या सूचनेवरून सामाजिक परीक्षणाचे कार्य हाती घेतले. अशा प्रकारचा उपक्रम हाती घेणारी ही पहिलीच भारतीय कंपनी होती.

टाटा संमिश्र अर्थव्यवस्थेला अनुकूल मत देतात. या विषयावरील प्रकरणात सरकारची बदलती मनोवृत्ती प्रतिबिंबित झाली आहे. संमिश्र अर्थव्यवस्थेच्या बाजूने मत देणारे सरकार ते स्वतःकडे अधिकाधिक सत्ता राखणारे सरकार अशी बदलती मनोवृत्ती या प्रकरणात वाचायला मिळते.

सार्वजनिक क्षेत्र

स्वायत्ततेची गरज आहे

७ ऑक्टोबर १९७० रोजी आकाशवाणी दिल्ली केंद्रावरून 'स्वायत्तता व निर्बंधाची चौकट' या विषयावर प्रसारित झालेले भाषण.

स्वायत्तता आणि जबाबदारी या दोन्ही गोष्टी हातात हात घालून नांदल्या पाहिजेत ही खरी समस्या आहे. दुर्दैवाने, स्वायत्तता व जबाबदारी या दोन्ही बाबी परस्परांशी खूप निगडित आहेत. अगदी टोकाची स्वायत्तता गाठली तर जबाबदारी अथवा बांधीलकी या तत्त्वालाच तिलांजली मिळेल आणि टोकाची जबाबदारी मानण्याने स्वायत्ततेची संकल्पना धुळीला मिळेल. या दोन टोकाच्या बाबींचा सुयोग्य मध्यबिंदू निश्चित करणे ही प्रत्यक्ष व्यवहारात आणण्यास अत्यंत अवघड गोष्ट ठरली आहे.

केवळ एखादा सांसदीय कायदा पास करून स्वायत्तता प्रस्थापित करता येणार नाही. ज्यांच्या हाती मुळात सत्ता आहे, त्यांनी स्वयंस्फूर्तीनं सत्तात्याग करून इतरांकडे सत्ता बहाल करण्यातूनही स्वायत्तता वास्तवात उतरण्याची आवश्यकता आहे.

स्वातंत्र्यप्राप्तीनंतर भारतात जेव्हा मोठ्या संख्येनं सार्वजनिक उद्योगांची निर्मिती झाली, त्यावेळी संबंधित मंत्र्यांनी – त्यांना या क्षेत्राचा कसलाही पूर्वानुभव नव्हता – आपल्या नवनिर्मितीवर कडक नियंत्रण ठेवण्याचा प्रयत्न करणं स्वाभाविक होतं. इथंच सर्वप्रथम स्वायत्ततेची अनुपस्थिती ठळकपणे जाणवली.

अगदी आजही खाजगी क्षेत्रातील उद्योग व्यवस्थापनावर सरकारी निर्बंध जरा जास्तच आहेत. उदाहरणादाखल सांगायचं तर, एखाद्या खाजगी उद्योगानं आपल्याकडे कामावर नेमणूक केलेल्या कर्मचाऱ्याच्या बाबतीत तो सरकारी नोकरीत कायम झालेला कर्मचारी नसूनही त्याला त्याच्या सर्वसाधारण निवृत्तीवयाच्या पुढे नोकरीत मुदतवाढ देण्यासाठी अद्यापही सरकारच्या पूर्वसंमतीची गरज भासते.

आणखी एक उदाहरण म्हणजे, खाजगी उद्योगांना आपापली वेतनश्रेणी निश्चित

करण्याचे स्वातंत्र्य असावे अशी मूळ संकल्पना असूनही प्रत्यक्षात मात्र अजूनही त्यावर सरकारचे नियंत्रण आहे. परिणामी, मोठ्या सार्वजनिक उद्योगांच्या प्रमुखांची मिळकत, इतर देशांतील त्यांच्याच पदावर काम करणाऱ्या व्यक्तींच्या एक पंचमांश अथवा एक दशांश इतकीच, तर भारतात खाजगी क्षेत्रात काम करणाऱ्या व्यक्तींच्या निमपटच आहे. एवढेच नव्हे तर सर्व बिगर तांत्रिक अधिकाऱ्यांच्या वेतनश्रेणीची सांगड सरकारी सेवेतील अधिकाऱ्यांच्या वेतनाशी आपोआप घातली गेली आहे.

वेतन हा कामाचे समाधान मिळवून देणारा एकमात्र निकष नव्हे हे खरे असले तरी तो निश्चितच एक महत्त्वाचा घटक आहे आणि सार्वजनिक उद्योगांची धुरा वाहणाऱ्या व्यक्तींचे वेतन सरकारी सेवेत असणाऱ्या कर्मचाऱ्यांएवढेच ठेवण्याचे बंधन आल्यामुळे सार्वजनिक उद्योगांची हानी होते. हे उद्योग देशातील सर्वोत्तम व्यापारी व औद्योगिक बुद्धिसंपदा आकर्षित करण्याची संधी गमावून बसतात.

ब्रिटन, फ्रान्स, जर्मनी व इटली या देशांतील सार्वजनिक क्षेत्रातील उद्योग व्यवस्थापनाला बहाल करण्यात आलेले स्वातंत्र्य भारताच्या तुलनेत प्रचंड मोठे आहे. एखाद्या उद्योगाला तोटा झाल्याने तो भरून काढण्यासाठी सरकारी अर्थसाहाय्याची गरज असेल तेव्हा किंवा भांडवली खर्चासाठी सरकारकडून निधीची गरज असेल तेव्हा अशांसारखे प्रसंग वगळता, त्या समूहाच्या संचालक मंडळाला असणारे अधिकार खाजगी क्षेत्रातील कंपन्यांच्या संचालक मंडळांना असणाऱ्या अधिकारांप्रमाणेच असतात. काही क्वचित अपवाद वगळता, त्यांच्यावर वार्षिक अहवाल सादर करण्याखेरीज फारशी काही जबाबदारी नसते व संचालक मंडळांना संपूर्ण कृतिस्वातंत्र्य असते. बाजारातून कर्जउभारणी करण्याचे स्वातंत्र्यही असते.

आपल्या संसद व सरकारने इतका टप्पा गाठावा असे मी सुचवत नाही, पण त्यांनी फारशी मजल मारलेली नाही ही गोष्ट मात्र मी नमूद करू इच्छितो. दीर्घकालीन उद्दिष्टे, सरकारी निधींच्या गुंतवणुकीची आवश्यकता असणारे भांडवली खर्च अशांसारखे फक्त महत्त्वाचे धोरणात्मक निर्णय व देशाच्या व्यापक हिताच्या दृष्टीने आवश्यक असणाऱ्या बाबी सरकारच्या अखत्यारीत राहाव्यात, त्या जोडीने मुख्य कार्यकारी अधिकारी आणि संचालक मंडळाची नियुक्ती यांचे संपूर्ण अधिकार सरकारकडे असावेत.

सार्वजनिक क्षेत्रातील उद्योगांच्या व्यवस्थापनावर सरकारचे नियंत्रण व देखरेख काही प्रमाणात आवश्यक आहे ते केवळ त्या उद्योगांची क्षमता व किफायतशीरपणा राखण्यासाठी नव्हे तर हे उपक्रम त्यांच्या सामाजिक ऋणातून उतराई होतात की नाही, त्याची खात्री करून घेण्यासाठीही आवश्यक आहे. आज सरकारने या उद्योगांच्या संचालक मंडळाला व व्यवस्थापनाला चालू घडीपेक्षा बरीच अधिक स्वायत्तता बहाल करण्याची वेळ येऊन ठेपली आहे असे मला वाटते.

सरकार अथवा संसद, जे कुणी संबंधित असेल त्याने अथवा दोघांनीही सार्वजनिक क्षेत्रातील प्रत्येक उद्योगासाठी त्याची उद्दिष्टे व जबाबदाऱ्या तसेच त्यांच्या कामगिरीच्या मूल्यमापनासाठी सुस्पष्ट मार्गदर्शक तत्त्वे आखून द्यावीत. त्यानंतर, त्या उद्योगाला त्यांच्या चौकटीत राहून कार्य करण्याचे स्वातंत्र्य द्यावे. त्यांच्यावर फक्त ताळेबंदाबाबतच्या शिस्तपालनाचे व विशेष करून राष्ट्रीय हितरक्षणासाठी आवश्यक असणाऱ्या बाबींचे बंधन असावे.

सार्वजनिक क्षेत्राला या देशाच्या आर्थिक विकासात मोठी भूमिका बजावायची आहे. आज १९७० साली त्याच्यापाशी औद्योगिक क्षेत्रातील वीस वर्षांहून अधिक काळाचे अनुभव संचित जमा आहे. या क्षेत्रात समृद्ध परंपरांचा पाया घातला गेला आहे व व्यवस्थापकीय कौशल्यांचाही लक्षणीय विकास झाला आहे. सार्वजनिक क्षेत्रातील उद्योगांच्या संचालक मंडळात सक्षम, अनुभवी व विश्वासपात्र व्यक्ती आहेत. त्यांना मुक्तपणे कारभार करण्याचे स्वातंत्र्य देण्यात, त्यांना अधूनमधून चुका करण्याचे महत्त्वपूर्ण स्वातंत्र्य देण्यात फारसा धोका नाही. त्यांच्याकडून अपेक्षित असणारी फलनिष्पत्ती घडण्यासाठी त्यांना आवश्यक ते स्वातंत्र्य दिले तर, ते आपलं सरकार अथवा संसद अथवा देशाला निराश करणार नाहीत, हे निःसंशय.

सार्वजनिक क्षेत्राच्या यशस्वितेसाठी

१० ऑगस्ट, १९८१ रोजी 'द टाटा ऑईल मिल्स कंपनी लिमिटेड'चे अध्यक्ष या नात्याने दिलेले निवेदन.

आज सरकारने खाजगी क्षेत्रातील उद्योगांची उत्पादनक्षमता वाढविण्याचे उद्दिष्ट समोर ठेवून एक ठोस कार्यक्रम हाती घेण्याची वेळ येऊन ठेपली आहे. या दिशेने आवश्यक असणारे पहिले पाऊल म्हणजे, सरकारने या उद्योगांतील व्यवस्थापनामधील स्वतःच्या भूमिकेला मर्यादा घालायला पाहिजेत, असे मला वाटते. माझ्या सार्वजनिक क्षेत्राच्या व्यवस्थापनाच्या प्रदीर्घ अनुभवातून माझे ठाम मत बनले आहे, की आपल्या देशातील सार्वजनिक क्षेत्रातील बहुतेकशा उद्योगांची कार्यक्षमता व उत्पादन खर्च अधिक असण्याचे मुख्य कारण त्यांचे व्यवस्थापन व कर्मचारी यांची गुणवत्ता, कार्यक्षमता अथवा समर्पणवृत्ती नसून, कोणत्याही मोठ्या उपक्रमाच्या कार्यक्षम व्यवस्थापनाला आवश्यक असणारे कृतिस्वातंत्र्य त्यांना सतत नाकारले जाणे हे आहे.

मी यापूर्वी अनेक प्रसंगी, सार्वजनिक क्षेत्रातील उद्योगांच्या दैनंदिन कामकाजावर, संसदेच्या दबावामुळे वारंवार होणारा सरकारी हस्तक्षेप, आर्थिक धोरणांचे अवाजवी

राजकीयीकरण व त्याची अंमलबजावणी यांमुळे देशाची होत असलेली गंभीर हानी निदर्शनास आणून दिली आहे. परिणामी, निर्णय व कृती यांचा वेग, शिस्त, मनोधैर्य व कार्यक्षमता यांचा नाश होतो, उत्पादन स्तर खालावतो आणि किमती सतत वाढतच राहतात. यामुळे आधीच दीर्घकाळ त्रस्त असणाऱ्या ग्राहकाचे अधिकच नुकसान होते आणि एकूणच अर्थव्यवस्था डबघाईला येते. या साऱ्याचा परिणाम म्हणून इंधन, ऊर्जासाधने यांची टंचाई, त्यांची दरवाढ – विशेषत: रेल्वे वाहतुकीची दरवाढ – होते. याचा अर्थव्यवस्थेवर अनिष्ट परिणाम घडतो आणि उत्पादन खर्च वाढल्यामुळे शेतीमाल व त्यावर आधारित उत्पादनांपासून ते जवळपास प्रत्येक उत्पादन व वस्तूंची किंमत वाढते.

■

खाजगी क्षेत्र

वृद्धीतील अडसर

१५ डिसेंबर, १९६९ रोजी मद्रास येथे 'सत्तरच्या दशकातील उद्योग-व्यवसायकार्ये व जबाबदाऱ्या' या विषयावरील अनंतरामकृष्णन स्मृतिव्याख्यान.

गेल्या अर्धशतकात भारताच्या औद्योगिक व आर्थिक विकासात खाजगी क्षेत्राचे प्रचंड मोठे योगदान आहे. पण हे योगदान आणि या क्षेत्राची ख्याती व प्रतिमा या दोहोंची तुलना करता यामध्ये आज खूपच तफावत आढळते. आपल्यापैकी ज्या लोकांचा खाजगी क्षेत्रावर विश्वास आहे आणि जे लोक आपल्या देशाच्या आर्थिक पुनरुज्जीवनासाठी कार्य करण्यास उत्सुक आहेत, त्यांच्या दृष्टीने अशी परिस्थिती अतिशय चिंता व वैफल्य निर्माण करणारी आहे. याचा आणखी गंभीर आनुषंगिक परिणाम म्हणजे, खाजगी क्षेत्राच्या या केविलवाण्या प्रतिमेमुळे सरकार व संसद यांच्या मनात जी साशंकता व वैरभाव निर्माण झाला आहे, त्यामुळे देशाच्या आर्थिक विकासामध्ये सार्वजनिक क्षेत्राच्या खांद्याला खांदा लावून पूर्ण शक्तीनिशी कार्य करण्याची संधी खाजगी क्षेत्राला नाकारली जात आहे.

गेल्या काही वर्षांत खाजगी क्षेत्रातील कर्तृत्व व बांधिलकी रोखण्यासाठी असंख्य निर्बंध लादण्यात आले. त्यामध्ये अनेक प्रकारचे कायदे, नियंत्रणे, नियमने यांना तोंड द्यावे लागले. या सगळ्या अडथळ्यांच्या शर्यतीत आता आणखी एका नव्या संकल्पनेची भर घालण्यात आली आहे, ती म्हणजे एखादी मोठी कंपनी कितीही हिकमती, प्रामाणिक, व कार्यक्षम असली आणि त्यायोगे देशाचे उत्पन्न व समृद्धी यांचा विकास घडवण्यास सक्षम असली तरी, तिचा पुढचा विकास खुंटवलाच पाहिजे, नाहीतर या कंपनीच्या व्यवस्थापनाच्या हातात प्रचंड सत्ता एकवटण्याची भीती बाळगण्यात येत आहे. परिणामी प्रामाणिक, सक्षम व हिकमती कंपन्यांच्या मनात वैफल्य निर्माण होत आहे आणि त्यांचे देशाचा दृष्टीने महत्त्वाचे असणारे अनेक दमदार प्रकल्प मागे पडत आहेत आणि देशाचा आर्थिक विकास खुंटत आहे.

माझ्या दृष्टीने हा भारताच्या स्वातंत्र्योत्तर काळातील आर्थिक इतिहासाचा सर्वांत दु:खद अध्याय आहे. स्वातंत्र्योत्तर काळात आपल्या देशाच्या औद्योगिक विकासासाठी आपण सर्वांत सुयोग्य अशी संमिश्र अर्थव्यवस्था पद्धती सुज्ञपणे निवडली, परंतु त्यानंतरच्या काळात आपले राज्यकर्ते व लोकप्रतिनिधी यांनी शक्य त्या प्रत्येक बाबतीत समाजवादाच्या नावाखाली या पद्धतीच्या दोन मूलभूत घटकांपैकी एका घटकाच्या प्रभावी कार्यपद्धतीत अडथळे आणले आहेत.

आज खाजगी क्षेत्र विकास व कौशल्य यांच्या अशा टप्प्यावर जाऊन पोचले आहे, की हे क्षेत्र देशाच्या भावी आर्थिक विकासात प्रचंड मोठे योगदान देऊ शकेल. भारतातील बहुसंख्य उद्योजक, मग ते लहान असोत की मोठे, देशभक्त मंडळी आहेत. हे सर्वजण कुठलाही विशेष कृपाप्रसाद किंवा भरमसाट नफ्याची अपेक्षा करत नाहीत की मक्तेदारी मिळवू पाहत नाहीत की सत्ता व संपत्तीचं केंद्र बनू पाहत नाहीत. त्यांना हवी आहे ती फक्त संधी. त्यांना त्यांच्या भागधारक, कर्मचारी व ग्राहक यांच्या फायद्यासाठी, कर्तृत्व, कौशल्य व साधनस्त्रोत वापरण्याची संधी हवी आहे, आणि त्याहूनही महत्त्वाचे म्हणजे त्यांना हाती घेतलेले कार्य सुरू ठेवण्याची परवानगी हवी आहे. तथापि, खाजगी क्षेत्राविषयी विशेषत त्यातील मोठ्या उद्योगांविषयी इतका प्रचंड गैरविश्वास निर्माण झाला आहे, की त्याचा साठच्या दशकातील आर्थिक वृध्दीवर निश्चितच विपरीत परिणाम घडला आहे आणि आता चालू योजनेतील लक्ष्य गाठणेही अशक्य होण्याची भीती निर्माण झाली आहे.

खाजगी उद्योगक्षेत्रातील आपणा सर्वांना आगामी दशकात जर आपली न्याय्य भूमिका बजावायची असेल, तर आपण सरकार, संसद व सर्वसामान्य जनतेला आपण विश्वास ठेवण्यास लायक आहेत हे सिद्ध करून दाखवावेच लागणार आहे, ही गोष्ट मी पुरती ओळखली आहे.

खाजगी क्षेत्राविषयी संशय व वैरभाव निर्माण होण्यामागे मुख्य कारणे कोणती आहेत?

अर्थातच यातील पहिले कारण म्हणजे, मार्क्सवादी सिद्धान्त मानणाऱ्या वर्गाकडून होणारा कट्टर विरोध. खाजगी उद्योगाचा अंत करणे ही त्यांच्या संप्रदायाची अनिवार्य अट आहे.

याखेरीज आपल्या देशातील समाजवाद्यांचाही विरोध आहेच. त्यांचा साम्यवादातील हिंसाचार व कडक राजकीय शिस्त यांना विरोध असला तरी ते त्यांच्या आर्थिक धोरणाचा स्वीकार करतात. त्यामागे त्यांची अशी चुकीची धारणा आहे, की खाजगी क्षेत्र समाजवादी ध्येयांना अनुरूप नाही आणि समजा तसे असते तरी, भारतीय उद्योगपती व कारखानदार यांची समाजवादी ध्येयांवर श्रद्धा नाही किंवा त्यांची आवश्यक तो त्याग करण्याची तयारी नाही.

ही दोन्हीही गृहीते अजिबात न पटणारी आहेत. यातील पहिल्या गृहीताबद्दल बोलायचे तर, आज बहुतेकशा पाश्चात्त्य समाजवादी देशात उत्क्रांत समाजवाद अस्तित्वात आहे. त्या ठिकाणी उत्पादन व वितरण साधनांवरील सार्वजनिक मालकीचा जुना, दुराग्रही भर सोडून देण्यात आला आहे. त्याऐवजी तिथे सार्वजनिक, सहकारी व खाजगी उद्योगांद्वारे जास्तीत जास्त संपत्तीनिर्मिती व कर पद्धतीतून अर्थसाह्य करण्यात येणाऱ्या कल्याणकारी सेवांच्या विस्तृत यंत्रणेद्वारे तिचे न्याय्य वाटप यावर भर दिला जात आहे. दुसऱ्या गृहीताबद्दल बोलायचे तर, भारतातील खाजगी उद्योगक्षेत्राच्या प्रवक्त्यांनी सामाजिक उद्दिष्टांसंदर्भात देशातील सर्व प्रगमनशील घटकांशी संपूर्ण सहमत असल्याचे पुन:पुन्हा व असंदिग्धपणे व्यक्त केलं आहे.

तथापि, आपल्याला मान्य करावेच लागेल, की खाजगी क्षेत्रातील बहुतांश व्यवसाय व उद्योगसंस्थांनी फक्त त्यांच्याकडील उत्पादन, त्याची विक्री अथवा सेवा यांच्याशी प्रत्यक्ष संबंधित गोष्टींखेरीज इतर कुठल्याही बाबी त्यांच्या कर्तव्याचा अथवा जबाबदारीचा भाग मानलेल्या नाहीत. यापैकी बहुतेकांची अशी धारणा आहे, की आपण चांगले उत्पादन बनवले, ते योग्य किमतीला विकले, कर भरले, चांगल्यापैकी पगार चुकते केले, की समाजाप्रती असणाऱ्या ऋणातून संपूर्ण उतराई झाले.

याखेरीज, बड्या उद्योगधंद्यांना त्यांच्या हाती आर्थिक सत्ता एकवटेल या भीतीमुळे विरोध होत असतो. आज भारतात हे जणू घोषवाक्यच बनले आहे, पण त्यात काही अर्थ नाही. आपल्या देशासारख्या कठोर नियंत्रित अर्थव्यवस्थेत सगळी आर्थिक सत्ता सरकारी अधिकारी व मंत्रीगण यांच्या हाती एकवटलेली आहे. त्यापैकी बहुतेकजणांना समाजवाद इतका प्रिय असण्याचं मुख्य कारण बहुदा हेच असावं!

पण, खाजगी उद्योगधंद्याबाबत संशय व वैरभाव निर्माण होण्याचे सर्वांत महत्त्वाचे व दुष्परिणामकारक कारण म्हणजे गेल्या काही वर्षांत व्यापार व उद्योगक्षेत्रातील काही घटकांनी स्वीकारलेला नैतिक दर्जा जितका उच्च असायला हवा तितका उच्च नाही व काही बाबतींत तर तो अगदी रसातळाला गेलेला आहे.

गेल्या पंचवीस वर्षांत, काही मोठ्या उद्योगसंस्थाप्रमुखांनी केलेली संपत्तीची लुटालूट, दुष्कृत्ये व डोळ्यांत खुपण्याजोगा खर्च यांमुळे खाजगी क्षेत्रातील उद्योग-व्यवसायाची प्रतिमा अतिशय डागाळली आहे. अशा काही व्यक्तींनी संपत्ती, नफा कमवण्याच्या व स्वसमृद्धी साधण्याच्या नादात जनहिताकडे अक्षम्य दुर्लक्ष केले आहे. अशा समाजविघातक घटकांनी व्यक्तिगत फायद्यासाठी कर चुकविणे, काळा बाजार, बेकायदेशीर परकीय चलन व्यवहार, लाचखोरी, भ्रष्टाचार आणि राजकीय कट-कारस्थाने या मुख्य आयुधांचा वापर केला आहे.

बांधिलकीच्या विस्तृत कक्षा

उद्योगक्षेत्रातील या अधिकाराच्या गैरवापराची कारणं काहीही असली, अशा प्रकारच्या घटना अगदी अत्यल्प प्रमाणात घडल्या आहेत ही वस्तुस्थिती असली, तरीसुद्धा यांमुळे या देशातील सार्वजनिक उद्योगक्षेत्राची जनमानसातील प्रतिमा डागाळली आहे यात शंकाच नाही. अशा प्रकारचा दुराचार करणाऱ्या सर्व व्यक्तींचा जाहीर निषेध करून, त्यांना दूर राखले पाहिजे. 'फेअर ट्रेड प्रॅक्टिसेस असोसिएशन'चे सदस्य व त्यांनी घालून दिलेली आचारसंहिता यांचा जनमानसावर आपल्याला अपेक्षित प्रभाव दिसत नाही असे मला वाटते.

सरकार व राजकीय नेत्यांनी आपले काम अधिकच अवघड केले आहे. समाजाची प्रामाणिकपणे सेवा करणारे व समाजाची पिळवणूक करणारे यांच्यामध्ये फरक करण्याची त्यांची तयारी नाही, त्यामुळे वर्षानुवर्षे कुख्यात व्यक्तींना सर्व प्रकारचे परवाने मिळत आहेत. ही मंडळी राष्ट्रीय परिषदांमधून, सरकारने नियुक्त केलेल्या परिषदांमधून मिरवत आहेत. आपणही त्यांना आपल्या व्यापारी व औद्योगिक संस्थांच्या सदस्यपदी व प्रवक्ते म्हणून राहू दिले आहे.

माझ्यापाशी या अवघड व नाजूक समस्येवर साधे-सोपे उत्तर नाही. तथापि, मला आत्यंतिकतेने वाटते, की आपल्यापैकी स्वच्छ, प्रामाणिक, समाजाभिमुख व्यवसाय उद्योग करण्यावर श्रद्धा असणाऱ्या प्रत्येकाने आपली विश्वासार्हता सिद्ध करण्याची प्रत्येक संधी झेलावी आणि स्वत:ला समाजविघातक घटकांपासून चार हात दूर ठेवावे. आपल्याला सध्या अस्तित्वात असणाऱ्या व्यापारी व औद्योगिक संस्थांमधून अशा व्यक्तींना बाजूला करणे अशक्य आहे असे लक्षात आले, तर आपण नव्या संस्था स्थापन करण्यास सज्ज असले पाहिजे. या नव्या संस्थांचे सदस्यत्व देताना काही कसोट्या ठेवाव्यात. सरळमार्गी व्यवहाराबद्दल ख्याती असणाऱ्या व्यक्तींनाच या संस्थांचे सदस्यत्व द्यावे, तसेच कोणताही सदस्य गैरव्यवहाराबाबत दोषी आढळल्यास त्यांना संस्थेतून काढून टाकण्याची या संस्थेच्या घटनेत कठोर तरतूद असायला हवी.

मी त्याहीपुढे जाऊन असे सुचवेन, की आपण एखादी स्वयंस्फूर्त यंत्रणा उभारावी व त्याद्वारे व्यवस्थापनाची व सामाजिकदृष्ट्या तपासणी व्हावी. दर ठराविक काळाने होणाऱ्या या तपासणीसाठी आपण सज्ज असावे. हे तपासणीचे काम, क्षमता व सचोटी सिद्ध झालेल्या स्वतंत्र व्यक्ती वा संस्था यांच्यामार्फत व्हावे. अशा प्रकारच्या तपासणी अहवालाच्या आधारे, सरकार व जनता यांना आपण कोणत्या फर्म्स व समूहांशी विश्वासानं व्यवहार करावा हे खात्रीनं कळू शकेल.

तथापि, आपली जनमानसातील प्रतिमा उजळणे एवढेच पुरेसे नाही. आपल्यापैकी

बहुतेकांच्या दृष्टीनं याचा अर्थ आपण आजवर जे करत आलोय, तेवढेच करणे, एवढाच फक्त असेल आणि गुन्हेगारी प्रवृत्तीच्या लोकांच्या दृष्टीने अधिक चांगली प्रतिमा निर्माण करण्यामागचा उद्देश असेल. केवळ धंदा मिळवणे अथवा यंत्रणा टिकून राहणे – ज्या यंत्रणेने त्यांना संपत्ती गोळा करण्यास साहाय्य केले, ती यंत्रणा अबाधित राखणे.

मग आपण प्रामाणिक व उपयुक्त नागरिक बनण्याखेरीज आणखी काय काय करू शकतो?

औद्योगिक व व्यावसायिक संस्था त्यांच्या नेहमीच्या कार्यकक्षेबाहेर जाऊन जनकल्याणासाठी अनेक पद्धतींनी योगदान देऊ शकतात. सत्कार्यासाठी आर्थिक देणगी देण्याचा प्रघात अनेकजण अनेक वर्षे पाळत आले आहेत. मी संलग्न असलेल्या काही कंपन्यांमध्ये मी एक उपक्रम राबवला आहे. त्यानुसार इतरही त्याचे अनुकरण करू शकतील. आमच्या कंपन्यांनी स्वत:चे आर्थिक, व्यवस्थापकीय व मानवी साधनसंपत्तीचे स्रोत वापरून, कृतीदले बनवून, ती प्रत्यक्ष मदत व पुनर्बांधणी कार्यासाठी पाठविली आहेत.[१] विविध औद्योगिक संस्था सदस्यांच्या सहकार्यातून अशा प्रकारची समाजसेवा आणखी विस्तृत स्वरूपात करता येईल.

मदतीचा हात

मी याखेरीज असे सुचवू इच्छितो, की प्रत्येक कंपनीवर, ती कंपनी ज्या परिसरात वसली असेल, व त्या भागातील लोकांप्रती, त्या कंपनीतील कर्मचारी व त्यांची कुटुंबे जिथे राहतात, त्या भागाप्रती सदैव विशेष जबाबदारी असते. प्रत्येक, शहरात, गावात, खेड्यात, लहान असो वा मोठे – अशा प्रत्येक ठिकाणी सुधारणा घडण्याची नेहमीच गरज असते. तिथे मदत हवी असते, साहाय्य हवे असते, मार्गदर्शन व नेतृत्व यांचीही गरज असते. मला वाटते, कोणत्याही सुसंघटित उद्योगसमूहाने समाजातील लोकांच्या गरजा समजून घेतल्या, तो त्यांच्याशी एकरूप झाला आणि आपल्याजवळचे साधनस्रोत, कौशल्ये व बुद्धिसंपदा यांचा वापर करून त्याच्या हातून समाजाची सेवा घडली, तो त्यांना साहाय्यभूत ठरला तर ते अत्यंत लक्षणीय योगदान ठरेल.

---

१. १९७७ साली आंध्रमध्ये आणि १९८२ मध्ये गुजरातला चक्रीवादळाचा तडाखा बसला. या आपत्कालीन परिस्थितीत टाटा ट्रस्ट्स व कंपन्यांनी 'टाटा रिलीफ कमिटी'ची स्थापना करून पुनर्बांधणी कार्याला हातभार लावला होता. त्यांनी आंध्र प्रदेशात सहाशे कॉंक्रीटची घरे व अकरा भव्य निवारे उभारले तर, गुजरातमध्ये शंभर घरे बांधून दिली.

जे कारखाने मोठ्या गावापासून अथवा शहरापासून दूर, ग्रामीण भागात वसले आहेत, त्यांच्या बाबतीत आपण स्थानिक परिस्थिती व आपल्या कारभाराचा आवाका विचारात घेऊन, आपल्या कर्मचाऱ्यांच्या निवासासाठी एखादी वसाहत निर्माण करतो. आपण बहुतेकजण कर्मचाऱ्यांना उत्तम निवासस्थाने उपलब्ध करून देण्याखेरीज त्यांच्या कुटुंबीयांसाठी अन्य सेवा व सुखसुविधाही उपलब्ध करून देतो, पण आजूबाजूला राहणाऱ्या इतर लोकांचे काय?

कारखान्याच्या वसाहतीत न सामावलेले कर्मचारी व त्यांची कुटुंबे, शेतकरी, व्यापारी, सैन्यदलातील जवान, स्त्रिया, बालके, वयोवृद्ध, बेरोजगार, आजारी, कंगाल असे अनेक घटक भारतातील प्रत्येक खेड्यात, प्रत्येक समाजात आढळतात.

मला वाटते, औद्योगिक संस्था, मग त्या खाजगी क्षेत्रातील असोत वा सार्वजनिक क्षेत्रातील असोत, त्यांना उपलब्ध असणाऱ्या स्रोतांचा वापर करून आपल्या अवतीभवतीच्या लोकांचा जीवनस्तर सुधारणे, आपत्कालीन परिस्थितीत साहाय्य करणे, बेरोजगारांना काम मिळवून देण्यात साहाय्य करणे व गरजूंना मदतीचा हात देणे इत्यादी बरीच कामे करू शकतील, करू शकतात. आपल्या देशात असे एकतरी खेडे असेल का, जिथे तुटपुंज्या सेवा-सुविधांमध्ये सुधारणा घडायला नको आहे? शाळा, रुग्णालय, रस्ता, विहिरी, त्यावर पंप आणि सगळ्यांत महत्त्वाचं म्हणजे किफायतशीर रोजगाराचे साधन असणे या गोष्टींची उणीव सर्वत्र आहेच.

यासाठी अर्थातच थोडाफार खर्च प्रत्यक्ष वा अप्रत्यक्ष स्वरूपात करावा लागणार हे उघड आहे, पण थोडाफार खर्च करून खूप मौल्यवान मदत करता येणे शक्य आहे. कोणत्याही कंपनीच्या कर्मचाऱ्यांच्या व त्यांच्या कुटुंबाच्या दैनंदिन गरजा भागवण्यासाठी बऱ्याच गोष्टींची, वस्तूंची, आवश्यकता असते. त्या बाहेरून मागवण्याऐवजी त्या आसपासच्या खेड्यांतून उपलब्ध करता येऊ शकतील. उदाहरणार्थ, कुक्कुटपालन व डेअरीशी संबंधित उत्पादने, भाज्या व फळे, रुग्णालयांसाठी लागणाऱ्या मलमपट्ट्या, तसेच स्थानिक सुतार, गवंडी, लोहार यांनी बनवलेल्या विविध वस्तू किंवा खेड्यातील कुटीरोद्योगामार्फत बनलेली उत्पादने.

ग्रामीण भागात वसलेल्या औद्योगिक समूहांनी त्यांच्या आसपासच्या परिसरातील खेडी दत्तक घ्यावीत, या उद्योगांतील व्यवस्थापक, इथले अभियंते, डॉक्टर्स, कुशल विशेषज्ज्ञ यांचा काही वेळ या खेड्यातील लोकांना साहाय्य करण्यासाठी, त्यांना मार्गदर्शन करण्यासाठी, खेडूत व कंपनी यांच्या दरम्यानच्या सहकारी प्रकल्पामधील नव्या प्रगतीवर लक्ष ठेवण्यासाठी राखून ठेवायला हवा. खेड्यांमध्ये कुटुंबनियोजन कार्यक्रमाला सहकार्य करणे ही विशेष करून अमूल्य सेवा ठरेल.

यांपैकी कोणतेही साहाय्य करताना आपण दान करतोय अशी भावना ठेवू नये. कधीकधी काही मोफत सेवा अथवा आर्थिक मदतीचा हात देण्याची गरज भासेलही, पण

यातील बहुतेकसे उपक्रम कंपनी व खेडूत यांच्या दरम्यानचे सहकारी तत्त्वावरील स्वयंसाहाय्यता उपक्रम असावेत. अशा संयुक्त उपक्रमांचे फायदे प्रारंभी मुख्यत्वे खेड्यालाच मिळणार हे खरे असले तरी, कंपनीच्या आजूबाजूचा परिसर निरोगी, समृद्ध व शांततामय असणे हे कंपनीच्या हिताचेच ठरणारे असते.

आपण ग्रामीण भागात वसलेल्या उद्योगांचा विचार केला, पण जे उद्योग गावात अथवा शहरात वसलेले आहेत त्यांचे काय? अर्थातच, त्यांचे समाजासाठी घडणारे योगदान निराळ्या स्वरूपाचे असले पाहिजे. शेतकी समाजासाठी सुयोग्य ठरणारे उपक्रम त्यांनी या ठिकाणी अवलंबायचे ठरवले तर ते अडचणीचे व कदाचित प्रभावहीन ठरेल. तथापि, गावाच्या अथवा शहराच्या गरजा कितीतरी मोठ्या आहेत. मुंबई व कोलकत्यासारख्या शहरातील अक्राळविक्राळ गलिच्छ वस्त्या आणि अनधिकृत वसाहती दरवर्षी अधिकाधिक वाढत चालल्या आहेत आणि हे सगळे जिथून परत फिरता येणे अशक्य आहे अशा टोकाला जाऊन भिडले आहे.

ज्या भीषण समस्येवर झटपट मार्ग सापडणार नाही, ते दीर्घकालीन उद्दिष्ट आहे. हे काम पुरेसे अधिकार असणाऱ्या शासकीय यंत्रणाच फक्त हाताळू शकतील. पण मला खात्री आहे, की खाजगी उद्योग व व्यावसायिकांच्या समस्येबाबत आपला ठोस प्रभाव टाकणे शक्य आहे. या व्यक्ती त्यांचे आर्थिक, तांत्रिक व व्यवस्थापकीय साधनस्रोत वापरून आणि शासकीय यंत्रणेला सक्रिय सहकार्य करून या समस्येच्या निराकरणासाठी भरीव योगदान देऊ शकतात. गलिच्छ वस्ती सुधारणा व बेघरांचे पुनर्वसन या कार्याखेरीज, उद्योग-व्यवसाय क्षेत्रातील व्यक्ती वैयक्तिकरीत्या अगर सहकारी तत्त्वावर अमूल्य साहाय्य व सेवा देऊ शकतात. अशी असंख्य क्षेत्रे आहेत आणि त्या बदल्यात त्यांना समाजाच्या सदिच्छा व दुवा लाभेल हे निःसंशय.

रोटरी व लायन्स क्लब्ज तसेच इतर स्वयंसेवी संघटनांनी या संदर्भात अल्प प्रमाणात पण स्तुत्य व चांगले कार्य केले आहे. मोठमोठ्या शहरातील, प्रचंड साधनस्रोत असणारे सुसंघटित उद्योगसमूह अशा स्वयंसेवी प्रयत्नांना बळकटी देऊन ते बहुगुणित करू शकतील. अशा उद्योगसमूहांना स्वतःच्या गावातील वंचितांच्या कल्याणासाठी व त्यांना साहाय्य करण्यासंदर्भात योगदान देण्यासाठी अमर्याद वाव आहे. याबाबत विचारपूर्वक पाऊल टाकले जावे अशी माझी कळकळीची शिफारस आहे आणि अशा एखाद्या सहकारी कार्यक्रमाची शक्यता पडताळण्याचे ठरल्यास त्यामध्ये मी माझी भूमिका आनंदाने बजावेन.

महापालिका अधिकारी खाजगी कंपन्यांकडून आलेल्या सहकार्य प्रस्तावाचा अव्हेर न करता त्यांच्या सहकार्याचे व साहाय्याचे स्वागत करतील असा मला विश्वास वाटतो. सर्वांनाच तरुण पिढी, सुशिक्षित व त्यातल्या त्यात सुखवस्तू अथवा दुर्बल घटकांच्या उन्नतीसाठी विधायक व साहाय्यकारी कार्य करण्याची

अमर्याद संधी आहे. आजचा उमलता तरुण उद्याच्या परिपक्व पिढीचा घटक बनेल, त्याच्यावरच आपल्या देशाचे संपूर्ण भवितव्य अवलंबून आहे, ही गोष्ट अगदी सुस्पष्ट असताना उद्योग व व्यवसाय क्षेत्र त्यांच्यामध्ये फारसा रस घेत नाही. या तरुणांना अधिक चांगल्या भविष्याकडे नेण्यासाठी, त्यांची जीवनाकडे बघण्याची वृत्ती अधिक सकारात्मक बनवण्यासाठी, त्यांना कोणत्या ना कोणत्या मार्गे साहाय्य करायलाच हवे. आपल्या देशातील बहुंताश तरुणाईला बेरोजगारीच्या घोर चिंतेने पछाडलेले आहे. आपल्याला त्यांना मार्गदर्शन करण्याची, त्यांना अधिक उज्ज्वल भविष्यकाळ लाभावा यासाठी त्यांना साहाय्य करण्याची सुसंधी आहे.

मी या विषयावर काहीसे सविस्तरपणे बोललो कारण गेली अनेक वर्षे हा माझ्या अत्यंत आस्थेचा विषय राहिला आहे. मी तरुण असताना जलदगतीने प्रगती साधणाऱ्या भारताचे स्वप्न पाहिले होते. माझ्या जीवितकालात आपला देश दारिद्र्य, दु:ख व अज्ञानाच्या अंधारातून बाहेर पडेल आणि सर्वत्र भरभराट घडेल, विकासाचे तेजोमयी युग अवतरेल अशी मला आशा होती, पण हे कल्पनाचित्र हळूहळू धूसर होत गेले. आपल्यापैकी काहीजण निराश झाले असतील, पण आपण मनात जपलेले हे भव्य स्वप्न कधीही विसरायचे नाही किंवा हे स्वप्न वास्तवात उतरवण्यासाठी आपल्याला जे काही करणे शक्य आहे त्यात कुचराई करायची नाही. एक दिवस असा नक्की येईल, की त्या दिवशी भारतीयांना त्यांच्या शतकानुशतकांच्या कष्टाची, संयमाची व त्यागाची मधुर फळे चाखायला मिळतील.

■

संमिश्र अर्थव्यवस्थेची गुणवत्ता

आर्थिक शक्तींचा समतोल

३ सप्टेंबर, १९५३ : 'दी टाटा आयर्न अॅन्ड स्टील कंपनी लिमिटेड' अध्यक्षीय निवेदन.

आपल्या सरकारने या देशासाठी संमिश्र अर्थव्यवस्थेची संकल्पना स्वीकारली आहे. ही संकल्पना विस्तृत प्रमाणात स्वीकारली गेली आहे आणि उद्योग व व्यवसाय क्षेत्रातील लोक या संदर्भात सहकार्य करण्यास उत्सुक आहेत. तथापि, संमिश्र अर्थव्यवस्था म्हणजे सरकारी उद्योग संस्था व खाजगी उद्योग संस्था यांचे साहचर्य असा अर्थ आहे, म्हणजेच संमिश्र अर्थव्यवस्थेत संपूर्णत: सरकारी वर्चस्व असणार नाही, त्यामुळेच खाजगी औद्योगिक वर्गाचे अस्तित्व तात्पुरते सहन करून, त्याला फक्त भावी विकासकार्ये घडेपर्यंतच टिकू देणे, असा अर्थ असणार नाही. जर समाजामध्ये या शक्तींचा समतोल असेल, मुक्त व्यवसाय एक स्वायत्त शक्ती म्हणून आपले वजन सरकारी उद्योग, व्यापार संघटना व समाजातील इतर घटकांच्या बरोबरीने टाकत असेल, तरच संमिश्र अर्थव्यवस्था सुरळीतपणे चालू शकेल.

मला ही निरीक्षणे नोंदवणे भाग पडले कारण सरकारची वृत्ती माझ्या लक्षात आली आहे. कदाचित हेतुपुरस्सर नसेल पण सरकार मुक्त व्यवसायाबद्दल एकही शब्द ऐकून घ्यायला तयार नाही, खाजगी उद्योगांशी सल्लामसलत करण्याचीसुद्धा त्यांची तयारी नाही. खाजगी उद्योगक्षेत्राची मते अथवा सल्ला ज्या ठिकाणी मोलाचा ठरू शकेल अशा बाबतीतसुद्धा त्यांचे मत घेतले जात नाही. उदाहरणादाखल सांगायचं तर, नुकतेच भारतीय हवाई वाहतूक उद्योगाचे राष्ट्रीयीकरण झाले, त्यामध्ये सरकारला औद्योगिक क्षेत्रावर परिणाम घडवणारे महत्त्वाचे आर्थिक निर्णय घेताना औद्योगिक क्षेत्र व त्याचे प्रतिनिधी यांना बरोबर नेणे आवश्यक वाटले नाही. मला वाटते, आता सरकारने आपली भूमिका स्पष्ट करण्याची व संमिश्र अर्थव्यवस्था प्रस्थापित करणे हेच त्यांचे अंतिम ध्येय खरोखरच आहे का, या अर्थव्यवस्थेत दोन्ही क्षेत्रांना कर्तृत्व दाखवण्याची परवानगी मिळणार आहे, का सर्वच औद्योगिक संस्थांवर

सरकारी मक्तेदारी राहणार आहे, याबाबत निवेदन करण्याची वेळ येऊन ठेपली आहे.

आपल्या देशातील परिस्थितीच्या नेमके उलट चित्र इतर देशांत पाहायला मिळते. जगातील बऱ्याच स्वतंत्र देशांत बरीच वर्षं सरकारी मालकी व सर्व आर्थिक व्यवहारांवर कडक नियंत्रण यांचा अनेक वर्षे अनुभव घेतल्यानंतर, एकूणच मतप्रवाह अगदी उलट बनत आहे. अन्यत्र सत्याची नवी पहाट उजाडायला प्रारंभ झाला आहे. त्यांच्या ध्यानात येऊ लागले आहे, की समाजवादाचा सिद्धान्त आणि प्रत्यक्ष कृतीतील समाजवाद यांत बरेच अंतर असते. समाजवादाचे पुरस्कर्ते दावा करतात, तसा तो आर्थिक व सामाजिक प्रश्नांवर रामबाण उपाय नसतो, तसंच तो वर्गविहीन समाजरचना निर्माण करण्यास साहाय्यभूत ठरत नाही. तर, त्यामुळे देशाची सर्व आर्थिक सत्ता काही मोजक्या मंत्री व नोकरशहांच्या हाती धोकादायकरीत्या एकवटते. अशा प्रकारचे आर्थिक सत्तेचे केंद्रीकरण एकाधिकारशाहीत स्वीकारार्ह असले तरी ते खऱ्याखुऱ्या लोकशाहीशी संपूर्ण विसंगत आहे.

ही माझी आर्थिक बाबींत प्राचीनकाळच्या मुक्त अर्थव्यवस्थेकडे परत फिरण्याची विनंती नाही. काही मोजक्या माणसांच्या हितसंबंधांपेक्षा एकूणच राष्ट्राचे हितसंबंध अधिक महत्त्वाचे असायला हवेत. सरकारने जिथं आवश्यक असेल तिथं उद्योग व व्यवसायांवर रास्त नियंत्रण ठेवावे. पण या नियंत्रणामुळे हे क्षेत्र दुर्बल होणार नाही याची दक्षता बाळगावी. सरकार प्राधान्यक्रमाच्या, वास्तववादी मूल्यमापनाच्या मर्यादेत राहून, सरकारी यंत्रणा व कार्यपद्धती यांना अनुरूप असणाऱ्या काही क्षेत्रांत, उत्पादनकार्यातही सकारात्मक सहभाग घेऊ शकेल. मात्र या प्रक्रियेत सरकारनं उत्पादन व रोजगारवृध्दी ही प्रमुख उद्दिष्टे नजरेआड होऊ देऊ नयेत आणि हे उद्दिष्ट सर्जनशील उद्योग व कर्तृत्व, संपत्तिसंचय या गोष्टींना नाउमेद करण्याने व गुंतवणूकदारांचा विश्वास गमावण्याने साध्य होणार नाही.

मला मनापासून वाटते, की सैद्धान्तिक विचारसरणीपासून मुक्त असलेली, वास्तववादी व पूर्ण विचारांती आखलेली धोरणे, उत्पादनवृद्धीला, बचतवृद्धीला प्रोत्साहन देण्याचे उद्दिष्ट, प्रामाणिक व कार्यक्षम व्यवस्थापनाची योग्य दखल, समाजविघातक कृत्यांचे खच्चीकरण या गोष्टी अमलात आणल्यास मुक्त उद्योगास नवी ऊर्जा प्राप्त होईल. महात्मा गांधींनी ज्या 'विश्वस्त' भावनेचा पुरस्कार केला ती भावना खाजगी क्षेत्रात रुजवण्यासही हे साहाय्यभूत ठरू शकेल आणि क्षेत्रीय व वैयक्तिक हिताआधी देशाचे हित पाहण्याची जबाबदारी थेट त्यांच्यावर टाकता येईल.

माझ्या मते खाजगी क्षेत्र व सरकारी क्षेत्र यांना विशिष्ट क्षेत्रांत एकत्र आणण्याचे धोरण आखल्यास, लघुउद्योग व कुटीरद्योगांना तसेच सहकार चळवळीला साहाय्य करणे, जमीन व सामाजिक सुधारणा, लोकसंख्या नियंत्रणासाठी उपाययोजना आखणे अशा गोष्टी घडल्यास, या देशाच्या आर्थिक घडामोडीत क्रांतिकारक बदल

घडून एक योग्य कार्यक्रम तयार होईल आणि संमिश्र अर्थव्यवस्थेची संकल्पना खऱ्या अर्थाने यशस्वी होईल.

पूर्वग्रह सोडून द्या

२६ ऑगस्ट १९५४, 'दी टाटा आयर्न ॲन्ड स्टील कंपनी लिमिटेड' : अध्यक्षीय निवेदन

मी सरकारचे सदस्य व संसद यांना आदरपूर्वक सुचवू इच्छितो, की त्यांनी सध्याचे अर्थव्यवस्थेचे धोरण ही तात्पुरती योजना असून, ती संपूर्ण समाजवाद अथवा भांडवलशाहीच्या दिशेने टाकण्यात आलेले केवळ एक पाऊल आहे असे भासवणे थांबवावे.

सर्वांत महत्त्वाचे म्हणजे, आपल्या देशाच्या अधिकृत व राजकीय विचारसरणीवर दीर्घकाळ प्रभाव टाकणारे काही विशिष्ट पूर्वग्रह सोडून देण्याची गरज आहे. उदाहरणार्थ – नफा मिळवणे हे उद्दिष्ट लाजिरवाणे आहे. नफा मिळवणे आणि नफेबाजी म्हणजे एकच अर्थ, सुमारे ३% निव्वळ नफा म्हणजे सुयोग्य मोबदला आहे, लोकसंख्येची समस्या आपोआप सुटेल, यांत्रिकीकरण म्हणजे बेरोजगारी, गरिबांची समृद्धी वाढवण्यापेक्षा श्रीमंतांना गरीब करणे अधिक महत्त्वाचे आहे. कल्याणकारी राज्य- ते चालवण्यासाठी प्रथम उत्पन्नाचे स्रोत निर्माण न करताच ते उभारता येऊ शकते, राष्ट्रीयीकरणामुळे अतिरिक्त संपत्तीनिर्मिती घडते, केंद्रित सरकारी उद्योग व व्यवस्थापन म्हणजेच समाजवाद असे अनेक पूर्वग्रह दीर्घकाळ रुजले आहेत.

मी या संदर्भात एका थोर समाजवादी नेत्याच्या (या नेत्याला कुणी भांडवलशाहीचा पाठीराखा किंवा समाजवादविरोधी विचारसरणीचा म्हणणार नाही.) संस्मरणीय उद्‌गारांकडे लक्ष वेधतो. या वर्षीच्या (१९५४) जुलै महिन्यात प्रसिद्ध झालेल्या, भूदान चळवळीवरील एका लेखात श्री. जयप्रकाश नारायण यांनी म्हटले :

> सध्याच्या जगात सरकार – फक्त एकाधिकारशाहीच्या रूपातलेच नव्हे तर कल्याणकारी स्वरूपातलेही – स्वत:कडे अधिकाधिक सत्ता व जबाबदाऱ्या घेत आहे. कल्याणकारी सरकार लोककल्याणाच्या नावाखाली माणसाला सरकारचे गुलाम बनवत आहे, हे एकाधिकारशाहीतल्यासारखेच आहे. या गलितगात्र करणाऱ्या अर्धांगवायूविरुद्ध जनतेने आवाज उठवलाच पाहिजे. कल्याणकारी सरकार हे लोकांचे असते असे मानले जाते. कारण ते लोकांनीच बनवलेले असते, पण

> ही बाब या मुद्यावर काहीच परिणाम करू शकत नाही. लोकशाही निवडणुकांचे आयुध वापरून पाचशे प्रतिनिधी व अठरा कोटी जनता, यांत फक्त प्रौढांचीच गणती केलेली असते, यांची बरोबरी होऊ शकत नाही. हे अठरा कोटी लोक आपले व्यवहार ज्या प्रमाणात सांभाळतात, त्या प्रमाणात सरकारची सत्ता व कार्यवाही मर्यादित असते आणि खरीखुरी लोकशाही प्रत्यक्ष आचरणात येते.''

मी गेल्या वर्षात युनायटेड किंग्डममध्ये घडून आलेल्या लक्षणीय बदलाकडेही लक्ष वेधतो. त्यांच्याकडे आर्थिक परिघातील अधिकृत धोरणांतही ठळक बदल घडले आहेत. त्यांच्याकडे उद्योग व व्यवसायाच्या उत्पादनक्षम ऊर्जा जाणण्याचे व तिला चालना देण्याचे प्रयत्न होत आहेत. तसेच युद्धकाळापासून चालत आलेली, बधीर करणारी, नोकरशाहीच्या नियंत्रणाची ओझी व सैद्धान्तिक अनिश्चितता यांपासून त्यांची मुक्तता करण्यात आली आहे.

माझी खात्री आहे, की जर आपल्या सरकारने रास्त नियंत्रणाच्या मर्यादेत राहून खाजगी क्षेत्राला त्यांच्या सध्याच्या दुर्बल व अनिश्चित अवस्थेतून मुक्त करण्याचा प्रयोग करून पाहिला, या क्षेत्राला कर्तृत्व दाखवण्यास वाव दिला, तर त्याची फलनिष्पत्ती पाहून सरकार आश्चर्यचकित होईल. आर्थिक प्रश्नासंदर्भात संपूर्ण मुक्त अर्थव्यवस्थेकडे परत फिरावे अशी सूचना कुणीही गांभीर्याने करणार नाही. सरकारने अर्थव्यवस्थेचा विस्तार करण्यात सक्रिय भूमिका घेण्याखेरीज, देशातील आर्थिक घडामोडींवर एकूणच नियंत्रण ठेवले पाहिजे आणि त्यायोगे अनिष्ट प्रथांना प्रतिबंध केला पाहिजे. समाजाच्या कुवतीनुसार त्याला अत्यावश्यक सेवा पुरवल्या पाहिजेत आणि पददलितांचे संरक्षण केले पाहिजे. ही उद्दिष्टे उद्योग व कर्तृत्वाला विकलांग करणाऱ्या धोरणांद्वारे साध्य होऊ शकत नाहीत.

तथापि, खाजगी क्षेत्रात काम करणाऱ्या आपल्यापैकी ज्या लोकांवर औद्योगिक व आर्थिक व्यवस्थापनाची जबाबदारी आहे, त्यांनी एक गोष्ट स्पष्टपणे ध्यानात घ्यायला हवी. सरकारने खाजगी क्षेत्राकडे पाहण्याचा नवा दृष्टिकोन स्वीकारणे, गुंतवणूकदारांचा विश्वास आणि कामगारांचे सहकार्य लाभणे या गोष्टी घडण्यासाठी आपण आपल्यावर दाखवलेल्या विश्वासाला पात्र ठरून दाखवायला हवे. आपल्या देशाने या साहसी उपक्रमाला प्रारंभ केला आहे. यामध्ये स्वार्थी व नालायक हेतूंना, अप्रामाणिक वर्तनाला – ज्यांनी भूतकाळात काही प्रसंगी मुक्त उद्योगक्षेत्राच्या नावाला काळीमा फासला आहे त्यांना – अजिबात स्थान नाही.

कालबाह्य ठरणारे सिद्धान्त

३० ऑगस्ट, १९५६ : 'दी टाटा आयर्न ॲन्ड स्टील कंपनी लिमिटेड' : अध्यक्षीय निवेदन

आपल्या सरकारने स्वातंत्र्यप्राप्तीनंतर प्रचंड कार्य केले आहे हे आपण सर्वजण जाणतो. आपल्या सरकारपुढे अभूतपूर्व राजकीय, आर्थिक व सामाजिक प्रश्न उभे ठाकले असतानाही, सरकारने जबाबदाऱ्यांचे धडकी भरवणारे ओझे कौशल्याने, समर्पित वृत्तीने व यशस्वीपणे पेलले आहे. आपण सर्वजण हेही जाणतो, की आगामी वर्षांतही सरकारपुढे कामाचा अवाढव्य पसारा आहे. भारतातील जनतेला भविष्यात समृद्धी व सौख्य लाभण्यासाठी या देशाच्या आर्थिक विकासाच्या योजना यशस्वी होणे गरजेचे आहे. सरकारचे भावी काळात परिश्रमपूर्वक, समृद्ध, लोकशाही व सुखी राष्ट्र बनवण्याचे उद्दिष्ट आहे, आपण औद्योगिक व व्यवसाय क्षेत्रातील सर्वजण सरकारच्या या उद्दिष्टपूर्तीसाठी त्याच्यासोबत आहोत.

आमचा मतभेद आहे तो देशाच्या आर्थिक घडामोडीतील सरकारची भूमिका व स्वतंत्र व्यक्तीची भूमिका या संदर्भात. आम्हाला असं कळकळीनं वाटतं, की सरकारची भांडवलशाही व समाजवादी विचारसरणीच्या आर्थिक सिद्धान्तावर आधारलेली काही धोरणे आता वास्तवाशी अनुरूप राहिलेली नाहीत. यापूर्वी ती सुसंगत ठरली असतीलही. गेल्या काही दशकांत जगभरात अन्यत्र, सामाजिक व आर्थिक संदर्भात जे प्रयोग झाले, त्यांच्या निष्कर्षांकडे सरकार दुर्लक्ष करत आहे असं दिसतंय. उदाहरणादाखल सांगायचं तर, अमेरिकेखेरीज, युरोपमधील ज्या देशांनी मुक्त उद्योगांवर भिस्त ठेवून त्यांना आवश्यक तो पाठिंबा व प्रोत्साहन दिले आहे, त्या देशांनी आर्थिक भरभराट तर साधली आहेच, शिवाय त्यांनी वास्तववादी अर्थविषयक व प्रशासकीय उपाययोजनांद्वारे समतावादी रामराज्याचे समाजवादी स्वप्नही साकार केले आहे.

आपला अनमोल ठेवा

८ डिसेंबर १९६९ : दिल्लीच्या 'असोसिएटेड चेम्बर्स ऑफ कॉमर्स ॲन्ड इन्डस्ट्री ऑफ इंडिया' या संस्थेच्या सुवर्ण महोत्सवी परिषदेत मांडलेले विचार : विषय – 'दुसऱ्या विकास दशकातील उद्योग'.

आज आपल्यासमोरच्या सामाजिक उद्दिष्टांबाबत कसलेही मतभेद अथवा वाद नाहीत. सामाजिक न्यायासाठी आवाहने, सर्वांना समान संधी, सामान्य माणसाचे हित, झपाट्याने उंचावणारा जीवनस्तर, लोकशाही व व्यक्तिस्वातंत्र्य ही सर्व सर्वमान्य झालेली उद्दिष्टे जवळपास जुनी झाली आहेत.

आपली पुनःपुन्हा खात्री पटवण्यात आली आहे, की सिद्धांत व सरकारची धोरणे किंवा संसदेने तयार केलेले कायदे यांचे परस्परांशी काहीही देणेघेणे नाही. तथापि, आर्थिक धोरणे जाहीर करताना, त्यामध्ये कधीही व्याख्येच्या चौकटीत न बसवलेल्या समाजवादाचे संपादन हेच देशाचे मुख्य ध्येय असल्याचे जाहीर केले जाते, त्यामध्ये 'कल्याणकारी राज्याची निर्मिती' या ध्येयाचा कधीच उल्लेख नसतो.

आपल्या सरकार व संसदेमधले जे कुणी आपल्या देशाची धोरणे आखतात, त्यांना मी अत्यंत आदरपूर्वक सांगू इच्छितो, की आता संपत आलेल्या या दशकातील आपली प्रगती खुंटलेली आहे. ही अवस्था टाळता आली असती. ही प्रगती खुंटण्याचे कारण आहे समाजवादाच्या सकारात्मक पैलूपेक्षा नकारात्मक बाजूवर दिलेला प्रचंड भर, इष्ट गोष्टींना प्रोत्साहन देण्याऐवजी, अनिष्ट गोष्टींना प्रतिबंध करण्यावर अधिक जोर देणारी धोरणे, गरिबांचे उत्पन्न वाढविण्याच्या दृष्टीने धोरण आखण्याऐवजी, तुलनात्मक सुखवस्तू लोकांचे उत्पन्न कमी करण्यावर भर देणारी धोरणे, काही अपप्रवृत्तीच्या माणसांच्या गैरवर्तनाचे निमित्त होऊन चांगल्या घटकांच्या कर्तृत्व व कृतीवर निर्बंध, सैद्धान्तिक ध्येयांचा पाठपुरावा करणारी धोरणे. देशात संपत्तीनिर्मिती घडवण्यासाठी सर्व शक्तींची एकजूट करून, त्यांच्यावर कल्याणकारी योजनांसाठी कर आकारणी केली पाहिजे. मात्र तसे न घडता ही धोरणे अर्थव्यवस्थेला हानिकारक ठरत आहेत, आपली प्रगती खुंटवत आहेत, हे लक्षात घ्यायला हवे.

आपण आपल्या आजूबाजूला कधी पाहणारच नाही आहोत का? ऑस्ट्रेलिया, जपान व इतर आशियाई देशांनी याच दशकात किती प्रचंड आर्थिक भरारी घेतली आहे, त्याकडे आपण सदैव काणाडोळा करायचा का? त्यांना ही प्रगती साध्य झाली, त्याच वेळी आपण मात्र असली अडखळती प्रगती केली आहे. त्यांचे आर्थिक तत्त्वज्ञान आपल्यापेक्षा कितीतरी भिन्न आहे, या वस्तुस्थितीवर आपण विचार करायला नको का?

आपल्या देशात जगातील इतर कुठल्याही देशातल्याइतकीच बुद्धिमत्ता, कौशल्ये, क्षमता व निश्चयाचे बळ आहे. आपल्या लोकांनी आपण आर्थिक विकासांची आव्हाने पेलू शकतो हे निर्विवाद सिद्ध केले आहे. मॅथ्यू अरनॉल्डनं म्हटलं आहे, ''द सीडस् ऑफ गॉड-लाईक पॉवर आर इन अस स्टील, गॉडस् आर वी, बार्डस्, सेंटस्, हिरोज, इफ वी विल.''

(अजूनही आपल्या अंतरात दैवी शक्तीची बीजं वास करत आहेत. आपण मनात आणलं तर आपण कवी, संत, वीर आपण सारे देवपदाला पोहोचू.)

या वचनातून भारताच्या दुसऱ्या दशकाबद्दलची खरीखुरी आशा व्यक्त होत आहे. हा अमोल ठेवा वाया न घालवणे या देशाच्या नेतृत्वाच्या हाती आहे.

प्रगतीसाठी भव्य संघटन

२५ ऑगस्ट १९७०: "१९व्या वा २०व्या शतकातील समाजवाद?" या विषयावर मुंबईच्या रोटरी क्लबमध्ये केलेले भाषण.

जनतेला रोजगार उपलब्ध करून देणे, विस्तृत क्षेत्रांत समृद्धी निर्माण करणे आणि देशातील जनतेला स्थैर्य प्राप्त करून देणे या बाबींत आपल्यापेक्षा किती विकसनशील देशांनी बरीच चांगली कामगिरी घडवली आहे व ही कामगिरी त्यांनी का व कशी घडवली असेल, हा प्रश्न आपण स्वत:लाच का विचारू नये? आपल्याकडे वीस वर्षे योजना आखून, कडक निर्बंध लादून व विकासासाठी तीस हजार कोटी रुपये गुंतवणूक करुनसुद्धा आपली अर्थव्यवस्था थंडावलेलीच आहे, बेरोजगारी वाढत आहे आणि ठोक मालाची तूट कायम टिकून आहे, असे का? या इतर देशांत त्यांच्या प्रगतीला कारणीभूत असणारा असा एखादा सामाईक घटक आहे आणि तो भारतात नाही, असे असेल का?

खरोखरच, त्या देशांच्या सरकारच्या आर्थिक धोरणांत असा सामाईक घटक आहे.

ते सर्वजण कसल्याही आर्थिक मतप्रणाली व पूर्वग्रह यांपासून पूर्णत: मुक्त आहेत. आपल्याकडे अशी स्थिती नाही.

उत्पादन व वितरण यांमध्ये त्या सर्वांची मुख्य भिस्त खाजगी उद्योगांवर आहे. यांपैकी समाजवादी सरकारे असणाऱ्या देशांतही असेच चित्र आहे.

ते सर्वजण खाजगी गुंतवणूक, कर्तृत्व व उद्योग यांना अनुकूल परिस्थिती निर्माण करण्यासाठी विशेष परिश्रम घेतात.

त्यांच्यापैकी कुणीही व्यापारी व औद्योगिक समाजावर भारतातल्यासारखी भयावह परवाना पद्धती व या क्षेत्राला विकलांग करणारी सर्वव्यापी नियंत्रणे लादत नाहीत.

सर्व आर्थिक सत्ता खाजगी उद्योगांच्या हातात एकवटली जाण्याच्या कपोलकल्पित धोक्याचे भय बाळगून, त्यांच्यापैकी कुणीही आर्थिक सत्ता मूठभर मंत्री व नोकरशहांच्या हाती एकवटू देत नाहीत.

आपल्या सरकारची धारणा आहे, की समाजवादाचा प्रमुख अर्थ म्हणजे

व्यापार-उद्योगाचे राष्ट्रीयीकरण व सार्वजनिक क्षेत्राचे वर्चस्व स्थापन करणे. या देशांपैकी कोणताही देश असा विचार करत नाही, त्याउलट समाजवादाशी संपूर्णत: मिळतेजुळते सामर्थ्यवान खाजगी क्षेत्र हाच विसाव्या शतकातील समाजवाद मानतात. आपले सरकार त्यांच्या या मताशी सहमत नाही.

त्यांच्यापैकी कुणीही आपल्या देशातल्यासारखे वैयक्तिक कर आकारणीचे क्रौर्यपूर्ण दर स्वीकारलेले नाहीत. आपल्या देशातील या प्रचंड कर आकारणीमुळे गुंतवणूक व कर्तृत्वाला प्रचंड खीळ बसली आहेच, शिवाय करचुकवेगिरी व काळाबाजार यांना उत्तेजन मिळाले आहे.

भारतीय समाजवादी एकोणिसाव्या शतकातील मार्क्सवादी विचारसरणीच्या समाजवादाला चिकटून आहेत. शंभर वर्षांत मार्क्सचे जवळपास प्रत्येक आर्थिक सिद्धान्त व भाकिते खोटी ठरली आहेत ही वस्तुस्थिती असली, जगभरातील सर्व बिगर-साम्यवादी समाजवादी देशांतील लोकशाही समाजवादी या सिद्धान्ताचा पुरस्कार करत न बसता, संपत्तीनिर्मितीच्या व्यवहार्य साधनांचा आणि द्वारे समानतावादी कल्याणकारी राज्य चालवण्याचा विचार करतात.

आपले समाजवादी ज्या प्रकारचे मार्क्सवादी आर्थिक कार्यक्रम लोकशाही मार्गांनी राबवण्याची भाबडी आशा बाळगतात, ते निर्दयी हुकूमशाही मार्गाखेरीज प्रत्यक्षात अमलात आणणे शक्य नाही. ही गोष्ट इतर देश ओळखून आहेतच, शिवाय जगातील अनेक देशांत आज जे संपन्न व समतावादी समाज आहेत, तसे समाज घडवण्यात साम्यवाद आजवर अपयशी ठरला आहे, ही गोष्टही ते जाणून आहेत.

अशाप्रकारे, आज जगातील आधुनिक समाजवादी सरकारे संपत्तीनिर्मिती करण्यासाठी खाजगी उद्योगांना सर्वतोपरी प्रोत्साहन देत आहेत असे दिसते. याच संपत्तीनिर्मितीतून ते समाजवादी राज्याच्या कल्याणकारी सेवा-सुविधांच्या खर्चाच्या तरतुदीसाठी कररूपाने पैसे वसूल करू शकतात. भांडवलशाही उद्योग समाजवादाला अर्थसाहाय्य करण्यात आणि विकासप्रक्रियेमध्ये जनतेला आर्थिक विकासाची फळे उपलब्ध करून देण्यात किती निर्णायक महत्त्वाची भूमिका बजावू शकतात, हे या सरकारांना उमगले आहे, पण आपल्या समाजवाद्यांना उमगलेले नाही. या विकासप्रक्रियेबद्दल वेगळ्या शब्दात असे म्हणता येईल, की केक तयार होत असताना, त्याचे वाटपही सुरू असते.

सुरुवातीला भारताची वाटचाल उत्तम होती. आपल्या देशाने जवाहरलाल नेहरूंच्या नेतृत्वाखाली संमिश्र अर्थव्यवस्था स्वीकारली होती. यानुसार वेगवान औद्योगिकीकरण व जलद आर्थिक प्रगती साधण्यासाठी सार्वजनिक क्षेत्र व खाजगी क्षेत्र यांनी हातात हात घालून चालण्याचे धोरण होते. याबाबत काही शंकाकुशंका

असल्या तरीही, भारतीय कारखानदार व व्यावसायिकांनी अशा संमिश्र अर्थव्यवस्थेच्या संकल्पनेला पाठिंबा दिला आणि ते त्यामध्ये आपला संपूर्ण वाटा उचलण्यास सज्ज होते.

मी स्वत:देखील अगदी भाबडेपणाने असे मानले, की उद्योजकता व गुंतवणूक यांच्या एकमात्र स्त्रोतावर विसंबून राहणाऱ्या अन्य देशांपेक्षा, या मार्गाने भारताची प्रगती अधिक जलद होईल. माझ्या मनात सार्वजनिक व खाजगी क्षेत्रांच्या भागीदारीचे स्वप्न होते. यापैकी प्रत्येक क्षेत्र स्वत:साठी सर्वोत्तम असणाऱ्या क्षेत्रांवर लक्ष केंद्रित करेल, प्रत्येक क्षेत्र परस्परांना पूरक ठरेल, परस्परांना आधारभूत होईल आणि भारताला जलदगतीने औद्योगिक महासत्ता बनवण्यासाठी, आणि या प्रक्रियेत दरवर्षी देशातील लोकांसाठी रोजगाराच्या लक्षावधी संधी निर्माण करण्यासाठी, सरकारचे दोन्ही क्षेत्रांना सक्रिय साहाय्य मिळेल.

अशाप्रकारे प्रगतीसाठी भव्य संघटन उभारण्याची संकल्पनाच धूसर झाली, उत्तरोत्तर अव्हेरली गेली, तसे माझे हे स्वप्नही विरले.

आपल्या सरकारने, अगदी पंतप्रधानांपासून ते सर्वांनी, समाजवादाची स्थापना हे आपले प्रमुख उद्दिष्ट असल्याचे सदैव स्पष्ट जाहीर केले आहे, मात्र 'कल्याणकारी राज्य' हे प्रमुख उद्दिष्ट असल्याचे कधीही म्हटलेले नाही. त्यांच्या मनात, समाजवाद म्हणजे सार्वजनिक क्षेत्राचे वर्चस्व व सर्व मक्तेदारी या क्षेत्राचीच, असे समीकरण असल्यामुळे खाजगी उद्योगांना विकासाची परवानगीच मिळू शकली नाही आणि मोठमोठे उद्योग हा तर शापच ठरला.

अशाप्रकारे, देशाच्या आर्थिक विकासाचे शिवधनुष्य पेलण्यासाठी देशात उपलब्ध असणाऱ्या सर्व ऊर्जा, क्षमता, साधनस्त्रोत आणि कौशल्य या गोष्टी एकत्र आणण्याऐवजी जरूर पडेल तिथे या गोष्टी बाहेरून उपलब्ध करण्याऐवजी, सरकारची आर्थिक व औद्योगिक धोरणे खाजगी उद्योगांची वाढ खुंटवणारीच होती. याला अपवाद होता तो फक्त कृषी आणि लघुउद्योग या क्षेत्रांचा.

विसाव्या शतकातील आधुनिक समाजवाद म्हणजे राजकीय-आर्थिक समन्वयाचा जीवनमार्ग, अशी माझी प्रामाणिक श्रद्धा आहे. अन्यत्र उल्लेख केल्याप्रमाणे या समाजवादात समता, स्वातंत्र्य व बंधुभाव या वैश्विक मानवी आदर्शांचा समावेश आहे. पण माझं असंही मत आहे, की भारतासारख्या अद्यापी गरिबी व बेरोजगारीचा प्रचंड विळखा असलेल्या देशात दारिद्र्यापासून मुक्तता आणि काम करण्याचं स्वातंत्र्य या गोष्टींना सध्या इतर कुठल्याही आदर्शांपेक्षा अग्रक्रम मिळायला हवा. समाजवादाचे मुख्य उद्दिष्ट प्रत्येक भारतीयाला जीवनातल्या मूलभूत गरजा, काम करण्याचा अधिकार आणि चांगलं जीवनमान मिळण्याची हमी देणे, हे असले पाहिजे. तात्त्विक संदर्भात नसलं तरी, आर्थिक संदर्भात कल्याणकारी राज्यनिर्मिती

हे विसाव्या शतकातील समाजावादाचे मूलतत्त्व आहे. अशा समाजवादाशी मी खुल्या मनाने सहमत आहे.

मी सरकारमध्ये असणाऱ्या व सरकारबाहेर असणाऱ्या माझ्या समाजवादी मित्रांना अत्यंत कळकळीने व विनयाने सांगू इच्छितो, की तुमची धोरणे समाजवादाचे खरेखुरे आदर्श व उद्दिष्टे यांचा विश्वासघात करत आहेत. तुम्ही सर्वजण ज्या सामान्यवर्गाचं प्रतिनिधित्व करता, त्यांच्या हिताआड येत आहेत.

तुम्ही आपल्या किनाऱ्याच्या परिघापलीकडे नजर टाका आणि जगातल्या एकामागोमाग एक देशांनी विसाव्या शतकात लोकशाही समाजवाद प्रत्यक्ष कृतीत आणून किती भव्यदिव्य कर्तृत्व सिद्ध केले आहे, ते स्वत:च्या डोळ्यांनी पाहा. त्यांनी समजावून घ्यायला हवं की, त्यांच्या मुठीतून कालरूपी वाळू निसटून चालली आहे. भारतातील जनतेवर भकास व कालबाह्य समाजवादाच्या नावाखाली गरज नसताना लादण्यात आलेला त्याग, ही जनता आता फार काळ सोसणार नाही. हा समाजवाद त्यांना सततची गरिबी, बेरोजगारी आणि दु:ख यांखेरीज काहीच देत नाही.

संमिश्र अर्थव्यवस्था का?

४ एप्रिल १९७५, द असोसिएटेड चेम्बर्स ऑफ कॉमर्स ॲन्ड इन्डस्ट्री ऑफ इंडिया, नवी दिल्ली येथे 'संमिश्र अर्थव्यवस्थाच का?' या विषयावर दिलेले व्याख्यान.

संमिश्र अर्थव्यवस्था म्हणजे काय, याबद्दलचे आपले मत प्रथम स्पष्ट करूया. याची व्याख्या करणे तितकेसे सोपे नाही. हिंदुस्थानातल्या सहा आंधळ्यांच्या काल्पनिक कथेतल्या हत्तीसारखी तिची स्थिती होईल. त्या गोष्टीतल्या आंधळ्यांनी स्पर्शावरून त्या हत्तीचे वर्णन केले होते, तसे या विषयाचेही होईल. त्याची अनेक रूपे होऊ शकतात, त्याला बरेच पैलूही आहेत. तथापि, या व्याख्यानासाठी आपण आर्थिक वर्णपटाच्या एका टोकाच्या बाबी वगळून, विषय सोपा करण्याचा प्रयत्न करूया. सध्या या बाबी संपूर्णपणे सरकारी क्षेत्राच्या अखत्यारीत येतात ही गोष्ट मान्य करण्यात आलेली आहे. उदा. रेल्वे व हवाई वाहतूक, दूरसंचार व दळणवळण, युद्धसामग्री, अणुऊर्जा इ. आणि या वर्णपटाच्या दुसऱ्या टोकाला आहेत शेती, लघुउद्योग व सहकारी उद्योग, तसंच सर्व स्वयंरोजगार, ज्यांच्या खाजगी मालकी व नियंत्रणाबाबत कसलेही वादविवाद उत्पन्न होत नाहीत असे उद्योग.

त्यामुळं आत्ताच्या संदर्भात आपण फक्त संघटित उद्योग, व्यापार व अर्थपुरवठा

या क्षेत्राचे प्रतिनिधित्व करणाऱ्या अर्थकारणापुरता विचार करूया. संमिश्र अर्थव्यवस्थेत त्यांची मालकी व नियंत्रण सरकारकडे असते अथवा खाजगी संस्थेकडे असते वा दोघांकडे असते.

आज जगात साम्यवादी गटातील देशांचा अपवाद वगळता, संमिश्र अर्थव्यवस्था नसलेला एकही देश नसेल. वस्तुस्थिती अशी आहे, की स्वत:ला समाजवादी म्हणवून घेणारे देशसुध्दा त्यांचा उल्लेख 'संमिश्र अर्थव्यवस्था असणारे देश' असा केला नाही तर आक्षेप घेतील. कारण, तसा उल्लेख न झाल्यास त्या देशात एकाधिकारशाही नांदते असा अर्थ व्यक्त होईल; जर्मनी किंवा जपान सारखे देशसुद्धा – जिथं वैशिष्ट्यपूर्ण मुक्त अर्थव्यवस्था नांदते असे मानले जाते, असेच करतील, कारण नाहीतर त्यांच्याकडं एकोणिसाव्या शतकातील मुक्त अर्थव्यवस्था असल्याचा अर्थ निघेल.

अशा प्रकारे संपूर्ण बिगर-साम्यवादी जगतात, आपल्याला संमिश्र अर्थव्यवस्थेचे विविध नमुने आढळतात. काही ठिकाणी या संमिश्र अर्थव्यवस्थेला म्हणजेच 'मिक्सड् इकॉनॉमी'ला 'मिक्सड्-अप इकॉनॉमी' गोंधळाची अर्थव्यवस्था हा अधिक सुयोग्य शब्द ठरेल. अगदी साम्यवादी गटातसुद्धा, उदाहरणार्थ – युगोस्लाव्हियामध्ये स्वत:ची अशी संमिश्र व्यवस्था नांदते असं म्हणता येईल.

संमिश्र अर्थव्यवस्था ही संकल्पना दुसऱ्या महायुद्धानंतरच्या युगात उदयाला आली. त्या दरम्यान आर्थिक जीवन पार उद्ध्वस्त झालेले देश, नव्याने पुनर्बांधणी करण्यासाठी मार्ग शोधत होते. संमिश्र अर्थव्यवस्था ही संकल्पना 'डावे' आणि 'उजवे' यांच्या विचारसरणीतील तर्कशुद्ध तडजोड म्हणून पुढं आली. या संकल्पनेनुसार राष्ट्रीयीकरणाचा मार्ग जिथे आणि जेव्हा अत्यावश्यक असेल तेव्हाच अवलंबला आहे, खाजगी उद्योगाला सरकारने प्रोत्साहन दिले आहे व या उद्योगांना पाठिंबा देतानाच नियंत्रणही ठेवले, करभार अधिक पण त्याला जप्तीचे स्वरूप दिले नाही, सरकारी मालकीच्या उद्योगांचे स्वायत्तता हे मुख्य तत्त्व ठरले आणि नियोजन हुकूमशाहीपेक्षा सूचक ठरले.

अशाप्रकारे, या संकल्पनेचे सार अगदी स्वच्छ, स्पष्ट आहे. सरकार व खाजगी संस्था यांचा देशातील आर्थिक मालमत्तेची मालकी व व्यवस्थापन यांतील प्रत्येकी वाटा देशादेशात भिन्न-भिन्न असला तरीही ही दोन्ही क्षेत्रे निरपवादपणे एकत्र नांदतात.

व्यवहारी दृष्टिकोन

भारतामध्ये स्वातंत्र्याची पहाट उगवली त्यावेळी संमिश्र अर्थव्यवस्थेची निर्मिती

व विकास यासाठी विलक्षण अनुकूल घटक अस्तित्वात होते. भारतामध्ये अत्यंत बुद्धिमंत आणि परिपक्व राजकीय नेतृत्व होते. हे नेतृत्व लोकशाही आदर्शांना समर्पित होते. त्यांना क्रांतीपेक्षा उत्क्रांती हवी होती. त्याचबरोबर, त्यावेळी भारतात सामर्थ्यशाली उद्योजक वर्ग होता, कार्यक्षम व प्रामाणिक नोकरशाही होती आणि औद्योगिक क्षेत्राची शक्तिशाली पायाभूत संरचना घडण्यास प्रारंभ झाला होता, त्यामध्ये ब्रिटिश कॉमनवेल्थ मधल्या सर्वांत मोठ्या गणल्या जाणाऱ्या एका पोलाद प्रकल्पाचाही समावेश होता. या सर्वांहून महत्त्वाचे म्हणजे भारतातील नवनिर्वाचित पुढारी आणि खाजगी उद्योगांचे नेते यांच्या मतांचा लक्षणीय व सुरेख संगम होता. वस्तुत: यातील खाजगी उद्योगांचे नेते भारतातील नवनिर्वाचित पुढाऱ्यांच्या काही बाबतीत पुढेच होते. १९४४ साली त्यांच्या एका गटाने 'बॉम्बे प्लॅन' म्हणून ओळखली जाणारी योजना सादर केली होती. स्वातंत्र्योत्तर भारतातील प्रमुख उद्दिष्ट म्हणून भारतीय जनसामान्यांचा जीवनस्तर उंचावण्यासाठी सर्वप्रथम ही योजना मांडण्यात आली होती. त्यामध्ये मध्यवर्ती नियोजनाचा पुरस्कार, संमिश्र अर्थव्यवस्थेत खाजगी उद्योगांनी खऱ्या अर्थाने साहसी बनले पाहिजे, उद्योगधंदे हे केवळ पैसा मिळवण्याचे साधन नाही अशी भूमिका, आणि उद्योगधंदा व कामगार यांच्या कष्टाच्या फळांचे न्याय्य वाटप होणे, तसेच मूठभर लोकांच्या फायद्यासाठी बहुतांचे हित नाकारायचे नाही अशा मुद्द्यांचा अंतर्भाव होता.

दुसऱ्या बाजूला, राजकीय नेत्यांनी आर्थिक प्रश्नांबाबत विलक्षण व्यवहारी व असैद्धान्तिक दृष्टिकोन स्वीकारला होता. महात्मा गांधींनी सर्वसत्ताधीश राज्यव्यवस्थेला कडाडून विरोध केला होता, तर जवाहरलाल नेहरू, वल्लभभाई पटेल व इतर मंडळींचा संमिश्र अर्थव्यवस्थेच्या संकल्पनेला पाठिंबा होता. या संकल्पनेनुसार देशहिताच्या दृष्टीने अत्यंत आवश्यक असेल अशाच ठिकाणी राष्ट्रीयीकरण होणार होते, सार्वजनिक क्षेत्राचा विकास नव्या उद्योगांची उभारणी अशा स्वरूपात घडणार होता, अस्तित्वात असणारे उद्योग ताब्यात घेणे असा प्रकार घडणार नव्हता. खाजगी उद्योग महत्त्वपूर्ण व सातत्यपूर्ण भूमिका बजावणार होते. खाजगी क्षेत्र व सार्वजनिक क्षेत्र यांकडे स्वतंत्र अस्तित्व म्हणून न पाहता, ही दोन्ही क्षेत्रे एकाच संघटित रचनेचा भाग मानली जाणार होती.

विकसनशील जगतात अन्यत्र कुठेही खाजगी नियोजनाला इतका असंदिग्ध पाठिंबा दिलेला नाही आणि संयमी, सामाजिकदृष्ट्या सजग व मुक्त साहसीवृत्ती दर्शवलेली नाही, आणि राजकीय नेत्यांनी वास्तववादी आर्थिक धोरणे, तसेच उत्क्रांतीवादी संमिश्र अर्थव्यवस्थेशी – ज्यामध्ये दोन्ही क्षेत्रे देशउभारणीच्या कार्यात आपापली संपूर्ण भूमिका चोख बजावणार होती – सुस्पष्ट बांधिलकी मानलेली नाही.

या परस्परविश्वास व मतैक्याचं उल्लेखनीय उदाहरण म्हणजे 'एअर-इंडिया

इन्टरनॅशनल' ची निर्मिती. १९४७ साली अवघ्या एका महिन्याच्या आत सरकारनं मंजुरी दिलेली ही योजना म्हणजे भारतातील पहिलावहिला संयुक्त उपक्रम होता, ज्यामध्ये त्याच्या व्यवस्थापनाची धुरा खाजगी क्षेत्रातील भागीदारावर सोपवण्यात आली होती. पन्नासच्या दशकात, सरकार व खाजगी उद्योग यांच्यामधील सहकार्य भावना व परस्परविश्वास अजूनही टिकून आहे याची प्रचीती देणारी योजना म्हणजे 'आयसीआयसीआय'ची निर्मिती. या निमित्ताने भारत सरकार, खाजगी बँकिग व उद्योग यांनी परदेशी आर्थिक संस्थांसह एकत्रितरीत्या एक नवा व व्यवहार्य मार्ग तयार केला. 'आयसीआयसीआय' मुळे खाजगी क्षेत्रासाठी गुंतवणूक व कर्जपुरवठा करणारा एक महत्त्वपूर्ण नवा स्रोत निर्माण झाला.

ऑक्टोपस

जवाहरलाल नेहरूंनी पूर्वी जाहीर केलेल्या घोषणा धुडकावून, खाजगी क्षेत्रातील हवाई वाहतूक, बँकिग, विमा, कोळसा व तांबे अशा प्रमुख घटकांचे राष्ट्रीयीकरण झाले, ते सुद्धा या सगळ्याची कसलीही किंमत चुकती न करता अगर कसलीही नुकसानभरपाई न देता. जेव्हा जेव्हा घटनात्मक तरतुदी सरकारच्या धोरणाआड आल्या, तेव्हा तेव्हा पुन:पुन्हा घटनादुरुस्ती करण्यात आली. २५ व्या घटनादुरुस्तीत तर कळस झाला, मूलभूत हक्क रद्द करण्यात आले, या घटनादुरुस्तीने नुकसानभरपाई (compensation) ही संकल्पनाच मोडीत निघाली.

खाजगी क्षेत्र नेहमी ज्या क्षेत्रात आर्थिक व्यवहार करत असे, त्याला मंजुरी नाकारण्यात आली किंवा त्यांवर कडक नियंत्रणे लादण्यात आली. खाजगी क्षेत्रातील कंपन्यांच्या कार्यवाहीवर कायदे, निर्बंध व नियंत्रणे यांचे अभेद्य कवच निर्माण करण्यात येऊन, मालकांचे हक्क व व्यवस्थापनाचं बहुतांश कृतिस्वातंत्र्य नष्ट होईपर्यंत हे कवच सतत विस्तारण्यात आले. भारत हा जगातील सर्वाधिक करभार असणारा देश बनला आणि वैयक्तिक करभार वसुलीसाठी जप्तीची पद्धत आली. बँका व विमा यांचे राष्ट्रीयीकरण करून एकूण सर्व गुंतवणूक व कर्ज निधींची सरकारी मक्तेदारी निर्माण करण्यात आली. अशाप्रकारे ताब्यात घेतलेल्या खाजगी मालकीच्या निधींचा वापर जॉईंट स्टॉक कंपन्यांच्या मालकीत सतत वाढता समभाग संपादन करण्यासाठी झाला. खाजगी क्षेत्रातील उद्योग सरकारच्या मालकीखाली आणण्याच्या स्पष्ट उद्देशाने, वित्तसंस्थांकडून घेतलेल्या सर्व मुदतकर्जांना ती रूपांतरित करण्याच्या आदेशाचे कलम जोडण्यात आले.

परिणामी, १९८०सालापर्यंत, सरकारच्या अंदाजानुसार औद्योगिक व्यवसाय व खाणउद्योग यांच्याकडून प्राप्त ५०% मालमत्तेत आणखी भर पडून ती सार्वजनिक

क्षेत्रातील उद्योगांच्या थेट मालकीची होईल, तसंच, सरकारने थेट स्वत: अथवा आपल्या दलालांमार्फत खाजगी क्षेत्रातील कंपन्यांच्या मालकीत इतका मोठा वाटा मिळवलेला असेल, की देशाच्या एकूण औद्योगिक भांडवलाच्या ऐंशी टक्के भाग सरकारी मालकीचा असेल. अशा प्रकारची मालकी व खाजगी क्षेत्रातील कंपन्यांच्या कारभारावर लादलेले सर्वव्यापी सरकारी निर्बंध-यांमुळे खाजगी क्षेत्रातील कंपन्यांचे आपल्या कंपनीत उच्चपदस्थ कार्यकारी अधिकाऱ्यांची नेमणूक करणे, त्यांचे वेतन ठरवणे अशांसारखी सुस्पष्ट व्यवस्थापकीय कामे करण्याचे हक्कसुद्धा हिरावून घेतले जातात – अशा परिस्थितीत सरकारचा पाश इतका परिपूर्ण मजबूत होईल, की व्यावहारिक दृष्टीने, खाजगी क्षेत्र, व संमिश्र अर्थव्यवस्था या दोन्हीही गोष्टींना प्रभावशाली आर्थिक शक्ती म्हणून काहीही अस्तित्व उरणार नाही.

समाजवाद की कल्याणकारी राज्य?

आता आपण 'सिद्धान्त' या अतिशय नाजूक व स्फोटक विषयाशी आलो आहोत. माझ्या मते, संमिश्र अर्थव्यवस्थेतील खाजगी क्षेत्रासंदर्भात सरकारची मते व दृष्टिकोन यांमध्ये जो जबरदस्त बदल घडला, त्याचे हे मुख्य कारण आहे.

सरकारी प्रवक्ते आपल्याला नेहमी खात्री देत असतात, की त्यांच्या आर्थिक धोरणात सिद्धान्ताचा काहीएक संबंध नाही, पण प्रत्यक्षात तसे घडत नाही. याचे अनेक पुरावे देता येतील. मात्र, समाजवाद ही सैद्धान्तिक संकल्पना नाही असे म्हटल्यास प्रश्न नाही. सत्ताधारी पक्षाच्या आर्थिक धोरणामागची सैद्धान्तिक प्रेरणा बऱ्याच गोष्टींत पाहायला मिळते – ताबा घेण्याच्या पद्धतीने राबवलेल्या राष्ट्रीयीकरणाचा तडाखा, कायदे, विधीनियम, वटहुकूम, नियमन, आदेश, नियंत्रणे यांचा सततचा ओघ यांमुळे सरकारच्या हाती इतकी विस्तृत व बहुव्याप्त आर्थिक सत्ता आली आहे. अशा प्रकारची सत्ता इतर कुठल्याही लोकशाही देशात आढळणार नाही. याबाबतीत एकाधिकारशाही असणारे देशही मागे पडतील अशी स्थिती आहे. सत्ताधारी पक्षाच्या आर्थिक धोरणांमागची सैद्धान्तिक प्रेरणा आणखी काही बाबतीत सिद्ध झाली. एकापाठोपाठ एक झालेल्या घटनादुरुस्त्या यामुळे जनतेला त्यांचे काही मूलभूत हक्क गमवावे लागले. सरकारमधील अत्यंत मोक्याच्या महत्त्वपूर्ण स्थानांवर कडव्या मार्क्सवादी विचारसरणीच्या बऱ्याच लोकांची वर्णी – त्यापैकी बहुतेकजण साम्यवादी पक्षाचे सदस्य होते, नमुनेदार साम्यवादी परिभाषेचा सर्रास वापर, उदाहरणार्थ सर्व मोठ्या उद्योगधंद्यांना 'मोनोपॉली हाऊसेस' म्हणजेच मक्तेदारीचे बालेकिल्ले असे संबोधन वापरणे, दत्त समितीने त्यांच्यापैकी बहुतेकांना कसलाही ठपका न ठेवता संपूर्ण दोषमुक्त केले असले तरी त्यांची उघड नापसंती आहे. शेवटची गोष्ट म्हणजे,

समाजवाद हेच सरकारचे उद्दिष्ट असल्याचे वारंवार सार्वजनिकरीत्या जाहीर केले जात आहे. त्यामध्ये कल्याणकारी राज्य घडवणे हे उद्दिष्ट असल्याचा उल्लेख नसतो.

हा मुद्दा मांडल्यानंतर मला आणखी एका गोष्टीकडं लक्ष वेधायचं आहे, ती म्हणजे आपल्या सारख्या देशात ज्या ठिकाणी एकूण लोकसंख्येत अत्यंत दरिद्री लोकांचे प्रमाण प्रचंड आहे, त्याठिकाणी मानवी व तत्त्वज्ञानविषयक पैलू आणि समाजवादाच्या मूलभूत उद्दिष्टांनी अनेकांना आपल्याबाजूने वळवणे अगदी समजण्याजोगे आहे. अशाप्रकारे वेब्स व हॅरॉल्ड लास्की यांच्या समाजवादाने जगातील बिगरसाम्यवादी बुद्धिवंतांना आकर्षित केले. अशा काही थोर सुप्रसिद्ध व्यक्तींत आपले जवाहरलाल नेहरूसुद्धा होते. त्यांनी आर्थिक समस्यांवर व्यवहार्य तोडगा काढण्याचे आवाहन केले व अतिरेकी समाजवादी सुधारणांच्या पायी चिरडून निघण्यास नकार दिला. याचे सर्व श्रेय नेहरूंना आहे. त्यांनी १९५५ साली काँग्रेस पक्षाच्या सभेत दिलेल्या भाषणात या विचारांचे सुस्पष्ट प्रतिबिंब दिसते. ते म्हणाले होते : ''खाजगी क्षेत्र असणे, त्याला कारभार करण्याची परवानगी व प्रोत्साहन देणे आणि खाजगी क्षेत्रच अस्तित्वात नसणे, या दोन्हीपैकी खरं तर आपल्याला पर्यायच निवडता येणार नाही. खाजगी क्षेत्र निर्माण होऊ द्यायचे आणि नंतर त्याला शक्तिहीन बनवून, कारभार करण्यात अडथळे आणायचे हा मूर्खपणा आहे. माझे व्यक्तिशः असे मत आहे, की सार्वजनिक क्षेत्राचा कारभार सुयोग्य रीतीने चालण्यासाठी स्पर्धक म्हणून खाजगी उद्योग क्षेत्राची आवश्यकता आहे.''

तथापि, भारताने मार्क्सवादी विचारसरणीशी वाढते साधर्म्य असणाऱ्या समाजवादाचा स्वीकार करण्यास आमचा आक्षेप आहे. या विचारसरणीनुसार संपूर्ण नियोजित व नियंत्रित अर्थव्यवस्थेचा स्वीकार होणार आहे व त्यातील प्राथमिक धोके, अद्याप आपल्याकडचे बुद्धिवंत व सामान्य जनता यांच्या ध्यानात संपूर्णपणे आलेले नाहीत असे दिसते.

आगामी काळात आपल्या समोर येणाऱ्या गोष्टींचे खरे स्वरूप वेळीच ओळखण्यात आणि त्याला निदान विरोध तरी करण्यात अपयश येण्याचं एक कारण म्हणजे, आपल्या आर्थिक जीवनात महत्त्वाचे बदल अगदी टप्प्याटप्प्याने इतके सावकाश घडले आहेत की त्या गतीची कळत-नकळत गुंगी आली आहे. मला पूर्ण खात्री आहे, की हे सर्व बदल एकाच वेळी घडले असते आणि त्यावेळी भारतीय स्वातंत्र्य खेचून आणणारे व आपल्या घटनेचा पाया रचणारे वडीलधारे नेते जिवंत असते तर, यावरची प्रतिक्रिया तीव्र, जलद व निर्णायक ठरली असती.

खाजगी क्षेत्रातील उद्योगांची सतत हानी होत आहे. त्यामुळे त्यांची विनाशाकडे वाटचाल सुरू आहे. या गोष्टीच्या भावनाशून्य स्वीकृतीचे कारण बहुधा काही

तळमळीच्या पण भाबड्या बुद्धिवंतांच्या मनात उपस्थित असणारे प्रश्न व शंका हे आहे. उदाहरणार्थ, ते विचारतात : संमिश्र अर्थव्यवस्था ही लोकशाहीतील अनिवार्य अट आहे, हे विधान कितपत साधार आहे? अथवा, खाजगी क्षेत्र नष्ट झाले तर त्यातून एकाधिकारशाही अर्थव्यवस्था आपोआप निर्माण होईल का? आणि, आपल्याकडे सक्षम व स्वायत्त सार्वजनिक क्षेत्र असताना, आपल्याला खाजगी उद्योगक्षेत्राची एकूणच गरज आहे का? संपूर्णत: शासननियंत्रित अर्थव्यवस्था राजकीय लोकशाहीसमवेत का नांदू शकत नाही?

एकपक्षीय शासनाची अर्थव्यवस्था की संमिश्र अर्थव्यवस्था?

त्यामुळे मी त्यांना फक्त दोनच प्रश्नच विचारतो. पहिला प्रश्न : ज्या अर्थव्यवस्थेमध्ये पर्याय निवडीचे स्वातंत्र्य अजिबात नाही आणि सरकार हेच वास्तवात एकमात्र मालक, एकमात्र गुंतवणूकदार, एकमात्र उत्पादक व एकमात्र वितरक असेल, अशाठिकाणी एकपक्षीय शासनाच्या अर्थव्यवस्थेपेक्षा कुठली वेगळी अर्थव्यवस्था असू शकते का?

दुसरा प्रश्न : जनतेने शासनाच्या निर्णयानुसार वागण्याची हमी मिळवण्यासाठी त्यांच्यावर कठोर राजकीय नियंत्रण ठेवल्याखेरीज अशा प्रकारची अर्थव्यवस्था परिणामकारकपणे अमलात येऊ शकेल का?

हेच दुसऱ्या शब्दांत मांडायचे तर, एकपक्षीय शासनाची अर्थव्यवस्था तशा प्रकारचे राजकीय वातावरण नसताना प्रत्यक्ष अमलात येऊ शकेल का?

अजूनही त्यांना वाटत असेल, की कृषी, लघुउद्योग व स्वयंरोजगार उद्योग वगळता अन्य खाजगी उद्योगांना कसलेही स्थान नसलेली अर्थव्यवस्था स्थापन करणे शक्य आहे, ज्यामध्ये उत्पादन व वितरण यांच्या साधनांची मालकी, व्यवस्थापन व नियंत्रण सरकारच्या हाती केंद्रित असेल व त्याचवेळी, आपल्याकडच्या स्वतंत्र लोकशाही जीवनमार्गातील राजकीय क्षेत्रामध्ये टिकून राहता येईल, तर मी त्यांना आपल्या सभोवतीच्या जगाकडे बघा असे आवर्जून सांगेन आणि विचारेन, की अशाप्रकारचे एकत्रीकरण कुठेच कसे अस्तित्वात नाही? आणि प्रत्येक लोकशाही देशाची अर्थव्यवस्था ही संमिश्र अर्थव्यवस्थाच का आहे?

मी नमूद करू इच्छितो की, आपल्यासारख्या विकसनशील देशापुढे जे जबरदस्त व अत्यंत निकडीचे आर्थिक आव्हान आहे, त्याला तोंड देण्यासाठी फक्त दोनच परिणामकारक मार्ग आहेत. एक म्हणजेच एकपक्षीय शासनपद्धती अनुसरणे. साम्यवादी देशांनी या मार्गाचा अवलंब करून सर्वच स्तरांवर कडक राजकीय शिस्त व सक्तीचे आज्ञापालन यांद्वारे फलनिष्पत्ती घडवली आहे हे कबूल करावेच लागेल.

आणि दुसरा म्हणजे : संमिश्र अर्थव्यवस्थेचा लोकशाही मार्ग अनुसरणे. हा मार्ग जगातील प्रत्येक बिगर साम्यवादी देशाने स्वीकारला आहे. या ठिकाणी जनतेचे कर्तृत्व व साहस यांचा एकत्र उपयोग करून घेऊन, कार्यपूर्तीची बहुतांश फळे जनसामान्यांपर्यंत पोहोचवून कोणत्याही एकपक्षीय राजवटीपेक्षा अधिक जलद गतीने अधिक नेत्रदीपक आर्थिक व सामाजिक प्रगती साधली आहे.

संमिश्र अर्थव्यवस्थेची भरभराट व्हायची तर...

या संदर्भात मी काय सुचवू? आपल्यापैकी बहुसंख्य लोकांना व त्यांनी निवडून दिलेल्या प्रतिनिधींना 'डावी' अथवा 'उजवी' हुकूमशाही नको आहे असे गृहीत धरून मी सुचवू इच्छितो, की कमीतकमी काही ठराविक वर्षे तरी संमिश्र अर्थव्यवस्था केवळ 'चालवून' न घेता, तिला उत्तेजन देऊन, सामाजिक न्यायासहित आर्थिक वृद्धी साधण्याचे एक महत्त्वाचे आयुध म्हणून तिच्याकडे पाहण्याचा ठाम निर्णय घ्यायला हवा. एकदा हा ठाम निर्णय घेतल्यानंतर मी सुचवेन की—

* संमिश्र अर्थव्यवस्थेतील खाजगी क्षेत्राला अशा सोयी-सवलती द्याव्यात,की त्यायोगे या क्षेत्राला प्रभावी कार्य करणे शक्य होईल व त्यांच्याकडून अपेक्षित असणारी फलनिष्पत्ती घडवता येईल.

* सर्व प्रकारची आर्थिक धोरणे फलनिष्पत्ती केंद्रित व कसल्याही सैद्धान्तिक चौकटीपासून मुक्त असावीत.

* अत्यावश्यक राष्ट्रीय उद्दिष्टे साध्य करण्यास अडसर ठरणारी, उत्पादनाला खीळ घालणारी, गैरवर्तनास प्रतिबंध न करणारी व दुर्बल घटकांचे संरक्षण न करणारी आर्थिक नियंत्रणे रद्द करावीत अथवा शिथील करावीत.

* काही वर्षे देशाच्या आर्थिक धोरणाचा मुख्य भर लोकांची क्रयशक्ती वाढवण्यावर असावा. त्यासाठी आपल्या देशातील बहुसंख्य जनतेचे वास्तव्य असणाऱ्या ग्रामीण भागात रोजगाराच्या विपुल संधी उपलब्ध करून द्याव्यात, त्याचप्रमाणे लोकांच्या मूलभूत गरजा लक्षात घेऊन त्यानुसार उत्पादन व वितरण सुयोग्य पद्धतीने होण्यावर, ऊर्जा-इंधन वाहतूक या अत्यावश्यक गरजांची पूर्तता होण्याची हमी देण्यावर मुख्यत्वे लक्ष केंद्रित केले पाहिजे. त्याखेरीज सर्वांना रोजगार मिळण्याचे उद्दिष्ट वा जनसामान्यांच्या दैनंदिन गरजांची पूर्तता यांपैकी काहीच साध्य होणार नाही.

* एखाद्या उद्योगाने परवाना क्षमतेपेक्षा जास्त उत्पादन मिळवण्यात यश मिळवले, तर सरकारने अशा यशस्वी प्रयत्नांना निदान प्राधान्यक्रमाच्या उद्योगांच्या बाबतीत तरी, शासन न करता पारितोषिकाने गौरवावे.

* अस्तित्वात असणाऱ्या उद्योगांना टाळे लावण्याऐवजी, नवउद्योजकांना विशिष्ट प्रोत्साहके, साहाय्य व पारितोषिके देऊन उत्तेजन द्यावे.

* आर्थिक धोरणे, खाजगी बचत व गुंतवणुकीला मारक न ठरता, प्रोत्साहन देणारी असावीत, म्हणजे त्यायोगे संमिश्र अर्थव्यवस्थेतील खाजगी क्षेत्र हा घटक सरकारी अर्थसाहाय्यावर संपूर्णत: अवलंबून राहणार नाही.

* शेअर बाजार आणि इतर खाजगी अर्थिक स्त्रोत यांची गुंतवणुकीला चालना देण्यात व तिला योग्य वळण देण्यात महत्त्वाची भूमिका असते. ही गोष्ट ओळखून सरकारने त्यांच्यावर व गुंतवणूकदारांवर, गैरवर्तन वा दुराचार यांना आळा घालण्यासाठी आवश्यक असतील तेवढीच बंधने व नियंत्रणे ठेवावीत.

* सरकारी वित्तसंस्थांनी दिलेल्या मुदत कर्जाचा काही भाग भांडवलात रूपांतरित करण्याचा अधिकार आत्ताप्रमाणे प्रत्येक बाबीत लागू करण्याचे बंधन घालू नये, तर संबंधित संस्थांच्या संचालक मंडळाला संबंधित बाबी व्यापारदृष्ट्या समर्थनीय वाटल्यास त्यांना असे हक्क राबवण्याची मुभा असावी.

* सरकारी प्रवक्त्यांनी ज्या संस्था अथवा उद्योग कसलीही मक्तेदारी गाजवत नाहीत, त्यांचा उल्लेख करताना 'मोनोपॉली हाऊसेस' सारखे शब्द वापरून दिशाभूल करणारी मार्क्सवादी परिभाषा वापरणे सोडून द्यावे.

* मक्तेदारी कायद्याचे मुख्य कार्य खऱ्या मक्तेदारांचा शोध घेणे आणि व्यापारविषयक नियंत्रणावर लगाम ठेवणे हे असावे.

* सरकारने खाजगी व सार्वजनिक क्षेत्रातील कंपन्यांच्या संचालक मंडळांना आपापल्या उद्योगाचे व्यवस्थापन करण्याचे स्वातंत्र्य पुन्हा बहाल करावे, त्यामध्ये त्यांना आपल्या संस्थेत कार्यकारी अधिकारी नेमण्याचा, त्यांचे वेतन निश्चित करण्याचा हक्क असावा. यामध्ये सरकारचा हस्तक्षेप फक्त गैरप्रकारांना आळा घालण्यापुरता आणि सर्व भव्य व धोरणात्मकदृष्ट्या महत्त्वाच्या उद्योगांचे व्यवस्थापन सुयोग्य रीतीने चालते आहे ना, व त्याचा विकास होतो आहे ना, हे पाहण्यापुरता असावा.

* दोन्ही क्षेत्रांमध्ये जे लोक दुराचाराबद्दल दोषी आढळतील, त्यांच्याबाबतीत सरकारने कठोर भूमिका घ्यावी. मात्र चांगल्या व प्रामाणिक व्यवस्थापनाची दखल घेऊन त्यांना प्रोत्साहित करावे.

* सरकारने राजकीय पक्षांच्या निवडणूक निधीसाठी खाजगी कंपन्यांनी देणगी देण्यावरील बंदीची कडक अंमलबजावणी करावी, कारण या बंदीला बगल देऊन त्यातून जे आडवळणाचे मार्ग शोधले जातात, ते आपल्या देशातील भ्रष्टाचाराचा प्रमुख स्त्रोत आहेत.

अशा प्रकारे आपले राज्यकर्ते व कायद्याचे रचनाकार यांना सल्ला देऊ

केल्यानंतर मी खाजगी क्षेत्रातील माझ्या सहकाऱ्यांनाही तसाच सल्ला देणे योग्य होईल.

आपल्या देशात जर संमिश्र अर्थव्यवस्था टिकवून ठेवायची असेल आणि ती विकास व आर्थिक प्रगतीचे सर्वांत परिणामकारक साधन म्हणून सिद्ध करायची असेल तर, खाजगी क्षेत्राचा कारभार पाहणाऱ्यांनी त्यांचे भागधारक, कर्मचारी व ग्राहक याच्या बाबतीतलीच नव्हे तर एकूणच समाज व देशाप्रती आपली काय जबाबदारी आहे ती ओळखून ती पार पाडणे अतिशय आवश्यक आहे. आज भारतात स्वार्थी लोकांना थारा नाही. अशा लोकांची अमर्याद हाव, करचुकवेगिरी, काळाबाजार, बेकायदा परकीय चलन विनिमय व डोळ्यांवर येणारा खर्च संपूर्ण भारतीय उद्योग-व्यवसाय समाजाविषयी अविश्वास व दुर्लौलिक निर्माण करतो व त्याचं अस्तित्व धोक्यात आणतो.

मी सद्यस्थितीचे काहीसे उदास चित्र रंगवून, भविष्यातील भीतीही व्यक्त केली असली तरी मला अजूनही विश्वास आहे, की मजबूत व व्यवहार्य आर्थिक धोरणांकडे पुन्हा परत वळण्याने आणि आपल्या वाडवडिलांच्या व भारताला आपल्या त्याग व समर्पणानं स्वातंत्र्य मिळवून देणाऱ्या व्यक्तींच्या नैतिक मूल्यांशी स्वयंस्फूर्तीने वा सक्तीने बद्ध राहण्याने देशापुढच्या अत्यंत कठीण भासणाऱ्या प्रश्नांवर मात करता येईल. आगामी एक दोन दशकांत या देशातील जनतेची दारिद्र्य व यातनांतून मुक्तता करता येईल आणि या प्रक्रियेमध्ये, प्रचंड ऐहिक समृद्धी असूनही भ्रमिष्ट बनलेल्या देशांना एक जीवनमार्ग दाखवून देता येईल, ज्या मार्गानं लोक त्यांच्या ऐहिक व आध्यात्मिक गरजा भागवू शकतात व शांतीपूर्ण, सन्मान्य व संतुष्ट जीवन जगू शकतात.

■

सत्तेचे केंद्रीकरण – एक दंतकथा

एक दंतकथा

★

उद्योग : मोठे व लहान

एक दंतकथा

मी दररोज सकाळी जागा होतो तेव्हा...

२ ऑगस्ट, १९६८: नियोजन आयोगाने बोलावलेल्या उद्योगपतींच्या बैठकीत बोलताना...

चौथ्या पंचवार्षिक योजनेच्या संदर्भातील प्रस्ताव पत्रिकेत 'आर्थिक सत्तेच्या केंद्रीकरणाचा धोका' हा वाक्‌प्रचार सतत वापरला आहे. तसेच कोणताही डाव्या विचारसरणीचा नियोजक अगर सरकारी अधिकारी यांच्याबरोबरच्या आर्थिक चर्चेतही बरेचदा हा मुद्दा असतोच. आपल्या भारतीय लोकांत 'तयार' घोषवाक्य अथवा आकर्षक वाक्‌प्रचार त्यांचा अर्थ समजून न घेता किंवा त्यांच्या अर्थाचं विश्लेषण न करताच ते पचवण्याची व त्यांचा पुनरुच्चार करत राहण्याची वृत्ती आहे. याबाबतीतही आपल्याकडच्या डाव्या विचारसरणीच्या प्रचारयंत्रणेने भोळसट लोकांच्या मनात या अस्तित्वात नसलेल्या बागुलबुवाची भीती जाणीवपूर्वक रुजवली आहे, आणि हा वाक्‌प्रचार आपण भारतीयांनी आनंदाने स्वीकारला आहे.

आपल्या देशाला आज सर्वांत मोठा धोका आहे तो, आपली बहुगुणित लोकसंख्या, सीमेपलीकडील दहशतवाद, फाजील धर्माभिमान व संघर्ष, आपल्या लोकांच्या पाचवीला पुजलेले दारिद्र्य यामुळे नसून मोठेमोठे उद्योग – म्हणजे भारतीय मापदंडानुसार मोठे पण जागतिक मापदंडानुसार लहान – चालवणाऱ्या काही मूठभर व्यक्ती अथवा कंपन्यांच्या हाती आर्थिक सत्ता एकवटण्यामुळे तो धोका निर्माण होणार आहे, असे भासवले जात आहे.

खाजगी क्षेत्रातील सर्वांत मोठ्या औद्योगिक समूहाचा प्रमुख या नात्याने माझ्या हाती प्रचंड आर्थिक सत्ता एकवटलेली असणार! मी दररोज सकाळी झोपेतून जागा होतो तेव्हा मी आज आपल्या हातातील या प्रचंड सत्तेचा वापर कुठल्या कारणासाठी करायचा याचा काळजीपूर्वक विचार करतो. आपल्या प्रतिस्पर्ध्यांना चिरडायचे, ग्राहकांची पिळवणूक करायची, शिस्त न जुमानणाऱ्या उद्दाम कामगारांना कामावरून

काढून टाकायचे, का एक-दोन सरकारं उलथून टाकायची? श्री. गाडगीळ[१] अथवा या सिद्धान्ताच्या एखाद्या उच्चपदस्थ पाठीराख्यानं मला माझ्या हाती एकवटलेल्या या प्रचंड सत्तेचे स्वरूप समजावून द्यावे. मी या सत्तेचा वापर करणं तर दूरच, पण मला ती संपूर्ण ओळखताही आलेली नाही.

आर्थिक सत्ता खाजगी क्षेत्राच्या हाती खऱ्या अर्थाने सोपवणे याचा अर्थ–आर्थिक निर्णय घेण्याची सत्ता, असा असायला हवा. म्हणजे एखाद्याला जिथे आणि जेव्हा नवा उद्योग उभारायचा असेल तिथे तो उभारणे, भांडवल उभारणे, व निधी उसनवार घेणे, कामगार नेमणे, व्यवस्थापकांची नेमणूक व त्यांचे वेतन निश्चित करणे, आपण विकत घेतलेल्या वस्तू वा सेवा यांचे दर निश्चित करणे, व्यवसायाच्या निमित्ताने अथवा मौजेखातर परदेश प्रवास करणे, व्यवस्थापकीय अथवा इतर सेवांबाबत करार करणे,या आणि अशांसारख्या गोष्टी ठरवण्याचा अधिकार हवा. नेमके हेच अधिकार आपल्या देशातील व्यावसायिकांना जवळपास पूर्णत: नाकारले जातात, ही गोष्ट चमत्कारिक नाही का?

सभ्य गृहस्थहो, आपण या वास्तवाला सामोरे जाऊया. ज्या मंडळींचा कसल्याही स्वरूपातील मोठ्या खाजगी उद्योगधंद्याला कडवा विरोध आहे, त्यांनी खाजगी क्षेत्राच्या हाती आर्थिक सत्ता एकवटण्याच्या मुद्द्याचा बागुलबुवा जाणूनबुजून उभा केला आहे, ही केवळ एक कपोलकल्पित दंतकथा आहे.

वस्तुस्थिती अशी आहे की, आज आपले मंत्री, नियोजक आणि सरकारी अधिकारी यांच्या हाती आर्थिक सत्तेचे केंद्रीकरण झाले आहे, ही भीतिदायक गोष्ट आहे. आर्थिक सत्तेचे अशा प्रकारचे केंद्रीकरण हा आपल्या लोकशाहीला खराखुरा धोका आहे. आर्थिक सत्ता गाजवत आहेत ती ही मंडळी कारखानदार नव्हे, आणि त्यामुळे यातनादायी विलंब, चुकीची धोरणे आणि अव्यवस्थेचा गोंधळ निर्माण होत आहे. आपली अर्थव्यवस्था दीर्घकाळ याचे दुष्परिणाम भोगत आहे.

विचित्र गोष्ट म्हणजे, टाटांसारख्या मोठ्या उद्योगसमूहाने काही काळ एखादा नवा मोठा औद्योगिक उपक्रम सुरू केला नाही तर, लगेच त्यांच्यावर क्रियाशीलतेचा व चैतन्याचा अभाव असल्याचा आरोप करण्यात येतो. समजा अशा उद्योगसमूहाने मध्यम आकाराचा एखादा आशादायक उपक्रम सुरू करून नवा पायंडा सुरू केला तर त्यांच्यावर छोट्या उद्योगांना चिरडण्याचा व त्यांची वाढ खुंटवण्याचा आरोप केला जातो. जर अशा उद्योगसमूहाने प्रचंड भांडवलाचा जबरदस्त प्रकल्प सुरू करण्याची इच्छा बाळगली तर त्यांच्यावर भांडवल स्रोतांची मक्तेदारी निर्माण करण्याचा आणि त्यांच्याकडे आधीच एकवटलेली आर्थिक सत्ता आणखी बळकट

---

१. डॉ. डी. आर. गाडगीळ योजना आयोगाचे उपाध्यक्ष होते.

केल्याचा आरोप केला जातो!

प्रस्ताव पत्रिकेत मोठ्या उद्योगांना वित्तसंस्थांकडून अर्थसाहाय्य नाकारण्यात आले आहे. त्यामागे आर्थिक सत्तेचे केंद्रीकरण होऊ नये असा उद्देश आहे, पण त्यामध्ये एका वस्तुस्थितीकडे दुर्लक्ष केले आहे, ती म्हणजे मोठमोठ्या कंपन्या आपल्याकडील प्रचंड मनुष्यबळ व भौतिक साधनस्रोत वापरून भव्य प्रकल्प सिद्धीस नेण्यास सर्वाधिक कार्यक्षम असतात. 'भव्य' म्हणजे काय? आर्थिक सत्तेचे केंद्रीकरण होण्याची भीती म्हणजे काहीतरी काल्पनिक भयाचे पछाडलेपण अथवा मानसिक तोल ढळल्यामुळे निर्माण झालेला प्रकार अथवा तशी बतावणी आहे आणि हा मुद्दा सरकारच्या आर्थिक धोरणांतला महत्त्वपूर्ण घटक बनला आहे. या पछाडलेपणामुळेच 'मॅनेजिंग एजन्सी सिस्टिम' संपूर्णपणे नष्ट करण्याचा घाट आहे, त्यामुळे व्यवस्थापकीय स्तरावर किती प्रचंड उलथापालथ होईल याकडे दुर्लक्ष करण्यात येत आहे.

मी सुचवू इच्छितो, की आता हा प्रश्न आणि त्याच्याशी संलग्न असणारा मक्तेदारीचा प्रश्न राजकीय परिघापासून बाजूला करण्याची वेळ येऊन ठेपली आहे. हे प्रश्न एखाद्या आयोगाकडे अथवा एखाद्या न्यायाधिकरणासारख्या मंडळाकडे सोपवण्यात यावेत, त्यांनी या प्रश्नी चौकशी करून, प्रत्येक बाबीत व्यावहारिक निकषावर निवाडा द्यावा. प्रस्तावित 'मोनोपॉलीज रिस्ट्रिक्टिव्ह ट्रेड प्रॅक्टिसेस कमिशन' म्हणजेच व्यापारातील मक्तेदारी नियंत्रण आयोगाकडे इतर कामांबरोबरच, आर्थिक सत्तेचे केंद्रीकरण अथवा दुरुपयोग केल्याच्या संबंधित सर्व आरोपांची शहानिशा करण्याचे कामही सोपवावे, नाहीतर हा संदिग्ध आरोप, सरकारसमोर येणाऱ्या व खाजगी क्षेत्रावर परिणाम घडवणाऱ्या प्रत्येक महत्त्वाच्या आर्थिक मुद्द्याला गलितगात्र करत राहील अथवा त्यामध्ये विष पेरत राहील.

साहसी वृत्तीचे खच्चीकरण

२७ जानेवारी, १९६७ : 'अहमदाबाद मॅनेजमेंट असोसिएशन' व 'अहमदाबाद इकॉनॉमिक असोसिएशन' यांनी आयोजित केलेल्या बैठकीत बोलताना.

गेल्या कित्येक वर्षांमध्ये भारतीय उद्योजकांनी परदेशी उद्योजकांपेक्षा कमी साहस व धोके पत्करण्याची कमी तयारी दर्शवलेली नाही, तेसुद्धा जवळपास तशाच प्रकारच्या परिस्थितीत. परंतु आपले नियोजक ही गोष्ट विसरतात, की औद्योगिक गुंतवणुकीमध्ये खाजगी भांडवलाचा ओघ निर्माण होण्यासाठी विशिष्ट

आर्थिक वातावरण व मूलभूत परिस्थिती आवश्यक असते. ती नियोजकांच्या आर्थिक धोरणांमुळे आपल्या देशातून जवळपास नाहीशी झाली आहे.

नवे प्रकल्प हाती घेऊ इच्छिणाऱ्या अथवा चालू उद्योगाचा विस्तार करू इच्छिणाऱ्या भारतीय खाजगी कंपन्यांना गेल्या काही वर्षात ज्या विश्वास बसणार नाही इतक्या खडतर, वेळखाऊ व निराशेच्या गर्तेत लोटणाऱ्या परिस्थितीत वाटचाल करावी लागली आहे, त्याबद्दल मी निराळं सांगण्याची गरज नाही. सरकारची जर औद्योगिक क्षेत्रातील खाजगी गुंतवणुकींचे जाणूनबुजून खच्चीकरण करण्याची इच्छा असती तर, त्यांनी यापेक्षा अधिक चांगली आर्थिक धोरणे, उपाय व नियंत्रणे यांचा समुच्चय स्वीकारला असता.

दंडात्मक करआकारणी, चलनविषयक किंमत, वितरण व इतर नियंत्रणे यांच्या रूपातील आर्थिक आयुधांच्या अभेद्य चिलखताने सुसज्ज होऊन त्यांनी तिसऱ्या पंचवार्षिक योजनेच्या दुसऱ्या वर्षापर्यंतच यशस्वीपणे अशी परिस्थिती निर्माण केली आहे, की भांडवल बाजार तर अस्तित्वात उरलेला नाही आणि खाजगी क्षेत्रातील उद्योग निर्मिती व त्याच्या विस्ताराचा प्रयत्न करायचा झाल्यास, त्यासाठी प्रदीर्घ वाटाघाटी, चर्चा, अर्ज, सादरीकरण व स्मरणपत्रे यांच्या भयावह प्रक्रियेसोबत मंत्री व संबंधित खात्यांचे दरवाजे ठोठवावे लागतात. हे सर्व बहुतेकशा साहसी व देशभक्त भारतीय उद्योजकांच्या नाकी नऊ आणून त्यांची उमेद खचवते, त्यांच्या परदेशी सहकाऱ्यांविषयी तर बोलायलाच नको.

त्यामुळे आपण जेव्हा खाजगी क्षेत्रात पंचवार्षिक योजनेच्या अंमलबजावणीबद्दल बोलतो त्यावेळी मला असं वाटतं, की आपण सरकारची औद्योगिक धोरणे व औद्योगिक क्षेत्रावरील सरकारी नियंत्रणे हा योजना अंमलबजावणी यंत्रणेचा एक रचनात्मक भाग मानला पाहिजे कारण या गोष्टी कुठल्याही प्रकल्पाच्या पूर्ततेमध्ये सकारात्मक असो वा नकारात्मक, पण अत्यंत महत्त्वाची भूमिका बजावतात. जपान व जर्मनी या देशांत जसे घडते – म्हणजे योग्य आर्थिक धोरणांमुळे कुठल्याही प्रकल्पाच्या आरंभ, पूर्ती व यशस्वी कार्यसिद्धीला प्रेरणा व गती लाभते, याउलट चुकीची धोरणे व त्याजोडीला कडक नियंत्रणे व प्रदीर्घ कार्यपद्धतीमुळे होणारा विलंब यामुळे कुठल्याही प्रकल्पाच्या विकासाला खीळ बसते. अडथळे निर्माण होतात व त्या प्रकल्पाचा खर्च वाढतो.

सरकारी परवाना यंत्रणेतील प्रशासकीय अथवा कार्यपद्धतीतील विलंबाखेरीज अर्जदाराला सैद्धान्तिक अडथळ्यांशीही झगडावे लागते. कारण सरकारच्या निर्णयावर त्याच्या मोठ्या उद्योगांविषयी असणाऱ्या शत्रुत्वभावनेचा नेहमीच प्रभाव असतो. या विशिष्ट बागुलबुवाच्या होमकुंडात व्यवसाय विस्ताराच्या असंख्य इष्ट अर्जांचा बळी गेला आहे.

अशाप्रकारे, आर्थिक व व्यवस्थापकीय साधनस्रोतांची देणगी लाभलेल्या आघाडीच्या उद्योगसमूहांनी आपल्या कार्यक्षमतेच्या जोरावर एखादा भव्य प्रकल्प हाती घेतला, की त्यांच्यावर आर्थिक सत्तेच्या केंद्रीकरणाचा आरोप करायचा, त्यांनी नव्या प्रकल्पांना परवाना मिळावा म्हणून अर्ज केला, की त्यांच्यावर औद्योगिक मक्तेदारी प्रस्थापित करण्याचा आरोप करायचा आणि त्यांनी यातले काहीच केले नाही तर त्यांच्यामध्ये कसली हिम्मत व जोम नाही असे म्हणायचे, असा प्रकार आहे!

विलंबाचे मानसशास्त्र

३ जानेवारी, १९६९ : नवी दिल्ली येथील 'द सेन्ट्रल ॲडव्हायजरी कौन्सिल ऑफ इन्डस्ट्रीज,'ला उद्देशून...

आपल्या देशात आर्थिक निर्णयाप्रत येताना होणाऱ्या विलंबांची काही कारणे मानसिक प्रवृत्तीत दडली असावीत असे वाटते. सत्ता गाजवण्याच्या मानसिकतेचे लोक नियंत्रण ठेवणे, आपण आश्रयदाते आहोत अशा अविर्भावात वागणे, अर्ज ताटकळत ठेवणे, एखादी फाईल अडवून धरणे, लोकांना बाहेरच्या दालनात प्रतीक्षा करत थांबवणे, अशाप्रकारे सत्ता गाजवत असतात. या सगळ्या गोष्टी जाणीवपूर्वक अथवा अनवधानाने, प्रतिष्ठा व स्वत:चे महत्त्व ठसवण्याची प्रतीके मानली जातात. कदाचित तुम्हाला हा माझ्या कल्पनेचा खेळ वाटेल, पण ही गोष्ट बरीच वर्षे सत्तेचा 'सुखोपभोग' घेतलेल्या नोकरशाहीतील एका उच्चपदस्थ सदस्यानेच खाजगीत माझ्याजवळ कबूल केली आहे.

विलंबाचे यापुढचे मानसशास्त्रीय कारण म्हणजे अविश्वास, जबाबदारी स्वीकारण्याची अनिच्छा, टीकेला सामोरे जावे लागण्याची भीती व चौकशीला सामोरे जावे लागण्याची संभाव्य शक्यता या सगळ्यांचे मिश्रण. जे बहुतांश निर्णय सनदी नोकरांनी घ्यायचे असतात – पूर्वीच्या काळी असेच घडत होत – ते आज मंत्र्यांच्या संमतीसाठी वर पाठवले जातात व तिथे खोळंबून राहतात. त्यानंतर, मंत्री संसदेत अथवा स्वत:च्याच पक्षातून टीका होण्याच्या भीतीने जबाबदारी घ्यायला नाखूष असतात, त्यांना मंत्रिमंडळाच्या निर्णयाकडे बोट दाखवणं सुरक्षित वाटतं. मंत्रिमंडळ – त्यांच्यामध्ये सैद्धान्तिक मुद्द्यांवर आणि काही राजकीय व इतर दबाबामुळं मतभेद असतात. एकमत होणार नसलेल्या कुठल्याही निर्णयाप्रत येण्यास नाखूष असतात – अशाप्रकारे सरकारमधील आर्थिक निर्णय घेणारे विविध स्तर म्हणजे सनदी नोकर, मंत्री व एकूण मंत्रिमंडळ, असे सर्वजण निर्णय पुढं ढकलण्याचा सुखदायी विशेषाधिकार वापरतात.

परवाना मंजुरीसाठी निकष

२४ डिसेंबर, १९७० : 'इंडियन ज्युनिअर चेम्बर, अहमदाबाद,' येथील भाषणातून...

सरकारने कोणत्याही विशिष्ट संस्थेच्या अथवा कंपनीच्या बाबतीत, केवळ आकारमान एवढाच निकष न ठेवता अधिक न्याय्य व ठळक निकष लावायला हवेत. उदाहरणार्थ :

* कंपनीच्या उत्पादनांचा दर्जा व कंपनी त्यासाठी आकारत असलेले दर, याबाबत कंपनीचा इतिहास काय आहे?
* त्यांची कामगारविषयक धोरणे काय आहेत, त्यांचे कर्मचाऱ्यांशी संबंध कसे आहेत आणि कंपनीचे पगार व कल्याणकारी योजना यांचे मापदंड काय आहेत?
* कंपनीने नफ्याचा उपयोग कसा केला आहे?
* कंपनीचे व्यवस्थापन कितपत व्यावसायिक व कार्यक्षम आहे?
* कंपनीने लघुउद्योग व दुय्यम उद्योगांना कोणते साहाय्य केले आहे?
* कंपनीची आयात-निर्यात क्षेत्रातली कामगिरी कशी आहे?
* कंपनीने संशोधनावर किती व किती चांगल्या पद्धतीने खर्च केला आहे?
* कंपनी राजकीय कारस्थानांपासून कितपत दूर आहे?
* कंपनीने आपल्या आर्थिक ताकदीचा वापर कसा केला आहे? त्यामुळे सामान्यत: भलं झालं आहे की हानी?
* आणि अखेरचा मुद्दा म्हणजे कंपनीचा इतिहास व लौकिक कितपत स्वच्छ आहे?

अशा पद्धतीचे निकष लावले तर, ज्या कंपन्या आपल्या तांत्रिक, मानवी व आर्थिक साधनस्त्रोतांच्या बळावर तसेच आपल्या भूतकाळातील वर्तन व कामगिरीच्या जोरावर आर्थिक विकासाला हातभार लावण्यासाठी सर्वाधिक पात्र आहेत, त्यांना भविष्यात कार्याचा विस्तार करण्याचा अथवा नव्या क्षेत्रात पाऊल टाकण्याचा हक्क केवळ त्यांचे आकारमान हा निकष लावून नाकारला जाणार नाही.

माझ्या मते, खाजगी क्षेत्राच्या विकासाला चालना देतानाच त्याचे नियमन करण्याच्या प्रश्नाबाबत अशा प्रकारचा मार्गबदल करण्याने अनिश्चितता व अमर्याद विलंब कमी करता येईल वा नष्टही करता येईल, ज्यामुळे आज इतके नैराश्य व कडवटपणा निर्माण झाला आहे, त्याबाबीवर मात करता येईल.

खाजगी क्षेत्रातील जे घटक कार्यक्षमता, सचोटी व सामाजिक जाणीव या

अत्यंत महत्त्वाच्या आवश्यक बाबींची पूर्तता करतात, त्यांना लोकांच्या वाढीव विश्वासाचा लाभ तर मिळेलच, शिवाय ते देशाच्या औद्योगिक विकासामध्ये त्यांचे सर्वतोपरी योगदान देण्यास सक्षम होतील. त्याचवेळी, जे लोक अशा निकषांवर पात्र ठरणार नाहीत, त्यांना स्वत:च्याच हिताच्या दृष्टीने सुधारणा घडवण्याची प्रेरणा मिळेल. तसे घडेपर्यंत त्यांना काहीसे वाळीत टाकल्यासारखे, बंधन लादल्यासारखे व जबरदस्ती झाल्यासारखे वाटेल.

अडथळ्यांच्या शर्यतीचा आरंभ

१ नोव्हेंबर, १९७१ : 'टाटा केमिकल्स लिमिटेड' : अध्यक्षीय निवेदन.

खाजगी उद्योगधंद्यांकडून आलेल्या अर्जांवरील प्रक्रियेसाठी सरकारने स्वीकारलेल्या कार्यपद्धती अत्यंत गुंतागुंतीच्या असल्यामुळे होणारा विलंब हा आपल्या देशाच्या औद्योगिक विकासातील गंभीर अडथळा आहे. अनेक वर्षं ही वस्तुस्थिती माहीत असूनही व पुन:पुन्हा जगजाहीर होऊनही सरकारच्या या विषयावरील धोरणांमध्ये व वृत्तीमध्ये कसलाही फरक पडलेला नाही.

त्याउलट काही वर्षांपूर्वी, संमतिपत्र मिळाल्यानंतर त्यापाठोपाठ औद्योगिक परवाना आपोआपच मिळायचा आणि ज्या प्रकल्पासाठी अर्ज केलेला आहे तो प्रकल्प त्यानंतर सुरळीतपणे पार पडणार याची हमीच मिळायची. पण आज १९७१ साली, अगदी औद्योगिक परवानासुद्धा विनाअट मिळत नाही. हा परवाना मागणे म्हणजे अर्जदाराने अडथळ्याच्या शर्यतीत उतरणे आहे. या अडथळ्यांच्या शर्यतीत वाटेत अर्धा डझन मंत्रालये लागतील. बाब जेव्हा 'बड्या समूहाशी' संबंधित असते, तेव्हा त्याला मंत्रिमंडळाची मान्यता मिळावी लागते, त्याला स्वाभाविकपणे महिनोन्महिने लागू शकतात, आणि ते नेहमी लागतातही.

अशा अडथळ्यांच्या शर्यतीतील प्रमुख अडथळ्यांमधला एक म्हणजे नव्याने निर्माण झालेला मक्तेदारी आयोग. बऱ्याच देशांमध्ये मक्तेदारीविरोधी कायदे व आयोग सुप्रसिद्ध आहेत. मक्तेदारी अथवा बाजारपेठेवर वर्चस्व असणे या गोष्टी सार्वजनिक हिताला हानी पोहोचवतील अशा पद्धतीने कार्यरत राहू नयेत यासाठी असे कायदे व आयोग, कायदेशीर व प्रशासकीय साधने म्हणून स्वीकारलेले आहेत. आणि त्यामुळे भारतात या नव्या उपाययोजनेला कुणीही तत्त्वत: आक्षेप घेऊ शकणार नाही. वस्तुत: मक्तेदारी आयोगाने भक्कम व रास्त निकष अथवा मार्गदर्शक तत्त्वे आखून दिली तर, सध्याच्या प्रचलित कार्यपद्धती सुलभ व जलद गतीने पूर्ण होण्यास साहाय्य हाईल. मात्र मी खेदपूर्वक नमूद करतो, की आपल्याकडचा

मक्तेदारी आयोग ही अपेक्षा पूर्ण करेल अशी शक्यता जवळजवळ नाहीच. उलट, आजवरच्या त्याच्या कामगिरीचे परीक्षण केले तर त्यामुळे आणखी विलंब व गोंधळ निर्माण करण्याचे एक साधनच निर्माण होईल की काय, अशी रास्त भीती वाटते.

टाटा केमिकल्सच्या भागधारकांना हे कळल्यावर आश्चर्य वाटेल, की गेल्या काही आठवड्यात, तुमच्या कंपनीच्या व 'बॉम्बे हाऊस' मधील इतर कंपन्यांच्या मुख्य कार्यालयात मक्तेदारी आयोगाच्या प्रश्नांच्या सरबत्तीच्या तोंड देणे व कागदपत्रांचा ढीग सादर करणे यांखेरीज फारसे काहीही काम झालेलं नाही आणि हे सगळे करावे लागलेय ते आपल्याशी दूरान्वयानेही संबंधित नसलेल्या टाटा इंजिनिअरिंग ॲन्ड लोकोमोटिव्ह कंपनी (टेल्को) च्या प्रकल्पाच्या संदर्भात! त्यापेक्षा आश्चर्याची गोष्ट म्हणजे आमच्याकडून घेण्यात आलेली माहिती टेल्कोच्या विस्तार प्रकल्पाच्या संदर्भात पूर्णत: अप्रासंगिक आहे. आमच्याकडून घेण्यात आलेली बरीचशी माहिती या आधीच सर्वपरिचित व प्रकाशित साहित्यात उपलब्ध होती.

मक्तेदारी आयोगाची टेल्को विस्तार प्रकल्पाशी काडीचा संबंध नसलेल्या बहुसंख्य कंपन्यांना, टेल्कोच्या या प्रकल्पाशी संबंधित अर्जाच्या छाननीत गोवण्याची ही अलौलिक कृती म्हणजे सरकारी व कंपनीतील अधिकाऱ्यांच्या वेळाचा अक्षम्य अपव्यय तर आहेच, शिवाय ही कृती म्हणजे चांगले व प्रामाणिकपणे काम करण्याचा प्रयत्न करणाऱ्या, आपल्या कंपनीची व देशाची आपल्या सर्व क्षमतांनिशी सेवा करण्याचा प्रयत्न करणाऱ्या अधिकाऱ्यांचा व कंपन्यांचा अशोभनीय छळ करण्याचा प्रकार आहे.

एखाद्याच्या मनात आले असेल सरकार व त्याचा मक्तेदारी आयोग यांच्या नजरेत टाटा केमिकल्सच्या बाबतीत अशी कोणती ठळक गोष्ट आली? त्यांनी औद्योगिक प्रदर्शनात भाग घेतला, इतर टाटा कंपन्यांसोबत एकच सामाईक इमारत वापरली, किरकोळ सेवा-सुविधा व सामाईक दूरध्वनी केंद्र वापरलं, या त्या गोष्टी नव्हत्या; पण या सगळ्या कंपन्या हा आर्थिक सत्तेच्या भयावह केंद्रीकरणाचा ढळढळीत पुरावा मानला गेला. पण ही गोष्ट विसरली गेली, की गेल्या वर्षातील या कंपनीची किमतीबाबतची धोरणं अशी होती, की या कंपनीने आपल्या प्रतिस्पर्ध्याच्या किमतीपेक्षा कमी दराने आपली उत्पादन विकून जवळपास पन्नास लाख रुपये नफ्यावर स्वत:हून पाणी सोडले आहे. अशाप्रकारे भाव-नियंत्रण रद्द झाल्यानंतर आजवर ही रक्कम दोन कोटी रुपयांवर गेली आहे.

देश, समाज व ग्राहक यांना अशा प्रकारच्या कार्यक्षम, प्रामाणिक व सामाजिकदृष्ट्या सजग सेवा पुरवणाऱ्या कंपन्यांना अशाप्रकारच्या अर्थशून्य छळाला तोंड द्यावे लागणे, त्यांच्या वेळ व ऊर्जेच्या अपव्यय होणे या गोष्टींचा मनात विषाद दाटतो. राष्ट्रीय प्राधान्याच्या गोष्टीबाबत अनादर व अज्ञान, एखाद्या गोष्टीच्या निकडीची

कसलीही जाणीव नसणे आणि विलंबाची देशाला मोजावी लागणारी जबरदस्त किंमत पाहून उद्विग्नता येते.

आर्थिक सत्ता

४ जुलै, १९७२ : 'दी टाटा आयर्न ॲन्ड स्टील कंपनी लिमिटेड' : अध्यक्षीय निवेदन.

सरकारच्या मनात अजूनही खाजगी उद्योगांच्या हाती आर्थिक सत्ता एकवटण्याच्या भीतीचा कपोलकल्पित बागुलबुवा घर करून आहे. कट्टर डाव्या विचारसरणीच्या लोकांनी वर्षानुवर्षे दीर्घ प्रयत्नांनी व यशस्वीपणे या बागुलबुवाचा प्रसार केला आहे. कार्यक्षमता व सचोटी याबाबत चोख इतिहास असणाऱ्या कंपन्या व उद्योगसमूह आणि गैरवर्तनाच्या गंभीर प्रकारांबाबत कुख्यात असणाऱ्या कंपन्या यांच्यामध्ये कसलाही फरक केला जात नाही.

मला वाटते की, आर्थिक सत्तेचे खरे स्वरूप व तिची व्याप्ती या संदर्भात खरा वैचारिक गोंधळ आहे. या विषयाबाबत अतिशय भीती व साशंकता व्यक्त केली गेली आहे. त्यापैकी काही मुद्दे खरे आहेत, तर काही राजकीयदृष्ट्या सोयीस्कर आहेत. मोठ्या औद्योगिक घडामोडींतील सर्व घटकांवर सरकारचे निर्बंध व नियमनाच्या अभेद्य चिलखताद्वारे जवळपास संपूर्ण नियंत्रण आहेच, आता त्यामध्ये आणखी एका गोष्टीची भर पडली आहे. ती म्हणजे सरकारची मक्तेदारी असणाऱ्या वित्तसाहाय्य संस्थांवर व्यवस्थापकीय नियंत्रण आहे. त्यामुळे आता औद्योगिक व्यवस्थापनाच्या हाती कुठल्याही प्रकारची खरी आर्थिक सत्ता राहिलेली नाही. 'आर्थिक सत्ता' याचा अर्थ जर एखाद्या व्यक्तीला स्वतःचे आर्थिक निर्णय घेण्याची सत्ता असा असेल, तर ते आता शक्य नाही.

कशाचे व किती उत्पादन करायचे, त्यासाठी दरआकारणी किती करायची, किती कर्ज काढायचे, समभाग विक्री किती करायची, कोणत्या दराने करायची, पगार व बोनस किती द्यायचा, कार्यकारी अधिकारी किती नेमायचे, त्यांना किती वेतन द्यायचे, लाभांश किती द्यायचा, या गोष्टींबाबत निर्णय घेण्याचा हक्कच न उरल्याने आपल्या देशातील संचालक ते वरिष्ठ व्यवस्थापन – अगदी अध्यक्षापासून ते कुठल्याही सदस्याला – आर्थिक सत्ता राहिलेली नाही. माझ्याबाबतीतच सांगायचे तर भारतात सोडून जगात अन्यत्र कुठेही एका प्रमुख उद्योगाच्या कार्यकारी प्रमुखाला माझ्याइतकी कमी सत्ता असेल का, याबाबत मला शंका आहे. वस्तुस्थिती अशी आहे, की खरीखुरी आर्थिक सत्ता व्यवस्थापनाच्या हातांतून काढून घेऊन ती

स्वत:च्या हाती एकवटली जावी यासाठी जगातल्या कुठल्याही सरकारने इतकी सावधगिरी बाळगली नसेल.

मी नमूद करतो, की आपल्या सरकारसारख्या प्रचंड सत्ता असलेल्या समाजवादी सरकारसाठी सुयोग्य धोरण म्हणजे त्यांनी या पिढीला लगाम घालण्यासाठी अवैध निधींचा समाजविघातक उपयोग थांबवण्यासाठी, खाजगी क्षेत्रातील ज्या उद्योगांच्या भूतकाळातील कामगिरीने ते देशाच्या विश्वासाला पात्र असल्याचे सिद्ध केले आहे, त्यांचे सर्व साधनस्त्रोत, ऊर्जा व समर्पण यांचा उपयोग राष्ट्रउभारणीसाठी करून घेण्यासाठी शक्य ते प्रत्येक पाऊल उचलायला हवे.

मला अजूनही आशा आहे, तशी परिस्थिती नसूनही मी आशा बाळगतोय की, सरकार एक दिवस हे धोरण स्वीकारेल, कारण सर्व उपलब्ध साधनस्त्रोतांना एकत्र आणून त्याद्वारे सर्वाधिक विकास व सर्वाधिक सामाजिक न्याय हे उद्दिष्ट साध्य करण्याचा हा एकमात्र समर्थ मार्ग आहे.

■

उद्योग – मोठे व लहान

भव्यतेतसुद्धा सौंदर्य असू शकते

२४ डिसेंबर, १९७० : अहमदाबाद येथे 'इंडियन ज्युनिअर चेम्बर'ला उद्देशून...

भांडवलाधिष्ठित उद्योगात भव्यता त्याच्या स्पर्धात्मक कार्यक्षमतेसाठी अत्यावश्यक असते. भव्यता हे इतर अनेक कारणांसाठीही आवश्यक उद्दिष्ट मानले जाते. मोठे साधनस्त्रोत असणाऱ्या भव्य कंपन्यांनाच उत्पादन, विकास व सुधारणा यांसाठी अत्यावश्यक असणाऱ्या संशोधन व विकास कार्यावर प्रचंड खर्च करणे परवडू शकते. त्याचप्रमाणे प्रगत तंत्रज्ञान, आधुनिक व्यवस्थापन व मार्केटिंगची तंत्रे यांचा लाभ घेण्यासाठी मोठ्या काळजीपूर्वक घडवलेलं संघटन आवश्यक असतं. फक्त मोठ्या कंपन्याच लघुउद्योगांसाठी बाजारपेठ उपलब्ध करू शकतात, कारण या लघुउद्योगांतून मोठमोठ्या कंपन्यांना दुय्यम घटक व सामग्री पुरवली जाते.

अशा प्रकारे भव्य उद्योगांच्या माध्यमातून तयार होणारी आर्थिक ताकद सामान्यत: हानिकारक गोष्टींसाठी वापरली जाते तेव्हा ही भव्यता वाईट ठरते. आपल्या घटनेमध्ये हे तत्त्व अगदी स्पष्टपणे नमूद केले आहे व 'मोनोपॉलीज ॲन्ड रिस्ट्रिक्टीव्ह ट्रेड प्रॅक्टिसेस' कायद्याच्या २८ व्या कलमातही त्याचा समावेश आहे. आधुनिक जग, व त्या जगातील जीवन ज्या पद्धतीने विकसित झाले आहे, त्याचा भव्यता हा आनुवंशिक व अटळ आनुषंगिक परिणाम आहे. मात्र उद्योग व व्यवसायातील भव्यता ही सरकार, व्यापारी संघटना व ग्राहकशक्ती यांच्यात आढळणाऱ्या भव्यतेच्या तुलनेत अधिक असते.

आज आपण भव्यतेच्या युगात अधिकाधिक सखोल मार्गक्रमण करत आहात. जॉन गॅलब्रेथ यांनी आपल्याला स्मरण दिलेच आहे की – एका क्षेत्रातील भव्यतेच्या विरोधात इतर क्षेत्रातील भव्यता उभी ठाकलेली असते. तिने या भव्यतेला कोंडीत पकडलेले असते. विशिष्ट शक्तींचा वापर करण्याच्या पद्धतीद्वारे भव्यतेतील वाईट गोष्टी वगळून त्याचा लाभ घेण्याऐवजी आपल्या देशातील 'भव्यता-विरोधकां'ना

सगळ्या देशाची एकत्रित साधनसामग्री भव्य सरकारच्या पदरात टाकायची आहे.

परस्पर सहकार्य

१० जुलै १९७० : 'दी टाटा ऑईल मिल्स कंपनी. लिमिटेड' : अध्यक्षीय निवेदन

मोठे उद्योग व लघुउद्योग यांच्यामध्ये संघर्ष असणे अटळ आहे या चुकीच्या दृष्टिकोनावर भारताचे औद्योगिक परवाना धोरण आधारलेले आहे. इतर देशांतील अनुभवातून असे दिसून आले आहे की, मोठ्या उद्योगांचा विकास लघुउद्योग प्रकल्पांच्या विकासाच्या गतीच्या आड येत नाही, उलट मोठ्या उद्योगांच्या निर्मितीने लहान उद्योगांच्या विकासाला चालना दिली आहे व साहाय्यच केले आहे. लघुउद्योग क्षेत्राची स्पर्धात्मक ताकद वाढवण्यासाठी आवश्यक असेल तिथे आर्थिक प्रोत्साहन देता येऊ शकते.

मोठे उद्योग व लहान उद्योग यांनी थोडी कल्पकता व नवउपक्रमशीलता दाखवून परस्पर लाभासाठी सक्रिय परस्पर साहाय्य करणे सहज शक्य आहे. लहान उद्योगांना तांत्रिक सहकार्य मिळेल, त्यांना विविध प्रकारच्या सुविधा पुरवता येतील. विशिष्ट उल्लेख करायचा तर, मोठ्या उद्योगाने उभारलेले देशव्यापी मार्केटिंग संघटन लहान उद्योगांना अत्यंत उपयुक्त ठरू शकेल. कारण अशा लहान उद्योगांना मोठ्या प्रमाणात मार्केटिंग करणं व स्वत:च्या बळावर मार्केट संशोधन विभाग स्थापन करणं परवडू शकत नाही.

ग्राहकोपयोगी वस्तू

२४ जून १९६९ : 'दी टाटा ऑईल मिल्स कंपनी लिमिटेड' : अध्यक्षीय निवेदन.

चौथ्या पंचवार्षिक योजनेच्या मसुद्यात नमूद केले आहे, की जर 'वृद्धीसह स्थैर्य' हे या योजनेचे उद्दिष्ट मानायचे असेल तर,ग्राहकोपयोगी वस्तूंचं उत्पादन त्या वस्तूच्या मागणीतील वृद्धीच्या सुयोग्य प्रमाणात वाढले पाहिजे.

नियोजन आयोगाला हवे ते करू दिल्यास, त्याचा ग्राहकहितावर वाईट परिणाम घडेल, कारण या आयोगाची शिफारस आहे, की 'मोठ्या उद्योग समूहांना ग्राहकोपयोगी वस्तूंचे जादा उत्पादन करण्याची परवानगी देऊ नये. या समूहांना तांत्रिकदृष्ट्या

आव्हानात्मक असणाऱ्या क्षेत्रात नवउपक्रम हाती घेण्यास भरपूर वाव आहे' या जाहीर निवेदनातून ग्राहकउद्योगाचे तांत्रिक पैलू व या उद्योगाशी निगडित बाबींबद्दलचे आश्चर्यकारक अज्ञान प्रकट होते.

ग्राहकोपयोगी वस्तूंच्या उत्पादनामध्ये आधुनिक तंत्रज्ञानाचा वाटा फारसा नसतो किंवा एकूणच नसतोच असे मानणे वस्तुस्थितीच्या नेमके उलट आहे. जगभरात सर्वत्र, ग्राहक उद्योग – मग ते अन्न, साबण, धुलाईच्या वस्तू असोत, की कापड अथवा रेडिओ संच असोत, भव्यता व प्रगत तंत्रज्ञान यांवर अवलंबून आहेत. हा मुद्दा बाजूला ठेवून असे म्हणता येईल, की ग्राहक उद्योग क्षेत्रात नव्याने प्रवेश करणाऱ्यांना सुयोग्य प्रोत्साहके देऊन सर्वतोपरी उत्तेजन दिले पाहिजे. परंतु तसे करताना ज्या – मोठ्या उत्पादकांना – त्यांच्या उद्योगाच्या भव्यतेमुळे त्यांना ग्राहकाला उच्च प्रतीच्या – वस्तू कमी दरात देणे शक्य आहे – दूर ठेवणं हे प्रचंड व वाढत्या भारतीय ग्राहकांच्या खऱ्या हिताचे आहे असा दावा करता येईल का? हा भारतीय अर्थव्यवस्थेची वृद्धी करण्याचा अथवा तिला स्थैर्य देण्याचा, किंवा ग्राहकहितासाठी सेवा बजावण्याचा मार्ग नक्कीच नाही.

आगामी काही वर्षांत अपेक्षित असलेली ग्राहकोपयोगी वस्तूंची प्रचंड मागणी पूर्ण करण्याच्या दृष्टीने मोठ्या उद्योगांना विस्तार करण्याची संधी आहे. ती संधी हिरावून घेण्याची धमकी देण्यापेक्षा त्यांच्यावर लादलेली औद्योगिक परवाना पद्धती काढून टाकण्यास सबळ कारण आहे. त्याचबरोबर पूर्वी नमूद केल्याप्रमाणे, या क्षेत्रात नव्यानं प्रवेश करणाऱ्यांना, लघु व मध्यम उद्योगांना योग्य तितकी प्राथमिक प्रोत्साहके व साहाय्य द्यावे. शिवाय मोठे उद्योग, त्यांच्या उत्पादनांची वाढती विक्री व नफा, भव्य युनिटस् यांद्वारे त्यांच्याकडील आर्थिक साधनस्रोत व अत्यंत विकसित मार्केटिंग व विक्री संघटन यांच्या मदतीने चलनफुगवट्याशी दोन हात करण्यात महत्त्वाची भूमिका बजावतानाच, ग्राहकोपयोगी वस्तूंच्या निर्यातीस चालना देण्याच्या सर्वोत्तम स्थितीत आहेत.

खाजगी उद्योगाच्या हाती आर्थिक सत्ता केंद्रित होईल या काल्पनिक विचाराने पछाडलेल्या आपल्या देशातील काही लोकांच्या डोक्यात 'मोठ्या उद्योगा'च्या मोठेपणाच्या विलक्षण कल्पना आहेत. इतर जाणत्या देशांत आपल्या कंपनीसारखी (टाटा ऑईल मिल्स) कंपनी, जिची वार्षिक उलाढाल अवघी १७ दशलक्ष पौंड अथवा ४० दशलक्ष डॉलर्स आहे – लहान उद्योग मानली जाईल आणि तिचे आकारमान वाढवण्यासाठी सर्वतोपरी प्रोत्साहन दिले जाईल, ज्यायोगे ही कंपनी जागतिक बाजारपेठेतील अग्रगण्य कंपन्यांशी समान स्तरावर स्पर्धा करण्यासाठी सक्षम होईल.

पण आपल्याकडचे नियोजक एकीकडे भारतीय उत्पादकांना परदेशी बड्या

स्पर्धकांकडून निर्यात बाजारातील मोठा भाग हिसकावून घेण्याचा आग्रह धरतात आणि त्याचवेळी कुठल्याही भारतीय उत्पादकाच्या उद्योगाचे आकारमान वाढू नये याची दक्षता घेतात. हीच आकारमानातील वृद्धी या उत्पादकाला स्पर्धकांशी समान स्तरावर सामना करण्यास सक्षम बनवणार असते.

यातून कसलीही आर्थिक जाण नाही, हेच स्पष्ट होते.

दुर्बलांना बळ द्या, सबळांना दुर्बल करू नका

८ जुलै १९७१ : 'दी टाटा ऑईल मिल्स कंपनी लिमिटेड' : अध्यक्षीय निवेदन.

दत्त समितीच्या निष्कर्षात असे दिसून आले आहे की, मोठ्या औद्योगिक समूहांपैकी दोन किंवा तीन समूह वगळता इतर समूहांनी त्यांच्या आर्थिक ताकदीचा वापर सर्वसामान्यांच्या हानीसाठी केलेला नाही, असे असूनही सरकारला अजूनही वाटते, की काही कंपन्यांनी त्यांना दिलेल्या औद्योगिक परवाना पद्धतीअंतर्गत संधीचा दुरुपयोग केला आहे किंवा गैरवर्तन केले आहे. सरकारने अशा अपराधी कंपन्यांची काळी यादी तयार करावी, पण निष्पापांना फक्त त्यांच्या आकारमानाच्या निकषावर शिक्षा देणे समर्थनीय नाही.

या देशाच्या गरजा अशा आहेत, की इथे सर्व आकारमानाच्या उद्योगांना वाव आहे, नव्हे या उद्योगांची आवश्यकता आहे. खरे तर, लहान उद्योगांची जलद वाढ होण्यासाठी अनेक मोठे उद्योग उभारणे अत्यावश्यक आहे. ते दुय्यम उद्योगांच्या विकासासाठी व मागणीतील वृद्धीमुळे नवनव्या बाजारपेठा खुल्या करण्यासाठी लहान उद्योगांना सहकार्य करतात. आमच्यासारख्या मोठ्या औद्योगिक समूहाच्या विस्तारामुळे हा विकास घडू शकतो.

आवश्यकता असेल तर सरकारने मोठ्या उद्योगांच्या विस्ताराला मान्यता देताना, या उद्योगांनी लघुउद्योगांना पाठिंबा देण्याबाबत आणि मागास भागात उद्योग उभारण्याबाबत अटी घालाव्यात. हे केवळ मोठ्या उद्योगांनाच परवडणे शक्य आहे. औद्योगिक धोरण दुर्बलांना सबळ करणारे असावे, सबळांना दुर्बल करणारे असू नये.

ग्रामीण भागात रोजगारनिर्मिती

६ जुलै १९७८: 'दी टाटा ऑईल मिल्स कंपनी लिमिटेड': अध्यक्षीय निवेदन

ग्रामीण भागातील औद्योगिकीकरणाची प्रक्रिया व तिचा वेग, मग त्यासाठी कोणते का तंत्रज्ञान स्वीकारलेले असो - म्हणजे प्राचीन अथवा मधल्या काळातील- यासंदर्भात तिथल्या लोकांची तयारी व इच्छा विचारात घेतलीच पाहिजे. आपल्या देशात याबाबतीत बराच फरक आढळून येतो. आपल्या देशातील बहुसंख्य ग्रामीण जनता आजही जमिनीची मशागत अथवा तशा प्रकारच्या साध्या गोष्टी सोडून इतर कुठल्याही बाबीत अकुशल आहे, ही निर्विवाद वस्तुस्थिती आहे.

समृद्धीच्या दिशेने पहिले पाऊल म्हणून ग्रामीण भागातील रोजगार निर्मितीचा जलदगतीने विकास करण्याचे तातडीचे उद्दिष्ट साध्य करण्याचा सर्वोत्तम मार्ग म्हणून ग्रामीण भागात सुरुवातीला रस्ते बांधणी, वृक्ष लागवड, जलसिंचन, जल व भूसंरक्षण अशांसारख्या मध्यम व लहान सार्वजनिक कामांचे भरीव कार्यक्रम हाती घेता येतील. आपल्या देशातील सर्वांत समृद्ध राज्ये पंजाब व हरियाणा, या राज्यांत रस्ते व जलसिंचन पद्धती सर्वाधिक विकसित आहेत, त्या ठिकाणी लघुउद्योगांवर सर्वाधिक लक्ष केंद्रित करण्यात आले आहे व तिथे रोजगार व समृद्धी सर्वाधिक आहे, हे केवळ योगायोगाने घडलेले नाही.

सध्या अस्तित्वात असणाऱ्या ग्राहकोपयोगी उत्पादने बनवणाऱ्या संघटित उद्योगांपुरते बोलायचे तर, मी सुचवू इच्छितो, की सरकारचे धोरण या उद्योगांनी तांत्रिकदृष्ट्या अधिक प्रगत उत्पादन घेण्यास सक्षम होण्यास प्रोत्साहन देणारे व साहाय्य करणारे असावे. हे साध्य करताना या उद्योगांनी शक्य तिथे आपले साधनस्रोत व कौशल्य वापरून लघुउद्योगांना व ग्रामीण क्षेत्रात रोजगारनिर्मितीच्या दृष्टीने उपयोगी ठरतील अशा अन्य बाबींमध्ये सहकार्य करावे.

■

लोकांसाठी नियोजन

योजना

★

विकास व सामाजिक न्याय

"आपल्या पानात काय आहे किंवा आपण काय खातो, ते महत्त्वाचे नाही, तर आपण काय पचवू शकतो ते महत्त्वाचे!"

अनेक वर्षे टाटांनी अति-महत्त्वाकांक्षी नियोजनाविरुद्ध इशारा दिला आहे. ते केवळ पंचवार्षिक योजनांचे टीकाकार बनून थांबले नाहीत. त्यांनी त्यापुढे जाऊन या योजना कशा अमलात आणाव्यात, याबाबत त्यांच्या स्वत:च्या सर्जनशील सूचना दिल्या आहेत. त्यांपैकी एक म्हणजे नियोजन आयोगाचे दोन विभाग असावेत – एक विभाग योजनेचा आराखडा तयार करण्यासाठी व दुसरा विभाग योजनेच्या अंमलबजावणीवर देखरेख करण्यासाठी.

१९४४ साली 'बॉम्बे प्लॅन' या नावाने ओळखली जाणारी पहिली आर्थिक योजना शब्दबद्ध करणाऱ्या आठ सदस्यांचे मंडळ प्रायोजित करण्याचा मान जे.आर.डी.टाटांकडेच जातो. या मंडळात सर श्रीराम, सर पुरुषोत्तमदास ठाकूरदास, जी.डी. बिर्ला, कस्तुरभाई लालभाई यांच्यासह टाटा समूहातील चार संचालकांचा समावेश होता. ते म्हणजे स्वत: जे.आर.डी.टाटा, सर अर्देशिर दलाल, ए.डी.श्रॉफ आणि डॉ. जॉन मथाई. त्यांनी या योजनेचा मसुदा लिहिला होता. सन १९५१-५२ मध्ये भारताची पहिली पंचवार्षिक योजना कार्यान्वित झाली.

दुसऱ्या विभागात, आर्थिक विकास – केवळ एकमात्र साध्य म्हणून नव्हे तर सामाजिक न्यायाचे साधन म्हणून – या मुद्द्याबाबत टाटांच्या अनेक वर्षांच्या शोधाचे विवेचन आहे. त्यांच्या लेखी केवळ संपूर्ण अर्थव्यवस्थेवर सामाजिक व सार्वजनिक नियंत्रण प्रस्थापित करणं एवढाच त्याचा अर्थ नाही तर दारिद्र्य निर्मूलनही महत्त्वाचे आहे.

योजना

समाजवादी आराखडा – खरे आणि खोटे

२५ ऑगस्ट १९५५ : 'दी टाटा आयर्न ॲन्ड स्टील कंपनी लिमिटेड' : अध्यक्षीय निवेदन.

आपल्या देशाच्या गरजा मोठ्या आणि निकडीच्या असल्यामुळे धाडसी नियोजनाची गरज वादातीत असली तरी, काही प्रस्ताव मात्र एखाद्याच्या मनात गंभीर शंका उपस्थित करणारे आहेत. उदाहरणार्थ – प्रत्यक्षात उपलब्ध असू शकतील अशा साधनस्रोतांचा विचार केला तर, सध्या अपेक्षित असलेल्यापेक्षा कितीतरी अधिक तुटीचे अर्थकारण ठेवल्याशिवाय प्रस्तावित लक्ष्य साध्य होणं शक्य आहे का? यामध्ये चलन फुगवट्याचा आनुषंगिक धोका आहे, त्यामुळे जनसामान्य त्यांच्या कष्टाच्या फळांपासून वंचित राहणार नाहीत का?

एका बाजूला अवजड उद्योगांचा प्रचंड विस्तार व दुसऱ्या बाजूला कुटीरोद्योग या दरम्यान ग्राहकोपयोगी वस्तूंचे उत्पादन करणारे पुरेसे उद्योग नाहीत. त्यामुळे विकासाचा विषमतोल निर्माण होऊन परिणामी चलनफुगवटा व ग्राहकोपयोगी वस्तूंचा तुटवडा निर्माण होणार नाही का?

सर्वसाधारण ऐतिहासिक प्रक्रिया, ज्यामध्ये भांडवली उत्पादन उद्योगांची स्थापना झाली आहे आणि ग्राहकोपयोगी वस्तूंच्या उद्योगांचा विकास झालेला नाही ती उलट दिशेने वळवण्याचा प्रयत्न करणे शहाणपणाचे आहे का?

संघटित उद्योगाने उत्पादित केलेल्या कमी दराच्या वस्तू उपभोगण्याची संधी सोडायला ग्राहक तयार होईल का? अखेर ग्राहकोपयोगी वस्तूंच्या वाढत्या मागणीला तोंड देण्यासाठी गृहोद्योगाच्या या वस्तूंचा अतिरिक्त पुरवठा करण्याइतक्या जलद गतीने विकास होऊ शकेल असे मानणे वास्तववादी ठरेल का? याबाबत विचार करायला अजून वेळ बाकी आहे, तरी मी याबाबत निकडीने सांगेन, की दुसऱ्या पंचवार्षिक योजनेच्या आराखड्यावर अखेरचा हात फिरवण्याआधी या प्रश्नाचे महत्त्वपूर्ण पैलू विचारात घेतले जावेत.

आपल्या देशासमोर 'समाजवादी समाजरचना' प्रस्थापित करण्याचे उद्दिष्ट आहे. जर याचा अर्थ सर्वांना समान हक्क व संधी असा असेल, विपन्नावस्थेत असलेल्यांना संरक्षण व अधिक चांगले जीवनमान लाभण्यासाठी साहाय्य करणे असा असेल, राष्ट्र उभारणीच्या रचनात्मक उद्देशांसाठी आर्थिक ताकद एकवटली जाणार असेल आणि स्वार्थी गैरवर्तन व समाजविघातक कारवाया रोखल्या जाणार असतील, तर आपण सर्वांनी त्याला पाठिंबा दिला पाहिजे.

तथापि, जर त्याचा अर्थ अशा प्रकारचा समाज असेल, की ज्यामध्ये वैयक्तिक साहस व कर्तृत्व यांचे पाऊल मागे खेचले जाणार असेल, बहुतांश औद्योगिक साधनसामग्री सरकारी मालकीची असेल, आर्थिक सत्ता सरकारच्या हाती एकवटणार असेल आणि उत्पादक म्हणून असो वा ग्राहक म्हणून – निवडीचे स्वातंत्र्य नसेल, तर मी नमूद करेन, की अशा प्रकारचा समाज आपल्या लोकांच्या गरजेनुसार सेवा व मालाचा दर्जा, पुरवठा कमी किमतीत देण्यास असमर्थ असेल, असा समाज अकार्यक्षम तर असेलच शिवाय कडक राजकीय शिस्तीच्या अमलाखाली असणारा व लोकशाहीशी विसंगत असेल. अशी समाजरचना सर्व स्वातंत्र्यप्रेमी लोक नाकारतील.

आपल्या देशातील अशा विविध प्रवाहांचा अभ्यास केल्यानंतर, त्यामध्ये दोन मुख्य विचारधारा आहेत असे लक्षात येते. पहिली म्हणजे, वैयक्तिक परिश्रमाचे ऐहिक बक्षीस मिळण्याची इच्छा अथवा फायदा मिळवण्याचा उद्देश. ही धारणा माणसाच्या प्रगतीचे लक्षण आहे पण ती समाजविघातक मानली गेली आहे आणि प्रत्येक माणसाने समाजाच्या भल्यासाठी उत्पादनक्षमतेचे नुकसान होऊ न देता निःस्वार्थीपणे काम करावे असे अपेक्षित आहे. दुसरी विचारधारा म्हणजे, समाजवाद हा भरभराटीकडे नेणारा एकमात्र योग्य मार्ग आहे असा दावा.

आपला स्वतःचा व आपल्या कुटुंबाचा जीवनस्तर उंचावण्यासाठी आतुर असण्यात नैतिकदृष्ट्या काहीही चुकीचे नसले, ही गोष्ट चांगलीच असली तरी उत्पादनक्षम प्रयत्नांच्या मोबदल्यात ऐहिक लाभ व आर्थिक सुरक्षितता मिळवण्याचा प्रयत्न करण्याला काहीतरी हलक्या दर्जाचे मानले जाते. मात्र हाच निकष गरीब शेतकरी-कामगार यांना लागू नाही, त्यांच्याबाबतीत हा मुद्दा आक्षेपार्ह मानला जात नाही, पण व्यावसायिक, प्रशासक, व्यवस्थापक, उद्योजक व गुंतवणूकदार- देशाच्या आर्थिक विकास योजनांच्या यशासाठी आवश्यक असणारे कर्तृत्व व नेतृत्व ज्या माणसांकडून लाभू शकते – अशा माणसांचा मात्र धिक्कार केला जातो. त्यांच्या बाबतीत मात्र प्रोत्साहके किंवा मोबदला यांची व्याख्या वेगळी आहे, त्यांनी फक्त ध्येयवादी तळमळीने समाजसेवा करायची असे अपेक्षित आहे.

आज आपल्या देशाचे नेतृत्व करणाऱ्या अनेक लोकांनी त्यांचे जीवन देशाच्या प्रगतीसाठी समर्पित केलेले आहे. ते देशसेवेच्या उदात्त संकल्पनेने भारलेले आहेत,

ही गोष्ट खरी असली तरी, देशातील कुठल्याही क्षेत्रातील लोकांपैकी अगदी अत्यल्प लोक आपल्या व्यक्तिगत गरजा व हितसंबंध यांवर संपूर्णत: पाणी सोडायला तयार होतील. ही टक्केवारी यापेक्षा अधिक मानणे अवास्तववादी आहे.

बहुसंख्य लोकांच्या दृष्टीने ऐहिक प्रोत्साहके व मोबदल्याचे उच्चाटन करण त्यांना केवळ नाउमेद करणारे ठरेल. लोक काम करणार नाहीत, उत्पादनवृद्धी होणार नाही तसेच त्यामुळे अवैध मोबदला मिळवण्यास प्रोत्साहन मिळेल. आपल्याला आवडो वा नावडो, आपण वस्तुस्थितीचा सामना करायला हवा, की बहुतांश लोक केवळ ऐहिक मोबदला वा भय, अथवा या दोन्हींचे मिश्रण यांद्वारेच कठोर परिश्रमांना प्रवृत्त होतील.

आज आपल्याला कष्ट करण्याची, उत्पादन घेण्याची, रचनात्मक कार्याची, बचतीची व गुंतवणुकीची आत्यंतिक गरज आहे. अशा परिस्थितीत समान वाटपासाठी पुरेशी संपत्तीनिर्मिती घडण्याआधीच उत्पन्न समपातळीवर आणणे शहाणपणाचे आहे का?

उत्पन्न कमी करण्याच्या दिशेने टोकाची वाटचाल करण्याचा एक विशेष दुर्दैवी आनुषंगिक परिणाम म्हणजे परदेशी भांडवल येण्यास बसणारी खीळ. हे परदेशी भांडवल आपल्या अर्थव्यवस्थेच्या विकासामध्ये अतिशय महत्त्वाची भूमिका बजावू शकते.

आधुनिक भांडवलशाही

आधुनिक भांडवलशाहीच्या स्वरूपात आता ओळखू येणार नाही इतका बदल झाला आहे. शतकभरापूर्वी तिचे स्वरूप संपूर्ण निराळे होते. या आधुनिक भांडवलशाहीने कल्याणकारी राज्याच्या सर्वांत आधुनिक संकल्पनांशी सुसंगत राहण्याची लक्षणीय क्षमता, त्याचबरोबर मानवी इतिहासात आजवर न घडलेली संपत्तीनिर्मिती व भरभराट घडवून दाखवली आहे.

पश्चिमी युरोपमधील राहणीमानाची स्थिती पौर्वात्य युरोपपेक्षा खूप चांगली आहे याचा भरभक्कम पुरावा पाहायला मिळतो. शिवाय त्यांचा युद्धोत्तर काळात पूर्वपदावर येण्याचा व आर्थिक विकासाचा दरही अधिक आहे. हाच टोकाचा फरक पूर्व जर्मनी व पश्चिम जर्मनी यांना भेट दिल्यावर तर अत्यंत प्रकर्षाने जाणवतो. युद्धाची झळ या दोन्ही प्रदेशांना सारखीच बसली असली तरी, आज या दोन्ही प्रदेशातल्या आर्थिक घडामोडी व लोकांचा जीवनस्तर यांमध्ये ठळक तफावत दिसून येते. पश्चिम जर्मनी घडामोडीत गर्क आहे. तिथे सर्व प्रकारच्या ग्राहकोपयोगी व भांडवली साहित्याची विपुलता आहे. या ठिकाणी सरकारला व्यवस्थापन व कर्मचारी यांना खरोखर असा इशारा द्यावा लागत आहे, की इतके काम करू नका आणि ते इतका वेळही करू नका; आणि पूर्व जर्मनीमध्ये सीमेपलीकडच्यापेक्षा अतिशय वाईट

अवस्था आहे. इथे लहान उत्पादक आपल्या श्रमाचा मोबदला सरकार काढून घेईल या भीतीनं आपल्या उत्पादननिर्मितीवर मर्यादा ठेवत आहेत.

आता आपल्याला मुक्त व लोकशाही समाजाच्या चौकटीत जलद विकास करण्याची प्रचंड संधी आहे. तिचा आपण लाभ घेतला पाहिजे. आपण आपली उद्दिष्टे साध्य करण्यासाठी जी साधने व पद्धती निवडू, त्यावर आपल्या योजनांचं यशापयश मुख्यत्वे अवलंबून असेल. आपल्याला झटपट फलनिष्पत्ती मिळवण्याची घाई व उतावीळपणा आहे, पण त्यामध्ये आपण काळाच्या कसोटीवर उतरलेले मानवी स्वभावावर आधारित व्यावहारिक तत्त्वज्ञान अथवा आर्थिक पद्धतीचा त्याग करण्याच्या मोहापासून सावध राहायला हवे.

सरकारी सत्तेची वाढ

३० ऑगस्ट १९५६ : 'दी टाटा आयर्न ॲन्ड स्टील कंपनी लिमिटेड': अध्यक्षीय निवेदन.

जवळजवळ पन्नास वर्षांपूर्वी, वुड्रो विल्सन यांनी म्हणून ठेवले आहे :

> *"स्वातंत्र्याचा इतिहास म्हणजे सरकारी सत्तेच्या मर्यादांचा इतिहास, तिच्या वृद्धीचा इतिहास नव्हे. आपण जेव्हा सत्तेच्या केंद्रीकरणाला विरोध करतो, तेव्हा आपण मृत्यूच्या सत्तेलाच विरोध करतो, कारण सत्तेचे केंद्रीकरण नेहमीच मानवी स्वातंत्र्याच्या विनाशाच्या दिशेने नेते."*

आपण भारताच्या आर्थिक क्षेत्रातील सरकारी सत्तेच्या अखंड वृद्धीचे साक्षीदार आहोत आणि राजकीय लोकशाही व आर्थिक हुकूमशाही यांच्या विचित्र व अनैसर्गिक संयुगाच्या दिशेने पाऊल टाकलेले आहे. जर आपली आर्थिक स्वातंत्र्ये अशीच कमी कमी होत गेली तर, आपली राजकीय स्वातंत्र्ये किती काळ तग धरतील, हा प्रश्न आपल्या सर्वांच्या मनात कळकळीने उपस्थित व्हायला हवा. एकदा का सर्व आर्थिक सत्ता सरकारच्या ताब्यात केली, की राज्याच्या हितरक्षणाच्या दृष्टीने इतर स्वातंत्र्यांवर मर्यादा आणणे तितकेच गरजेचे वाटणार नाही का? आज सत्तेवर असलेली माणसे लोकशाही सिद्धान्तवादी विचारसरणीने प्रेरित आहेत, त्यामुळे यांच्याकडून कसलाही धोका संभवत नसला, ते त्यांच्या अधिकारांचा गैरवापर करणार नाहीत अशी परिस्थिती असली तरी, इतिहास साक्षी आहे, की अमर्याद सत्तेचे अस्तित्व हाच मोठा धोका असतो आणि हीच अमर्याद सत्ता एखाद्या दिवशी आत्तापेक्षा कमी लायक व्यक्तींच्या हाती जाऊ शकते.

निर्णय घेण्याची वेळ येऊन ठेपली आहे...

१३ ऑगस्ट १९६५ : नवी दिल्ली : 'दी सेन्ट्रल ॲडव्हायजरी कौन्सिल ऑफ इन्डस्ट्रीज' समोर केलेले भाषण.

मी प्रदीर्घ काळ आशावादी आहे याचे एकमात्र कारण म्हणजे मी आशेला जराही जागा नसतानाही आशेवर असतो. मला आशा आहे की आपले सरकार व नियोजन आयोग आज ना उद्या त्यांच्या संकल्पना व धोरणे बदलतील! खरे सांगायचे तर, पहिल्या तिन्ही पंचवार्षिक योजनांच्या काळात हा आशावाद थोडा जरी डगमगला असता तरी, आपण आज ज्या स्थितीत आहोत, तिथे नक्कीच नसतो.

मी प्रश्न उपस्थित करतोय ते योजनेत मांडलेल्या विकासलक्ष्यांबाबत नव्हे, तर या विकासासाठी जे डावपेचात्मक धोरण स्वीकारले आहे, त्याच्या साधारतेबाबत. आपल्या चौथ्या पंचवार्षिक योजनेचा कार्यकाल वाढवून तो सात वर्षांचा करावा आणि पहिली दोन अथवा तीन वर्षे दृढीकरणाचा कालखंड मानण्यात यावीत या मताचा मी इतरांसोबत पुरस्कार केला आहे. मात्र आमच्या या मतांची संभावना 'विनाशाकडे नेणारी' अशी करण्यात आली आणि आमच्या दृढीकरणाबाबतच्या विनंतीचा अर्थ 'अक्रियाशीलतेला पाठिंबा' असा लावण्यात आला. यामध्ये सत्याचा लवलेशही नाही.

दृढीकरण या संदर्भात बोलताना म्हटले गेले आहे – याचा अर्थ नियोजनकार्याला तात्पुरता विराम अथवा सुट्टी असा नाही – किंवा याचा अर्थ एका रात्रीत योजनेच्या खर्चाला कात्री लावणे असाही नाही. योजनेचा कालावधी, योजनेची गती व पहिल्या तीन वर्षांतील गुंतवणुकीची रचना यांतील बदल, इतकाच अर्थ त्यातून सूचित होतो. दृढीकरण हवे आहे ते विकासाची गती खुंटवण्यासाठी नव्हे तर विकासाला प्रत्यक्षात गती आणण्यासाठी. वस्तुत: दृढीकरणाचा महत्त्वपूर्ण उद्देश आहे भविष्यातील निर्णायक प्रगतीसाठी मजबूत पाया उभारून विस्ताराला गती देणे.

योजनेची प्रभावी अंमलबजावणी महत्त्वाची असते, नुसते कागदोपत्री काय नियोजन केले आहे, त्याला अर्थ नाही. आपण पानात काय वाढून घेतो किंवा आपण आपले पोषण व वाढ होण्यासाठी काय खातो ते महत्त्वाचे नाही, तर आपण काय पचवतो हे महत्त्वाचे. आपल्या एकूण कार्यक्षमतेच्या काही अंशीच उत्पादन घेणारा प्रत्येक कारखाना, सिमेंट, पोलाद अथवा ऊर्जा यांच्या कमतरतेमुळे अर्धवट खोळंबलेला, प्रत्येक अंशत: पूर्ण झालेला प्रकल्प; साठवणुकीची सोय नसल्यामुळं किंवा कीटकनाशकांची उपलब्धता नसल्यामुळं वाया जाणारा अन्नाचा

प्रत्येक टन; उतरायला अथवा थांबायला जागा नाही म्हणून वेळ फुकट घालवत थांबलेले प्रत्येक जहाज अथवा रेल्वेची वाघीण, अधिक चांगल्या नियोजनाद्वारे आयात टाळता येऊ शकली असती अशी आयात केली जाणारी प्रत्येक वस्तू... अशा सगळ्या गोष्टींमुळे आपल्या अपुऱ्या साधनस्रोतांचा अनावश्यक व खर्चिक ऱ्हास होत आहे. आपण सर्वप्रथम ही प्राथमिक उद्दिष्टे साध्य केली पाहिजेत. नाहीतर आपल्या देशाच्या प्रगतीची व आपल्या लोकांचा जीवनस्तर उंचावण्याची फारशी आशा नाही.

आज आपण आपल्या जनतेला अधिक चांगले जीवनमान मिळवून देण्याच्या मोहिमेत अत्यंत निर्णायक टप्प्यावर येऊन ठेपलो आहोत. या वाटचालीत आपण जर चुकीचा मार्ग निवडणार असू – तसंच घाटतंय असं दिसतंय – तर आपण आपल्या देशावर कष्टप्रद, निराशाजनक व संभाव्य आर्थिक गोंधळाचे अरिष्ट लादू, ज्यातून बाहेर पडायला आपल्याला कित्येक वर्षे लागतील. जर आपण योग्य मार्ग निवडला आणि शिस्तबद्ध सैन्यासारखी सुव्यवस्थित वाटचाल केली – शिस्तबद्ध सैन्य आगेकूच करत असताना आपल्या दोन्ही बाजू व संपर्क यंत्रणा यांच्या सुरक्षेची उत्तम काळजी घेत असते व त्यांना प्रत्येक हल्ल्याला व्यूहशास्त्राचा संपूर्ण पाठिंबा मिळण्याची खात्री असते – तर कदाचित आपली वाटचाल प्रारंभी काहीशी सावकाश होईल, पण आपण आपल्या अंतिम लक्ष्यापर्यंत कमी खर्चात व लवकर पोहोचू.

साधनस्रोताधारित नियोजन

३० जून, १९६६ : 'दी टाटा आयर्न अ‍ॅन्ड स्टील कंपनी लिमिटेड' : अध्यक्षीय निवेदन.

नियोजनाची कल्पनाच मुळातून बदलली पाहिजे. इतकी वर्षे आपल्या नियोजकांनी अनुसरलेली पद्धत म्हणजे आधी पाच वर्षांच्या कालावधीत आवश्यक असणाऱ्या वस्तू व सेवांच्या निर्मितीसाठी आवश्यक तेवढा गुंतवणुकीचा आवाका ठरवायचा – म्हणजे त्यांच्या मते आवश्यक असणारा – आणि त्यानंतर मग निधींच्या शक्य त्या स्रोतांचा शोध घ्यायचा. यामध्ये संभाव्य चुका, विलंब आणि अनपेक्षित, नकारात्मक आघातांसाठी कसलीही तरतूद नसायचीच; शिवाय योजनेच्या कालावधीत, रुपयाच्या दोलायमान अवस्थेला तोंड देण्यासाठी कसल्या तरतुदीचा विचार नसायचा. जर उपलब्ध साधनस्रोत अपुरे आहेत असे दिसले तर योजनेत काटछाट करण्याऐवजी साधनस्रोतांची तूट हे एक अपरिहार्य संकट मानून आशावादीपणे स्वीकारले जाते.

एखाद्या माणसाने या पद्धतीने त्याचे कौटुंबिक अंदाजपत्रक आखले तर लवकरच त्याचे दिवाळे वाजेल आणि त्याला कदाचित तुरुंगाची वारी घडेल.

आपल्या लोकांच्या जवळजवळ अमर्याद असणाऱ्या गरजांबाबत कुणाचेही दुमत नसले तरी, एव्हाना एक गोष्ट स्पष्ट व्हायला हवी, ती म्हणजे अशा प्रकारचे अतिशयोक्त व अवास्तववादी नियोजन भारतीय जनतेने जीवनमान सुधारण्यात तर अपयशी ठरलेच आहे, पण त्याच्या चलनफुगवट्याला उत्तेजन देण्यामुळे जनतेच्या त्यागांच्या बदल्यात त्यांच्या पदरात काहीच पडलेले नाही. तसेच, कोणत्याही देशाचा कणा व बलस्थान असणाऱ्या मध्यमवर्गाच्या बाबतीत तर, अशा नियोजनाने त्यांचा जीवनस्तर खालच्या दर्जावर आणला आहे.

त्यामुळे आपली नियोजन पद्धती बदलून, अस्तित्वात असणाऱ्या वा उपलब्ध होण्याजोग्या साधनस्रोतांवर आधारित असणारी नियोजन पद्धती अस्तित्वात यायला हवी. लक्ष्याधारित नियोजन पद्धती असू नये. त्यानंतरचा मुद्दा म्हणजे उपलब्ध साधनस्रोतांपैकी काही साधनस्रोत गुंतवणूकयोग्य बचतीच्या स्वरूपात गुंतवणूकदाराच्या हातात उरले पाहिजेत. आजवर असे घडले आहे की अत्यंत मोठ्या योजनांना अर्थपुरवठा करण्यास एकूण साधनस्रोत अपुरे पडले आहेत आणि त्यांना तुटीच्या अर्थकारणाने जहाल डोस देऊन आधार द्यावा लागला आहे; पण खाजगी क्षेत्र व गुंतवणूकदार मात्र निधीसाठी आसुसलेले आहेत. त्यांना संपूर्ण कार्यक्षमतेने काम करण्यासाठी व सध्या अस्तित्वात असणाऱ्या उद्योगांचा विस्तार करण्यासाठी निधीची कमतरता भासत आहे. अशा परिस्थितीत नवउद्योगनिर्मितीचा तर विचारच करायला नको!

आपल्या सध्याच्या आर्थिक दैन्यावस्थेला जबाबदार असणारे तीन मूलभूत घटक म्हणजे अवास्तववादी व उधळपट्टीचे नियोजन, नोकरशाहीची प्रमाणाबाहेर नियंत्रणे व कंगाल करणारी करपद्धती. या तीन घटकांपैकी शेवटचे दोन घटक खाजगी क्षेत्राला सर्वांत हानिकारक ठरले आहेत. आज या धोरणांचे अपयश इतके ठळकपणे दिसून येत आहे, की आता आपल्या अर्थकारणविषयक विचारांचे मुळातून पुनर्मूल्यमापन करण्याची वेळ येऊन ठेपली आहे. रुपयाच्या अवमूल्यनासारख्या अप्रिय उपाययोजनेच्या निर्णयाप्रत येताना आपले पंतप्रधान व त्यांच्या सहकाऱ्यांनी जे धैर्य व वास्तवतावाद दर्शविला आहे, तसेच धाडस व सुज्ञता ही मंडळी नव्या आर्थिक वाटचालीत नियंत्रणे व करपद्धती यांच्या संदर्भात दर्शवतील अशी आपण आशा करूया. याच्या भरघोस फळांच्या तुलनेत यातील धोके अगदीच कमी आहेत. अनावश्यक आर्थिक निर्बंधांतून मुक्तता व करभाराचे ओझे कमी करणे या मार्गांनी भरघोस फळ मिळेल अशी माझी खात्री आहे. अशा धोरणांची फलनिष्पत्ती बहुतेकशा पाश्चात्त्य देशांमध्ये आपल्याला पाहायला मिळते, पण हटवादीपणे डोळ्यांवर झापडं

बांधली तर ही उदाहरणे लक्षात येत नाहीत.

देशाच्या सर्वसाधारण आर्थिक परिस्थितीबद्दल टिप्पणी करताना, आत्तापर्यंत मी फक्त आर्थिक पुनरुज्जीवनामध्ये सरकारची भूमिका या मुद्द्याचाच संदर्भ घेतला आहे. पण यामध्ये सर्वसाधारण उद्योग-व्यवसाय क्षेत्रानेसुद्धा महत्त्वाची भूमिका बजावावयाची आहे. उद्योगासाठी आवश्यक असणाऱ्या यंत्रसामग्रीची आयात करण्यासाठी जे मुक्त धोरण जाहीर झाले आहे, त्याचा संपूर्ण लाभ उठवून शक्य तितक्या जलद गतीने उत्पादन वाढवणे आणि उत्पादनांच्या किमती कमी अथवा मर्यादित राखणे ही गोष्ट त्यांच्या हातात आहे.

दर-नियंत्रण कायद्याच्या कक्षेत न येणाऱ्या उद्योगांच्या बाबतीत, त्यांच्यावर रुपयाच्या अवमूल्यनापूर्वी असणाऱ्या दराइतकाच दर कायम राखण्याची किंवा शक्य तितका त्याच्या जवळपास राहील हे पाहण्याची खूप मोठी जबाबदारी आहे. बऱ्याच कंपन्या वृत्तपत्रांतील जाहिरातींमधून त्यांचा किमती न वाढवण्याचा निर्णय जाहीर करून उद्योगातील महत्त्वपूर्ण घटकांमधील जबाबदारीची जाणीव व देशभक्तीचे प्रोत्साहक सुचिन्ह दर्शवत आहेत. इतरही त्यांचे अनुकरण करतील आणि सरकारही राष्ट्रीय पेचप्रसंगाच्या या काळातील त्यांचे वर्तन लक्षात घेऊन, त्यानुसार स्वतंत्र उद्योग अथवा कंपन्यांना वागणूक देईल, अशी मी आशा करतो.

औषधोपचारात बदल करा

१४ ऑक्टोबर, १९६६ : नवी दिल्ली : 'दी सेन्ट्रल ॲडव्हायजरी कौन्सिल ऑफ इन्डस्ट्रीज',

आपल्या अर्थव्यवस्थेचे विशिष्ट सैद्धान्तिक तत्त्वांवर आधारित नियोजन व नियंत्रण यांचा पंधरा वर्षांचा अनुभव घेतल्यानंतर, आता भविष्यातील वाटचालीचा मार्ग निवडण्याआधी आपण गतकाळाचे पुनरावलोकन आणि आपले भूतकाळातील कर्तृत्व व अपयशे यांचा आढावा घेण्याची वेळ आली आहे, ही गोष्ट मी सुचवू शकतो.

आपल्याला पुन:पुन्हा सांगण्यात येत आहे, की समाजवादाची प्रस्थापना हेच आपले मूलभूत उद्दिष्ट आहे. केवळ याच मार्गाने आपल्या जनतेची भरभराट आणि हित साधले जाणार आहे. तथापि, जगभरात समाजवादाने अनेक निरनिराळे मार्ग अनुसरले आहेत. आपण निवडलेला समाजवादी नियोजनाचा प्रकार मुख्यत्वे सोव्हिएत आदर्शावर आधारलेला आहे. यामध्ये संपूर्ण नियोजन, कडक नियंत्रणे, अवजड उद्योगांवर भर आणि विशेषत: अखंड महत्त्वाच्या प्रकल्पांचा विचार आणि

कुठल्याही परिस्थितीत सार्वजनिक क्षेत्राचे वर्चस्व प्रस्थापित करण्याचा निश्चय ठळकपणे दिसून येतो.

पूर्वेकडील व पश्चिमेकडील ज्या देशांनी आपला समाजवादी साचा मुख्यत्वे स्वीकारला आहे, त्यांची आर्थिक प्रगती अत्यल्प घडली आहे आणि त्यांना भयानक क्लेश सोसावे लागले आहेत. तर जपान, दक्षिण कोरिया व तैवान या पूर्वेकडील देशांनी आणि जर्मनी, फ्रान्स व इटली या पश्चिमेकडील देशांनी विकासाचा कितीतरी मोठा दर गाठून, विस्तृत वितरीत भरभराट साधली आहे. हा केवळ योगायोग असेल किंवा नसेलही कदाचित, पण या वस्तुस्थितीपासून शिकण्याजोगे धडे घेता येणार नाहीत का?

अगदी आपल्या मताला घट्ट चिकटून असणारा डॉक्टरसुद्धा आपण योजलेल्या उपचारांना अथवा आहाराला रुग्ण प्रतिसाद देत नाहीये असे लक्षात आले तर त्यात बदल करायला तयार असतो. पण, आपल्या नियोजन आयोगातले व सरकारमधले डॉक्टर्स त्यांचे आर्थिक 'प्रिस्क्रिशन' बदलण्यास तयार असल्याचं कसलेही चिन्ह दिसत नाही. उलट, चौथी पंचवार्षिक योजना व काँग्रेसचा जाहीरनामा या दोन्हींतून, आपल्याला भाजून काढणारा चलनफुगवट्याचा ज्वर शमवण्यासाठी आणि आपल्यावर असणारे दबाव व ताणतणाव निवारण्यासाठी त्याच औषधाचा जास्त मारा करण्याचेच आश्वासन आहे. या स्थितीत मी एवढेच सुचवू इच्छितो, की आपण आपल्या गेल्या पंधरा वर्षांतील आर्थिक प्रगतीचे – अथवा न केलेल्या प्रगतीचे – आणि आजवर आपण आपली आर्थिक उद्दिष्टे आकाराला आणण्यासाठी ज्या पद्धती व साधने स्वीकारली आहेत, त्यांची परिणामकारकता अथवा त्यांतील कमतरता यांचे कसलाही पूर्वग्रह न बाळगता, वास्तव व वस्तुनिष्ठ मूल्यमापन केले पाहिजे.

आपण सर्वजण आपली विशिष्ट मते असण्याचं धैर्य दाखवूया; पण, ही मते वस्तुस्थिती व सत्य यांवर आधारित असावीत, कुठल्याही विशिष्ट मतप्रणालीवर आधारित असू नयेत.

सहा अर्थतज्ज्ञ, सात मतप्रवाह!

२७ जानेवारी, १९६७ : 'दी अहमदाबाद मॅनेजमेंट असोसिएशन' व 'दी अहमदाबाद इकॉनॉमिक असोसिएशन' समोर

जगातील बहुतेकशा भागात नियोजन विसाव्या शतकातील 'होली ग्रेल' म्हणजेच ख्रिस्तकाळातील पुराणकथेत वर्णिलेली 'पवित्र थाळी' बनले आहे आणि नव्या अथवा विकसनशील देशांत त्याचे स्वरूप राष्ट्रध्वजाप्रमाणेच राष्ट्रीय स्वातंत्र्याचे

प्रतीक असे आहे. तरीसुद्धा, काही सुनियोजित व नियंत्रित अर्थव्यवस्थांनी आर्थिक विकासाचा दर उच्च राखण्यात यश मिळवले आहे आणि नियोजनाचे जहाज बरेचदा अंमलबजावणीच्या संदर्भातील वास्तव परिस्थितीच्या खडकावर आदळले आहे.

दुर्दैवाने भारतात लोकांचे हितसंबंध व भावना चेतवण्याचे काम आत्तापर्यंत आर्थिक मुद्द्यांपेक्षा राजकीय, धार्मिक, भाषिक व तात्त्विक मुद्द्यांद्वारे अडले आहे. लोकांचे कल्याण आर्थिक मुद्द्यांवर मुख्यत्वे अवलंबून असले तरी या मुद्द्यांपेक्षा बाकीचेच मुद्दे अधिक प्रभावी ठरले आहेत. शिवाय, आपली आर्थिक धोरणे एकतर राजकारण्यांच्या हातात असतात, ज्यांना त्यातलं बहुतांशी काही कळत नाही किंवा त्यांना आर्थिक प्रश्नात काडीचा रस नसतो; नाहीतर सिद्धान्तवादी अर्थतज्ज्ञांच्या हातात असतात!

क्लेमेन्शूने एके ठिकाणी म्हटले आहे.

''सेनापतींच्या हाती युद्धाची सूत्रे देणे अत्यंत धोक्याचे असते.''

आपल्या गेल्या पंधरा वर्षांच्या अनुभवावरून आपल्याला या वचनाच्या चालीवर म्हणता येईल की, ''राजकारण्यांकडे राजकारण व अर्थतज्ज्ञांकडे अर्थकारण सोपवणे फारच धोक्याचे असते!''

यापैकी अर्थतज्ज्ञांच्या बाबतीत सांगायचं तर सहा अर्थतज्ज्ञ एकत्र आले, की त्यांची सात निरनिराळी मते असणारच. केवळ या वचनाच्या आधारे मी हे मत मांडत नाही, तर भारतात आपल्याकडच्या योजनांचा आराखडा बनवण्याच्या कामाशी निगडित असणाऱ्या अर्थतज्ज्ञांची निवड मुख्यत्वे त्यांचा कल डाव्या विचारसरणीचा असल्यामुळे झाली आहे. त्यांना आर्थिक विकासाच्या योजनांच्या अंमलबजावणीपेक्षा समाजवादाचा परिचय घडवण्यात जास्त रस आहे.

आपण या अपयशाला कुणाला जबाबदार धरायचे? अंमलबजावणी नीट न होण्याला की सदोष नियोजनाला?

याचं उत्तर स्पष्ट आहे – दोन्हीही गोष्टींना.

पण मी असे मानतो, की आत्तापर्यंत आपण योजनांच्या चुकीच्या व्यवस्थापनापेक्षा, चुकीच्या व अतिमहत्त्वाकांक्षी नियोजनाच्या पायातच जास्त त्रास भोगला आहे. एखादी वाईट अथवा अवास्तववादी योजना चांगल्या व्यवस्थापनाद्वारेसुद्धा कधीही परिणामकारकरीत्या साकार होणे शक्य नाही.

आर्थिक व व्यवस्थापकीय साधनस्रोताचा विचार न करता गरजेवर आधारित योजनांचे समर्थन करणारी मंडळी ही गोष्ट जाणून घेण्यात अपयशी ठरली आहेत, की प्रमाणाबाहेर मोठी योजना आत्मनाश ओढवून घेते.

लक्ष्य हुकले

अतिमहत्त्वाकांक्षी नियोजनाबद्दल धोक्याचा इशारा देताना १९७९ सालचा अर्थशास्त्राचा नोबेल पुरस्कार मिळवणारे प्रोफेसर डब्ल्यू. आर्थर लेविस यांनी केलेल्या विधानातील कटू सत्य आपण भारतीयांनी चांगलेच अनुभवले आहे. ते म्हणतात :

> ''राष्ट्रीय उत्पन्नवाढीचे लक्ष्य कसलाही भ्रम न बाळगता निर्धारीत करणे फार महत्त्वाचे असते. जर आपण आखलेले लक्ष्य कल्पनारम्य असेल तर संपूर्ण योजनाच कल्पनारम्य बनेल. नियोजक आपल्या कुवतीपेक्षा अधिक गोष्टी करण्याचे आश्वासन देतात आणि सगळ्या गोष्टी सोडून देऊन मोकळे होतात. अशावेळी अर्थकारणाची अवस्था अजिबातच नियोजन न केल्यासारखी होऊन बसते.''

अतिभव्य योजना, आणि विशेषत: भांडवलाधारित विकासाच्या बाजूने खास करून झुकणारी दीर्घकालीन योजना, चलनफुगवटा व अर्थव्यवस्थेच्या असमतोलाला आमंत्रण देते. त्यामुळे योजनेचे वेळापत्रक व या योजनेत समाविष्ट असणाऱ्या विविध प्रकल्पांचा खर्च या दोन्ही बाबी विस्कळीत होतात आणि अखेर या सगळ्यांमुळं भौतिक नियंत्रणांची संपूर्ण शृंखला तयार होते, परिणामी अपुऱ्या प्रशासकीय साधनस्रोतांचा अपव्यय होतो.

मोठमोठ्या प्रकल्पांचा अंतर्भाव असणारी अतिभव्य योजना तशाच प्रचंड मोठ्या व्यवस्थापकीय समस्यांना जन्म देते. अत्यंत विकसित व औद्योगिक प्रगती झालेल्या देशात आवश्यक ते व्यवस्थापकीय साधनस्रोत सहज उपलब्ध होऊ शकतात. पण अद्यापि संपूर्ण विकसित न झालेल्या देशांत हे साधनस्रोत शून्यातून निर्माण करावे लागतात. आज इथे उपस्थित असलेल्या, औद्योगिक जगताचा व्यावहारिक अनुभव असणाऱ्या सर्वांना व्यवस्थापकीय कौशल्ये व अनुभव विकसित करण्यासाठी किती वर्षे लागतात ते माहीत आहे. परिणामी, आपल्याकडच्या पंचवार्षिक योजनांतर्गत प्रचंड खर्च करून उभारण्यात आलेल्या अनेक मोठ्या औद्योगिक विकास योजना प्रत्यक्ष 'उत्पादन पुरवठा' करण्यात अक्षरश: अपयशी ठरल्या असून त्यातून कधीच पुरेसा परतावा मिळण्याची शक्यता नाही.

आपल्या सध्याच्या समस्या – बहुतांशी नसल्या तरी बऱ्याच – केवळ भिकार अंमलबजावणीमुळे निर्माण झालेल्या नाहीत तर त्याला कमकुवत नियोजन व विशेषत: चुकीचे प्राधान्यक्रम आणि गाठता न येण्याजोगी उद्दिष्टे आखणे हे घटकही कारणीभूत आहेत. या निमित्ताने लक्ष्मण यांचे एक मजेशीर व्यंगचित्र आठवते.

गोळीबाराच्या सरावाच्यावेळी मैदानावर एक सार्जंट नेम चुकणाऱ्या मूर्ख जवानावर संतापून विचारत असतो : "तुला हे काय वाटते आहे?... नियोजन आयोग?"

आपलं नियोजन मुख्यत्वे ज्यांच्या नियोजन संकल्पनेवर आधारित आहे, त्या सोव्हिएत रशिया व इतर साम्यवादी देशांतसुद्धा अनेक वर्षांच्या नियोजनानंतर असे दिसून आले, की त्यांच्या अर्थव्यवस्थेतील अनेक क्षेत्रांतील त्यांच्या योजनांचा आकारमानाच्या संदर्भातील आवाका व गुंतागुंतीची रचना, तसेच त्यांच्या अर्थव्यवस्थेवर लादलेले ताणतणाव इतके प्रचंड आहेत, की काही ठिकाणी त्यामुळे अक्षरश: प्रशासकीय यंत्रणा व खुद्द योजनाच कोलमडून पडण्याची वेळ आलेली आहे. आम्ही सर्वप्रथम युगोस्लाव्हियामध्ये व आता झेकोस्लोव्हाकियामध्ये प्रशासकीय यंत्रणेचे प्रयत्न पाहिले आहेत. या ठिकाणी प्रशासकीय यंत्रणेने केवळ काही निवडक मोजक्या महत्त्वपूर्ण लक्ष्यांच्या पूर्तीवर लक्ष केंद्रित केले आहे आणि योजनेतील उर्वरित क्षेत्रांच्या संदर्भातील कार्यपूर्ती मागणी व पुरवठा करणाऱ्या शक्तींवर अधिकाधिक सोपवली आहे. त्यांनी खडतर मार्ग शोधला आहे. त्यांना या क्षेत्रातील मौल्यवान व अत्यंत गरजेचे असणारे प्रशासकीय साधनस्रोत बंदिस्त करण्याची गरज वाटलेली नाही. ही दुय्यम स्तरावरील उद्दिष्टे नैसर्गिक आर्थिक शक्तींवर सोपवणे अधिक चांगले व सोपे असे त्यांचे धोरण आहे.

पंचवार्षिक योजना यशस्वी होण्यासाठी...

देशाच्या अर्थकारणाशी संबंधित आर्थिक प्रयोग वर्षानुवर्षे, दरसाल सुरू आहेत, त्यांची अखेर व्हायलाच हवी आणि आपल्या कररचनेत काहीतरी योग्य स्थैर्य आले पाहिजे. व्यक्तिगत करआकारणीच्या संदर्भात, भरीव सवलत मिळण्यासाठी प्रदीर्घ विलंब झालेला आहे, विशेषत: अत्यंत कमी उत्पन्न गटाच्या बाबतीत. या उत्पन्न गटाला प्रचंड कर भरावा लागत आहे. खाजगी गुंतवणूकदारांवर त्यांचे अस्तित्वच नष्ट करण्याइतके कर लादायचे, सर्व बचत करआकारणी व सक्तीच्या ठेवींच्या रूपात सरकारी माध्यमाकडे वळवायची आणि मग एखाद्या सरकारी वित्तसंस्थेमार्फत पुन्हा हीच रक्कम खाजगी क्षेत्राला कर्जरूपाने भीक म्हणून द्यायची यात काहीच अर्थ नाही.

पंधरा वर्षांपूर्वी राष्ट्रीय नियोजनाला आरंभ झाला तेव्हापासून आपण लक्षणीय प्रगती केली असली तरी गेल्या तिन्ही पंचवार्षिक योजनांच्या कालावधीत आपला वार्षिक विकास दर ३.९% इतका सामान्य राहिला आहे. त्याच दरम्यान कित्येक अशियाई देशांनी बरीच प्रगती केली आहे, विशेषत: तैवान (८.१%), थायलंड

(६.१%) आणि अगदी फिलीपाईन्सने सुद्धा (५.४%) विकास दर गाठला आहे. यापेक्षाही शोककारक बाब म्हणजे आपण कुटुंबनियोजनाच्या संदर्भात परिणामकारक उपाययोजना करण्यात अपयशी ठरलो आहोत. त्यामुळे आपला वार्षिक विकास दर दरडोई अवघा १.८% इतका खाली आला आहे. 'इकॉनॉमिक कमिशन फॉर एशिया ॲन्ड द फार ईस्ट' या संस्थेच्या निष्कर्षानुसार, हे प्रमाण असेच राहिल्यास, भारतीय माणसाला जपानी माणसाचा सध्याचा उत्पन्न स्तर गाठण्यासाठी एकशे सदतीस वर्षे लागतील.

आज आपल्याला बहुव्याप्त योजनेपेक्षा निवडक बाबींचा समावेश असणाऱ्या योजनेची गरज आहे. आपल्या प्राधान्यक्रमाची उद्दिष्टे शक्य तितक्या जलद गतीने पूर्ण करण्यासाठी आपल्याला आपले मर्यादित आर्थिक व प्रशासकीय स्रोत या योजनेवर केंद्रित करता येतील. आपल्याला नियंत्रणांवर अधिक भिस्त ठेवणाऱ्या योजनेपेक्षा प्रोत्साहकांवर अवलंबून असणाऱ्या योजनेची गरज आहे. याचे मोल आता कित्येक साम्यवादी देशांच्याही ध्यानात आले आहे. आर्थिक विकास, कष्ट, अश्रू व कर यांच्याविना घडू शकत नाही हे खरे असले तरी या तिन्ही गोष्टी सदासर्वदा असायलाच हव्यात असे खचितच नाही. चलनफुगवटा व करआकारणी यांतून विश्रांती मिळायलाच हवी, त्याचबरोबर रोजगारनिर्मितीची अल्प क्षमता असणाऱ्या पण प्रचंड गुंतवणूक लागणाऱ्या व अपेक्षित फलप्राप्तीचा कालावधी प्रदीर्घ असणाऱ्या क्षेत्रांपासूनही थोडी सुटका मिळायला हवी. म्हणजे लोकांना नियोजनाची फळे त्यांच्याच आयुष्यात रोजगाराच्या व उपभोगाच्या वाढत्या संधी या रूपात चाखायला मिळतील.

चांगल्या कंपनीचे व्यवस्थापन आपण कंपनीच्या साधनस्रोतांचा अतिरिक्त वापर कधी केला आहे ते जाणून असते. ते त्या मर्यादेपलीकडे रेषा ओलांडत नाहीत. ते त्यांच्या आर्थिक व व्यवस्थापकीय ठेव्यांची पुनर्रचना करतात. जलद विस्तार घडण्याच्या कालावधीनंतर प्रत्येक वेळी ते आणखी मजबूत होतात व अशा प्रत्येक कालावधीत ते त्यांच्या भागधारकांना त्यांच्या संयमाचे काहीतरी बक्षीस देण्याचा प्रयत्न करतात. यानुसार वागायचे झाल्यास, आपल्या राष्ट्रीय अर्थव्यवस्थेच्या व्यवस्थापकांनी प्रगतीच्या प्रत्येक नव्या टप्प्यावर मजबुती साधली पाहिजे आणि लोकांनी त्यांच्या त्यागाची फळे, आणखी नव्या गोष्टी त्यांच्यावर लादण्याआधी, काही प्रमाणात तरी दिली पाहिजेत. जर आपल्या भावी योजना परिणामकारक बनवायच्या असतील तर, त्या योजनांनी आपल्या लोकांमध्ये वैयक्तिक गोवणूक व सहभागाची जाणीव निर्माण केली पाहिजे. त्या योजनांच्या यशासाठी वैयक्तिक व खाजगी क्षेत्रातील सामूहिक जबाबदारीची जाणीव निर्माण झाली पाहिजे- आणि सर्वांत महत्त्वाचं म्हणजे भविष्याकडे वाटचाल करताना सर्वांनी एकत्र येऊन काम

केले पाहिजे ही प्रेरणा व उत्साह जागवण्यात त्या यशस्वी झाल्या पाहिजेत, तरच भविष्यकाळात आपल्याला अधिक चांगले जीवनमान लाभण्याच्या आशा केवळ मृगजळ व भ्रम ठरणार नाहीत.

■

विकास व सामाजिक न्याय

हक्क व कर्तव्ये

२४ ऑगस्ट, १९४८ : 'द टाटा आयर्न अँड स्टील कंपनी लिमिटेड' अध्यक्षीय निवेदन.

आपल्या सध्याच्या आर्थिक हलाखीला काही प्रमाणात सरकारी धोरणे वा धोरणांचा अभाव कारणीभूत आहे यात शंकाच नाही, मात्र संपूर्ण दोष त्यांच्या माथी मारणे मूर्खपणाचे व अन्याय्य होईल. गतवर्षी त्यांना ज्या समस्यांना तोंड द्यावे लागले, त्यांची तीव्रता व अभूतपूर्व गुंतागुंत विचारात घेतली तर त्यांनी बरेच साध्य केले आहे, व त्याची देशाने नोंद घेऊन त्याविषयी कृतज्ञ असले पाहिजे. परंतु, लोकांचे संपूर्ण सहकार्य लाभले असते तर सरकारला यापेक्षा कितीतरी अधिक साध्य करता आले असते व त्यांनी ते साध्य केलेही असते.

केंद्र अथवा प्रान्तीय सरकारांनी लोकांची आर्थिक व सामाजिक स्थिती सुधारण्याच्या दृष्टीनं अनेक उपाययोजना आणण्याचे बरेच प्रयत्न केले, मात्र या प्रयत्नांना आपल्या विविध वर्गांतील लोकांच्या स्वार्थी व समाजविघातक कृत्यांमुळे अपयश आले वा हे प्रयत्न विफल ठरले. आपल्या सध्याच्या समस्यांतून मार्ग काढण्यासाठी शिस्त, नागरी सभ्यता याची गरज आणि वैयक्तिक लाभ व सोय यांचा त्याग करण्याची तयारी या गोष्टींना पर्याय नाही. या गोष्टी संबंधितांनी करायच्या आहेतच. विशेषत: ज्यांना ते सर्वोत्तम जमते त्यांनी तर केल्याच पाहिजेत.

देशातील प्रत्येक नागरिकाला आपला देश व सरकारप्रती असणारी कर्तव्ये आणि जबाबदाऱ्या यांची संपूर्ण जाणीव असणे आवश्यक असते. लोकशाही हक्कांच्या जोडीला ही जाणीव असल्याखेरीज समृद्ध, लोकशाही राष्ट्र निर्माण करता येऊ शकत नाही.

गुंतवणुकीस आकर्षित करण्यासाठी

१८ सप्टेंबर, १९५८ : 'द टाटा आयर्न अँड स्टील कंपनी लिमिटेड' अध्यक्षीय निवेदन.

आज आपण आपल्या आर्थिक प्रश्नांकडे व्यावहारिक व वास्तववादी दृष्टिकोनातून पाहण्याची कधी नव्हे इतकी गरज निर्माण झाली आहे आणि या प्रक्रियेमध्ये आपण आपल्या विचारसरणीवर भूतकाळात गडद रंग चढवणाऱ्या काही पूर्वग्रह व विशिष्ट मतप्रणाली यांचा त्याग करण्याची तयारी ठेवायला हवी.

भावी आर्थिक विकासाचे मूलभूत घटक एव्हाना स्पष्ट झाले आहेत. पहिली गोष्ट म्हणजे आपण अन्नधान्याच्या बाबतीत स्वयंपूर्ण होणे अत्यावश्यक आहे. दुसरे, आपण अत्यावश्यक आयात व परदेशी कर्जाचा बोजा, हे भार हलके करण्यासाठी आपल्या एकूण देयकांच्या रकमेच्या खात्यात दरवर्षी अतिरिक्त रक्कम निर्माण केली पाहिजे.

येथून पुढे आपल्या अर्थव्यवस्थेतील कुठलाही मोठा विस्तार – विशेषत: औद्योगिक क्षेत्रातील – मुख्यत्वे नव्या भांडवलाचा सातत्यपूर्ण ओघ प्रवाहित ठेवण्याच्या आपल्या क्षमतेवर अवलंबून राहील. आपण आपल्या देशात दडलेली लक्षणीय संपत्ती उपयोगात आणू शकतो, त्याखेरीज आपल्या वार्षिक बचतीची रक्कम- ती जरी टक्केवारीच्या भाषेत मोठी वाटत असली तरी – विकासाची व्याप्ती व आवश्यक दर विचारात घेता ती अर्थपुरवठा करण्यास अपुरी आहे. याला गुंतवणुका व परदेशी कर्जांची जोड दिली पाहिजे.

त्यामुळे आपल्यासमोरील एक मोठे काम म्हणजे, परदेशी नागरिक व परदेशी वास्तव्यास असणारे आपले भाऊबंद यांना भारतातील उत्पादनक्षम उद्योगांत गुंतवणुकीस प्रवृत्त करणे. जिकडे सुरक्षितता, उत्तम परताव्याच्या संधी, किंमतवाढ सर्वाधिक, त्या दिशेने भांडवलाचा ओघ सहजपणे वळतो, ही गोष्ट आपण समजून घेतल्याखेरीज हे साध्य होणार नाही. गेल्या दहा वर्षांत प्युअर्टो रिको इतकी विस्मयकारक प्रगती करू शकते, कॅनडा व अमेरिकी उपखंडातील इतर देश त्यांना हवे असणारे सर्व भांडवल व सर्व रचनात्मक उद्योगांना आकर्षित करू शकतात. त्याचे कारण अगदी साधे व स्पष्ट आहे – जे आपल्या देशात सतत दुर्लक्षिले गेले आहे किंवा त्याचा अर्थ नीट समजून घेतला गेला नाही – ते म्हणजे या देशांनी भांडवल व रचनात्मक उद्योगांचे स्वागत केले आणि त्यांना सुरक्षित आश्रयस्थान बंदर व आकर्षक मोबदला मिळवू दिला.

जर आपले सरकार व आपली संसद यांनी परिचय करून दिला, की भारत ही

विधायक व प्रामाणिक उद्योगांसाठी संधी उपलब्ध करून देणारी भूमी आहे, याठिकाणी ज्यांनी बचत वा शिलकी भांडवल गुंतवले, त्यांना सुरेख मोबदला लाभला आहे, तर आपल्याला देशांतून व परदेशांतूनही भांडवलाचा असा प्रचंड ओघ सुरू झालेला पाहायला मिळेल आणि आर्थिक घडामोडीची अशी उत्तुंग लाट उसळेल की त्यामुळे अवघ्या काही दशकांतच आपल्या भूमीचा व आपल्या लोकांच्या जीवनाचा चेहरामोहरा पालटेल.

त्याच वेळी, भारतीय भांडवल दूर घालवायचे असेल व परदेशी गुंतवणुकीला नाउमेद करायचे असेल तर, गेल्या दहा वर्षांत व उद्योग आणि स्वयंकर्तृत्व यांना अटकाव वा शिक्षा करणारे आपल्या आर्थिक तत्त्वज्ञान व धोरणांतील अंतर्भूत मुद्दे तसेच चालू ठेवणे हा हमखास उपाय आहे. मी विशेषकरून उल्लेख करीन तो उद्योगावर विविध कायद्यांन्वये लादलेल्या प्रचंड गुंतागुंतीच्या व कडक निर्बंधांचा, वैयक्तिक व कंपन्यांवर लादलेल्या करांच्या असह्य ओझ्याचा, आयात व अबकारी कर तसेच आयात मालावरील इतर जकातीचा, हे सगळे वेगवेगळ्या स्वरूपाचे कर आहेत. आपण नेहमी एकत्रित करपद्धती असे म्हणतो पण वस्तुतः त्यामुळे काम करण्याची, धोका पत्करण्याची इच्छा संपुष्टात येते, त्याजोडीला खाजगी क्षेत्राविषयी सैद्धान्तिक वैरभावना व गैरविश्वास यांची भर आहेच!

काळाबाजार नष्ट करताना...

१३ जुलै, १९७३ : 'द टाटा आयर्न ॲन्ड स्टील कंपनी लिमिटेड' : अध्यक्षीय निवेदन.

एक गोष्ट अगदी स्पष्ट आहे, ती म्हणजे कोणत्याही कारणासाठी गुंतवणुकीला अथवा त्या उद्योगाच्या विकासाला नाउमेद करणाऱ्या धोरणामुळे प्रचंड टंचाई व परिणामी अधिक चलनफुगवटा होतो. तुमची वितरण पद्धती कितीही चांगली असली – तशी अद्याप आपल्या देशात अजून पाहायला मिळायची आहे – तरी टंचाईच्या कारभारात तिचे मोडून पडणे अटळ आहे.

आज आपण ज्या गंभीर आर्थिक परिस्थितीत आहोत, त्या भोगातून सुटका होण्याचा एकमात्र मार्ग म्हणजे योग्य विभागणी केलेल्या उत्पादनकार्याला प्रचंड व जलद गती देणे. आज आपल्याला गरज आहे ती तर्कशुद्ध, नव्या पद्धतीच्या, विशिष्ट मतप्रणालीचा पुरस्कार न करणाऱ्या औद्योगिक धोरणांच्या 'पॅकेज'ची आणि प्राधान्याच्या उद्योगांत उत्पादन व गुंतवणुकीला चालना देण्यासाठी आखलेल्या उपाययोजनांची. ही उद्दिष्टे साध्य करायची असतील तर मूलभूत उत्पादनांच्या किमती

– त्या आजवर आर्थिक पातळीच्या खाली राखलेल्या आहेत – काही प्रमाणात वाढतील, सद्य:स्थिती पाहता ग्राहक दुर्मिळ वस्तूंसाठी काळ्या बाजाराचा दर देतो आणि बऱ्याचशा वस्तू दुर्मिळ आहेत, या गोष्टीचा विसर पडू देता कामा नये. फक्त वाढते उत्पादन व गुंतवणूक यांच्या दिशेने आखलेली धोरणे व उपाययोजनाच काळा बाजार नष्ट करून टंचाई दूर करू शकतात. काळाबाजार या टंचाईवर तर पोसला जातो आणि त्याने दीर्घकाळ आपल्या अर्थव्यवस्थेला उद्‌ध्वस्त करण्याचे काम केले आहे.

ही विशिष्ट धोरणे व उपाययोजना सुचवण्याची जागा नसली तरी, मी एकीकडे उद्योग व व्यापारातील खाजगी क्षेत्राला आणि दुसरीकडे आपल्या धोरण आखणाऱ्या मंडळींना इशारेवजा सूचना दिली आहे, त्याबद्दल क्षमा असावी.

मी उद्योग व व्यापारातील खाजगी क्षेत्राला कळवळीने सांगू इच्छितो की, देशाच्या सद्य:स्थितीत व ग्राहकोपयोगी उत्पादनांच्या जवळपास संपूर्ण मालिकेच्या टंचाईची स्थिती लक्षात घेता, प्रत्यक्ष वा अप्रत्यक्ष नफेबाजी आणि नैतिकदृष्ट्या चुकीची अथवा इतर गैरवर्तने दीर्घ वाटचालीत विनाशक ठरणार आहेत ही गोष्ट समजून घ्या. अशा प्रकारचे गैरवर्तन करणाऱ्यांसाठी परतीचा मार्ग उरणार नाही.

मी सरकारला कळकळीने सांगेन, की चलनवाढीविरुद्ध लढण्याच्या अथवा खाजगी क्षेत्राच्या हाती आर्थिक सत्ता एकवटण्याच्या काल्पनिक भीतीच्या नावाखाली आखली जाणारी धोरणे गुंतवणुकीच्या आड येतात. अशा धोरणांच्या मदतीने सामाजिक न्याय व आर्थिक विकासाचा योग्य दर या गोष्टी कधीही साध्य होऊ शकणार नाहीत. मी पुन्हा एकदा सांगतो, की आपल्या देशात अस्तित्वात असणाऱ्या नियंत्रणे, परवाने व परमिटे यांना कवटाळणाऱ्या राज्यकारभारातील अर्थव्यवस्थेत अशाप्रकारचे सत्तेचे हानिकारक केंद्रीकरण होऊ शकत नाही.

सामाजिक न्यायाचा मार्ग

५ डिसेंबर १९७२ : नवी दिल्ली येथील 'द इन्टरनॅशनल सेमिनार ऑफ इकॉनॉमिक जर्नलिस्टस' मधील भाषण.

बऱ्याच वर्षांपूर्वीची म्हणजे १९४० च्या दशकाच्या प्रारंभीची गोष्ट आहे. १९४४ साली भारतीय कारखानदारांच्या एका छोट्या गटाने – त्यामध्ये मीही होतो – तथाकथित 'बॉम्बे प्लॅन' तयार केला होता. जवाहरलाल नेहरूंच्या अध्यक्षतेखाली काम करणाऱ्या काँग्रेस पक्षाच्या नियोजन समितीच्या – हा आपल्या देशाच्या आर्थिक नियोजनाच्या संदर्भातील पहिलाच प्रयत्न होता – चर्चेत सामाजिक न्यायाची

गरज या गोष्टीवर विकासाचा उपसिद्धान्त म्हणून स्पष्टपणे भर दिला होता. 'बॉम्बे प्लॅन' मध्ये या मुद्द्यावर भर होता, की केवळ आर्थिक विकास घडवण्याने गरिबीची समस्या सुटणार नाही तर, त्या जोडीने उत्पन्नातील एकूण तफावत दूर करण्यासाठी संपत्तीच्या वितरणाची योग्य पध्दत असायला हवी.

त्यामुळे, जवळजवळ तीस वर्षांनंतर, आर्थिक विकासाच्या जोडीने सामाजिक न्यायाची हमी मिळण्याच्या आवश्यकतेवर पुन्हा भर देण्याची गरज भासते. याचा अर्थ आम्हाला त्याची सुरुवातीपासून जाणीव नव्हती असा नाही, तर आर्थिक विकासाचा दर उच्च असला तरी त्यामुळे रोजगारनिर्मितीमध्ये – ज्यायोगे बहुसंख्य जनसामान्यांमध्ये क्रयशक्ती निर्माण होऊ शकते – आपोआप समप्रमाणात वृद्धी होत नाही, हे गोष्ट आता आम्हाला कळून चुकले आहे हे कारण आहे.

त्याप्रमाणे टप्प्याटप्प्याने वाढत जाणारा आयकर व निवडक करपद्धतीचे इतर प्रकार विकासाच्या फळांचे न्याय्य वाटप करण्याची हमी देतील व त्यायोगे सामाजिक न्यायाची प्रस्थापना होईल या गोष्टीवर भाबडेपणाने विश्वास ठेवणे ही आमची चूक ठरली.

आणि त्यामुळेच आपण कोट्यवधी लोकांना भेडसावणारे क्रूर दारिद्र्य आजही पाहत आहोत. त्यामुळेच आर्थिक विकासासंदर्भात काहीसा भ्रमनिरास होण्यास प्रारंभ झालेला असतानाच, विकास प्रक्रियेमध्ये सामाजिक न्याय झिरपणार असल्याचा नवा गलबला ऐकू येतोय, याचे आश्चर्य का वाटू नये?

भारतीय परिस्थितीच्या संदर्भात आपण 'सामाजिक न्याय' या संकल्पनेचा अर्थ काय लावणार आहोत ते स्पष्ट करूया. अधिकृत गोटांमधून पुन:पुन्हा केल्या जाणाऱ्या घोषणांवरून असे दिसते की त्यांना सामाजिक न्यायाची समाजवादाशी सांगड घालायची आहे कारण, समाजवादाची प्रस्थापना हे आपले उद्दिष्ट असल्याचे सतत सांगितले जात असते. दुर्दैवाने आपल्या समाजवादाच्या 'ब्रँड'ची सुस्पष्ट व्याख्या कधीच झाली नाही. बरेचदा त्याकडे थोर मानवतावादी तत्त्वज्ञान आणि सामाजिक व आर्थिक संघटनेची पध्दत म्हणून पाहिले गेले नाही – वास्तविक तोच त्याचा अर्थ आहे – तर गरिबांना समृद्ध करण्यापेक्षा श्रीमंतांना गरीब करण्याचे ध्येय ठेवणारे, मते मिळवण्याचे लोकप्रिय घोषवाक्य म्हणून आणि राजकीय व आर्थिक सत्ता संपादन करण्याचे आणि त्याद्वारे संपूर्ण अर्थव्यवस्थेवर नियंत्रण मिळवून तिची फळे चाखण्याचे साधन म्हणून पाहिले गेले.

मानवतावादी दृष्टिकोनाबद्दल विख्यात असणाऱ्या एका सुप्रसिद्ध भारतीय अर्थतज्ज्ञ महोदयांनी अलीकडेच एक विधान केले की,

''लोकांच्या हितरक्षणासाठी संपूर्ण अर्थव्यवस्थेवर सामाजिक व सार्वजनिक नियंत्रण प्रस्थापित करणे हा समाजवादाचा मूळ गाभा आहे.''

मी या मताशी सादर असहमत आहे. या घडीला व आगामी कित्येक वर्षांत, भारतातील जनसामान्यांच्या दृष्टीने समाजवादाचा व त्यामुळे सामाजिक न्यायाचा मूळ गाभा म्हणजे दारिद्र्यनिर्मूलन! त्यांच्या दृष्टीने याचा अर्थ म्हणजे सर्वप्रथम त्यांना उपजीविकेचे साधन अथवा नोकऱ्या देणे व त्यांच्या अत्यावश्यक गरजा भागवणे.

आपल्या देशासारख्या देशात, विकासाची फळे सर्वांना वाटली म्हणजे झाले, एवढाच अर्थ नाही. बहुसंख्य लोक गरीब आहेत व अगदी मोजक्या लोकांना गरिबीशी झगडावे लागलेले नाही. या बहुसंख्य व अल्पसंख्य वर्गामध्ये जी एकूण तफावत आहे, त्यामुळे सामाजिक न्यायाच्या प्रस्थापनेसाठी आर्थिक विकासातून निर्माण झालेली अतिरिक्त संपत्ती देशातील गरिबात गरीब माणसाकडे सर्वांत आधी वळली पाहिजे.

विकासाच्या नव्या अर्थशास्त्राच्या सुस्पष्ट संदेशातील काही बाबी आज सारख्या कानांवर पडत आहेत. या संदेशात म्हटले जाते, की आर्थिक विकासाचा उच्च दर आवश्यक आहे पण तो सामाजिक न्यायासाठी पुरेसा नाही, त्यामुळे विकास व सामाजिक न्याय या दोन्ही गोष्टी एकत्र साध्य होण्याची हमी देणाऱ्या काही निराळ्या यंत्रणा अर्थव्यवस्थेत निर्माण केल्या पाहिजेत.

आपले कुठे चुकले?

आपल्याला गरिबीच्या संदर्भात खराखुरा प्रभाव टाकण्यात अपयश येण्यास जे घटक कारणीभूत ठरले, त्यांतील पहिला व बहुधा सर्वांत महत्त्वाचा घटक सुस्पष्ट आहे, तो म्हणजे आपल्या लोकसंख्येची अनियंत्रित वाढ! दारिद्र्यरेषेखाली जीवन कंठणाऱ्या एकूण लोकसंख्येवर गरिबीचे प्रमाण व्यक्त केले जाते. आपल्याला स्वातंत्र्य मिळाल्यानंतरच्या पहिल्या पंचवीस वर्षांत २०० दशलक्ष लोकसंख्या वाढली, यांपैकी बहुसंख्य लोक समाजाच्या सर्वांत गरीब स्तरात आहेत. हा आकडा सध्याच्या अमेरिकेच्या एकूण लोकसंख्येइतका आणि जपान वा ब्राझिलच्या लोकसंख्येच्या दुप्पट आहे!

दुसरी गोष्ट म्हणजे भारतातील दारिद्र्याचे मुख्य कारण म्हणजे रोजगाराचा अभाव ही वस्तुस्थिती ओळखण्यात आपण कमी पडलो. रोजगाराअभावी गरीब माणसाकडे क्रयशक्तीच नसते.

जलद औद्योगिकीकरणाच्या जोडीने कृषी उत्पादन विकास घडला तर आवश्यक त्या रोजगारसंधी आपोआप खुल्या होतील, या साध्या सरळ व दिलासादायक समजुतीच्या स्वीकारात संतुष्ट न राहता, आपण याची औद्योगिकीकरणाच्या भांडवली धोरणाशी सांगड घातली. त्यामुळे आपोआपच रोजगाराच्या अधिकाधिक संधी

निर्माण करण्याच्या निकडीच्या गरजेकडे दुर्लक्ष झाले.

मूलभूत उद्योगांच्या महत्त्वाला आक्षेप घेणारा मी बहुधा अखेरचाच असेन. जमशेटजी टाटांच्या स्वप्नातील आधुनिक उद्योगप्रधान भारताचे पोलाद व विद्युत् ऊर्जा आणि त्याजोडीने तंत्रविषयक शिक्षण हे प्रमुख आधारस्तंभ होते. हे स्वप्न त्यांनी जवळजवळ शंभर वर्षांपूर्वी पाहिले होते. तथापि, प्रश्न आहे तो प्राधान्यक्रमाचा. एखाद्या विशिष्ट कालखंडात योग्य असणारा प्राधान्यक्रम दुसऱ्या एखाद्या कालखंडात चुकीचा ठरण्याची दाट शक्यता असते.

आणि यावरूनच मला आपल्या एकूण अर्थविषयक कामगिरीच्या सुमार दर्जाचे तिसरे कारण सापडले. आपण सामान्य माणसाला आवश्यक असणाऱ्या मूलभूत वस्तूंची गरज भागवण्याला व त्याजोडीने सर्वसामान्यांची क्रयशक्ती वाढवण्याला आवश्यक तितके प्राधान्य देण्यात अपयशी ठरलो. या बाबी रोजगाराभिमुख योजनांतूनच निर्माण होऊ शकल्या असत्या. कारण, गरिबी म्हणजे काय? जीवनातील अत्यावश्यक गरजापासून वंचित राहावे लागणे म्हणजेच गरिबी. पोटाला अन्न, देहासाठी वस्त्र व निवारा, रांधण्यासाठी इंधन, पिण्यासाठी शुद्ध पाणी, आजारांशी लढा देण्यासाठी औषधे, आपल्या वस्तू बाजारपेठेपर्यंत वाहून नेण्यासाठी वाहतूक व्यवस्था या जीवनातील अत्यावश्यक गरजा आहेत. रोजगार जर आपल्या आवश्यक असणाऱ्या वस्तू व सेवा मिळवण्यासाठी साधने पुरवू शकत नसेल, तर त्याला काही अर्थच उरणार नाही. जर आपण जनसामान्यांच्या गरजा भागवतानाच प्रचंड रोजगार निर्मितीची हमी देणारी एखादी विकास पद्धत (pattern) स्थापन करू शकलो तर आपल्याला आज आपल्यासमोर उभ्या असलेल्या सर्वांत कठीण समस्यांवरचा उपाय सापडेल. हे अत्यंत दुःसाध्य काम आहे हे कबूल करावेच लागेल!

चौथे आणि दुर्दैवाने ज्यापासून सुटका नाही असे कारण म्हणजे देशाच्या संरक्षणासाठी होणारा अवाढव्य खर्च. १९७१-७२ सालातील किमतीनुसार गेल्या दहा वर्षांतील खर्चाची एकूण रक्कम १२,६५० कोटी रुपये आहे.

जर या खर्चाच्या रकमेतील फक्त निम्मी रक्कम रोजगाराभिमुख आर्थिक विकासासाठी खर्ची घातली असती तर आपण किती मोठी मजल मारली असती याचा अंदाज करायला फार मोठी कल्पकता लागणार नाही! राष्ट्रीय उत्पन्नाच्या टक्केवारीच्या संदर्भात पाहिलं तर संरक्षण खर्चामध्ये किंचित कपात झालेली दिसत असली, हा खर्च कितीही अत्यावश्यक सदरातील असला तरी, अजूनही आपल्या एकूण राष्ट्रीय बचतीपैकी एक तृतीयांशपेक्षा अधिक रक्कम लष्करासाठी खर्च करावी लागते ही गोष्ट व्यथित करणारी आहे. मी याआधी प्रश्न उपस्थित केला होता की, "आपले कुठे चुकले?" हे सर्व घटक या प्रश्नाचे उत्तर देतील. हा प्रश्न आपल्याला अंतिम प्रश्नाकडे नेतो – "आपण आता इथून कुठे जाणार आहोत?" जर योग्य

'निदान' झाले तर 'इलाज' स्पष्टच आहेत.

आपण आता इथून कुठे जाणार आहोत?

सर्वप्रथम आपण कोणत्याही परिस्थितीत आपल्या लोकसंख्यावाढीला आळा घालण्यासाठी आणखी तळमळीचे प्रयत्न केले पाहिजेत. सद्य:स्थितीत, आपल्याजवळ वेळ अगदी कमी आहे आणि या शतकाच्या अखेरीस आपली लोकसंख्या १००० दशलक्षांचा आकडा ओलांडून पुढे जाईल. ती थोपवण्याची कसलीही शक्यता उरलेली नाही. आपण काही दशकांत आपल्याकडचा लोकसंख्या वाढीचा दर सध्याच्या २.४% दराच्या निदान निम्म्यावर आणण्यात अपयशी ठरलो तर त्याचे किती महाभयंकर परिणाम घडतील याबाबत संपूर्ण देशात जागृती निर्माण झाली पाहिजे.

दुसरे, आपण सर्वजण ज्या मताशी सहमत आहोत त्यानुसार आपल्या पुढच्या पंचवार्षिक योजनेत जास्तीत जास्त रोजगार संधी निर्माण करण्यावर भर असायला हवा. या रोजगारसंधी मजुरांची अधिक गरज असणाऱ्या उद्योगांना चालना देणे व ग्रामीण भागातील सर्वसामान्यांसाठी उत्पादक योजना याद्वारे निर्माण केल्या जाव्यात.

मी ही शिफारस विशिष्ट कालमर्यादेसाठी करण्याचे कारण म्हणजे अर्थिक कार्यक्रमाचा अशा प्रकारचा नमुना तात्पुरत्या स्वरूपाचा असतो ही गोष्ट मी जाणतो. त्याचा प्रमुख उद्देश म्हणजे शक्य तितक्या जलद व तिथे सर्वाधिक गरज उद्भवते अशा ठिकाणी – जिथे सर्व मानवी दु:खांपैकी सर्वांत निष्ठुर दु:ख उभे असते – म्हणजे काम करून पोटासाठी मिळवण्याच्या संधीचा अभाव असतो, त्याठिकाणी दु:खभार हलका करणे, कृषी, खाणकाम, रस्ते व धरणबांधणी, कालवे व विहीर खोदाई, जंगलांची पुनर्लागवड योजना व इतर प्रकल्प अशांसारख्या मजुरांची आवश्यकता असणाऱ्या काही कार्यक्रमांमध्ये लाभदायक व उत्पादनक्षम रोजगारनिर्मिती नक्कीच सर्वाधिक प्रमाणात होऊ शकेल. आगामी काही वर्षांसाठी त्यांची भूमिका 'शॉक अॅब्सॉर्बर'ची असेल आणि त्यामुळे अर्थव्यवस्थेचा विकास दर वेगाने पुढे जाण्याची आशा करता येईल. त्यानंतर रोजगार व क्रयशक्ती यांचा स्तर उंचावल्यामुळे व विकसनशील उद्योगांच्या वृद्धिंगत परिणामामुळे निर्माण झालेल्या रोजगाराच्या नेहमीच्या संधीमुळे हळूहळू बेरोजगारी निपटून काढता येईल आणि मग अशाप्रकारे रोजगारनिर्मिती करण्याचे कृत्रिम प्रयत्न थांबवून परिपक्व अर्थव्यवस्थेसाठी अधिक सुयोग्य बाबींचा निराळा प्राधान्यक्रम संच स्वीकारण्याची योग्य वेळ येऊन ठेपेल.

तिसरे आपण आपल्या औद्योगिक योजनांमध्ये बहुसंख्य लोकांना प्रामुख्याने ज्या वस्तू व सेवांची गरज असते त्या वस्तू व सेवा पुरवण्यावर अधिक भर देण्याची

वेळ आता येऊन ठेपली आहे. यामुळे चलनवाढीशी व त्यामुळे होणाऱ्या सामाजिक अन्यायाशी लढा देण्यास मदत होईल; प्रचंड खपाच्या वस्तूंसाठी बाजारपेठ उपलब्ध होईल. इतर कोणत्याही औद्योगिक क्षेत्रापेक्षा या क्षेत्रात रोजगारसंधी तुलनेने कितीतरी अधिक असतील. त्यामुळे नवउद्योजक या क्षेत्राकडे आकर्षित होतील, उद्योगधंदे ग्रामीण भागात पसरतील, आणि सर्वांत महत्त्वाचे म्हणजे त्यामुळे 'गरिबी हटाओ' कार्यक्रमाला ठोस आकार मिळेल, ज्यायोगे आर्थिक विकास व सामाजिक न्याय यांनाही चालना मिळेल.

चौथे, आपण सध्या आपल्याकडे अस्तित्वात असलेल्या पद्धतीपेक्षा अधिक अर्थपूर्ण अशी वितरणपद्धत विकसित केली पाहिजे. भारतासारखा गरीब देश बचतीचा दर वाढवण्यासाठी व धोकादायक ठराव्या इतक्या प्रचंड विषमतेवर नियंत्रण मिळवण्यासाठी तुलनात्मक जास्त असणारी करआकारणी टाळू शकत नाही, पण आपली करपद्धती आर्थिक विकासाला प्रोत्साहन देणारी असली पाहिजे, याची आपण दक्षता घ्यायला हवी. केवळ या पद्धतीनेच सरकारकडे जनकल्याण योजनांना अर्थपुरवठा करण्यासाठी अधिकाधिक साधनस्त्रोत उपलब्ध होऊ शकतील. त्यामुळे, आपण वांछू समितीने सुचवल्याप्रमाणे प्रचलित करपद्धतीपेक्षा अधिक तर्कशुद्ध करपद्धती – जी आपल्याला आवश्यक असणारा महसूल मिळवून देण्याइतकी जास्त असावी पण सद्यस्थितीत घडतंय त्याप्रमाणे उच्च उत्पन्न गटातील लोकांची करपात्र संपत्ती काळ्या बाजाराकडे वळेल, इतकी प्रचंड नसावी – स्वीकारायला नको का?

आपल्या देशासारख्या विकसनशील अर्थव्यवस्थेत अक्षय टंचाई पाचवीलाच पुजलेली आहे. अशा परिस्थितीत इथे नियंत्रणे असणे खरोखरच योग्य व बरोबर आहे, पण इतकी नियंत्रणे असण्याची आवश्यकता आहे? तीसुद्धा इतक्या विस्तृत श्रेणींत, तपशीलवार व वेळखाऊ असण्याची गरज आहे का? त्यांचे स्वरूप इतके प्रबळ असलेच पाहिजे का? समाजवादाच्या नावाखाली आपण जी नियंत्रणांची प्रचंड विविधता लादली आहे, ती नियंत्रणे खऱ्या उद्देशांची पूर्तता करत आहेत व दीर्घ वाटचालीत स्वत:चाच पराभव करणारी ठरणार नाहीत, याबाबत आपल्याला खात्री आहे का?

अखेर, माझ्या बोलण्यामुळे विपर्यासाला निमंत्रण मिळेल हे माहीत असूनही, मी पुन्हा एकदा आपल्या आर्थिक विकास दराला गती प्राप्त करून देण्याच्या अत्यंत महत्त्वाच्या गरजेच्या मुद्द्यावर भर देतो. कारण विकास दर कमी असणे हे सामाजिक अन्यायाचे मुख्य कारण आहे. गेल्या बारा महिन्यांतील अपुऱ्या उत्पादननिर्मितीमुळे सर्वाधिक मागणी असणाऱ्या मूलभूत गरजेच्या वस्तूंचे दर वर्षात १० टक्क्यांनी वाढले आहेत. अशा परिस्थितीत कसला सामाजिक न्याय असू शकतो?

सामाजिक न्यायाच्या नावाखाली अलीकडच्या काही वर्षांत लागू केलेल्या

निर्बंधनात्मक धोरणांचे सर्वांत दुर्दैवी बळी दुसरे कुणी नसून आपल्या लोकांमधलेच सर्वांत गरीब लोक आहेत.

त्यामुळे आपण सामाजिक न्यायासहित आर्थिक विकास या संकल्पनेच्या पायाभूत तत्त्वांचे पुनरुज्जीवन करूया. आपण विकासाचा सर्वाधिक दर गाठण्याच्या दिशेने कार्यरत असणाऱ्या व त्याचवेळी अशा विकासाच्या लाभाचा मोठा वाटा सर्वांत गरजू माणसाला मिळण्याची हमी देणाऱ्या एखाद्या कार्यक्रमाशी बांधिलकी स्वीकारूया. या विकासाची रचना अशी घडवता येईल, की त्यायोगे राष्ट्रीय उत्पन्नातील प्रत्येक १ टक्का वाढीसोबत आपल्या देशातील तिसऱ्या क्रमांकाच्या गरिबाच्या दरडोई उत्पन्नात कितीतरी मोठी वाढ होईल, तीसुद्धा आर्थिक प्रयत्नांसाठी अत्यावश्यक असणाऱ्या प्रोत्साहकांचा व मोबदल्याचा ऱ्हास न होता.

बहुआयामी दृष्टिकोन

१६ मे, १९८८ : नवी दिल्ली येथे 'द असोसिएटेड चेम्बर्स ऑफ कॉमर्स अॅन्ड इन्डस्ट्रीज ऑफ इंडिया' या संस्थेने आयोजित केलेल्या उद्योग व व्यापार विषयावरील 'नॅशनल कन्व्हेन्शन' च्या उद्‌घाटन सत्रातील भाषण...

आपण चाळीस वर्षांपूर्वी, वाटचाल करण्यास उत्कृष्टरीत्या प्रारंभ केला. आपण खचवून टाकणाऱ्या समस्या व अडचणींवर – फाळणीची शोकान्तिका व पाकिस्तानशी झालेला सशस्त्र संघर्ष या समस्या त्यांपैकीच – विलक्षण कार्यक्षमतेने मात केली. आपण पाचशे चोपन्न संस्थाने एकत्र केली आणि प्रचंड घटनेची चौकट बनवून ती स्वीकारली.

त्यानंतरच्या दशकांत आपण इतर स्तुत्य उद्दिष्टे साध्य करण्याच्या दिशेने वाटचाल केली.

* घोर आपत्तीच्या भीतीने हातपाय न गाळता आपण अन्नधान्य उत्पादनात नाट्यपूर्ण वृद्धी साध्य केली.

* आपण सार्वजनिक व खाजगी या दोन्ही क्षेत्रांत जलद वृद्धी घडवण्यास सक्षम असणारा मजबूत औद्योगिक पाया सुस्थापित केला.

* प्रारंभी आपण आपल्या पेट्रोलियमच्या गरजेसाठी जवळपास संपूर्णत: आयातीवर अवलंबून होतो, आता आपण परकीय चलनात प्रचंड बचत करून, आपल्या जलदगतीने वाढणाऱ्या गरजेपैकी पन्नास टक्के उत्पादन दरसाल घेतो.

* आपण चलनवाढीवर यशस्वी नियंत्रण मिळवले आहे व आपल्या परकीय

चलनविषयक समस्यांवर अशा कौशल्याने व दूरदर्शी धोरणीपणे मात केली आहे की त्यामुळे आज आपली परदेशांत मोठी पत निर्माण झाली आहे. आज परकीय देश आपल्याला पैसे कर्जाऊ देण्यास उत्सुक आहेत. त्यांचा आपल्या वित्तीय व्यवस्थापनावर अतिशय विश्वास आहे.

अत्यंत महत्त्वपूर्ण चुका

दुर्दैवाने आपण काही अत्यंत महत्त्वाच्या चुकाही केल्या आहेत, त्यांचा आपल्या अर्थव्यवस्थेच्या प्रगतीवर गंभीर व दुष्परिणाम घडला आहे.

* आपण अनेक वर्षे ज्याठिकाणी सर्वाधिक गरिबी आहे, त्या ग्रामीण भारताच्या गरजांकडे दुर्लक्ष केले.

* आपण आपल्या अर्थव्यवस्थेच्या विकासासाठी आखलेल्या योजना समाजवादाच्या चुकीच्या अर्थाच्या पायावर आधारलेल्या होत्या, त्यामुळे आपल्याला अकार्यक्षम नोकरशाही असलेल्या, भांडवलशाही राज्याचा योजनांचा अतिरेक असणारा, अतिनियंत्रित प्रकार लाभला.

* यापेक्षाही गंभीर बाब म्हणजे आपण आपल्याकडच्या लोकसंख्या वाढीच्या प्रचंड दराचे क्लेषकारक आनुषंगिक परिणाम ओळखण्यात दीर्घकाळ अपयशी ठरलो. परिणामी स्वातंत्र्यानंतरच्या काळात आपल्या ३५० दशलक्ष लोकसंख्येत आपण अवघ्या चाळीस वर्षांत ४५० दशलक्ष प्रजेची भर घातली आहे. त्यामुळे, आता आपण नव्या सहस्त्रकात प्रवेश करू तेव्हा हा आकडा एक अब्जापेक्षा कमी असणार नाही.

* आपली गावाबाहेर राहणारी बहुसंख्य जनता सुशिक्षित असणे दूरच पण साक्षरसुद्धा नाही.

* आपला संपूर्ण देश वर्षानुवर्ष ऊर्जा टंचाई अथवा खंडित ऊर्जेच्या दुर्बल करणाऱ्या समस्येला तोंड देत आहे.

* रस्ते म्हणजे देशाच्या जीवनवाहिन्या तर दूरसंचार व दळणवळण यंत्रणा ही मज्जासंस्था असते, पण आपल्याकडे संपूर्ण देशभरात अजूनही रस्त्यांची भयानक दुर्दशा आहे, तर आपली दूरध्वनी यंत्रणा जगातील सर्वांत वाईट यंत्रणांच्या पंक्तीत मोडते. खरे तर मोठ्या गावांखेरीज भारताच्या प्रत्येक भागाचा दूरध्वनीने संपर्क होत नाही व जर कधी झालाच तर प्रचंड विलंबाने, कधीकधी तर दिवस दिवस प्रतीक्षा केल्यानंतर होतो, अगदी 'लाईटनिंग कॉल्स'ची अवस्थासुद्धा अशीच आहे.

* आपले सर्वांत गंभीर अपयश म्हणजे आपली भूमीची दुःखदायक अधोगती रोखण्याची असमर्थता हे असावे. हे अपयश आपल्या लोकसंख्येच्या मुद्द्याशी

निगडित आहे. ही दुर्दैवी गोष्ट आपल्या ग्रामीण परिसरात प्रचंड जंगलतोड, जमिनीची झीज, गाळाने बंद झालेले पाण्याचे प्रवाह व वारंवार येणारे पूर या रूपात सतत पाहायला मिळते.

सुचवलेले उपाय

सुदैवाने ही व इतर अपयशे मुख्यत्वे आपली स्वत:चीच करणी होती, त्यांपैकी बऱ्याचशा गोष्टी पुन्हा सुधारता येण्यासारख्या आहेत. याबद्दल आपल्या पंतप्रधानांच्या (श्री. राजीव गांधी) धाडसी, वास्तवतावादी दृष्टिकोनाला धन्यवाद द्यायला हवेत! त्यांनी गेल्या तीन वर्षांत जे उदारीकरणाचे नवेआर्थिक धोरण लागू केले, त्याच्या परिणामादाखल टंचाई व काळाबाजार खरोखर नाहीसा झाला, भांडवली बाजारपेठेतून अभूतपूर्व पैसा उभा राहिला. करउत्पन्नात प्रचंड वृद्धी झाली आणि सर्वसामान्यपणे हजारो वस्तूंच्या बाबतीत ग्राहकाच्या बाजारपेठेचा उदय झाला.

तथापि अनेक क्षेत्रांत अजून बरेच काही करण्याची गरज आहे.

पहिले – लोकसंख्येची समस्या प्रगतीला असणारा मोठा धोका म्हणून अधिकृत व सार्वजनिक स्तरावर जाणला गेला पाहिजे आणि आपला देश आधुनिक व समृद्ध राज्य म्हणून टिकून राहण्याचे महत्त्व ओळखले पाहिजे. त्यासाठी देशाच्या आरोग्य व कुटुंबनियोजन कार्यक्रमाकडे मूलभूत राष्ट्रीय उद्दिष्ट म्हणून पाहिले पाहिजे. या कार्यक्रमात अंतर्भूत असणारी सर्व धोरणे व योजना प्रत्यक्ष वा अप्रत्यक्षरीत्या लोकांवर परिणाम घडवणारी असली पाहिजेत. आपल्या पंचवार्षिक योजनांत व वार्षिक अंदाजपत्रकांत कुटुंब नियोजन कार्यक्रमांसाठी अपुऱ्या निधीची तरतूद होत आली आहे आणि धोरण जाहीर करताना, संसदीय चर्चांत, प्रसारमाध्यमांत, शैक्षणिक वा व्यावसायिक वर्तुळांत किंवा खरे तर आपल्या संपूर्ण देशात कुठेही कुणी या विषयाचा उल्लेख अगदी क्वचित केला असेल.

देशाच्या सध्या अस्तित्वात असणाऱ्या कुटुंबनियोजन कार्यक्रमाला अधिक गती देण्याच्या दृष्टीने अथवा नवा कार्यक्रम सुरू करण्याच्या दिशेने कुठलेही पाऊल उचलण्याचे काम फक्त राज्येच करू शकत असली तरी केंद्र सरकारने सर्व राष्ट्रीय उद्दिष्टांचा काळजीवाहू या नात्याने अशा कार्यक्रमांवर लक्ष ठेवण्याची, सहकार्य करण्याची व पर्यवेक्षण करण्याची महत्त्वाची व सातत्यपूर्ण जबाबदारी स्वीकारलीच पाहिजे.

माझ्या मते, बेरोजगारी अथवा व्यक्तीच्या क्षमतेपेक्षा कमी दर्जाचे काम करावे लागणे ही आपल्याकडील महत्त्वाची व तातडीची दुसऱ्या क्रमांकाची समस्या आहे.

हे आपल्या देशातील गरिबीच्या मुळाशी असणारे महत्त्वाचे कारण आहे. यांवर उपाय म्हणून औद्योगिकीकरण हा मार्ग नेहमी सुचवला जातो, पण त्यावेळी या वस्तुस्थितीकडे तितकेसे लक्ष दिले जात नाही, की आपल्या खेड्यापाड्यांतील बहुसंख्य जनता अकुशल आहे. त्यांना फक्त शेती व तद्संबंधित कामांचीच माहिती आहे आणि आधुनिक उद्योगात कामकरी हातांची आवश्यकता तुलनेने कमी असते, पण त्यांना आधुनिक औद्योगिक कौशल्ये प्राप्त असण्याची आवश्यकता असते. अशी कौशल्यसंपन्न माणसे घडवण्यासाठी काही वर्षांचा कालावधी लागेल पण आज गरज आहे ती रोजगार पुरवण्याची. ही सर्व परिस्थिती अशी असल्यामुळे माझ्या दृष्टीने हे स्पष्ट आहे, की मुख्यत्वे ग्रामीण भागात प्रचंड रोजगार संधी पुरवण्याच्या दृष्टीने कुठलीही योजना सुरू करायची असेल तर ती प्रामुख्याने अकुशल कामांसाठी असली पाहिजे.

आपल्या देशामध्ये रस्तेबांधणी, वृक्षारोपण, विहिरी व कालवे खोदाई आणि जल व भूमी व्यवस्थापनाचे इतर प्रकार यांमध्ये प्रकल्प व मनुष्यबळ या संदर्भात प्रचंड सामर्थ्य आहे. अशा प्रकल्पांमध्ये जलद उत्पन्न देणारी राष्ट्रीय मालमत्ता निर्माण करण्याची अतिरिक्त गुणवत्ता असेल, शिवाय असे प्रकल्प आपल्या प्रगतीत अडथळा येऊ न देता कामगारांना ऋतुमानानुसार शेतीच्या कामाकडे वळण्याचे स्वातंत्र्यही देतील.

आज मजूरकेंद्रित सार्वजनिक कामांसाठी व प्रचंड भांडवलकेंद्रित औद्योगिक प्रकल्प या दोन्ही गोष्टींसाठी पुरेसे पैसे नसतील तर, माझ्या मते जिथे जिथे शक्य आहे तिथे मजूरकेंद्रित सार्वजनिक कामांना प्राधान्य दिले जावे, मग त्यासाठी प्रचंड भांडवलकेंद्रित औद्योगिक प्रकल्पांपैकी एखाद्या कमी निकडीच्या प्रकल्पात उत्पादनघट करावी लागली अथवा तो तात्पुरता पुढे ढकलावा लागला तरी चालेल.

सर्वांत महत्त्वाचे व निकडीचे तिसऱ्या क्रमांकाचे काम म्हणजे विद्युत् टंचाई व खंडित विद्युत् पुरवठा ही समस्या कायमची दूर करणे. या समस्येने सदैव आपल्या अर्थव्यवस्थेला ग्रासलेले आहे. राज्यसरकारांमार्फत चालवल्या जाणाऱ्या सार्वजनिक क्षेत्रांतील बहुतांश 'औष्णिक ऊर्जा प्रकल्पा'च्या अपुऱ्या कार्यक्षमतेमुळे ही टंचाई उद्भवत असते. या प्रकल्पांच्या निर्धारित कार्यक्षमतेचा सरासरी वापर संपूर्ण आधुनिक जगतात – त्यामध्ये भारतातल्याही एक-दोन प्रकल्पांचा समावेश होतो – करून घेतल्या जाणाऱ्या वापरापेक्षा कितीतरी कमी आहे.

माझी या प्रश्नाबाबत वादग्रस्त बनण्याची इच्छा नाही, पण वस्तुस्थिती अशी आहे, की राजकारणी नेमणुका झालेल्या 'विद्युत् मंडळां'मार्फत चालणारे सरकारी व्यवस्थापन हे बहुधा अत्याधुनिक व संवेदनक्षम औद्योगिक प्रकल्पांच्या व्यवस्थापनाचे सर्वांत वाईट साधन असावे; याचे मुख्य कारण म्हणजे अशा मंडळांवर रोजगारांना

चालना देण्यासाठी लादण्यात आलेली, न टाळता येणारी राजकीय दडपणे असतात. त्यामुळे ही मंडळे त्यांच्या प्रकल्पांवर गरजेपेक्षा जास्त कामगारांचा भरणा करतात.

या प्रकल्पांची कार्यक्षमता आवश्यक त्या स्तरापर्यंत उंचावल्यानंतरसुद्धा पुढील वर्षांत लक्षणीय अतिरिक्त निर्मितीक्षमतेची आवश्यकता भासतच राहणार. सरकारला जर त्यासाठी वित्तपुरवठा करणे अवघड वाटत असेल तर त्यावर एक उपाय आहे. अलीकडच्या अधिकृत घोषणांत सरकार या पर्यायाचा विचार करण्यास तयार आहे असे सूचित होत आहे. तो म्हणजे, असे भव्य ऊर्जाप्रकल्प चालवणाऱ्या व त्यामध्ये कार्यक्षमता सिद्ध करून दाखवलेल्या खाजगी संस्थांना या क्षेत्रात प्रवेश करण्याची परवानगी देणे वा त्यांना आमंत्रण देणे. या संस्था आनंदाने प्रतिसाद देतील याची मला खात्री आहे. एक विकल्प म्हणून, सरकार व खाजगी क्षेत्र यांच्यादरम्यानचा संयुक्त उपक्रम असे नव्या प्रकल्पांचे स्वरूप असू शकते.

■

माणसे व यंत्रे

उद्योगातील मानवी नाती

★

आधुनिकीकरणाबद्दल...

'टाटा स्टील'ला कामगारांच्या असंतोषाचा प्रक्षुब्ध इतिहास आहे. १९२० ते १९२८ या दरम्यान इथे तीन संप झाले. त्यानंतर मात्र 'चले जाव चळवळी' च्या काळात ऑगस्ट १९४२ मध्ये काहीकाळ हरताळ झाला होता. तेवढा वगळता तिथे पुन्हा संप झाला नाही.

सन १९११ ते १९५० च्या दशकाच्या उत्तरार्धापर्यंत 'टाटा स्टील' हा देशातील सर्वांत मोठा औद्योगिक उपक्रम होता. त्यानंतर सार्वजनिक क्षेत्रातील अनेक महत्त्वाचे पोलाद प्रकल्प उभे राहिले. 'टाटा स्टील' सुद्धा अनेक शक्तींचे लक्ष्य होते. त्यांच्या अधिकृत संघटनेच्या नेतेपदी सी.एफ. अॅन्ड्रयूज व सुभाषचन्द्र बोस यांच्यासारखी मातब्बर मंडळी होती. पण अधिकृतरीत्या निवड झालेल्या नेत्यांना वारंवार आव्हाने दिली जात होती.

'टाटा स्टील' च्या 'पर्सोनेल रिलेशन्स'ची असामान्य रचना मुख्यत्वे जे.आर.डी. टाटांनी १९४३ साली बनवलेल्या प्रस्तावांवर आधारित आहे. त्यावेळी ते न्युमोनियाच्या गंभीर तडाख्यातून बरे होऊन उटकमंडला विश्रांतीसाठी गेले होते. त्यावेळी त्यांच्या मनात आले, की कंपन्या त्यांच्याकडच्या माणसांपेक्षा त्यांच्याकडच्या यंत्रांची अधिक काळजी घेतात. त्यांच्या याच विचारातून या समूहात 'पर्सोनेल डिपार्टमेंट' ची स्थापना झाली आणि कामगार व व्यवस्थापन त्यांच्या दरम्यान अपूर्व भागीदारी झाली. १९७९ साली जमशेदपूरमध्ये ही भागीदारी 'औद्योगिक शांततेची पन्नास वर्षे' म्हणून साजरी करण्यात आली.

त्यापाठोपाठ 'टाटा स्टील' मध्ये कामगारसंबंधांतील प्रगती म्हणजे १९५६ साली 'संयुक्त खातेनिहाय समित्या' स्थापन झाल्या. त्यायोगे कामगार व व्यवस्थापन यांना विविध स्तरांवर एकत्र विचारविनिमय करून त्यांच्या अडचणी सोडवणे सुकर झाले. या समित्यांचे अध्यक्षपद दरवर्षी आळीपाळीने कामगार प्रतिनिधी व व्यवस्थापन प्रतिनिधी यांच्याकडे जाते.

टाटांच्या मूळ प्रस्तावातील काही अंश या प्रकरणामध्ये उद्धृत केले आहेत.

उद्योगातील मानवी नाती

१९४३ साली म्हणजे जे.आर.डी. टाटांनी 'टाटा स्टील'च्या अध्यक्षपदाची सूत्रे स्वीकारल्यानंतर पाच वर्षांनी त्यांनी जमशेदपूरमध्ये 'पर्सोनेल डिपार्टमेंट' च्या निर्मितीसाठी तयार केलेला प्रस्ताव त्यांच्या सह-संचालकमध्ये प्रसृत केला.

आपल्याकडे जमशेदपूरमध्ये फक्त तीन संप घडून आले, १९२० साली, १९२२ साली व १९२८ साली. त्यानंतर गेल्या पंधरा वर्षांत एकही संप झालेला नाही (मी १९४२ सालचा राजकीय संप यातून वगळतो) तरी स्वत:चे अभिनंदन करावे किंवा आपल्या कामगारसंबंधाच्या इतिहासाबद्दल आत्मसंतुष्ट असण्याचे काही खास कारण नाही. वस्तुस्थिती अशी आहे की तिन्ही संपांदरम्यानच्या काळात व १९२८ सालापासून ते आत्ताच्या महायुद्धापर्यंतच्या काळात, आपले कामगार अनेकदा प्रक्षुब्ध झाले आहेत, आता संप अटळ आहे असे वाटण्याजोगी आणीबाणीची परिस्थिती अनेकदा उद्‌भवली आहे, तरीसुद्धा आपण गेल्या दहा एक वर्षांत कारखाना बंद करण्याची वेळ येऊ न देता या संकटांतून मार्ग काढण्यात यशस्वी झालो आहोत. याचे मुख्य कारण म्हणजे आपण वाढत्या समृद्धीच्या लाटेवर आरूढ झालो होतो. या वाढत्या समृध्दीने लोकांना अधिक रोजगार, सुरक्षा, मोबदला, बोनस इ. गोष्टी बहाल केल्या आणि आपल्यालाही त्यांच्या मागण्या मान्य करणे शक्य झाले.

आपल्या कामगारांसंदर्भात अडचणी येण्याची महत्त्वाची कारणे कोणती? आपण अनेक बाबींत आपल्या कर्मचाऱ्यांना अपवादात्मक चांगली वागणूक दिली आहे. आपले पगार व बोनस, कामाचे तास व सेवाशर्ती, निवासाच्या सोयी, कर्मचाऱ्यांसाठी व त्यांच्या कुटुंबीयांसाठी पुरवण्यात येणाऱ्या सोयीसुविधा, औषधोपचाराची तरतूद इ. गोष्टी भारतातील इतर कोणतीही कंपनी आपल्या कर्मचाऱ्यांना पुरवते त्याहून अधिक चांगल्या आहेत. त्यामुळेच अर्थातच आपल्या कर्मचाऱ्यांनीही जमशेदपूरमध्ये त्यांना जी मुक्त वागणूक व उदार सेवाशर्ती लाभतात त्याची किंमत दाखवावी अशी अपेक्षा करणे रास्त आहे. पण त्याउलट जर ते सतत असंतुष्ट असतील, त्यांचा आपल्यावर विश्वास नसेल, ते आपल्याशी शत्रुत्वाने वागत असतील तर, मात्र, दोष

त्यांचा नसून आपला आहे, असे आपण गृहीत धरावे, असे मला वाटते. त्यामुळेच आपल्या दोषाचे मूळ कुठे आहे हे शोधून काढण्याचे व त्याबाबत आवश्यक त्या दुरुस्त्या-सुधारणा करण्याचे काम आपले आहे.

प्रचंड व केंद्रित कामगार शक्ती असणाऱ्या आधुनिक उद्योगाच्या अंगभूत उणिवांपैकी एक उणीव म्हणजे या उद्योगात व्यवस्थापन व कर्मचारी यांच्या दरम्यान व्यक्तिगत संपर्क राखणे मुष्किल असते. परिणामी, व्यक्तिगत पातळीवर क्षुल्लक असणाऱ्या पण संघटित रूपांत आल्या की मोठ्या होणाऱ्या अनेक किरकोळ कुरबुरी – ज्या एखाद्या स्नेहपूर्ण शब्दाने अथवा योग्य वेळी कृती करण्याने दूर करता येऊ शकतात – कर्मचाऱ्यांमध्ये असंतोष व नैराश्याची जाणीव चेतवतात.

एखाद्या माणसाची खरीखुरी तक्रार अथवा गाऱ्हाणे असेलही. पण प्रत्येक माणसाला वाटत असते, की आपण मैत्रीपूर्ण व मानवी संघटनेचा मान्यवर सदस्य असण्यापेक्षा एखाद्या आत्माहीन यंत्रातील केवळ दातरा आहोत. त्याची व्यवस्थापन व कंपनीकडे पाहण्याची दृष्टी बेपर्वाईची, अविश्वासाची आणि थंड बनते, त्याला शत्रुत्वाची छटा असते. आपण निष्ठुर व अन्याय्य वर्तणुकीचे बळी आहोत अशी जाणीव त्याला अगदी सहज घेरते आणि मग त्याने आपल्या मालकाकडे शत्रू म्हणून पाहायला सुरुवात करण्यास व समोर येणाऱ्या पहिल्या संधीवर उडी घेऊन त्यांच्याशी संघर्ष पुकारण्यास फारसे काही घडावे लागत नाही.

माझ्या मते, जमशेदपूरमध्ये आपल्या कामगार-संबंधात आजवर आपले जे चुकले ते दुरुस्त करण्याच्या मार्गांपैकी हा एक मार्ग आहे. आपल्या कामगारांच्या व्यवस्थापनामध्ये वैयक्तिक संपर्क असलाच तरी अगदी कमी आहे. मी हे विधान सर्वसाधारणपणे करत आहे. कारण, याला काही अपवाद आहेत हे नि:संशय. जे कुणी आजुबाजूला नजर टाकण्याचे कष्ट घेतात व ज्यांचा जमशेदपूरच्या कामगार-परिस्थितीशी काही संपर्क आहे, त्यांना आपले कामगार व व्यवस्थापन यांच्यादरम्यान परस्परविश्वासाचा व मैत्रीपूर्ण समजुतीचा अभाव स्पष्ट ध्यानात येईल.

ही परिस्थिती कंपनी अथवा तिचे अधिकारी यांनी कुठल्याही जाणूनबाजून आखलेल्या धोरणामुळे उद्‌भवलेली नाही. माझ्या मते हा दोष कर्तव्यपूर्तीपेक्षा कामचुकारपणा व खोटारडेपणाचा आहे. याला ठोस कामगार धोरण व त्याबाबतच्या नियोजनाचा अभाव हे एक कारण आहे व खास कामगार संबंधांसाठी स्थापन करण्यात आलेली एखादी यंत्रणा आपल्याकडे नाही. खरे तर ही गोष्ट म्हणजे स्टील कंपनीच्या संघटनेच्या सर्वांत आश्चर्यकारक वैशिष्ट्यांपैकी एक आहे.

पुरवठा-हाताळणी-देखभाल व यंत्रांची बदलाबदली, साहित्याची सुरळीत आवक व उत्पादन प्रक्रियांवर नियंत्रण आणि कामगारांशी व्यवहार या औद्योगिक व्यवस्थापनासमोरील तीन प्रमुख समस्या असतात. यापैकी अखेरचा म्हणजेच

'कामगारांशी व्यवहार' ही समस्या खचितच या तिन्हींपैकी सर्वांत गुंतागुंतीची व अवघड समस्या असते आणि तरीसुद्धा आपण पहिल्या दोन समस्यांवर मात करण्यासाठी प्रचंड पैसा, ऊर्जा व विचार खर्च केला आहे, पण तीस ते चाळीस हजार माणसांशी व्यवहार करण्याच्या अतिशय गुंतागुंतीच्या व तितक्यात महत्त्वाच्या समस्येला तोंड देण्यास स्वत:ला सज्ज करण्यासाठी अक्षरश: काहीही केलेले नाही.

समजा, आपल्या कारखान्यासाठी ३०,००० यांत्रिक साधनांची गरज असती, तर आपण त्यांची काळजी घेण्यासाठी, त्यांना तंदुरुस्त राखण्यासाठी, आवश्यकता पडेल तेव्हा त्यांच्या जागी दुसरी यंत्रे बसवण्यासाठी, त्यांची कार्यक्षमता टिकवून ठेवण्यासाठी, त्यांचे मोडतोडीपासून संरक्षण करण्यासाठी व अशाच बाबींसाठी विशेष कर्मचारी अथवा खाते निर्माण केले असते, हे नि:संशय, पण स्वतंत्र मन व आत्मा असणाऱ्या ३०,००० मनुष्यप्राण्यांना कामावर नेमताना, ते स्वत:ची काळजी घेतील व त्यांच्याशी निगडित मानवी प्रश्न हाताळण्यासाठी कुठल्या स्वतंत्र यंत्रणेची आवश्यकता नाही, असे आपण गृहीतच धरले आहे असे वाटते.

आपण आपल्याकडच्या यंत्रसामग्रीची देखभाल करण्यासाठी, काळजी घेण्यासाठी प्रशिक्षित तज्ज्ञांची नेमणूक करताना जो विचार करतो, तो आपण कामगारांची नेमणूक करताना, त्यांच्याशी व्यवहार करताना अथवा त्यांच्या कल्याणाची काळजी घेताना केलेला नाही. माणसांशी दैनंदिन व्यवहार करताना आपल्यासमोर रोज नित्य नव्या हजारो अडचणी उभ्या राहत असतात. पण त्यांची सोडवणूक बरेचदा बऱ्याच दीर्घ विलंबाने, टप्प्याटप्प्याने केली जाते किंवा सर्वांत वाईट म्हणजे, कधीकधी त्याचा विचारही होत नाही. कामगारांच्या रोजगाराशी संबंधित कुठल्याही पैलूशी निगडित असणारा प्रत्येक स्वतंत्र निर्णय, उचललेले प्रत्येक पाऊल कितीही लहान असले तरी हा कामगार-संबंधातील असंदिग्ध भाग असतो, ही गोष्ट आपण लक्षात घेतलेली दिसत नाही. व्यक्तिगत स्तरावर पाहिले तर असे निर्णय क्षुल्लक वाटू शकतात, पण एकत्रितरीत्या विचार करता ते अत्यंत महत्त्वाचे असतात. असे असताना याकडे एखाद्या अधिकाऱ्याचा वा फोरमनचा फावल्या वेळात सोडवण्याचा दुय्यम प्रश्न म्हणून पाहणे न्याय्य व योग्य आहे का?

जर कामगार व्यवस्थापनातील दैनंदिन समस्यांना त्यांच्या योग्यतेइतके महत्त्व द्यायचे असेल, त्यांना समन्वयित सर्वसाधारण कामगार संबंध धोरणात बसवायचे असेल तर एखादी खास संस्था निर्माण करणे आवश्यक आहे. अशा संस्थेमध्ये पूर्ण वेळ कर्मचाऱ्यांची नेमणूक करून त्यांच्याकडे या प्रश्नावर देखरेख करण्याचे काम सोपवले पाहिजे.

असंतोषाला कारणीभूत ठरणारे घटक

किरकोळ कुरबुरी व तक्रारींची तत्पर व योग्य दखल घेण्याचे महत्त्व अतिशयोक्त रूपात मांडता येत नसले तरी कामगार शक्तीमध्ये असंतोष निर्माण करण्यास कारणीभूत ठरणारे इतरही अनेक घटक असतात. बरेचदा त्यांचे स्वरूपही नेमके व निश्चित नसते. माझ्या मनात आलेल्या अशा काही घटकांचा मी येथे उल्लेख करतो :

* आपल्या हाताखालच्या कर्मचाऱ्यांतील भ्रष्टाचार– ते नोकरी टिकवण्यासाठी, रजा, बढती इ. मिळवण्यासाठी कामगारांना लाच देण्यास भाग पाडतात.

* नोकरभरती व काम नेमून देण्याच्या थातूरमातूर पद्धती– परिणामी, एखादा माणूस काम नीट न करण्यामुळे कायम अडचणीत येत असतो. खरे तर तो या कामासाठी योग्यच नसतो. त्याला कामगार नेमताना आणखी थोडी काळजी घेतली असती व शास्त्रशुद्ध पध्दती अवलंबल्या असत्या तर तो दुसऱ्या एखाद्या कामात चांगला व संतुष्ट कामगार बनला असता.

* सर्वसाधारणपणे, पर्यवेक्षकीय कर्मचाऱ्यांकडून मिळणारी सहानुभूतिशून्य वागणूक– बरेचदा आधुनिक कामगार व्यवस्थापन पद्धतींबाबतची बेपर्वाई अथवा अज्ञान एवढेच त्यामागचे कारण असते.

* काही गोष्टींत सुधारणा करणे कंपनीच्या अखत्यारीत असते, पण तसे न घडल्यामुळे निर्माण होणाऱ्या वैयक्तिक अडचणी– उदाहरणार्थ, अयोग्य व चुकीच्या ठिकाणी वसलेली निवासस्थाने,कामाचा अतिरिक्त ताण, चुकीचा आहार,काळज्या, कर्जाची ओझी, इ.मुळे बिघडलेले प्रकृतिस्वास्थ्य.

* अनेक वर्षे बढती न मिळण्यामुळे नाउमेद होणे– बहुधा याचे मुख्य कारण वैयक्तिक करियर्सच्या पद्धतशीर तपासणीचा अभाव हे असेल.

* थकवा– कामाच्या जागी असणारी परिस्थिती वाईट असेल तर कामगारांना थकव्याला सामोरे जावे लागते. उदा. कामाच्या जागी अपुरा प्रकाश, प्रचंड उष्णता, इ. या गोष्टी टाळता येणे शक्य असते.

एक गोष्ट स्पष्ट आहे, ती म्हणजे, आपला कामगार संबंध कार्यक्रम खऱ्या अर्थाने परिणामकारक व्हायचा असेल तर, कामगारांच्या कामाशी निगडित अथवा त्यांच्या व त्यांच्या परिवाराच्या शारीरिक व मानसिक स्वास्थ्यावर परिणाम घडवणाऱ्या प्रत्येक विषयाचा व घडामोडीचा त्यामध्ये समावेश असायला हवा. या कार्यक्रमाद्वारे केवळ असंतोषाची कारणे दूर करण्याचे नकारात्मक कार्य न करता, समाधान निर्माण करण्याचे सकारात्मक कार्यही घडले पाहिजे.

व्यवस्थापनाच्या महत्त्वपूर्ण कार्यात कामगाराचा कुठल्या ना कुठल्या मार्गाने

सहभाग घडण्याची साधने शोधणे हा यातील अखेरचे उद्दिष्ट साध्य करण्याचा एक खात्रीशीर मार्ग आहे असे मला वाटते. माझ्या माहितीनुसार, जमशेदपूरमध्ये अशा प्रकारचा कुठलाही प्रयत्न झालेला नाही आणि केवळ आपल्या पर्यवेक्षकीय कर्मचाऱ्यांना स्वत:चा विचार करण्याची मुभा आहे, त्यांनी तसे करणे अपेक्षित आहे. तर आपल्याला फक्त शरीरश्रमांचे वा मानवी कौशल्याचे योगदान देण्याची परवानगी आहे, अशी भावना आपल्या कामगारांमध्ये निर्माण झाली असेल. त्यांना प्रामुख्याने रस असतो अशा म्हणजे कामगारकल्याण योजना, सुरक्षितता इ. बाबींत सुद्धा सामान्य कामगारांचे मत विचारातच घेतले जात नाही.

ज्या माणसांना त्यांची बुद्धिमत्ता व कर्तृत्व वापरण्याची मुभा दिली जाते आणि कंपनीला त्यांच्या बौद्धिक क्षमतइतकेच त्यांच्या शारीरिक सामर्थ्याचेही मोल आहे अशी जाणीव दिली जाते, त्यांच्याकडून शिक्षेच्या भयाच्या एकमात्र जाणिवेखाली वावरणाऱ्या माणसांपेक्षा अधिक कार्यक्षमता व सहकार्य लाभते असा मला दृढ विश्वास आहे. कामगार मानसशास्त्राविषयी जागरूक असणाऱ्या, सहानुभूतीने विचार करणाऱ्या पर्यवेक्षकीय कर्मचारीवृंदाने अशा प्रकारची वातावरणनिर्मिती करण्यासाठी युक्तीने मार्ग शोधले पाहिजेत, तेसुद्धा कारखान्यातील शिस्त व सुरळीतपणे चालू असणाऱ्या कामात बाधा न आणता. उदाहरणार्थ, कारखान्यातील प्रत्यक्ष कामाशी संबंधित विभागांत नियमित बैठका घेणे शक्य आहे. या बैठकांत विभागप्रमुख व त्या विभागातील काही माणसे, आगामी काळातील उद्दिष्टे व उत्पादन लक्ष्य, तसेच उद्‌भवलेल्या समस्या, कार्यक्षमता वाढवण्याचे उपाय, इ. बाबींवर चर्चा करू शकतील आणि सध्याच्या पद्धतींत कोणत्या सुधारणा करता येतील, याविषयीच्या सूचनांचे स्वागत करून त्यावर चर्चा करता येईल व जर या सूचना उपयुक्त असल्या तर त्या स्वीकारताही येतील.

केवळ चांगल्या सूचनांचे स्वागत करून तेवढ्यावरच न थांबता, त्या सूचना ताबडतोब अमलात आणण्याच्या दृष्टीने व त्या सूचना ज्यांनी मांडल्या असतील त्यांची योग्य ती दखल घेऊन त्यांना बक्षीस देऊन गौरवण्याच्या दृष्टीने पावले उचलायला हवीत. अशा प्रकारे प्रत्येक कर्मचाऱ्याला त्याच्या संपूर्ण विभागात हुशारीने रस घेण्यास व त्यांच्या मनात आपल्या विभागाच्या कार्याच्या यशस्वितेची जबाबदारी आपली आहे अशी भावना विकसित होण्यास प्रोत्साहन लाभेल.

कामगारांची सुरक्षितता व कल्याण या विषयांशी संबंधित बाबींमध्ये कंपनीने त्यांच्या हितरक्षणार्थ योजलेले उपाय त्यांना चांगले समजावेत. त्यांना त्याचे कौतुक वाटावे यासाठी सामान्य कामगारांना या उपक्रमांच्या व्यवस्थापकीय यंत्रणेत प्रतिनिधित्व द्यावे असे मला वाटते.

माझ्या मनात आहे तशा जबरदस्त कामगार-संबंध कार्यक्रमात या व अशा

इतर अनेक कल्पनांचा समावेश असावा. या कल्पनांची नोकरभरती व बढती, श्रेणी व बोनस, सुरक्षा, आरोग्य, कल्याण, निवासव्यवस्था इ. बाबींशी सांगड घालून अतिशय उत्तम असे विस्तृत धोरण बनावे असे मला वाटते. यासाठी एखादी अस्थायी संस्था असणे अत्यावश्यक आहे. या संस्थेचा संपूर्ण वेळ व ऊर्जा कंपनीचे संपूर्ण कर्मचारीवृंदाशी असणारे संबंध सुधारणे आणि त्यांचे हितसंवर्धन व उत्पादकशक्तीत वाढ करणे या कामी समर्पित असला पाहिजे.

टाटांनी 'पर्सोनेल डिपार्टमेंट'चे रचनात्मक तपशील विषद करून, काही निष्कर्ष मांडले आहेत :

'पर्सोनेल डिपार्टमेंट' स्थापन करण्यातील सर्वांत अवघड प्रश्न म्हणजे या विभागाच्या संचालकाची निवड. या पदावर काम करणाऱ्या आदर्श व्यक्तीला विस्तृत प्रशासकीय अनुभव असावा, त्याला मोठ्या उद्योगधंद्यांतील समस्यांचा प्रत्यक्ष परिचय असावा व त्यांचे उत्तम आकलन असावे. त्याचबरोबर त्याच्या ठायी तळमळीने काम करण्याची वृत्ती, चारित्र्यसंपन्नता व कल्पकता यांच्या जोडीला उदार व सहानुभूतिपूर्ण दृष्टिकोन ही मानवी गुणवैशिष्ट्ये असावीत. ही व्यक्ती शक्यतो भारतीय असावी. याबाबत जातीय, प्रान्तीय व राजकीय निकष लावण्याने निवड करण्याचे काम आणखी गुंतागुंतीचे होईल. तथापि, उपलब्ध पर्यायांमधून सर्वोत्तम माणूस मिळवण्यासाठी सर्वतोपरी प्रयत्न केले पाहिजेत.

अखेर मी इतकेच म्हणेन की गेले वर्षभर वा त्याहूनही अधिक काळ हा विषय माझ्या मनात सतत घोळत होता. यावर बराच विचार केल्यानंतर मी या निष्कर्षाप्रत आलो आहे, की आपण या अनौपचारिक निवेदनात नमूद केलेल्या सर्वसाधारण मुद्द्यांनुसार ताबडतोब कृती केली पाहिजे. तरच आपण भारतातील सर्वांत प्रगमनशील व ज्ञानसंपन्न मालक असल्याचा – आपल्या कर्मचाऱ्यांप्रती असणारी आपली नैतिक कर्तव्ये व जबाबदाऱ्या पार पाडत असल्याचा, आपल्या कार्यामध्ये कार्यक्षमतेचा उच्च दर्जा राखत असल्याचा, आगामी वर्षांतही आपली स्पर्धात्मक ताकद टिकवून ठेवण्यासाठी आपल्याला कार्यक्षमतेचा उच्च दर्जा राखला जाण्याची अत्यंत गरज आहे – आपण करत असलेला दावा पुढेही करत राहू शकू आणि सर्वांत महत्त्वाचे म्हणजे आपल्याला कामगारांमध्ये उद्भवणारा असंतोष रोखण्यास सज्ज राहता येईल. युध्दकालीन नियम-निर्बंध व समृद्धी दृष्टीआड होताच कामगारांमध्ये असंतोष निर्माण होणे गृहीतच धरले पाहिजे, व त्यामुळे कंपनीच्या सातत्यपूर्ण प्रगतीला गंभीर धोका उत्पन्न होऊ शकतो.

उत्पादन आणि वाटा

२६ ऑगस्ट १९४७ : 'दी टाटा आयर्न ॲन्ड स्टील कंपनी लिमिटेड' : अध्यक्षीय निवेदन.

भारताच्या प्रदीर्घ इतिहासातील एका युगाची अखेर होऊन दुसऱ्या अधिक वैभवशाली युगाचा आरंभ झाला आहे. ४० कोटी लोकांनी शस्त्रसंघर्षाविना स्वातंत्र्य मिळवले या गोष्टीला जगाच्या इतिहासात तोड नाही. पण, फक्त स्वातंत्र्य मिळवले म्हणजे झाले असे नाही; तर आपण त्यास पात्र ठरणे आणि ते टिकवणे,त्याचा विस्तार करणे हेही आवश्यक आहे. हा विस्तार केवळ राजकीयदृष्ट्या नव्हे तर आर्थिक वर्तुळात घडला पाहिजे. आज आपल्या देशाची पहिली व अत्यंत तातडीची गरज म्हणजे अधिकाधिक उत्पादन घडणे; मात्र त्याचवेळी आपल्याला उत्पादनातील घसरण व वाढत्या किमतींना तोंड द्यावे लागत आहे.

जर सर्वसामान्य माणसाचा जीवनस्तर सुधारला नाही तर आपण दिलेला लढा व्यर्थ ठरेल. कामगाराला न्याय्य वाटा मिळाला पाहिजे व परिस्थितीनुरूप त्याचा जीवनस्तर क्रमाक्रमाने उंचावला पाहिजे. हा मुद्दा वादातीत असला तरी, एक गोष्ट सारखी विसरली जात आहे, ती म्हणजे संपत्तीचे वाटप करण्याआधी आधी ती निर्माण केली पाहिजे!

कामगारांकडे उद्योगाचे व्यवस्थापन असावे का?

३० ऑगस्ट १९५६ : 'दी टाटा आयर्न ॲन्ड स्टील कंपनी लि.' : अध्यक्षीय निवेदन.

सध्या काही कामगार वर्तुळांत अशी संकल्पना आढळत आहे, की सरकारी अथवा भागधारकांच्या मालकीचे कारखाने अखेरीस कामगारांच्या ताब्यात दिले जावेत. हे कामगारच त्या उद्योगाला मनुष्यबळ व व्यवस्थापन पुरवतील. मला ही संकल्पना पटत नाही. माझ्या मते अशा प्रकारचा दृष्टिकोन अव्यवहार्य आहे आणि या संकल्पनेचा पाठपुरावा करत राहिल्यास वांझोटे मतभेद व अखेर भ्रमनिरास पदरी पडेल.

यांत्रिकी उद्योगधंद्यांचे व्यवस्थापन अधिकाधिक गुंतागुंतीचे बनत आहे व त्यासाठी उच्च दर्जाचा तंत्रविषयक, प्रशासकीय व मार्केटिंगचा अनुभव व कार्यक्षमता याची वाढती गरज आहे. कोणत्याही कामगाराला, मग त्याची सुरुवात कितीही खालच्या स्तरापासून झालेली असो, संस्थेमध्ये वर चढण्याची संधी मिळाली पाहिजे, त्याची

प्रगती त्याच्या गुणवत्तेवर व त्याच्यावर टाकलेल्या जबाबदाऱ्या पार पाडण्याच्या त्याच्या क्षमतेवर ठरली पाहिजे. पण यामधून असे स्पष्ट सूचित होत आहे, की एका विशिष्ट टप्प्यावर असा कामगार कामगारश्रेणी सोडून व्यवस्थापनाचा भाग बनणार. कारखान्याचे व्यवस्थापन कामगार-समूहाच्या हाती सोपवणे ही अतिशय निराळी गोष्ट आहे.

त्यामुळे, कामगारांच्या व्यवस्थापनाच्या संकल्पनेचा निष्फळ पाठपुरावा करण्यात आपला वेळ व शक्ती खर्च केली जाणार नाही अशी मी आशा करतो. कामगारांचे व्यवस्थापन ही संकल्पना अव्यवहार्य आहे, सरकारी तत्त्वावर चालणाऱ्या लघुउद्योगांचा कदाचित याला अपवाद असेल.

माणसे घडवा

६ जुलै १९६१ : 'दी टाटा इंजिनिअरिंग ॲन्ड लोकोमोटिव्ह कंपनी लिमिटेड' : अध्यक्षीय निवेदन.

नव्या उद्योगधंद्यांच्या उभारणीला आवश्यक त्या इमारती, प्लॅन्टस् व यंत्रसामग्री यापेक्षा फारसे काही लागत नाही असे मानण्याची व ताबडतोब फलनिष्पत्ती न घडण्याबद्दल टीका करण्याची आपल्या देशात वृत्ती आहे. आम्हालाही अशा टीकेची झळ बसलेली आहे. तथापि, आमच्या उद्योगांसारखे उद्योग हे केवळ इमारती व यंत्रांनी बनलेले नसतात. ते केवळ उद्योगाच्या रचनेत हाडांचे स्थान भूषवितात; पण उत्पादनक्षम प्रयत्न घडवण्यासाठी मांस, रक्त व मज्जातंतू आवश्यक असतात. उद्योगातील हे घटक म्हणजे कच्चा माल, साधने व पैसा, व्यवस्थापन व कर्मचारी. एखाद्या बालकाचे पूर्ण वाढीच्या उत्पादनक्षम मानवप्राण्यात रूपांतर घडण्यास जितका वेळ लागतो, जवळपास तितकाच वेळ एखादा उद्योग पूर्णत: सुरू होण्यास लागतो.

उत्पादनक्षमता व कार्यक्षमता या गोष्टी सातत्यपूर्ण कठोर परिश्रम, तपशीलांवर अथक लक्ष आणि गुणवत्ता व कार्यपूर्तीचा दर्जा सर्वोत्तम राखण्याचा आग्रह यांद्वारे पायरीपायरीने साध्य करता येतात. आपला देश औद्योगिक प्रगतीपथावर वाटचाल करताना मोठमोठ्या योजना आखत आहे. त्यांची अंमलबजावणी करताना, औद्योगिक प्रगतीचा हा महत्त्वपूर्ण पैलू दुर्लक्षिला जाणार नाही अशी मी खात्री बाळगतो.

राजकीय चळवळ

८ डिसेंबर, १९६९ : 'असोसिएटेड चेम्बर ऑफ कॉमर्स ॲन्ड इन्डस्ट्री ऑफ इंडिया', दिल्ली या संस्थेच्या सुवर्णमहोत्सवी परिषदेत

: 'दुसऱ्या विकास दशकातील उद्योग' या विषयावरील व्याख्यानातून...

औद्योगिक संबंधांतील अतिशय गुंतागुंतीच्या समस्या – त्यामध्ये बेशिस्तीचाही समावेश आहे – हा केवळ एकट्या भारताच्या बाबतीतलाच प्रश्न नाही, हे आपण सर्वजण जाणतो. कोणत्या ना कोणत्या प्रकारचा मालक-मजूर संघर्ष जगभर सुरू असतोच. बहुसंख्य मालकांकडून शतकाहून अधिक काळ पिळवणूक सोसलेल्या कामगारांनी त्या कचाट्यातून सुटल्यानंतर त्यांच्या अपुऱ्या वेतनात वाढ होण्यासाठी व कामाच्या ठिकाणी असणाऱ्या अत्यंत असमाधानकारक परिस्थितीत सुधारणा होण्यासाठी, व्यवस्थापनावर जास्तीत जास्त दबाव आणण्यासाठी त्यांच्याकडील नव्या सौदेबाजीच्या शस्त्राचा पुरेपूर वापर करून घेतला आहे, याचे आश्चर्य वाटू नये. अगदी आजसुद्धा भारतात आजवर झालेली सर्व प्रगती व मार्गातील सर्व अडचणी विचारात घेऊनही आगामी दशकात औद्योगिक संबंध सुधारण्यासाठी, रास्त गाऱ्हाण्यांमागची कारणे नष्ट करण्यासाठी आणि कर्मचाऱ्यांच्या मनात व्यवस्थापनाच्या न्यायबुद्धीबद्दल व या दोघांदरम्यानच्या खऱ्याखुऱ्या भागीदारीबद्दल विश्वासाची भावना रुजवण्यासाठी आपल्याबाजूने आणखी बरेच काही करता येईल व ते केलेच पाहिजे.

दुर्दैवाने आपल्याला माहीतच आहे, त्याप्रमाणे आपल्या देशातील समस्या संपूर्णतः औद्योगिक स्वरूपाची म्हणजे वेतन, अतिरिक्त लाभ (fringe benefits), कामाच्या ठिकाणाची परिस्थिती इ. शी संबंधित क्वचितच असते. ही समस्या राजकीयसुद्धा असते, कारण देशातील तिन्ही प्रमुख कामगार संघटना चळवळींवर तीन राजकीय पक्षांचे नियंत्रण आहे आणि हे पक्ष राजकीय उद्दिष्टांसाठी त्यांचा वापर करून घेताना जराही मागेपुढे पाहत नाहीत

या प्रश्नाचे साधे-सोपे उत्तर सापडत नाही. याबाबतीत आदर्शवत् मार्ग म्हणजे या कामगार संघटना चळवळीला त्यांच्या 'पालक' राजकीय पक्षांपासून दूर करणे, अथवा, ते शक्य नसल्यास अशा पक्षांनी अस्तित्व टिकवण्याची निकड म्हणून, उत्पादनाची आत्यंतिक गरज ओळखून राजकीय उद्दिष्टांसाठी चळवळीचे हत्यार म्हणून कामगारांचा वापर करणे बंद करण्याचे जाहीर केले पाहिजे. हे स्वयंस्फूर्त उपाय घडणे अशक्यच असल्यामुळे देशातील सध्याचा एकूण कल लक्षात घेता, या प्रश्नावर एकमात्र उपाय किंवा निदान या समस्येची झळ थोडी कमी करण्याचा मार्ग म्हणजे सरकारने उद्योगक्षेत्रातील फुटीर कारवायांविरुद्ध ठोस व तत्पर कारवाई केली पाहिजे व कामगारांच्या खऱ्याखुऱ्या हितरक्षणासाठी सतत जागरूक व समर्पित राहिले पाहिजे.

चळवळीची फळे

७ जुलै, १९७१ : 'दी टाटा इंजिनिअरिंग ॲन्ड लोकोमोटिव्ह कंपनी लि.' : अध्यक्षीय निवेदन.

जगातील इतर कोणत्याही देशापेक्षा भारतात सर्वाधिक उत्पादन घडण्याची व बसवण्यात आलेल्या यंत्रसामग्रीचा सर्वाधिक उपयोग करून घेण्याची गरज जास्त आहे आणि तरीसुद्धा कामगारांच्या असंतोषामुळे उत्पादनघट होण्याच्या प्रमाणातही आपण जगातील सर्वोच्च यादीत आहोत, ही आपल्या देशाची एक मोठी शोकांतिका आहे. सुमारे ७० लाख कामगारांच्या सुसंघटित उत्पादक उद्योगधंद्यात दरवर्षी जवळपास १ कोटी ९० लाख कामाचे दिवस वाया जातात, तर १ कोटी १० लाख कामगारशक्ती असणाऱ्या पश्चिम जर्मनीत गेल्या वर्षी फक्त २ लाख ५० हजार कामाचे दिवस वाया गेले.

स्वातंत्र्योत्तर काळात भारतातील संघटित कामगारांनी वेतनामध्येच नव्हे तर कामाची स्थिती, निवृत्तीनंतरचे लाभ इत्यादींमध्ये प्रचंड प्रगती साधली आहे. याचे श्रेय कामगार संघटनांची दमदार कृती, निरनिराळे कायदेकानून व प्राधिकरणे, वेतन आयोग व इतर सरकार प्रायोजित मंडळे आणि व्यवस्थापनाचे सहकार्य यांना आहे.

ही स्थिती यापूर्वीच यायला हवी होती. या संदर्भात पावले उचलणारे काही अपवाद होते. मला सांगायला आनंद वाटतो, की यामध्ये टाटा प्रमुख होते. भारतीय कामगारांची बरेचदा अन्याय्य पिळवणूक झाली आहे, त्याला सुरक्षितता व मिळायला हवेत असे इतर लाभ नाकारण्यात आले आहेत. पण आता अशी परिस्थिती नाही आणि उत्पादनक्षमता व इतर घटक विचारात घेता, सार्वजनिक व खाजगी या दोन्ही क्षेत्रांतील संघटित कामगारांना आता रास्त वेतन मिळते व त्यांच्या कामाच्या ठिकाणची परिस्थितीही योग्य आहे. खरे तर शेतमजूर व असंघटित औद्योगिक कामगारांच्या – आपल्या देशातील बहुसंख्य कामगारशक्ती या वर्गात मोडते – तुलनेत आता संघटित कामगार श्रीमंत वर्गात जाऊन बसला आहे आणि त्यांच्यामुळे जी उत्पादनघट होते, त्याचा निष्ठुर फटका देशातील सर्वांत गरीब घटकांना बसतो. त्यामुळे, उद्योगक्षेत्रात प्रचलित झालेल्या सततच्या चळवळींचे समर्थन करता येणार नाही. या चळवळींमुळे दरवर्षी देशाच्या उत्पादनात प्रचंड घट होत आहे. अशा प्रकारचे देशाचे नुकसान ही लोकशाहीसाठी मोजावी लागणारी अपरिहार्य किंमत म्हणून इथून पुढे स्वीकारता येणार नाही.

आमच्या स्वतःच्या अनुभवावरून असे दिसते, की बहुतेकसे कामगार-तंटे, तशी संधी मिळाली तर, व्यवस्थापन व कामगार यांच्या दरम्यानच्या थेट वाटाघाटींद्वारे,

कसल्याही राजकीय अथवा राजकीय सदस्यत्वावर आधारित कामगार संघटनांतील अंतर्गत स्पर्धात्मक राजकारणावरील चर्चेविना, सलोख्याने सोडवता येतात. बहुतांश कामगार समस्यांच्या मुळाशी ही दोन कारणे आहेत. ती भारतीय उद्योगाला तापदायक आहेत व कामगार संघटनेच्या चळवळीच्या मजबूत प्रगतीला अडथळा करत आहेत. दोन्ही क्षेत्रांतील संपूर्ण रोजगार क्षेत्रात शांतता व किमान शिस्त पुनर्स्थापित होणे अत्यंत आवश्यक बनले आहे.

गेल्या काही वर्षांत, संसद व सरकार यांनी कामगार-संबंधांच्या दृष्टीने अनेक कायदे व वटहुकूम संमत केले आहेत. कायद्यानुसार त्यांचे उल्लंघन करणे हा फौजदारी गुन्हा आहे. मात्र हे कायदे अगदी उद्दामपणे नेहमीच तुडवले जातात आणि एकमात्र अपवाद वगळता, सरकारने हा कायदा मोडणाऱ्यांविरुद्ध अथवा कायदा मोडण्यासाठी इतरांना चिथावणी देणाऱ्यांविरुद्ध कारवाई करण्याचे धैर्य कधीही दाखवले नाही, त्या एकमात्र अपवाद असणाऱ्या बाबतीत सरकारने जी कारवाई केली त्याचा नाट्यमय परिणाम घडला होता तरीही.

काही गोष्टींना अटकाव करण्यासाठी कायदे करायचे, तेच जर पायदळी तुडवायचे व त्यांचा भंग केल्याबद्दल काहीही शिक्षा होणार नसेल, तर त्यापेक्षा कायदा नसणेच अधिक चांगले.

आता सरकारने ठोस कृती करण्याची वेळ येऊन ठेपली आहे, मग ती कृती व्यवस्थापनाविरुद्ध असो, कामगाराविरुद्ध असो वा त्यांच्या संघटनेविरुद्ध. आणि सरकार उद्योगक्षेत्रात शिस्त व सुव्यवस्था पुन्हा निर्माण करण्याचा निश्चय प्रत्यक्ष कृतीतून दर्शवण्यास यत्किंचितही कचरणार नाही अशी मी कळकळीची आशा करतो, कारण त्याशिवाय देशातील उत्पादनाचा दर उंचावणे शक्य नाही.

मुख्य उद्दिष्ट– टिकून राहणे

६ ऑगस्ट, १९७४ : 'दी टाटा ऑईल मिल्स कंपनी लि.' : अध्यक्षीय निवेदन.

आमच्या समूहासारख्या भारतातील बऱ्याचशा जुन्या कंपन्या ऐतिहासिक व इतर काही कारणांनी जादा कामगार बाळगतात, ही गोष्ट आता कामगार संघटनांनी ओळखली आहे. बऱ्याच वर्षांपूर्वी जेव्हा वेतन व यांत्रिक उत्पादनक्षमता या दोन्ही गोष्टी तुलनात्मकदृष्ट्या कमी होत्या, तेव्हा हे जादा ओझे स्वीकारार्ह होते. पण आता परिस्थिती खूप बदलली आहे, आता कामगारांचे दर आवाक्याबाहेर गेले आहेत व आधुनिक यंत्रसामग्री कितीतरी जास्त उत्पादनक्षम आहे. आज व्यवस्थापनासमोरचे

एक सर्वांत कठीण काम म्हणजे कर्मचाऱ्यांची आत्ताची पातळी टिकवून ठेवणे. कंपन्या अगदी आवश्यक तेवढी कामगार पातळी न ठेवता त्यापेक्षा उच्च पातळी ठेवण्याचे प्रयत्न करत आहेत, त्यामध्ये अवाजवी मागण्या व आंदोलने यांमुळे या प्रयत्नांना फक्त खीळ बसेल. त्यामुळे माझी कर्मचारी व त्यांच्या संघटना यांना कळकळीची विनंती आहे, की कंपनीचे कामकाज सुरळीत सुरू राहण्यातच त्यांचे सर्वोत्तम हितरक्षण होणार आहे ही गोष्ट त्यांनी समजून घ्यावी व त्याचे महत्त्व जाणावे.

मालकांसाठी सुधारणा कार्यक्रम

६ जुलै, १९७८ : 'दी टाटा ऑईल मिल्स कंपनी लिमिटेड' : अध्यक्षीय निवेदन.

मी नमूद करू इच्छितो, की केंद्र व राज्य दोन्ही सरकारांनी एक गोष्ट स्पष्ट करण्याची वेळ येऊन ठेपली आहे, ती म्हणजे त्यांनी देशाला पुन्हा प्राप्त करून दिलेली स्वातंत्र्याची जाणीव व खरेखुरे स्वातंत्र्य यांचा उपयोग कसल्याही न्याय्य कारणाखेरीज बेशिस्त व ऐक्यभंग करणाऱ्या कारवायांद्वारे उत्पादनघट व वेतनघट यांसाठी करू दिला जाणार नाही. अलीकडच्या काळात अशा हिंस्र कारवाया बरेचदा घडत आहेत. बरेचदा मालक स्वतःच कमकुवत व्यवस्थापनाचे दोषी असतात, त्यामुळे त्यांच्या कामगार व संघटना यांच्याशी असणाऱ्या दुःखदायक संबंधांनाही ते काही अंशी का होईना जबाबदार असतात. अशा वेळी त्यावरचा उपाय स्पष्टपणे त्यांच्याच हातात असतो.

एकत्र काम करू, सोबत विकास पावू

२ मार्च, १९८५: जमशेदपूर येथील पहिले मायकेल जॉन[१] स्मृती-व्याख्यान.

'टाटा स्टील' मधील कामगारांशी निगडित प्रश्नांमध्ये माझी गोवणूक फार पूर्वीपासून आहे, जवळपास साठ वर्षांपासून म्हणजे मी टाटा समूहात प्रवेश केला तेव्हापासून. त्या काळी जमशेदपूरमध्ये कामगार-संबंध आत्ताच्या पेक्षा खूप वेगळे होते. युरोप व अमेरिकेच्या आधी आमच्या स्टील कंपनीने कामाची वेळ आठ तास, मोफत वैद्यकीय सेवा, निवृत्तीनंतरचे लाभ, पगारी रजा व इतर बऱ्याच सुखसोयी

१. १९४७ ते १९७७ या कालावधीत मायकेल जॉन टाटा कर्मचारी संघटनेचे अध्यक्ष होते.

अशाप्रकारचे फायदे व सवलती कर्मचाऱ्यांना पुरवल्या होत्या, तरीसुद्धा परिस्थिती आत्ताच्या विरुद्ध टोकाची होती.

आत्ता इथे सभागृहात उपस्थित असलेल्यांपैकी सध्याचे शांती व सहकार्याचे युग अवतरण्यापूर्वीच्या काळात घडलेल्या अशांत घटनांचा साक्षीदार असणारा, आणि १९२५ साली महात्मा गांधी जमशेदपूरला आले होते, त्यावेळी त्यांनी व सी.आर. दास, सी.एफ. अॅन्ड्र्यूज, राजेंद्रप्रसाद व सुभाषचंद्र बोस यांनी बजावलेल्या मार्गदर्शक व समेट घडवून आणण्याच्या भूमिकेबाबत वैयक्तिक माहिती असणारा, मी बहुधा एकमात्र माणूस असेन.

तथापि, १९३८ सालापर्यंत या आघाडीवर विशेष काही घडले नाही. त्यानंतर १९३८ साली प्रोफेसर अब्दुल बारी पहिल्यांदा जमशेदपूरला आले आणि पहिल्यांदा 'टाटा वर्कर्स युनियन'ची स्थापना झाली. या निमित्ताने कंपनी व युनियन यांच्या दरम्यानच्या निकट सहकार्याच्या सध्याच्या युगाचा चिरस्थायी पाया घातला गेला. १९५६ साली उभयतांमध्ये ऐतिहासिक करार झाला तेव्हा सार्थक झाले. या करारान्वये तपशीलवार सल्लागार यंत्रणा व कार्यपद्धती – जी या सहकार्याला प्रामुख्याने कारणीभूत ठरली आहे – यांना अंतिम स्वरूप मिळाले. तेव्हापासून आजवर जे जे घडले तो तसा अलीकडचा इतिहास आहे, आणि तो तुमच्यापैकी बहुतेकांना ज्ञात असेल याची मला खात्री आहे. मी त्याविषयी अधिक तपशिलात जाऊन सांगण्याची आवश्यकता नाही.

त्यामुळे मी माझे भाषण इथेच थांबवू शकतो. तुम्ही सुटकेचा निःश्वास टाकाल यात शंकाच नाही, पण मी म्हातारा माणूस असल्यामुळे जुन्या आठवणी काढायच्या किंवा संधी मिळाली की तत्त्वज्ञान झोडायची वृत्ती निर्माण झाली आहे, त्यामुळे या दोन्ही गोष्टी करण्यासाठी तुमचा थोडासा वेळ घेण्याचा माझा बेत आहे.

१९३८ साली मी टाटा समूहाचा अध्यक्ष झालो, त्यावेळपर्यंत माझी कामगार प्रश्नांत सक्रिय गोवणूक नव्हती, तथापि, अगदी सुरुवातीपासूनच मी उद्योगातील संबंध सलोख्याचे असण्याचे आत्यंतिक महत्त्व जाणले होते आणि त्यामुळेच मी इतर देशांप्रमाणेच भारतातही केवळ उद्योगक्षेत्रातच नव्हे तर जीवनाच्या सर्वच क्षेत्रांत सर्वत्र आढळणारा बेबनाव व संघर्ष पाहून धैर्यगलित झालो होतो.

परमेश्वराने त्याचे ज्ञान वापरून या जगात पाठवलेल्या सर्व प्राण्यांमधले कुणी चालतात, कुणी सरपटतात, कुणी उडतात, तर कुणी पोहतात. या प्राणिसृष्टीपैकी फक्त मानव वंशाच्या सदस्यांनाच परस्परांशी शांती व सलोख्याने नांदणे अवघड वाटते असे दिसते. त्यामुळेच मानवाच्या युगानुयुगांच्या इतिहासावर शत्रुत्व व संघर्षाच्या खुणा राहिल्या आहेत व अजूनही हे सुरूच आहेत. शत्रुत्व व संशय हे मानवी स्वभावातील इतके सार्वत्रिक गुण का आहेत, हे मला कधीही समजले नाही.

कदाचित मला लोकांशी पटवून घेणे अगदी सोपे जाते, त्यामुळे मला हे समजले नसेल.

ज्यामुळे इतके दुःख व यातना निर्माण होतात, त्या मानवी स्वभावाबाबत चिंतन करताना मी पूर्वीच या निष्कर्षाप्रत आलो आहे, की माणसांशी पटवून घेण्यासाठी तीन मुद्दे अतिशय महत्त्वाचे असतात, ते असे :

> पहिला म्हणजे परस्परसंवाद. स्पष्ट व मोकळेपणाने बोलणे व कधीकधी लोकांमध्ये वा समूहांमध्ये सातत्यपूर्ण चर्चा घडणे किती महत्त्वपूर्ण असते हे जमशेदपूरमध्ये स्टील कंपनी व युनियन यांच्या दरम्यान जे उत्तम संबंध प्रस्थापित होऊन, टिकूनही राहिले आहेत, त्यावरून स्पष्टपणे दिसून येते. या परस्परसंबंधांचे यश व परिणामकारकता मुख्यत्वे कंपनी, तिथले कर्मचारी व त्यांची युनियन यांच्यातील सातत्यपूर्ण संवादामुळे साध्य झाली आहे. या सातत्यपूर्ण संवादामुळे सर्व बाबी व निर्णय यांवर संपूर्ण चर्चा घडण्याची व त्या दोन्ही बाजूंकडून समजून घेतल्या जाण्याची खात्री मिळते.
>
> दुसरे, लोकांशी व्यवहार करताना संपूर्ण प्रामाणिकपणा व तळमळ असणे. ज्या ठिकाणी वाद निर्माण झालेले असतात अथवा मतभेद असतात, प्रत्यक्ष प्रकट झालेले असतात वा अद्याप व्यक्त झालेले नसतात, ते टाळण्यासाठी अथवा ते दूर करण्यासाठी हा मुद्दा अधिकच महत्त्वाचा ठरतो. मानवी इतिहास माणसामाणसांतील व देशा-देशांमधील अविश्वास व संशयामुळे निर्माण झालेल्या विनाशकारी आनुषंगिक परिणामांच्या उदाहरणांनी ठासून भरलेला आहे. अगदी आजही दोन प्रमुख महासत्तांसह अनेक देशातील शत्रुत्वाचे संबंध हेच भयावह चित्र दर्शवत आहेत.
>
> तिसरे, आपल्याशी संबंधित लोकांवर विश्वास ठेवणे, त्यांच्याविषयी प्रीती बाळगणे व त्यांच्यातही तसाच प्रतिसाद जागवणे. मला यासंबंधीचा एक उल्लेखनीय प्रसंग आठवतो तो म्हणजे प्रोफेसर अब्दुल बारींचे जमशेदपूरला भव्य कामगार सभेत भाषण झाल्यानंतर मी त्यांना पहिल्यांदाच भेटलो होतो.

तुमच्यापैकी ज्या लोकांना प्रोफेसर बारी माहीत असतील त्यांना आठवत असेल

की, ते अत्यंत जहाल वृत्तीचे व तितक्याच तापटपणे, संतप्त होऊन भडकणारे होते. सौम्य शब्दात सांगायचे तर मी त्यांचे आमच्या व्यवस्थापनाविषयीचे क्षुब्ध व अगदी असमर्थनीय हल्ला चढवणारे शब्द ऐकून, काहीसा चिडलोच होतो. पण, दुसऱ्या दिवशी सकाळी आमची दोघांची समोरासमोर प्रथमच भेट झाली, त्यावेळी मलाच आश्चर्य वाटले, मला त्यांचे कौतुक वाटले आणि चक्क हा विलक्षण माणूस मला आवडू लागला. अतिशय बेफाम पण पूर्ण प्रामाणिक माणूस! मी स्नेहपूर्ण स्मितहास्यासह त्यांचे स्वागत करून त्यांच्याशी हस्तांदोलन करताच मी त्यांच्या चेहऱ्यावरचे भाव बदलताना पाहिले. माझ्यानंतर ध्यानात आले की, आदल्या रात्री त्यांनी आमच्यावर चढवलेल्या घणाघाती हल्ल्याबद्दल मी अजिबात चीड न दर्शवता त्यांच्याशी खऱ्याखुऱ्या स्नेहभावाने वागलो, याचे ते आश्चर्य होते. आमची हसतखेळत चर्चा झाली.

त्या दरम्यान मी त्यांना सौम्यपणे प्रश्न केला, ''काल रात्री तुम्ही आम्हाला जे झोडपून काढलेत, आम्ही खरोखरच तसे आहोत का?''

त्यावर ते उत्तरले, ''टाटासाहेब, मला माफ करा, पण मी जेव्हा व्यासपीठावर उभा राहतो, तेव्हा इतका भावनावश होतो, की माझा स्वत:वरच ताबा राहत नाही!''

त्याच क्षणी आम्हा दोघांमध्ये परस्परांविषयी चांगले मत उमलले आणि ते अखेरपर्यंत टिकून राहिले. दुर्दैवाने हा काळ अगदी अल्प ठरला. १९४७ मध्ये त्यांचे दु:खद परिस्थितीत निधन झाले. हाच स्नेह व परस्परांविषयीची प्रीती मायकेल जॉन यांच्याबाबतही निर्माण झाली. तेव्हा जॉन टाटा वर्कर्स युनियनमध्ये प्रोफेसर बारी यांचे प्रतिनिधी होते, पुढे संघटनेचे नेतृत्व त्यांच्याकडे आले.

मी हा छोटासा प्रसंग केवळ माझे एक ठाम मत तुमच्यापर्यंत उदाहरणानिशी पोहोचवण्यासाठी सांगितला, ते म्हणजे एकूणच लोकांशी आणि व्यवस्थापन,कर्मचारी व त्यांची युनियन यांच्यादरम्यान उत्तम संबंध प्रस्थापित होण्यात खरोखरच कसलीच अडचण नसते. विशेषत: एखाद्या माणसाने आपल्याशी संबंधित व्यक्ती आवडून घेण्याची व त्याच्यावर विश्वास ठेवण्याची वृत्ती अंगी बाणवली तर खचितच उत्तम संबंध प्रस्थापित होतात. प्रारंभीच्या त्या काळापासून कंपनीमध्ये जे लक्षवेधी उत्तम व सहकार्यपूर्ण संबंध टिकून आहेत, त्याचे कसलेही वैयक्तिक श्रेय माझे असल्याचा माझा दावा नाही. मी सुचवलेल्या मार्गांनी उत्तम संबंध निर्माण करण्याचे श्रेय जर कुणाचे असेल तर ते आहे तुमचे सध्याचे अध्यक्ष- श्री. रुसी मोदी यांचे! त्यांच्या स्वभावातील गुणवैशिष्ट्ये व त्यांची इतरांच्या मनात प्रेम व स्नेहभाव जागवण्याची क्षमता, माझ्यासह सर्वांसाठी प्रेरणास्रोत बनून राहिली आहेत. सहकार्य हा कधीही वाहतुकीचा एकेरी मार्ग नसतो. युनियनतर्फे आपल्याकडे श्री. गोपाल आहेत, अब्दुल बारी व मायकेल जॉन यांच्या परंपरांचे सुयोग्य वारसदार! ते ज्या पद्धतीने ही मशाल

पुढे नेत आहेत, त्याचे आम्हा सर्वांना कौतुक वाटते.

भूतकाळ व वर्तमानकाळाबद्दल बरेच बोलून झाले. भविष्याचे काय? जमशेदपूरमध्ये कंपनीच्या कामात अतिरिक्त अथवा नव्या नोकरभरतीला फारसा किंवा अजिबातच वाव नाही. तरीसुद्धा या नव्या तरुण पिढीला काम करून आपल्या पायांवर उभे राहण्याची संधी देण्यासाठी नवे मार्ग शोधले पाहिजेत. मला वाटते, जगातल्या इतरही अनेक देशांत आपल्यासारख्या जुन्या व जादा कामगार असलेल्या उद्योगधंद्यांना याच प्रश्नाला सामोरे जावे लागले आहे, अथवा लागत आहे. त्यामुळे नव्या रोजगार संधी निर्माण केल्या पाहिजेत. जमशेदपूरच्या जवळपास नवे, लघुउद्योग वा मध्यम आकाराचे उद्योग व सेवा तसेच स्वयंरोजगार यांची निर्मिती केली पाहिजे. जमशेदपूर व टाटा वर्कर्स युनियनच्या कामगारांनी देशात मजबूत कामगार संघटनेच्या सर्वोत्तम परंपरा प्रस्थापित करण्याचे उत्कृष्ट कार्य केले आहे. मी त्यांना सतत यश व समृध्दी लाभो अशी सदिच्छा व्यक्त करतो.

■

आधुनिकीकरणाबद्दल...

माणूस व यंत्रे

२६ ऑगस्ट १९५४: 'दी टाटा आयर्न अॅन्ड स्टील कंपनी लिमिटेड' : अध्यक्षीय निवेदन

माणूस व यंत्रे यांच्या संबंधांबद्दलचा वाद नवा नाही. अनेक शतकांपूर्वी नवे शोध लावणाऱ्या माणसांना चेटूक करणारे समजून जाळत अथवा दगडांनी ठेचून मारत असत. १९ व्या शतकात या प्रकाराने उग्र रूप धारण केले. यांत्रिकीकरणाची प्रगती रोखण्याचा प्रयत्न म्हणून ब्रिटनमध्ये व अन्यत्र यंत्रांची मोडतोड करण्यात आली व कारखान्यांना आगी लावण्यात आल्या. अगदी शिवणयंत्राच्या बाबतीतसुद्धा असाच प्रकार घडला. महात्मा गांधी ज्या यंत्राविषयी ममतेने बोलत असत, ते स्त्रियांचा उत्तम सखा असणारे शिवणयंत्र जेव्हा प्रथम बनले तेव्हा फ्रान्समधील संतप्त शिंप्यांनी ते मोडून टाकले होते.

पुरातन काळापासून यंत्रांविषयी हा विरोधी दृष्टिकोन रुजण्याचे कारण म्हणजे औद्योगिक प्रक्रियेचे यांत्रिकीकरण होण्याने आपोआपच बेरोजगारी निर्माण होते हा घट्ट समज. पण प्रत्यक्षात मात्र यंत्राने आजवर कधीही घडली नाही इतकी सर्वाधिक नोकऱ्यांची निर्मिती घडवून दाखवली आहे.

ब्रिटनमध्ये कापडउद्योगातील कर्मचाऱ्यांनी चात्या व यंत्रमागांची मोडतोड केली होती. पण त्यांच्या पुढच्याच पिढीत, हा शोध लागण्याच्या आधी या उद्योगात जितकी माणसे काम करत होती, त्याच्या दहा पट माणसे या उद्योगात कार्यरत होती.

इतर कोणत्याही देशापेक्षा प्रगत यांत्रिकीकरण घडलेल्या अमेरिकेत गेल्या साठ वर्षांत लाभदायक रोजगार १ कोटी ८० लाखांवरून ६ कोटींवर गेला आहे. केवळ १९३९ ते १९५३ या काळात उत्पादन करणाऱ्या कारखान्यांतील रोजगारी ७५ टक्क्यांनी वाढली आहे आणि यांत्रिकीकरणाची सर्वांत नेत्रदीपक प्रगती याच उद्योगात घडली आहे, तरीसुद्धा ही वृद्धी घडली आहे.

घोडा-गाडीच्या उद्योगातल्या लक्षावधी नोकऱ्यांची जागा ऑटोमोबाईल्स उद्योगात निर्मिती, विक्री व सेवा क्षेत्रातील ६५ लाख नोकऱ्यांनी घेतली. जेव्हा मोटारगाडीचे बरेचसे काम हातांनी होत असे व मोटारगाडी काही मोजक्या श्रीमंत लोकांनाच परवडत असे, त्यावेळी ऑटोमोबाईल उद्योगाचा रोजगारावर अगदी अल्प प्रभाव होता.

परंतु, हेन्री फोर्ड यांच्या अग्रणी नेतृत्वाखाली ऑटोमोबाईल उद्योगाने सखोल यांत्रिकीकरण स्वीकारल्यानंतर मात्र क्रांतिकारी बदल घडून आला. नवी यंत्रे व पद्धती यांद्वारे प्रचंड संख्येत झटपट व स्वस्त मोटारगाड्यांचे उत्पादन शक्य झाले. त्यामुळे पूर्वी काही हजार लोकांना परवडणारी मोटारगाडी लक्षावधी लोकांच्या आवाक्यात आली.

हीच क्रांती रोजगाराच्या संदर्भातही घडली. लक्षावधी लोकांना गाड्या बनवण्याच्या कारखान्यांत व गाड्यांसाठी लागणाऱ्या टायर, बॅटऱ्या, सजावट, इंधन व तेल अशा हजारो वस्तूंच्या कारखान्यांत नोकऱ्या मिळाल्या. तसेच गाड्या, ट्रक व बसेसची विक्री, दुरुस्ती, विमा व देखभाल या क्षेत्रात दहा लाखांहून अधिक लोकांना काम मिळाले. अशाप्रकारे, प्रत्येक गाडी बनवण्यासाठी जरी अगदी कमी माणसांची नेमणूक झाली असली तरी, एकूण रोजगारनिर्मिती प्रचंड प्रमाणात झाली.

यंत्रांमुळे रोजगारनिर्मिती घडते या वचनाच्या पुष्ट्यर्थ आपण परदेशात जायची मुळीच गरज नाही. गेल्या शतकात आपल्या देशात स्थापन झालेल्या काही थोड्या आधुनिक उद्योगांनी प्रत्यक्ष वा अप्रत्यक्षरीत्या, पूर्वी अस्तित्वात नव्हत्या व त्यांच्याविना अस्तित्वात आल्याही नसत्या अशा लक्षावधी नोकऱ्या निर्माण केल्या आहेत. ही वस्तुस्थिती कुणी अमान्य करू शकेल का?

लोकसंख्या वाढीची भयानक समस्या भेडसावणाऱ्या भारताला या प्रश्नाकडे इतर देशांसारखे स्वस्थपणे पाहणे परवडणार नाही. आपल्या भूमीवर वाढत चाललेला दबाव हलका करण्यासाठी आपल्याला उद्योग व सेवा क्षेत्रांत लक्षावधी अतिरिक्त नोकऱ्या घाईने निर्माण कराव्या लागतील आणि हे कालबाह्य यंत्रसामग्री व पद्धतींद्वारे करणे म्हणजे संकटाला आमंत्रण देणे ठरेल, कारण, अकार्यक्षम उद्योग फार काळ तग धरू शकत नाहीत.

यांत्रिकी साधनांचा अपुरा वापर, अथवा जुनाट, अप्रचलित साधनांचा वापर उत्पादनक्षमतेचा ऱ्हास करतात. उत्पादनक्षमता कमी असण्याने किमती वाढतात व वेतन कमी होते. कमी वेतनामुळे क्रयशक्ती व मागणी घटते, आणि मागणी घटली की उत्पादन कमी होते. आपल्या देशासारख्या औद्योगिकदृष्ट्या मागासलेल्या देशांच्या दारिद्र्याचे हे दुष्टचक्र प्रमुख कारण आहे. यातून मार्ग काढून आपल्या सर्वांसाठी उच्च प्रतीचे जीवनमान साध्य करण्याचा एकमात्र मार्ग म्हणजे आधुनिक यंत्रसामग्री

व पद्धती यांचा वापर करणे, कमीत कमी खर्चात अधिकाधिक मालाचे उत्पादन घेणे आणि जे अधिकाधिक उत्पादन घडवतील त्यांना घसघशीत वेतन देणे.

भारतात नीट, विचारपूर्वक व योग्य काळजी न घेता घाईगडबडीने यांत्रिकीकरण केले तर उद्‌भवू शकणाऱ्या अडचणी व समस्या यांची मला कल्पना आहे. सुदैवाने इथे उद्‌भवणाऱ्या समस्या तात्पुरत्या स्वरूपाच्या व तुलनात्मकदृष्ट्या किरकोळ असतील, कारण, यांत्रिकीकरणाच्या भव्य योजना प्रभावीपणे अमलात येण्यास वर्षानुवर्षे लागतात आणि त्यासाठी उपलब्ध असणारे साधनस्त्रोत मर्यादित आहेत. त्यामुळे त्यांना कित्येक वर्षांचा कालावधी लागेल.

व्यवस्थापनाचे उत्तरदायित्व

यांत्रिकीकरण व आधुनिकीकरणाच्या दृष्टीने उपाययोजना करू इच्छिणाऱ्या मालकांवर अनेक प्रकारच्या जबाबदाऱ्या आहेत. त्यांनी सर्वप्रथम आपण कार्यक्षम व काटकसरी असल्याची खात्री करून घेतली पाहिजे. त्यांनी आपल्या नोकरीतल्या जरुरीपेक्षा जादा कामगारांपैकी शक्य तितक्या कामगारांना नोकरीत सामावून घेण्याचे शक्य ते प्रयत्न केले पाहिजेत; ज्या कामगारांना त्यांच्या सध्याच्या उद्योगात ताबडतोब पर्यायी नोकऱ्या मिळू शकणार नाहीत, त्यांच्या पुनर्प्रशिक्षणात मालकांनी सरकारला शक्य ते सर्व साहाय्य केले पाहिजे; ज्या कामगारांना मुक्त होण्याची इच्छा आहे त्यांना घसघशीत नुकसानभरपाई देण्याची तयारी ठेवली पाहिजे. आणि अखेर, त्यांनी उत्पादन खर्च कमी करण्यामुळे होणाऱ्या फायद्यांतील वाटा कर्मचारी व ग्राहक यांना देण्याची असंदिग्ध तयारी दर्शवली पाहिजे.

खरी समस्या – ती मुख्यत्वे मानसिकच आहे - आहे ती कामगारांनी बदल स्वीकारण्याची. अमेरिका व युरोप याठिकाणी सध्या कामगार संघटना उद्योगधंद्यातील तंत्रविषयक सुधारणांची प्रक्रिया आवश्यक म्हणून स्वीकारतातच, शिवाय बरेचदा त्याला प्रत्यक्ष प्रोत्साहन देऊन, ती कार्यवाहीत आणण्याच्या जबाबदारीतला वाटादेखील उचलतात. तिथल्या कामगार संघटनांच्या कार्यकारी सदस्यांनी ही वस्तुस्थिती पूर्णत: जाणली आहे, की उच्च उत्पादनक्षमता व उत्पादनखर्च कमी राखणे यांतच आपल्या सदस्यांच्या नोकरीची सर्वोच्च सुरक्षितता आहे.

भारतातील कामगार नेतृत्वाला माझे आवाहन आहे, की त्यांनी या प्रश्नाकडे वस्तुनिष्ठ व शास्त्रशुद्ध दृष्टिकोनातून पाहावे आणि शक्य त्या बाबतीत व्यवस्थापनाला मैत्रीपूर्ण सहकार्य करावे. त्यांनी ध्यानात ठेवावे, की जगभरात यंत्रामुळे मानवाची हजारो वर्षे सोसाव्या लागलेल्या काबाडकष्ट, घाम गाळणे व कंटाळवाण्या कामांतून अद्‌भुतरीत्या सुटका झाली आहे व वेतनातही अभूतपूर्व वृद्धी झाली आहे. यंत्रांचा

वापर फारसा वा अजिबातच होत नव्हता त्या ठिकाणी वेतन अल्प राहिले आहे.

त्यामुळे मी या विषयाशी संबंधित सर्वांना कळवळीची विनंती करतो, की आधुनिक उद्योग व जुन्या धाटणीचा उद्योग यांच्या दरम्यान कसलीही तडजोड घडणे शक्य नाही या वास्तवाला तोंड द्या. आपण एकतर अत्यंत उत्पादनक्षम समाज घडवून त्यायोगे कामगारांची भरभराट साधूया व त्यांची प्रतिष्ठा पुन्हा मिळवून दिल्याबद्दल यंत्रांचे आभार मानूया; नाहीतर आपण समाजाच्या प्राचीन स्वरूपाला चिकटून, लोकसंख्यावाढीतील सातत्यपूर्ण वाढ झेलत, दारिद्र्य व नैराश्याच्या गर्तेत रुतून राहूया.

■

तग धरून राहण्यासाठी धोरण

लोकसंख्या

★

विपत्तीत सापडलेले शहर

★

तग धरून राहण्यासाठी धोरण

★

अध्यक्षीय राज्यपद्धती

जे.आर.डी.टाटा राजकारणापासून दूर असले तरी त्यांनी तत्कालीन समस्यांमध्ये खूप रस घेतला आहे. त्यांनी १९५१ सालीच लोकसंख्येच्या विस्फोटाच्या धोक्यांबाबत इशारा दिला होता. या मुद्द्याकडे लक्ष वेधणारे ते पहिले भारतीय होते. १९६८ साली भारतात अध्यक्षीय राज्यपद्धती लागू करण्याचा प्रस्ताव सादर करणारे पहिले भारतीय तेच होते. लोकसंख्यावाढीच्या प्रश्नाबाबत राजकारण्यांना जाग येण्याआधीच टाटांनी बरीच पावले टाकली आणि दूरदृष्टी असणाऱ्या काही लोकांसमवेत १९७० साली त्यांनी 'फॅमिली प्लॅनिंग फाउंडेशन ऑफ इंडिया'ची स्थापना केली.

ते या समस्येला 'लोकसंख्या वाढीचा विस्फोट' असे संबोधत असत. या समस्येवर मात करण्यासाठी त्यांनी अनेकदा प्रभावी उपाय सुचवले होते. भारतात दूरदर्शनचे आगमन झाले त्यावेळी त्यांना लोकसंख्येचे हे चित्र पालटण्यासाठी – विशेषत: ग्रामीण भागांत – या माध्यमात सामर्थ्य असल्याचे जाणवले. कुटुंबनियोजन क्षेत्रातील कार्याबद्दल त्यांना १९९२ साली 'यू.एन.पॉप्युलेशन ॲवॉर्ड' ने गौरवण्यात आले.

१९८३ साली मुंबईच्या मेयर महोदयांच्या हस्ते त्यांचा नागरी सत्कार झाला होता, त्यावेळी त्यांनी त्यांच्या शहराला भेडसावणाऱ्या समस्यांचे विश्लेषण करून, भारताच्या या व्यापारी राजधानीचे आणखी अध:पतन टाळण्याच्या दृष्टीने काही नेमक्या सूचना केल्या होत्या. ते सामाजिक जीवनात सक्रिय असत. ते 'बॉम्बे मेनलॅन्ड लिंक प्रोजेक्ट'चे अध्यक्ष होते. प्रश्न शहराशी निगडित असो, उद्योगाशी वा देशाशी, त्यांनी त्या प्रश्नांवर उत्तरे शोधली आहेत. १९६९ साली स्टॉकहोमच्या 'नोबेल फाउन्डेशन'ने त्यांना व्याख्यानाचे निमंत्रण दिले होते; त्यावेळी त्यांनी विषय निवडला होता, 'माणसाने तग धरून जिवंत राहण्यासाठी धोरण.' जागतिक पातळीवर टाटांनी प्रामुख्याने विचार केला तो विकसनशील देशांतील उणिवांची समस्या व पाश्चिमात्य देशांतील मनोभूमिकेची समस्या यांचा.

लोकसंख्या

निकड जाणून घ्या

२२ ऑगस्ट, १९५१ : 'दि टाटा आयर्न ॲन्ड स्टील कंपनी लिमिटेड' : अध्यक्षीय निवेदन.

गतकाळात, लोकसंख्येच्या समस्येबाबत विचार करण्यासंदर्भात एकूणच अत्यंत नाखुषी अथवा या प्रश्नाचा केवळ अन्नधान्य उत्पादनाशी संबंध जोडून तो सोपा करण्याची तितकीच घातक प्रवृत्ती दिसली आहे. समजा अगदी अन्नधान्य उत्पादन व आपली लोकसंख्या यांचा मेळ घालण्याचा प्रयत्न केला असता, तरीसुद्धा ही समस्या फक्त काही प्रमाणातच सुटली असती. कारण, आपल्या देशातील गरिबातील गरीब माणसेसुद्धा फक्त पोटभर अन्नावर फार काळ समाधानी राहण्याची शक्यता नाही.

पाश्चिमात्य देशांतील राहणीमानाच्या उच्च दर्जाबाबत जागृती असल्यामुळे ते वस्त्र, निवारा, शिक्षण, आरोग्य, सुरक्षितता इ. संदर्भातही अधिक सुधारणा घडण्याची रास्त मागणी करतील. आजच्या दयनीय नीचतम पातळीपासून ते अशा उच्च दर्जापर्यंत, वाजवी कालमर्यादेत प्रगती साधणे हे आपली लोकसंख्या आज आहे त्याच संख्येवर स्थिरावली तरीसुद्धा शिवधनुष्य पेलण्याइतके महाकठीण काम आहे.

याचे गणित मांडणे अगदी सोपे आहे. सध्याचा लोकसंख्या वाढीचा दर जर असाच अनिर्बंध राहू दिला तर येत्या पस्तीस वर्षांत आपली लोकसंख्या आणखी २० कोटींनी[१] व पन्नासेक वर्षांत दुपटीने वाढेल.

हे आकडे इतके भयावह असताना या परिस्थितीत जर ही समस्या सोडवली नाही तर आपल्या जनतेला नवजीवन प्राप्त करून देण्याचे कितीही वीरोचित प्रयत्न केले तरी ते सफल होणार नाहीत आणि सध्याच्या पिढीच्या जीवनकाळातच अनर्थ

---

१. १९५१ साली जेआरडी टाटांनी हे विधान केले तेव्हा भारताची लोकसंख्या ३६ कोटी १० लाख होती. १९८१ साली ती ६८ कोटी ५० लाख झाली.

ओढवेल यात कसली शंका आहे का?

ही समस्या आपल्या लोकांच्या पारंपरिक संकल्पनांशी व आपल्या संस्कृती सारख्या अतिप्राचीन संस्कृतीशी किती घट्ट गुंफलेली आहे, याची मला जाणीव आहे. पण या संदर्भात परिणामकारक असे काहीच घडवता येणार नाही असे मानणाऱ्यांपैकी मी नाही. खरे तर, एकदा का या समस्येची व्याप्ती व निकड ध्यानात घेतली तर ही समस्या सोडवण्याचे अनेक मार्ग सापडतील. माझ्या मते, या संदर्भात उचलण्याचे पहिले पाऊल म्हणजे सरकारने विनाविलंब एका उच्चाधिकार आयोगाची स्थापना करावी.

या समस्येच्या सर्व बाजूंचा सागोपांग विचार होण्यासाठी या उच्चाधिकार आयोगामध्ये[२] नामवंत शास्त्रज्ञ, अर्थतज्ज्ञ व समाजशास्त्रज्ञ यांचा समावेश असावा.

या आयोगाने या समस्येच्या मुळाशी असणाऱ्या वस्तुस्थितीबद्दल व्यक्त केलेले सुस्पष्ट व अधिकारवाणीचे मत व त्यांनी सुचवलेले उपाय याद्वारे लोकशिक्षणाचा परिणामकारक प्रारंभ होईल आणि आवश्यक ते कायदेशीर व प्रशासकीय उपाय योजता येतील.

लोकसंख्या, साधनस्रोत व परिस्थिती

१३-१५ सप्टेंबर, १९८३ : 'इन्टरनॅशनल कन्सल्टेशन ऑफ नॉनगव्हर्मेंटल ऑर्गनायजेशन्स (NGOs) ऑन पॉप्युलेशन इश्यूज,' जिनिव्हा.

जवळजवळ संपूर्ण जगाला भेडसावणाऱ्या लोकसंख्यावाढीच्या समस्येविषयी सर्वप्रथम अभ्यास व कार्यक्रम घेण्याचे काम मुख्यत्वे काही व्यक्ती व स्वयंसेवी संस्थांनी केले आहे. त्यांनी सर्वप्रथम या भयावह समस्येची सरकारांना जाणीव करून दिली. संततीनियमन हा मूलभूत मानवी हक्कांशी निगडित प्रश्न असल्याचे दर्शवून त्यासंबंधी तातडीने कार्यवाही करण्याची निकड जाणवून दिली. आज आपण सर्वजण जिनिव्हा या सुंदर शहरात जमलेलो असताना भूतकाळातील एका प्रसंगाचे स्मरण करूया. १९२७ साली पहिली जागतिक लोकसंख्या परिषद याच ठिकाणी भरली

---

२. यानंतर दोन वर्षांनी, १९५३ साली जे.आर.डी. टाटांनी 'टाटा स्टील'च्या भागधारकांना संबोधित करताना, पूर्वी दिलेल्या याच धोक्याच्या इशाऱ्याचा पुनरुच्चार केला आणि अशा प्रकारचा आयोग नेमण्या-संदर्भात काहीही हालचाल झाली नसल्याकडे लक्ष वेधले. आगामी दशकांतही त्यांनी या समस्येसंदर्भात सतत आवाज उठवला.

होती. या परिषदेच्या प्रवर्तक होत्या संततीनियमन कार्यातील अग्रणी समाजसुधारक मार्गारेट सँगर. त्याच्या पुढाकाराने त्या परिषदेत जगभरातील अग्रगण्य शास्त्रज्ञ लोकसंख्यावाढीच्या समस्येवर चर्चा करण्यासाठी एकत्र आले होते. त्यामुळे आपल्याला या विषयात असणारा अधिकार हा अनुभव व तज्ज्ञता यांच्याइतकाच या संदर्भातील आपल्या आस्थेमुळे प्राप्त झाला आहे.

अर्थातच जागतिक लोकसंख्या नियंत्रण व व्यवस्थापनासारख्या जबरदस्त साहसी मोहिमेत राजकीय अधिकार, साधनस्त्रोत व संघटनांचे बळ प्राप्त असणाऱ्या सरकारांना राष्ट्रीय कार्यक्रमांच्या आयोजनाद्वारे व त्यांना चालना देऊन महत्त्वपूर्ण भूमिका बजावावी लागणार आहे. शिवाय, या कार्यक्रमांना आंतरराष्ट्रीय महत्त्व असल्यामुळे व जागतिक स्तरावर समस्येची उकल शोधावी लागणार असल्यामुळे या संदर्भात आंतरराष्ट्रीय स्तरावर पुढाकार घेणेसुध्दा गरजेचे आहे. उदाहरणार्थ यू.एन.च्या छत्राखाली काम करणाऱ्या संस्था. मात्र, यामध्ये आपली भूमिका अत्यंत ठाम समर्थकाची व इतरांना आपले म्हणणे प्रभावीपणे पटवून देणाऱ्याची असू शकते.

आज लोकसंख्यावाढीच्या समस्येशी दोन हात करणाऱ्या बहुतेकशा सरकारी अधिकाऱ्यांपेक्षा आज इथे जमलेल्या मंडळींपैकी बऱ्याच जणांना या विषयाबद्दल दीर्घकाळ आस्था आहे. मी स्वत: या प्रश्नाला १९५१ सालीच माझ्या एका भाषणात वाचा फोडली होती. आमच्या देशातील चौखूर उधळलेल्या लोकसंख्यावाढीबद्दल धोक्याचा जाहीर इशारा देणारा मी बहुधा पहिलाच भारतवासी होतो. त्यावेळी मी इशारा दिला होता, की आपल्याकडचा लोकसंख्या वाढीचा दर रोखला नाही तर, कितीही वीरश्रीयुक्त प्रयत्न केले तरी, आपल्या अर्थव्यवस्थेची प्रगती होणार नाही व आपल्या लोकांना नवजीवन प्राप्त करून देण्याचे प्रयत्न यशस्वी होणार नाहीत व सध्याच्या पिढीच्या जीवितकालातच अरिष्ट ओढवेल. माझा हा इशारा खरा ठरला. पुढल्या ३० वर्षांत आमच्या लोकसंख्येत ३५ कोटींची भर पडली!

आपणा सर्वांना या समस्येच्या भयावह आयामांची जाणीव आहे, पण आपण बहुधा एक सुन्न करणारे वास्तव जाणलेले नाही, ते म्हणजे मानवजातीला १ अब्ज लोकसंख्या निर्माण करायला १०लाख वर्षे लागली, पण पुढची १अब्जांची भर घालण्यास फक्त आणखी १०० वर्षे पुरली, आणि २० व्या शतकात त्यामध्ये आणखी साडेचार अब्जांची भर पडलेली आहे. किंवा 'ग्लोबल २००० रिपोर्ट टू द अमेरिकल प्रेसिडेन्ट' मध्ये नमूद केल्याप्रमाणे – "पृथ्वीवर जीवन अवतरल्यापासून आजवर जितके मनुष्यप्राणी जन्माला आले असतील, त्यांपैकी तीन चतुर्थांश लोक आज घडीला जिवंत आहेत!"

युनायटेड नेशन्स व जागतिक बँकेच्या अंदाजानुसार जागतिक लोकसंख्येत आणखी ४ ते ६ अब्जांची भर पडण्याचा अटळ धोका आहे, आणि पुढील शतकात

हा आकडा १० ते १२ अब्जांवर स्थिरावू शकेल.

चालू शतकातील या भयानक लोकसंख्यावाढीचे आणखी एक लक्षणीय वैशिष्ट्य म्हणजे ही संपूर्ण वाढ जगातील अविकसित भागांत झाली आहे, तर स्थलांतरितांचा अपवाद वगळता, विकसित देशांतील लोकसंख्या या शतकाच्या पूर्वार्धातच स्थिरावली आहे. याचा मुख्य आनुषंगिक परिणाम म्हणजे, औद्योगिक क्रांतीची जोड मिळालेल्या व लोकसंख्या वाढीच्या समस्येला कितीतरी मागे टाकून आर्थिक विकास साधलेल्या विकसित देशांमध्ये जीवनमान झपाट्याने उंचावले, तर विकसनशील देशातील आर्थिक विकास दर लोकसंख्या वृद्धीच्या फारसा पुढे गेला नाही.

भारत हे याचे ठळक उदाहरण आहे. गेल्या तीस वर्षांत भारताचा सरासरी आर्थिक विकास दर ३.५ टक्क्यांच्या जवळपास राहिला आहे. जपान व कोरिया सारख्या वेगवान वाटचाल करणाऱ्या काही मोजक्या अर्थव्यवस्थांचा अपवाद वगळता जगातील बहुतेकशा औद्योगिकीकरण झालेल्या देशांपेक्षा भारताचा हा सरासरी आर्थिक विकास दर फारसा कमी नव्हता, पण भारताचा वार्षिक लोकसंख्यावाढीचा दर २.४ टक्के असल्यामुळे दरडोई उत्पन्नातील वाढ फक्त १.३ टक्के इतकी दुर्दैवी आहे. परिणामी, नियोजनबद्ध विकासावर १७० अब्ज डॉलर्स खर्च करूनही, आज दारिद्र्यरेषेखालील लोकांची संख्या तीस वर्षांपूर्वीच्या संख्येपेक्षा जास्त आहे. भारतात सरकारने ठरवलेली दारिद्र्यरेषेची मर्यादा म्हणजे वार्षिक १०० डॉलर्सपेक्षा कमी उत्पन्न असणारा गट!

यावरून विशेषत्वाने असे दिसून येते, की आर्थिक विकास हा जीवनस्तर उंचावण्यासाठी अत्यावश्यक पूर्वाकांक्षित घटक आहे व सदैव राहील, तसेच हा प्रत्येक विकसनशील देशापुढे सक्तीचे ध्येय असणारा मुद्दा असला पाहिजे. ही वस्तुस्थिती असली तरी, त्याला लोकसंख्यावाढीचा दर कमी होण्याची जोड मिळाल्याखेरीज समाधानकारक अल्पकाळात हे उद्दिष्ट साध्य होऊ शकणार नाही.

अनर्थकारक परिणाम

गेल्या शतकात अविकसित वा विकसनशील देशांमधील लोकसंख्यावाढीच्या विस्फोटाचे तीन अनर्थकारक परिणाम घडले आहेत:

पहिला, त्यामुळे लोकांना अत्यंत विपन्नावस्थेत राहावे लागले व ते जीवनस्तर उंचावण्याच्या संधींपासून वंचित राहिले.

दुसरा, त्यामुळे पृथ्वीवरील मर्यादित साधनस्त्रोतांची मागणी इतकी प्रचंड वाढली की त्यामुळे पर्यावरणाचा विनाश ओढवला. माझ्याच देशात प्रचंड जंगलतोड, जमिनीची धूप, पाण्याचे प्रवाह गाळामुळे बंद होणे व सखल भागांना पुन:पुन्हा

बसणारा पुराचा तडाखा या रूपात ते स्पष्ट दिसून येत आहे. लेस्टर ब्राऊन यांनी किती नेमक्या शब्दांत सांगितले आहे पाहा, ते म्हणतात, "एकदा का मागणीच्या पातळीने क्षमतेचा उंबरा ओलांडला, की त्याहून जादा मागणी पुरी करायची म्हटले तर उत्पादक साधनस्रोत मुळापासून उखडून फस्त करणे हा एकमात्र मार्ग उरतो."

तिसरा, यामुळे ग्रामीण भागातून शहरी भागाकडे स्थलांतर करणाऱ्यांची संख्या प्रचंड वाढली. परिणामी, चांगले जीवन जगण्यासाठी आवश्यक असणाऱ्या किमान गरजांचासुद्धा पूर्ण अभाव असणाऱ्या, भयानक दाटीवाटीच्या गलिच्छ वस्त्या वाढल्या. जनजीवनशास्त्रातील मतप्रवाहानुसार असे मानले जात आहे, की विसाव्या शतकातील अखेरच्या पंचवीस वर्षांत जगात किमान ५००० नवी शहरे वसवली जातील, त्यांची लोकसंख्या प्रत्येकी पाच लाखांहून अधिक असेल व त्यातील बरीचशी शहरे विकसनशील देशांत निर्माण होतील. त्यापाठोपाठ दाटीवाटी, गलिच्छ वस्त्या व प्रदूषण यांचे आगमन होईलच!

तथापि, येथे या मुद्द्याकडे लक्ष देण्याची गरज आहे, की अतिरिक्त लोकसंख्येच्या समस्येतून मुक्त देशांमध्येसुद्धा पर्यावरणाची प्रचंड हानी होऊ शकते. अमेरिका व युरोपच्या बऱ्याच भागांत जमीन, हवा, नद्या-सरोवरे यांचे प्रदूषण, रोगट जंगले व रासायनिक प्रक्रियांमुळे विषारी बनलेली माती अशा प्रकारची हानी दिसून येत आहे.

अतिशय झपाट्याने वाढणाऱ्या लोकसंख्येचा एक सर्वांत दुःखदायक परिणाम म्हणजे प्रचंड बेरोजगारी. युरोप व अमेरिकेसारख्या स्थिर लोकसंख्या असणाऱ्या विकसित देशांतसुद्धा सध्याच्या आर्थिक मंदीच्या काळासारख्या काळात प्रचंड बेरोजगारी निर्माण होऊ शकते व होते, पण अशावेळी समृध्द समाजांमध्ये बेरोजगारांना सामाजिक सुरक्षा तरतुदींद्वारे साहाय्य केले जाते व या समस्येची झळ कमी केली जाते. अशा प्रकारचा दिलासा विकसनशील देशांमध्ये उपलब्ध नाही. तिथे वाढती बेरोजगारी एकूणच दारिद्र्याचा प्रश्न अधिकच बिकट करत असते.

आंतरराष्ट्रीय मजूर संघटनेच्या (I.L.O.) आकडेवारीवरून दिसून येते, की बहुतेकशा विकसनशील देशांत लोकसंख्यावाढीचा वार्षिक दर २.५ टक्के आहे, त्यामुळे दर वर्षी कामगार शक्तीमध्ये ६ ते ७ टक्क्यांनी वाढ होते. त्यांना अस्तित्वात असलेल्या लोकसंख्येसाठीसुद्धा रोजगार पुरवता येत नाही. या समस्येचे रूप आणखी गंभीर करणारा मुद्दा म्हणजे आधुनिक उद्योगधंदे मुख्यत्वे भांडवलाधारित आहेत, त्यामध्ये थेट रोजगाराला तुलनेने कमी वाव आहे, ही वस्तुस्थिती होय. खरे तर अधिकृत अहवालांवरून स्पष्ट होते,की अलीकडल्या काही दशकांत निर्माण झालेल्या दर शंभर नोकऱ्यांमध्ये संघटित उद्योगांनी फक्त तीनजणांनाच थेट सामावून घेतले. दशकभराहून अधिक काळ GNP विकास दर वार्षिक ८ ते १९ टक्के इतका उच्च राहूनही ब्राझिलला बेरोजगारीच्या या गंभीर समस्येवर मात करता आलेली नाही.

अखेर लोकसंख्या वाढीचा हा राक्षस जगभरातील दारिद्र्यरेषेखाली जीवन कंठणाऱ्या असंख्य लोकांना उपासमारीने जर्जर करून खंगवण्याचे क्रूर कृत्य पार पाडत आहे. आगामी कित्येक दशकांसाठी बहुसंख्य विकसनशील राष्ट्रांनी समोर ठेवावे असे उत्तम घोषवाक्य म्हणजे, ''जमीन पिकवा, पुरुषांची नसबंदी करा!''

आश्वासक दूरदर्शन

मर्यादित साधनस्रोतांची सतत वाढतच निघालेली मागणी व अनिर्बंध लोकसंख्यावाढीमुळे निर्माण झालेले दारिद्र्य या पार्श्वभूमीवर एक प्रश्न समोर येतो, तो म्हणजे सर्व वस्तुस्थितीचे ज्ञान आणि सर्व उपलब्ध तंत्रज्ञान व कौशल्ये यांचे साहाय्य असताना, ही परिस्थिती बदलण्यासाठी फारसे काहीच कसे घडले नाही? यांवर जर नियंत्रण आणले नाही तर त्यातून फक्त जागतिक हानी, नैसर्गिक अरिष्टे व राजकीय गोंधळ निर्माण होणार हे नक्की! लोकसंख्यावाढीचे भयानक आकडे सर्व प्रमुख देशांच्या सरकारांना तातडीने कारवाई करण्यास व लोकसंख्या नियंत्रण कार्यक्रमांसाठी साधनस्रोत पुरवण्यास उद्युक्त करण्यास पुरेसे आहेत, असा विचार मनात येतो. या प्रश्नासंदर्भात धोक्याची जाणीव नक्कीच झालेली आहे, तरी, भयसूचक घंटानाद मात्र ऐकू येत नाही. बिगर-सरकारी संस्था, 'युनायटेड नेशन्स फंड फॉर पॉप्युलेशन ॲक्टिव्हिटीज' (UNFPA) आणि काही मोजके विचारवंत, सरकारी अधिकारी व प्रसारमाध्यमांतील काही लोक वगळता जगात कुठेही या संदर्भात आणीबाणी जाहीर केलेली वा धोक्याचा इशारा दिलेला दिसत नाही.

दूरदर्शनवरील कार्यक्रमांच्या प्रसारणाच्या उद्देशाने घडलेल्या उपग्रहाद्वारे, दळणवळणाच्या नव्या प्रगतीमुळे, स्वयंपूर्ण दूरदर्शन प्रसारण केंद्रांची भरमसाट संख्या असण्याची गरज दूर झाली आहे आणि या प्रगतीने नवे आयाम निर्माण केले असून, नव्या युगाचा आरंभ झाला आहे. या माध्यमाद्वारे साक्षरता, प्राथमिक शिक्षण, आरोग्य व कुटुंबनियोजन, कृषीविषयक सल्ला, महत्त्वपूर्ण बातम्या व मनोरंजनाचे उच्च दर्जाचे कार्यक्रम ग्रामीण भारतातील लक्षावधी लोकांपर्यंत पोहोचू शकतात. मला सांगायला आनंद वाटतो, की भारत सरकारने एका साहसी योजनेची घोषणा यापूर्वीच केली आहे. त्यानुसार आधी १८० प्रसारण केंद्रे निर्माण करण्यात येतील. ही प्रसारणकेंद्रे 'जिओसिंक्रोनस' उपग्रहाला जोडण्यात येतील व त्याद्वारे खेड्यापाड्यात दूरदर्शन संचांवर ७०% जनता हे कार्यक्रम पाहू शकेल.

संपर्काच्या या नव्या माध्यमामुळे मी उल्हसित होण्याचे कारण म्हणजे माझ्या देशासारख्या देशांत प्राथमिक शिक्षण लाभणे अथवा जेमतेम अक्षरओळख घडणे याद्वारे कुटुंबनियोजनाला चांगली प्रेरणा मिळते याचे स्पष्ट पुरावे आहेत. माझ्या या

विधानाला पुष्टी देणारे ठळक उदाहरण केरळमध्ये पाहायला मिळेल. भारतात या राज्याचा साक्षरता दर सर्वाधिक, तर जन्मदर सर्वांत कमी आहे; त्याउलट राजस्थानमध्ये साक्षरता दर सर्वांत कमी आहे व जन्मदर सर्वाधिक आहे.

जगातील सर्वांत बुद्धिमान, सुशिक्षित व सर्जनशील लोक निर्माण करणाऱ्या या देशात साक्षरतादर शोचनीय म्हणावा इतका कमी असण्याचे कारण शाळा चालवायला पैसा नाही अथवा इमारती नाहीत, हे नाही - कारण चांगल्या इमारती नसल्या तरी शाळा चालवता येतात; तर त्याचे कारण आहे लक्षावधी प्रशिक्षित शिक्षकांचा अभाव. भारतात बहुविध भाषा आहेत हेही कारण या समस्येत भर घालते. काही बाबतीत तर असे कानावर आले आहे, की योग्य रीतीने शिक्षकांची नेमणूक केल्यानंतर पुढे ते अशिक्षित असल्याचे वा त्यांची गाडी जणू पुन्हा निरक्षरतेकडे वळल्याचे सिद्ध झाले आहे! एकदा संपादित केलेली साक्षरता टिकून राहणे गरजेचे असते आणि त्यासाठी गरज असते ती पुस्तके, मासिके व वृत्तपत्रे यांची. वाचनाची तहान भागवण्याचे, त्यामध्ये रस टिकवून ठेवण्याचे काम ही साधने करत असतात. मागासलेल्या ग्रामीण भागात या साधनांची उपलब्धता हीच मोठी समस्या आहे. दूरदर्शन ही समस्या काही अंशी व एकूण कमी खर्चात सोडवू शकेल.

आपला मुख्य विषय असणाऱ्या 'लोकसंख्या' या मुद्द्यावर मी बरेच काही बोललो. आता मी विषयाशी अत्यंत जवळचा संबंध असलेल्या साधनस्रोत व पर्यावरण या विषयांचा थोडक्यात आढावा घेतो.

विकसित व अविकसित या दोन्ही प्रकारच्या देशांनी स्वतःच पर्यावरणाची जी हानी केली आहे, त्याचे गंभीर परिणाम त्यांना भोगावे लागत आहेत. यापैकी विकसित देशांनी मुख्यत्वे हायड्रो-कार्बनच्या ज्वलनामुळे निर्माण होणारे वायू व रासायनिक सांडपाणी हवा, जमीन व नद्यांमध्ये अनिर्बंध सोडल्यामुळे पर्यावरणाची हानी केली आहे, तर अविकसित राष्ट्रांनी त्यांच्याकडील पिकाऊ शेतजमीन व सरपणाच्या सतत वाढत्या मागणीला तोंड देण्यासाठी प्रचंड प्रमाणात जंगलतोड करून पर्यावरणाची हानी केली आहे. भारतातील ग्रामीण जनतेच्या दृष्टीने गाई-म्हशींच्या शेणाइतकेच दुसरे स्वस्त इंधनसाहित्य म्हणजे लाकूडफाटा!

पर्यावरणाचे अधःपतन

या शतकाच्या मध्यात पृथ्वीचा जंगलयुक्त भाग एक चर्तुर्थांश होता. १९८० सालापर्यंत तो एक पंचमांशावर आला आहे आणि दरवर्षी हा संरक्षक हिरवा पट्टा हंगेरीच्या संपूर्ण अथवा कॅलिफोर्नियाच्या अर्ध्या क्षेत्रफळाच्या आकाराइतका कमी-कमी होत आहे.

जगातील एक प्रमुख पर्यावरण-पट्टा असणाऱ्या हिमालयालासुद्धा न परतवता येणारा धोका निर्माण झालेला आहे. पुढील शतकाच्या पूर्वार्धात या शक्तिमान पर्वतशृंखला उजाड होऊ शकतात. आत्ता ३००० मीटर उंचीखाली जंगले आढळतच नाहीत, अगदी मध्य हिमालयात, ज्याठिकाणी सरासरी ३००० मीटर उंचीचा प्रदेश आहे, त्याठिकाणी एकूण एक तृतीयांश असणारा जंगली प्रदेश आता अवघा ६ ते ८ टक्के उरला आहे. सरकारी अहवालानुसार 'वाढते पूर, जमिनीची धूप, प्रचंड खर्च करून बांधलेल्या धरणांत जमा झालेला गाळाचा थर आणि हवामानातील सूक्ष्म बदल' ही त्याची कारणे आहेत. हेच दुसऱ्या शब्दांत सांगायचे तर देशाच्या पर्यावरण बँकेला लागलेली ही वाढती गळती, तिला दिवाळखोरीच्या दिशेने नेण्याचे कार्य अविरतपणे करत आहे.

या पृथ्वीतलवरील अब्जावधी लोकांचे जीवन उद्ध्वस्त करणारे दारिद्र्य, अनारोग्य व दुःख यांच्या मुळाशी अतिरिक्त लोकसंख्यावाढ हे एक प्रमुख व सर्वांत प्रभावी कारण आहे आणि आज अस्तित्वात असलेल्या व भावी पिढ्यांना विनाशापासून वाचवण्याचे पहिले पाऊल म्हणून जन्मदर कमी करणे हे अखिल मानवजातीसमोर उभ्या ठाकलेल्या सर्व समस्या व महत्त्वपूर्ण कामांपैकी सर्वांत निकडीचे व प्राधान्यक्रमाचे काम आहे, ही गोष्ट स्पष्ट नाही का?

१९६९ साली चंद्रावर माणूस पाठवण्यासाठी एकटी अमेरिका २५ अब्ज डॉलर्स – आजच्या दराने त्याच्या तिप्पट – खर्च करू शकते, तर अनियंत्रित लोकसंख्या – वाढीमुळे जगाच्या शांती व समृद्धीला निर्माण झालेल्या भयानक धोक्याशी मुकाबला करण्यासाठी त्या खर्चाच्या अगदी अल्प प्रमाणात रक्कम खर्च करणे अखिल जगाला नक्कीच परवडेल.

तथापि या बाबतीत निराश होण्याची गरज नाही. कारण आता कुटुंब मर्यादित राखण्याची गरज सर्वत्र लक्षात घेतली जात असल्याचे खरेखुरे व प्रोत्साहक पुरावे आहेत. याबाबतीत लोकांमध्ये विशेषतः सर्वांत गरीब भूमीतल्या स्त्रियांना निर्णय घेण्याची संधी दिली तर, त्यांच्यामध्ये सुद्धा जागृती निर्माण झाली आहे. तसेच माझ्या मायभूमीसह भरपूर लोकसंख्या असणाऱ्या विकसनशील देशांच्या सरकारांना या धोक्याचे अस्तित्व व व्याप्ती यांची नव्याने व तीव्रतेने जाणीव झाली आहे आणि त्यासाठी तातडीने व सातत्यपूर्ण कृती करण्याची गरजही त्यांनी जाणली आहे.

आज ज्ञानप्रसाराच्या व संपर्काच्या नव्या माध्यमांद्वारे लक्षावधी लोकांपर्यंत पोहोचणे शक्य झाले आहे. यापूर्वी तसे घडत नव्हते. अशी नवी तंत्रे व तंत्रविषयक प्रगती लोकसंख्या, आरोग्य व विकास यासंदर्भात आखलेल्या कार्यक्रमांना पाठिंबा देण्यासाठी आता उपलब्ध आहे.

तरीही या संदर्भात आणखी करण्यासारखे बरेच उरते. पण मला खात्री आहे

की, इथून पुढच्या दीर्घ व खडतर प्रवासात बिगर-सरकारी संस्था त्यांचा अनुभव व साधनस्रोतांच्या बळावर या महान कार्यात अधिकाधिक मोठी व प्रभावी भूमिका बजावतील. जगभरातील सर्व पददलितांना अधिक चांगल्या जीवनाची हमी मिळवण्याचे ध्येय डोळ्यांसमोर ठेवून आपण सर्वजण हेच महान कार्य तडीस नेण्यासाठी समर्पित वृत्तीने काम करत आहोत.

सर्वसामान्य लोकांचा विचार करताना...

२९ ऑगस्ट, १९८७ : नवी दिल्ली येथील 'लोकसंख्या व्यवस्थापन' विषयावरील राष्ट्रीय परिषदेतील प्रमुख भाषण.

आपल्याकडील जन्मदर अजूनही हजारी सुमारे तेहतीस व मृत्यूदर बारा आहे. अशा परिस्थितीत आपल्याकडील जन्मदरात नाट्यपूर्ण घट झाल्याखेरीज आपण पुढच्या शतकाच्या अखेरपर्यंत जगातील समृध्द देशांतील स्थिर लोकसंख्या गाठू शकणार नाही आणि आपल्याकडचे लोक जगातील सर्वांत गरीब लोकांच्या पंक्तीतच राहणार हे जनजीवशास्त्राच्या अभ्यासावरून दिसून आले तर त्यात आश्चर्य वाटण्याजोगे काही आहे का?

माझ्यासारखे जे आपल्या लोकसंख्येच्या समस्येबाबत दीर्घकाळ अत्यंत सजग राहिले आहेत, त्यांना हे पाहून दु:ख होते, की स्वातंत्र्यप्राप्तीनंतर चाळीस वर्षे उलटली, आपल्या देशाने जगात सर्वप्रथम कुटुंबनियोजन हे सरकारी धोरण म्हणून स्वीकारले तरीसुद्धा आपली लोकसंख्यावाढीचा दर कमी करण्याच्या आघाडीवर अगदी अल्प प्रगती झाली आहे, आणि लोकांच्या खऱ्याखुऱ्या व निकडीच्या गरजांशी ज्यांचा फारसा संबंधही नाही असे दुय्यम अथवा किरकोळ प्रश्न व राजकीय लाथाळ्यांवर आपली बरीचशी ऊर्जा व वेळ वाया गेला आहे, अजूनही जात आहे.

मी या विषयाचा सर्वसामान्य आढावा घेणे शक्य तितके टाळून, मला या समस्येचे जे काही विशिष्ट पैलू व या समस्येसंदर्भात करता येण्याजोग्या संभाव्य उपाययोजना आपल्या चर्चा व शिफारशींशी सुसंगत वाटतात, त्यावरच मुख्य भर देणार आहे.

सुरुवातीला मी एक गोष्ट नमूद करतो, की आपल्या देशातील बऱ्याच लोकांचा असा समज आहे, की आपली लोकसंख्येची समस्या युगानुयुगे जुनी आहे आणि त्यामुळे बरीच शतके उलटल्याखेरीज, आधुनिक विज्ञानाच्या कक्षेत तिचे उत्तर सापडणार नाही, पण तशी स्थिती नाही. खरे तर ही समस्या अगदी अलीकडची आहे. ही समस्या अवघ्या पन्नास-साठ वर्षांपूर्वीची आहे. औषधशास्त्रातील नवे

संशोधन व औषधांचा वापर उपचारपद्धती व आरोग्यसुविधा यांद्वारे मृत्यूदरात नाट्यपूर्ण घसरण झाली, पण जन्मदरमात्र जवळपास आहे तसा स्थिर राहिला. लोकसंख्येची अशीच समस्या पश्चिमेत निर्माण न होण्याचे कारण म्हणजे त्यांच्याकडील जन्मदर आधीपासूनच तुलनेने कमी होता, शिक्षणाचे सार्वत्रिकीकरण झालेले होते आणि छोट्या कुटुंबाच्या आर्थिक लाभदायकतेला जलद आर्थिक विकास तसेच गर्भनिरोधक गोळ्यांची अनिर्बंध उपलब्धता यांची जोड लाभली होती व इतर साधनांचे महत्त्वही आधीपासूनच ओळखण्यात आले होते.

दुर्दैवाने भारतामध्ये दारिद्र्य, अज्ञान व निरक्षरता आणि त्याजोडीला खोलवर भिनलेल्या सामाजिक रूढी-परंपरा यांमुळे छोट्या कुटुंबाचे फायदे आत्ता कुठे बहुसंख्य सर्वसामान्यांना उमजू लागले आहेत आणि जन्मदर आहे तसाच उच्च राहिला आहे.

लोकसंख्या विस्फोटाची आकस्मिकता व वेग यांमुळे केंद्र व राज्य सरकारांसह अवघा देश स्तिमित झाला. केंद्र व राज्य सरकारांना त्यामुळे निर्माण झालेल्या गंभीर सामाजिक-आर्थिक समस्यांना तोंड देण्याचा अनुभव तर नव्हताच, शिवाय त्यांनी या समस्येला इतके कमी महत्त्व दिले की त्यामुळे या समस्यांनी गंभीर रूप धारण केले. वर्षानुवर्षे, या समस्यांवर मात करण्यासाठी योजनेत फक्त एका टक्का खर्च केला जातो.

अशा परिस्थितीत आपण स्वातंत्र्याची चाळीस वर्षे पूर्ण झाल्याचा आनंद साजरा करत असताना, आपल्यापैकी बरेचजण सचिंत होऊन विचार करत असतील की, आगामी शंभर वर्षांत तेव्हा जिवंत असणाऱ्या आपल्या सुमारे दीड अब्ज लोकसंख्येसमोर काय वाढून ठेवले असेल?

सुस्पष्ट ध्येय

शोक करावा अशा बऱ्याच गोष्टी असल्या तरी, निराश होण्याचे काहीच कारण नाही. चाळीस वर्षांपूर्वी आपण कल्पनाही केली नव्हती की, आपली लोकसंख्या असे भयानक रूप धारण करून आपल्यासमोर उभी ठाकेल; आपण या समस्येच्या आर्थिक व सामाजिक परिणामांचे गांभीर्य जाणले नव्हते वा त्याची कल्पनाही केली नव्हती; आणि त्यामुळे जेव्हा या परिणामांची तीव्र झळ बसेल तेव्हा त्याला कसे तोंड द्यायचे, याचा आपण विचारही केला नव्हता. आता आपण या संदर्भात विचार करत आहोत. आपण आपल्या अपयशांतून व उणिवांतून तसेच आपल्याला काहीवेळा लाभलेल्या यशांतून शिकलो आहोत. आज आपल्याजवळ मार्गातील अडथळ्यांवर मात करण्यासाठी ज्ञान व कौशल्ये व साधने आहेत.

आपण अत्यंत गुंतागुंतीच्या प्रचंड जनकल्याण कार्यक्रमांच्या नियोजन व

प्रशासनाचा अमूल्य अनुभव प्राप्त केला आहे आणि आपल्या उद्दिष्टपूर्तीच्या दिशेने लक्षणीय प्रगती केली आहे. ४५ लक्ष दशलक्ष जोडप्यांनी त्यांच्या प्रजोत्पादन क्षमतेच्या वयाच्या कालावधीत अथवा एकूण ३५ टक्के लोकांनी अवांछित जननाला प्रभावीपणे आळा घातला आहे. आत्तापर्यंत अंदाजे ७६ दशलक्ष जीव येण्यापासून रोखण्यात आले आहेत, तर दरवर्षी ८ दशलक्ष जीवांचा जन्म रोखला जात आहे.

आपल्यासमोर जनजीवनशास्त्राचे सुस्पष्ट ध्येय आहे. ते म्हणजे हजारी २१ इतका जन्मदर कमी करणे आणि प्रजोत्पादनाचा निव्वळ दर एक राखण्यात यशस्वी होणे. आपण या ध्येयाप्रत खरोखर किती लवकर पोहोचू शकू? नियोजन आयोगाने पुन्हा एकदा त्यांचा आधीचा अपेक्षित अंदाजाचा कालावधी बदलून लवकरात लवकरची संभाव्य लक्ष्यपूर्तीची तारीख म्हणून सन २०१० वा त्याच्या जवळपासचा कालावधी डोळ्यांसमोर ठेवला आहे.

आपण स्त्रियांना छोट्या कुटुंबाची कल्पना मान्य होण्याच्या संदर्भात लक्षणीय यश मिळवले आहे. जननक्षम वयाच्या सुमारे २५ टक्के स्त्रिया गर्भनिरोधक साधने वापरत असल्याचा अंदाज आहे. आपण गर्भनिरोधक तंत्रज्ञानाचे विविध प्रकार उपलब्ध करून दिले आहेत आणि वैद्यकीय व समांतर वैद्यक मनुष्यबळाच्या विस्तृत नेटवर्क उभारणीचा पाया रचला आहे.

उत्तम व्यवस्थापन व पाठिंबा यांच्या साहाय्याने आजवर उभारण्यात आलेल्या १२,००० प्राथमिक आरोग्यसुविधा केंद्रे व ९०,००० उपकेंद्रे, त्यातील ४०,००० डॉक्टर्स, १,८५,००० बहुउद्देशीय आरोग्य कर्मचारी व ३, ९०,००० ग्रामआरोग्य मार्गदर्शक यांच्या संघटनेच्या बळावर आजही आपल्याला ज्या निष्ठुर परिस्थितीला तोंड द्यावे लागत आहे, ती नाट्यमयरीत्या बदलेल.

अजून या संदर्भात करण्याजोगे बरेच काही आहे ही गोष्ट स्पष्ट असली तरी, निराशेला थारा देण्याचे काही कारण नाही. जर आपण आपल्या ध्येयाच्या दिशेने चाललेल्या वाटचालीचा वेग वाढवला तर आपल्याला गतकाळापेक्षा अधिक प्रभावीपणे काम करणे शक्य आहे.

अशा प्रचंड व्याप्तीच्या व गुंतागुंतीच्या कामात अनेकविध घटक असणारच, त्यासाठी सुसंगत समन्वयीत उपाय योजावे लागतील. मी फक्त चारच विशिष्ट उपाययोजना सुचवेन. माझ्या मते या चारच मुद्द्यांना आवश्यक तेवढे प्राधान्य दिले व त्यांवर भर दिला तर आपल्या एकूणच कार्यक्रमाला प्रचंड गती प्राप्त होईल.

लग्नाचे वय

स्त्रीच्या जननचक्रामध्ये वैवाहिक आयुष्याची वर्षे कमी केली तर त्याचा तिच्या

संभाव्य अपत्यांच्या संख्येवर नाट्यपूर्ण परिणाम घडेल यात शंकाच नाही. ही उपाययोजना १९७८ साली स्वीकारली गेली. त्यावेळी विवाहाचे कायदेशीर वय पंधरा वरून अठरावर आणण्यात आले. पण आपल्या सर्वांना ठाऊकच आहे की, अगदी प्रारंभापासूनच हा कायदा आपल्या देशातील सर्वाधिक पायदळी तुडवला गेलेला कायदा आहे, आणि कायद्याने मान्य वयाच्या कितीतरी आधीच अनेक मुलींची लग्ने होतात. अल्पवयात विवाह करण्याविरोधात सामाजिक दबाव अगदी अल्प आहे आणि आपली राज्यसरकारे या कायद्याची सक्तीची अंमलबजावणी करण्याने मते गमावली जाण्याच्या शक्यतेबाबत अधिक संवेदनशील आहेत.

साक्षरता

माझा दुसरा मुद्दा आहे महिला शिक्षणाचे अत्यंत महत्त्व. साक्षरता हा भारतातील स्त्रियांच्या जननक्षमतेसंदर्भात अत्यंत महत्त्वाचा निर्णायक घटक आहे. सर्व आकडेवारीवरून हेच सिद्ध होते. उदाहरणादाखल सांगायचे तर, आपल्याला सर्वांना माहीत आहे की, आपल्या देशात केरळमध्ये महिला साक्षरतेचा दर सर्वाधिक आहे, तिथे जन्मदर सर्वांत कमी आहे; तर राजस्थानात महिला साक्षरतेचा दर भयानक कमी आहे आणि तिथे जन्मदर सर्वाधिक आहे; इतर बहुतेकशा राज्यांतही साक्षरता व जन्मदर यांच्या संदर्भातील आकडेवारीचे चित्र असेच आहे. ही बाब केंद्र व राज्य सरकारांना साक्षरता कार्यक्रमांवर – विशेषत: मुली व तरुणी यांना साक्षर करण्यावर – लक्ष केंद्रित केले तर ते जन्मदर कमी करण्याचे सर्वांत परिणामकारक आयुध ठरेल, ही गोष्ट पटवून देण्यास नक्कीच पुरेशी आहे. महिलांना साक्षर करण्याने त्यांच्यासमोरील अज्ञानाचा अंधकार दूर होणे, भेदाभेदाच्या भावनेला थारा न उरणे, अन्याय निर्मूलन आणि वर्षानुवर्षे स्त्रियांना भोगाव्या लागत असलेल्या इतर अनेक वाईट गोष्टींपासून त्यांची मुक्तता होण्याच्या दृष्टीने लाभदायक योगदान घडणार आहे ते वेगळेच, पण जन्मदर कमी राखण्याचे प्रभावी आयुध म्हणून त्याचा आगळावेगळा उपयोग होईल.

संपर्क

आपल्या कुटुंबनियोजन व आरोग्य कार्यक्रमाची संपूर्ण व जलद फलनिष्पत्ती मिळवण्यात आपल्याला अपयश येण्याचे प्रमुख कारण म्हणजे संपर्क साधण्यात अपयश. लोकांना दीर्घकालीन समजुती व सवयी बदलण्यासाठी प्रवृत्त करायच्या उद्देशाने आखलेल्या कुठल्याही कार्यक्रमाचे 'संपर्क' हे प्रमुख सूत्र असते. वस्तुस्थिती अशी आहे, की आपली बहुसंख्य ग्रामीण जनता राहत असलेल्या मोठमोठ्या

प्रदेशांत आत्तापर्यंत त्यांचे शेजारीपाजारी वगळता इतर कुणाला त्यांच्याशी संपर्क साधणे शक्य नव्हते कारण हे प्रदेश दूरवर होते आणि रेडिओ वगळता संपर्काचे कुठलेही साधन नव्हते. या बाबी आपल्या ध्येयप्राप्तीच्या दिशेने प्रगती होण्यातील मोठा अडथळा ठरल्या आहेत.

दूरदर्शनचे आगमन आणि केंद्र सरकारची दूरदर्शनचे जाळे देशाच्या बहुतेकशा लोकसंख्येपर्यंत जलदगतीने विस्तारण्याची सुज्ञ व कल्पक योजना यांचा प्रभावी वापर करून घेतला तर, ग्रामीण भागातील जनतेशी थेट व अक्षरश: दृश्य संपर्क साधण्याचे अनमोल साधन प्राप्त होईल. अर्थात त्यासाठी देशाच्या प्रत्येक मोठ्या खेड्यात दूरदर्शन संच बसण्याची व त्यांच्या देखभाल दुरुस्तीची हमी मिळणे आवश्यक आहे. जे लोक पूर्वी वेगळे पडल्यासारखे होते, अज्ञानी व अत्यंत असाहाय्य होते त्यांना माहिती, सल्ला, साहाय्य, शिक्षण व मनोरंजन उपलब्ध करून देण्याचे हे उत्कृष्ट माध्यम आहे. तथापि, याचा परिणामकारक वापर होण्यासाठी त्यांच्यापर्यंत पोहोचणारे कार्यक्रम काळजीपूर्वक आखलेले, नवउपक्रमशील, विश्वासार्ह व ग्रामीण जीवनाच्या वास्तवाशी मिळतेजुळते असणारे हवेत. या कार्यक्रमाला उच्च प्राधान्य द्यायला हवे.

प्रोत्साहके

मी आज नमूद करत असलेल्या चौथ्या मुद्द्याचा विचार व्हावा व त्यावर चर्चा व्हावी अशी माझी कळकळीची विनंती आहे. तो म्हणजे आर्थिक प्रोत्साहकांची अत्यंत सामर्थ्यवान भूमिका आणि काही प्रमाणात, परावृत्त करणाऱ्या घटकांची भूमिका. लोकांना कुटुंब लहान ठेवण्यास व स्त्रीच्या जननक्षम वर्षांत गर्भनिरोधक वापरण्यास प्रवृत्त करण्याचे साधन म्हणून प्रोत्साहकांची भूमिका असते. ही गोष्ट अत्यंत दुर्दैवी आहे, पण अपरिहार्यही आहे. कारण आपल्या देशासारख्या, जिथे बहुसंख्य लोक गरीबच नव्हे तर मोठ्या प्रमाणात अशिक्षित आहेत, अशा देशात अगदी लहानसे आर्थिक व तत्सम प्रोत्साहकसुद्धा लोकांना प्रवृत्त करण्याचे शक्तिशाली साधन बनू शकते ही वस्तुस्थिती आहे. काही वर्षे भारतात नसबंदीच्या शस्त्रक्रियेसाठी अवघे दोनशे रुपये बक्षीस ठेवले होते! आणि सांगायला दु:ख वाटते, की कुटुंबनियोजन शस्त्रक्रिया करून घेण्यास तयार होणाऱ्या स्त्री-पुरुषांची संख्या वाढण्यावर त्याचा थोडाफार चांगला परिणाम दिसला.

मी १९८१ साली एका जाहीर भाषणात काही आकडेवारी सादर केली होती, त्यावरून दिसून येत होते, की प्रत्येक अतिरिक्त स्त्री व पुरुष नागरिकाला त्यांच्या जीवनभर व त्यांच्या अपत्यांना दोन पिढ्यांहून अधिक काळ पुरवाव्या लागणाऱ्या

मूलभूत गरजांचा एकूण खर्च तेव्हाच्या दराच्या तुलनेत ४२,००० रुपये होता, आज ही रक्कम ८०,००० रुपयांच्या जवळपास जाईल. माझी खात्री होती की, नसबंदीद्वारे वा इतर मार्गाने एक माणूस जन्माला घालणे टाळण्यासाठी ५००० रुपये प्रोत्साहकांवर व बक्षिसांवर खर्च केले तर त्यातून नेत्रदीपक फलनिष्पत्ती घडेल आणि देशासाठी अत्यंत टिकाऊ गुंतवणूक ठरेल.

अशा प्रकारची आर्थिक प्रोत्साहके इतर स्वरूपांतसुद्धा देता येऊ शकतील. उदाहरणार्थ, प्रत्येक नवविवाहितेला एक ठेवरोखा भेट करायचा. तिने जर दोनपेक्षा जास्त मुले होऊ दिली नाहीत, तर तिला वीस वर्षांनी या ठेवरोख्याची काही ठरावीक रक्कम – समजा ५०,००० रुपये द्यायची. त्याचबरोबर मातापित्यांना नोकऱ्या व घरे अशा स्वरूपाची अधिक सवलतीची प्रोत्साहकेसुद्धा देता येतील.

आता आपण एकविसाव्या शतकाच्या उंबरठ्यावर उभे असताना मूलभूत प्रश्न असा आहे, की आपण मुक्त व संपन्नतेचा वरदहस्त लाभलेली माणसे म्हणून जेमतेम जिवंत राहण्याइतपत जीवनमान मिळवणार की जोरदार वृद्धी साधणार? आपल्या लोकांनी दीर्घकाळ ज्याची प्रतीक्षा केली आहे; ते सुख व समृद्धी यांची हमी केवळ ही जोरदार वृद्धीच देऊ शकते.

बालमृत्यूदर रोखणे

१ जुलै, १९८८ रोजी नवी दिल्ली रोजी येथे 'जननक्षमतेच्या तुलनेत बालमृत्यूचे प्रमाण' या विषयावरील राष्ट्रीय परिषदेत दिलेले व्याख्यान.

मी ज्या काळी लोकसंख्याविषयक समस्येत प्रथम रस घेतला, त्यावेळी आपली लोकसंख्या फक्त ३५० दशलक्षांच्या जवळपास होती, ही गोष्ट कबूल केलीच पाहिजे. तेव्हापासून आजवर, आपण यामध्ये ४५० दशलक्ष जिवांची भर घातली आहे. हा आकडा छाती दडपून टाकणारा आहे. मी बालमृत्यूसंदर्भात विचार केलेला नव्हता. ज्या मातापित्यांना पोटच्या गोळ्याचा वियोग सहन करावा लागतो त्यांच्या दृष्टीने ही जरी अत्यंत भीषण शोकांतिका असली तरी, काळाच्या ओघात बालमृत्यूदर ही समस्या आपोआप सुटेल असे मला वाटत होते. त्यामुळे आपल्या देशातील बहुतेकशा लोकांना बालमृत्यूचा दर उच्च आहे या वास्तवाविषयी फारशी आस्था नाही या गोष्टीचे आश्चर्य वाटत नाही. आता सर्वांना परिचित असणारी व सिद्ध झालेली गोष्ट म्हणजे बालमृत्यूचा उच्च दर वाढत्या जननक्षमतेला कारणीभूत ठरतो; आणि तिसऱ्या जगतातील बऱ्याच देशांत बालमृत्यूचा दर कमी होण्याने जन्मदरात

घट झाली आहे.

भारतात बालमृत्यूची समस्या कितपत गंभीर आहे? भारतात दरवर्षी सुमारे २६ दशलक्ष मुले जन्माला येतात. त्यापैकी सरासरी प्रति हजारी ९५ अथवा २५ लाख मुले जीवनाचे एक वर्षसुद्धा पूर्ण होण्याआधी मरण पावतात – ही बालमृत्यूची व्याख्या आहे आणि जवळजवळ ८० लाख मुले आयुष्याचे पाच पावसाळेसुद्धा पाहत नाहीत. प्रामुख्याने ग्रामीण भागात आणि आजार, कुपोषण व हेळसांड यांचा सदैव बळी ठरणाऱ्या अत्यंत गरीब कुटुंबात हे अकाली बालमृत्यू मुख्यत्वे घडतात. या अकाली बालमृत्यूंचा आणखी एका शोकात्म पैलू म्हणजे या मुलांपैकी बहुतेकशी मुले, ज्या रोगांपासून बचाव व उपाय दीर्घकाळापासून उपलब्ध आहेत, त्या रोगांनी दगावली आहेत व इथून पुढेही दगावतील. माझ्या मते ही अत्यंत लाजीरवाणी परिस्थिती आहे. पोटच्या गोळ्याच्या वियोगाचं दुःख झेलणाऱ्या मातापित्यांचे सांत्वन करण्याची मानवतेच्या दृष्टिकोनातून असणारी गरज आणि मानवजातीसाठी आश्वासक ठरू शकले असते अशा लक्षावधी जीवांची दुःखद हानी यांखेरीज या सगळ्यांवरून आणखी एक गोष्ट स्पष्ट होते, ती म्हणजे लोकसंख्या समस्येच्या करकरीत वास्तवामुळे बालमृत्यूचा उच्च दर रोखणे अत्यंत जरुरीचे बनले आहे. हा मुद्दा आपल्या देशातील कुठल्याही आरोग्य व कुटुंबनियोजन कार्यक्रमाचा प्रमुख उद्देश मानला पाहिजे.

त्यामुळे आज बालक बचाव चळवळीचा अधिक जोमाने पाठपुरावा करण्याची गरज स्पष्ट आहे. १९८० ज्या दशकातील अनुभवांवरून दिसून आले आहे की बालक बचाव व विकास क्रांती घडल्यामुळे भारत अवघ्या ५ ते १० वर्षांत नाट्यपूर्ण प्रगती घडवू शकला आणि आपण त्यावरच लक्ष केंद्रित केले पाहिजे.

आपल्याला सांगितले गेले आहे की, आता उपलब्ध असणारे अल्प दर – उच्च प्रभाव असणारे वैद्यकीय तंत्रज्ञान सध्याच्या अकाली बालमृत्यूंपैकी बरेचसे मृत्यू रोखण्यास समर्थ आहे.

ध्येय शांती व समृद्धीचे

१७ सप्टेंबर १९९२ : युनायटेड नेशन्स, न्यूयॉर्क येथे 'यू. एन. पॉप्युलेशन अ‍ॅवॉर्ड' स्वीकारल्यानंतर सत्काराला उत्तर देताना...

ऐतिहासिक संदर्भ सांगायचा तर सुमारे १२००० वर्षांपूर्वी सर्वप्रथम या जगात अथवा पृथ्वीवर शेतीचा विकास झाला, त्यावेळी जगाची लोकसंख्या दहा लाखांहून अधिक म्हणजे आज लंडनची जेवढी लोकसंख्या आहे त्यापेक्षा जास्त नव्हती.

२००० वर्षांपूर्वी ख्रिस्त युगाला आरंभ झाल्यापासून ते १८व्या शतकातील औद्योगिक क्रांतीच्या काळापर्यंत या लोकसंख्येने एक अब्जाचा टप्पा गाठला नव्हता. त्यापुढील एका अब्जाची भर पडण्यास आणखी शंभर वर्षे लागली पण त्यानंतर मात्र दुर्दैवाची गोष्ट आहे, पण तिसऱ्या अब्जाची पूर्ती होण्यास अवघी तीस वर्षे पुरली, इतका लोकसंख्यावाढीचा वेग प्रचंड होता. त्यापुढील चौथा अब्ज १५ वर्षांत आणि पाचवा अब्ज तर फक्त १२ वर्षांत गाठला आहे आणि आता सहावा अब्ज आपल्या शिरावर आलेला आहेच.

लोकसंख्यावाढीच्या या धडकी भरवणाऱ्या प्रमाणाकडे भारतात मोठ्या प्रमाणात दुर्लक्ष होत आले आहे. या धोक्याची जाणीव झालेल्यांनी याचा अर्थव्यवस्थेला गंभीर धोका उत्पन्न होणार आहे याबाबत आवाज उठवायला हवा होता. माझेच उदाहरण सांगतो. मी १९५१ साली यासंबंधी व्याख्यान दिले होते, त्यामध्ये हा धोक्याचा इशारा देण्याच्या दृष्टीने माझे घोर अज्ञान होते. माझ्या दृष्टीने त्यावेळी माझ्या देशातील बहुसंख्य लोकांच्या पाचवीला पुजलेल्या दारिद्र्याविरुद्ध एक प्रकारे व्यक्तिगत निषेध नोंदवणे एवढाच अर्थ होता. या सततच्या दारिद्र्यामुळे माझ्या देशवासीयांना कित्येक काळापासून जगण्याच्या किमान सोयी-सुविधा मिळालेल्या नाहीत आणि यामुळे देशाच्या सामाजिक-आर्थिक विकासाला गती देण्याच्या सर्व प्रयत्नांना खीळ बसते आहे, हा प्रमुख विचार माझ्या मनात होता. माझ्या दृष्टीने हा विषय महत्त्वपूर्ण बनला कारण आजही माझे मन याच ध्यासाने झपाटलेले आहे.

१९५१ हे वर्ष भारताच्या दृष्टीने स्थित्यंतराचे वर्ष ठरले कारण याच वर्षापासून भारतात प्रचंड लोकसंख्यावाढीला प्रारंभ झाला. त्यामध्ये मृत्यूदरात लक्षणीय घट होण्याची भर पडली. त्याचे कारण म्हणजे दुष्काळ आणि प्लेग व कांजिण्या यांसारख्या साथीच्या रोगांचे हळूहळू निर्मूलन होणे होय. त्यापुढील वर्षांत या समस्येविषयी नुसती चीड अथवा चिंता व्यक्त करत राहणे मला पटले नाही. मला ज्या मर्यादित संधी मिळाल्या, त्यांचा उपयोग करून मी या भयावह परिस्थितीबाबत जागृती करण्याचा व शक्य त्या ठिकाणी स्थानिक पातळीवरील कुटुंबनियोजन कार्यक्रमांना पाठिंबा देण्याचा प्रयत्न केला. यासंदर्भात मला आधिक काही करण्याची संधी मिळाली ती 'फोर्ड फाउंडेशन'मुळे. मी त्यांचा सल्ला व पाठिंबा यासाठी त्यांचा सदैव कृतज्ञ आहे. कुटुंबनियोजन कार्याला चालना देण्यासाठी व त्याचा प्रसार करण्यासाठी एक प्रतिष्ठान स्थापन करण्याच्या कार्यात मी सहकार्य करावे अशी त्यांनी सूचना केली. या कार्याला त्यांच्याकडून उदार प्रोत्साहन व पाठिंबा लाभला.

१९४७ साली आपल्या देशाचे पहिले पंतप्रधान जवाहरलाल नेहरू यांनी भारताच्या 'ट्राईस्ट विथ डेस्टिनी' वर प्रभावी भाषण दिले. त्यावेळी आमच्यापैकी बहुतेकांना आशा वाटली होती की, आता भारताची आत्तासारखी सरंजामशाही व

मागास राज्य अशी प्रतिमा न राहता, जलद परिवर्तन घडेल आणि या शतकाच्या मधल्या टप्प्यातील दशकांत युरोपीय व इतर देशांत जशी प्रगती घडत आहे, तसाच भारत आधुनिक व प्रगमनशील देश बनेल. भारताने जवाहरलाल नेहरूंच्या काही अपेक्षा पूर्ण केल्या. डॉ. नॉर्मन बोरलॉग यांच्या हरीत क्रांतीमुळे भारतभूमीतून दुष्काळ हद्दपार झाला. या देशातील अज्ञान व रोगराई कमी झाली आणि अत्यंत कमी असणारी जीवनमर्यादा वाढली. तथापि, सांगण्यास खेद वाटतो, की आपला लोकसंख्यावाढीचा दर कमी करण्याचे प्रमुख उद्दिष्ट साध्य करण्यात आपण अपयशी ठरलो. आपल्या लोकसंख्येत दरवर्षी सुमारे १७ दशलक्ष लोकांची भर पडत राहिली... म्हणजे ऑस्ट्रेलियाच्या एकूण लोकसंख्येइतकी! भारताची लोकसंख्या-वाढ आत्ताच्याच दराने होत राहिली तर या शतकातील अखेरच्या आठ वर्षांत ती एक अब्जांवर जाऊन पोहोचेल, त्यानंतर अवघ्या २५ वर्षांत तो आकडा १.७ अब्जांपर्यंत पोहोचेल. लोकसंख्यावाढीचा हा वार्षिक दर चीनसह जगातील सर्वाधिक दर असणाऱ्या देशांच्या यादीत यापूर्वीच गणला गेला आहे.

अपयशाची कारणे

भारत राष्ट्रीय कुटुंब नियोजन कार्यक्रम स्थापन करणाऱ्या जगातील काही अग्रणी देशांच्या पंक्तीत स्थान मिळवणारा देश असूनही हे अत्यावश्यक उद्दिष्ट साध्य करण्यात मात्र तो अपयशी ठरला आहे. युरोपमधील व इतरही काही देशांमध्ये याउलट स्थिती आहे. या देशांतही एके काळी भारतातल्यासारखीच मोठी कुटुंबे होती, पण या देशांनी याच शतकात छोटे कुटुंब ही संकल्पना स्वीकारून हे उद्दिष्ट साध्य केले आहे. भारताला हे का जमू शकले नाही? युरोपमधील जीवनाच्या व्यक्तिगत अनुभवावरून माझे ठाम मत बनले आहे, की त्यांच्या यशाला मुख्यत्वे दोन मूलभूत सामाजिक, आर्थिक घटकांचे अस्तित्व कारणीभूत ठरले आहे. पहिला घटक म्हणजे त्यांच्याकडील मुले असणाऱ्या लोकांमधील ठाम धारणा आपली मुले फक्त सुदृढ व निरोगीच नव्हे तर उत्तमरीत्या सुशिक्षित असली पाहिजेत किंवा त्यांना किमान चांगल्या करियरसाठी आवश्यक असलेल्या कौशल्याचे उत्तम प्रशिक्षण मिळाले पाहिजे. दुसरा घटक म्हणजे, त्यांच्यामध्ये या बाबीविषयी जागरूकता होती, की आज बऱ्याचशा देशात आधुनिक शिक्षणाचा अथवा व्यावसायिक प्रशिक्षणाचा खर्च मोठ्या कुटुंबाचा गाडा चालवणाऱ्या पालकांच्या आवाक्याबाहेर जाण्याइतका प्रचंड आहे. माझ्या मते ही जागरूकता व या दोन्ही घटकांचा, तसेच परिस्थितीने निर्माण केलेल्या सक्तीचा स्वीकार यांमुळे या देशांतील लोकांच्या सामाजिक सवयी बदलल्या आणि हे लोक खुषीने वा नाखुषीने आपले कुटुंब मर्यादित ठेवण्यास प्रवृत्त

झाले. या परिस्थितीच्या बरोबर उलट परिस्थिती भारतात आहे हे खेदाने नमूद करावे लागेल. या दोन्ही घटकांचा अभाव हे भारतातील लोकसंख्या-वाढीचा दर रोखण्यात अपयश येण्याचे व त्यामुळे या देशातील सततच्या दारिद्र्याचे मुख्य कारण आहे.

मी वर नमूद केलेले मत पटत असेल तर मला वाटते लोकसंख्या स्थिर होण्याच्या मुद्द्याचा पाठपुरावा करताना आपल्या देशातील लोकांना, विशेषत: मातापित्यांना छोटे कुटुंब स्वीकारून आपल्या मुलांचे व त्याचबरोबर संपूर्ण देशाचे हित पाहण्याची आत्यंतिक गरज पटवून देण्यासाठी काही माध्यमे शोधण्यास प्राधान्य दिले पाहिजे.

१९९० च्या दशकासाठी व्यूहरचनात्मक धोरण

मात्र वेळ अतिशय महत्त्वाचा आहे. परिस्थिती कोणत्या वेगाने हाताबाहेर निघाली आहे ते 'वर्ल्डवाईड फंड फॉर नेचर ॲन्ड फ्रेंडस ऑफ द अर्थ'ने नुकत्याच प्रसारित केलेल्या नाट्यपूर्ण आकडेवारीवरून दिसून येईल. त्यांच्या अहवालानुसार रिओ परिषदेच्या अवघ्या १२ दिवसांच्या कालावधीत या जगातून ६०० ते ९०० वनस्पती व प्राण्यांच्या प्रजाती नष्ट झाल्या आणि जगाची लोकसंख्या ३३ दशलक्षांनी वाढली! साधनस्त्रोतांना मागे टाकून पुढे धावणाऱ्या लोकसंख्या वाढीची अशी ठळक उदाहरणे तत्पर कृती घडवण्याचे सुस्पष्ट आवाहन करत आहेत. भारतात, 'काल' काही लवकर उजाडला नव्हताच, आता 'उद्या'लाही कदाचित खूप उशीर होईल.

१९९० साली युनायटेड नेशन्सचे संमत केलेला ठराव, जो आंतरराष्ट्रीय विकास धोरण म्हणून स्वीकारला गेला होता आणि या शतकातील हे अखेरचे दशक जे अधिक गतिमान विकासाचे दशक म्हणून घोषित करण्यात आले होते, त्याकडे आपण दुर्लक्ष करायचे का? १९९० च्या दशकासाठी आखण्यात आलेल्या व्यूहरचनात्मक धोरणाचा एक भाग म्हणून अशी विशेष शिफारस करण्यात आली होती, की लोकसंख्यावाढीकडे विशेष लक्ष दिले पाहिजे, आणि विकसित व विकसनशील देशांनी लोकसंख्या कार्यक्रमांना पुरेसे साधनस्त्रोत पुरवण्यासाठी त्यांचे प्रयत्न सारख्याच प्रमाणात वाढवले पाहिजेत.

या दशकामध्ये युनायटेड नेशन्सचे प्राधान्य फक्त युद्ध रोखणे वा युद्धे थांबवणे एवढेच नसून, त्यांनी स्वत:च शिफारस केलेल्या सामाजिक-आर्थिक उद्दिष्टांची पूर्तता करून त्यायोगे सर्वांसाठी शांती व समृध्दीची हमी देणे या बाबीलाही आहे, ही निश्चितच आनंदाची गोष्ट आहे.

■

विपत्तीत सापडलेले शहर

११ मार्च १९८३ : मुंबई महानगरपालिकेच्या वतीने करण्यात आलेल्या नागरी सत्काराला उत्तर देताना...

मुंबई हे माझ्या जन्मापासूनचे आणि त्यानंतर गेली ७८ वर्षे जवळपास कायमच माझे घर आहे. आज या ठिकाणी (कमला नेहरू पार्क) उभा राहून समोरच्या सुंदर दृश्याकडे पाहताना मला माझ्या तरुणपणातली मुंबई आठवते... ते भव्य बंदर, त्या दाट जंगलांच्या छायेतील टेकड्या, फुलांनी बहरलेली झाडे, तेव्हाची शिस्तबद्ध जनता, त्यावेळी शहरात प्रवास करताना मोर्च्यांचे अडथळे नसत, त्याकाळी भिकारी नव्हते, कायदा व सुव्यवस्थेचे प्रश्न नव्हते, आम्हाला अभिमान वाटावा असे ते शहर होते.

त्या सुखद व शांत स्मृती आज कुठल्या कुठे दूर गेल्या आहेत. मी मुंबईच्या सध्याच्या रूपाचा विचार करतो तेव्हा मनात दुःख व संताप यांचे मिश्रण तयार होते. अवघ्या पन्नास वर्षांच्या काळात, सुंदर, स्वच्छ व शिस्तबद्ध असणारी मुंबई किती बदलली आहे! मुंबईत बहुधा जगातील सर्वाधिक झोपडपट्टीवजा घरे आणि जुन्यापुराण्या व मोडकळीला आलेल्या इमारती असतील. इथले दाटीवाटीचे रस्ते मुख्यत्वे परवाना न घेतलेल्या फेरीवाल्यांनी व्यापलेले आहेत. भिकाऱ्यांच्या झुंडीच्या झुंडी आहेत आणि इथे प्रचंड हवाप्रदूषण आहे. शहरातील अनेक प्रभाग – समजा तिथून चालत जाणे शक्य झालेच तर, शहरातील राहण्यायोग्य भाग वाटण्यापेक्षा संकटग्रस्त भागासारखे अधिक दिसतात.

माझ्यासारखा वृध्द नागरिक जेव्हा या दृश्याबाबत सखोल चिंतन करतो तेव्हा दोन वेगवेगळ्या भावनांनी मन छिन्नविछिन्न होते. एकीकडे, खेड्यापाड्यातून इथे काम शोधण्यासाठी आलेल्या अशा दाटीवाटीच्या व मनुष्यप्राण्यासाठी खरोखर अयोग्य अशा परिस्थितीत जगणे भाग पडत असलेल्या पन्नास लाख लोकांविषयी अतिशय सहानुभूती वाटते. तर दुसरीकडे आपले सरकार, महानगरपालिका व आपण सर्वजण स्वातंत्र्यप्राप्तीनंतरच्या काळातील गेल्या तीन दशकांत लोकसंख्येच्या जादा व प्रचंड वेगाने घुसणाऱ्या ओघामुळे या शहरावर व इथल्या रहिवाशांवर

लादल्या गेलेल्या भयावह व दु:खदायक स्थितीचा मुकाबला करण्यात अपयशी ठरलो आहोत याची चीडही येते.

महाराष्ट्र हे भारतातील एक सर्वोत्तम प्रशासन असणारे राज्य म्हणून देशभर विख्यात आहे. देशाच्या औद्योगिकीकरणात महाराष्ट्र अग्रेसर राहिला आहे व अजूनही आहे. या राज्यात रोजगार हमी योजनेसारख्या अनेक योजनांची मुहूतमेढ रोवली गेली आहे. त्यामुळे मुंबईच्या अधोगतीला कारणीभूत असणाऱ्या दु:खद समस्या सोडवण्यात अपयश येण्याचे कारण अज्ञान वा अकार्यक्षमता नसून, जनमताच्या राजकारणाचा चुकीचा अर्थ घेणे हे आहे, त्याचबरोबर आज आपण ज्या राजकारणाची गडद छाया असलेल्या युगात राहत आहोत, त्यामध्ये काहीच कृती न करण्यामुळे अधिक मतांची निश्चिती होईल वा अधिक मते विकत घेता येतील या गृहीताचाही अंशत: वाटा आहे हे नि:संशय. मी जेव्हा या संदर्भात सरकारच्या काही सदस्यांना प्रश्न केला व त्यांना विनंती केली, तेव्हा सांगण्यात आले, की गेल्या तीस वर्षांत माणसांचा हा लोंढा मुंबईत वैध मार्गाने नोकऱ्या शोधण्यासाठी आणि स्वत:ला व आपल्या कुटुंबाला अधिक चांगले जीवनमान लाभावे या उद्देशाने आला असल्यामुळे कोणतेही लोकशाही सरकार शहरात येणारा हा लोंढा थोपवू शकत नाही. मी या मताशी सहमत नाही. कारण वस्तुस्थिती अशी आहे, की त्यांच्यापैकी बहुतेकांना त्यांच्या लायकीनुसार काम वा नोकरी मिळो अथवा ना मिळो, पण प्रत्येक मनुष्यप्राण्याला किमान ज्या जगण्याच्या सोयीसुविधा लाभण्याचा हक्क आहे व या लोकांना त्यांच्या खेड्यात ज्या सोयीसुविधा काही प्रमाणात तरी लाभत होत्या, त्यासुद्धा त्यांना मुंबईत मिळत नाहीत.

उलट, मुंबईत त्यांच्या वाट्याला अशी भयानक परिस्थिती आली आहे, की एखाद माणूस जनावरांवर किंवा ओझ्याच्या गाढवांवरसुद्धा अशी परिस्थिती लादताना विचार करेल.

अतिक्रमणाच्या समस्या

मला एका अतिशय महत्त्वाच्या मुद्द्याचा उल्लेख करायचा आहे तो म्हणजे, या नगरीत प्रवेश करणाऱ्या लोकांना प्रारंभीच जर लक्षात आले असते, की आपल्याला या शहरात कुठेही एखादा भूमीचा तुकडा आढळला की त्यावर झोपडी बांधून ती जागा बळकावता येणार नाही, अथवा सार्वजनिक जमिनी तसेच खाजगी जमिनी, रस्त्याच्या लगतची जागा, रेल्वे रुळांशेजारची जागा, इतकेच काय चक्क पदपथसुद्धा व्यापता येणार नाहीत – इथेसुद्धा सरकार किंवा पोलीस अथवा महानगरपालिका अधिकाऱ्यांकडून कसलाच अटकाव नसतो – तर, ही माणसे

इतक्या जलद वेगाने इथे आली नसती. गलिच्छ वस्तीत घरे बांधून राहणाऱ्या बहुतेकशा लोकांना सुदैवाने मुंबईत चांगल्या पगाराच्या नोकऱ्या आहेत. अगदी आपल्या इथल्या रस्त्यांवर कसल्याही शिक्षेच्या भीतीविना निर्धास्तपणे चोरून आयात केलेला माल विकणारे हजारो फेरीवालेसुद्धा त्यांना या शहराकडून ज्या काही सेवा मिळतात, त्यांच्या मोबदल्यात काही ना काही खर्च करण्याइतके पैसे मिळवतात. इतक्या अवाढव्य शहराचा व्याप सांभाळण्याचा खर्च प्रचंड आहे. इथल्या इमारतींची, रस्ते, दवाखाने, उद्याने यांची देखभाल-दुरुस्ती, सर्व नागरी सुविधा, आत्ताच महापौरांनी त्याच्या भाषणात उल्लेख केला त्या पाणी, वीज, वाहतूक, अग्निशमन आणि आरोग्य सुविधा, रुग्णालये व शाळा अशा अनेक गोष्टी पुरवण्यासाठी प्रचंड खर्च येतो आणि तरीसुद्धा लक्षावधी लोकांना त्यासाठी एक पैसाही खर्च न करता या सगळ्या सवलती व सोयीसुविधांचा फुकटात लाभ घेऊ द्यायचा हा माझ्यामते सामाजिक न्यायाच्या अर्थाचा विपर्यास आहे.

नुकतेच मी आपल्या एका उपमंत्र्यांचे भाषण वाचले. त्यामध्ये त्यांनी म्हटले आहे की, चाळीस ते पन्नास झोपडपट्टीवासीयांकडून कुठल्या ना कुठल्या स्वरूपात वसूल केली जाणारी एकूण रक्कम सुमारे ऐंशी लाखांच्या घरात जाते. मुंबईची लोकसंख्या ऐंशी लाख असून तिचे बजेट ५४० कोटी रुपये आहे. बहुतेकसे झोपडपट्टीधारक सर्वांत मोठा कर बहुधा 'दादा' मंडळींना चुकता करत असावेत. हे मुंबई माफियांचे लुच्चे लोक दरवर्षी या झोपडपट्टीधारकांकडून त्यांच्या संरक्षणाच्या नावाखाली, अवैधरीत्या जमिनीचा ताबा घेणे व त्यावर बेकायदेशीरपणे झोपडी बांधून राहणे यांसाठी करोडो रुपये उकळतात.

माझ्या मते, गेल्या तीस वर्षांत सार्वजनिक जमिनींचा जो घाऊक ताबा घेतला गेला आहे, तो अगदी सुरुवातीपासूनच रोखण्याचा सरकार व नगरपालिका यांना पुरेपूर अधिकार होता आणि खरे तर यासाठी सर्वशक्तीनिशी प्रयत्न करणे हे त्यांचे कर्तव्य होते,यात शंकाच नाही. पण त्याउलट मुंबईत दाखल झालेल्या या सगळ्या गरीब स्थलान्तरितांना जमिनी ताब्यात घेऊन त्यावर घरे बांधण्यास उत्तेजनच मिळाले, याचे कारण म्हणजे कोणतीही झोपडपट्टी उभी राहण्याआधी तिला अटकाव करण्यासाठी करता आली असती व करायला हवी होती अशा निर्बंधात्मक कारवाईचा संपूर्ण अभाव! एकदा का झोपडपट्टी उभी राहिली व त्यात माणसे राहू लागली की, त्या लोकांना तिथून हाकलून लावण्यात अतिशय अडचणी येतात व सामाजिक समस्या निर्माण होतात. पण, त्या उभ्या राहण्याआधी अथवा त्या उभ्या राहत असतानाच कारवाई केली तर कसली अडचण उद्भवणार नाही, फक्त त्रास होईल. माझ्या मते ही हानी टाळता आली असती किंवा निदान बऱ्याच प्रमाणात सुसह्य झाली असती; आज आपण ज्या रम्य उद्यानात आहोत, मुंबईत अशा अनेक जागा या कचाट्यातून

सुटलेल्या दिसतात, यावरून माझे म्हणणे सिद्ध होते. तुम्हाला नवी दिल्लीत एकही झोपडी किंवा एखादासुद्धा फेरीवाला आढळणार नाही.

निवडणुकीतील मते व भाडेनियंत्रण कायदा

१९४७ साली सरकारने संमत केलेला भाडेनियंत्रण कायदा तसाच राहिला, त्यात कोणताही बदल झाला नाही, त्यामुळे या शहराच्या दैन्यावस्थेत आणखी भर पडली. या कायद्यान्वये १९४० साली म्हणजे चाळीस वर्षांपूर्वी सर्व इमारतींचे जेवढे भाडे होते तेवढेच राहिले. दुसऱ्या जागतिक महायुद्धानंतर प्रत्येक आधुनिक देशात अशाच प्रकारचे भाडेनियंत्रण कायदे अस्तित्वात आले, पण त्यामध्ये वेळोवेळी सुधारणा करण्यात येऊन, ते नगरपालिकांना चलनवाढीशी मेळ घालण्यासाठी, उत्पन्न वाढवण्याच्या दृष्टीने तसेच जागामालकांना त्यांच्या इमारतीची दुरुस्ती देखभाल करण्यासाठी येणाऱ्या खर्चाशी मेळ घालण्याच्या दृष्टीने सुसंगत करण्यात आले. पण मुंबईत मात्र परिस्थिती बदलली नाही. त्यामुळे करमहसुलाद्वारे मिळणाऱ्या उत्पन्नात प्रचंड घट होत असल्याबद्दल आपल्या महापालिका आयुक्तांनी शोक व्यक्त केला तर त्यात अजिबात आश्चर्य वाटत नाही. मुंबईत सगळ्या जुन्या इमारतींची भाडी हास्यापद वाटण्याइतकी कमी आहेत आणि या दरावरून कर महसूल ठरवणे अव्यवहार्यच आहे. त्याचबरोबर चाळीस वर्षांपूर्वीच्या तुलनेत आज रुपयाची किंमत एक विसाशांने घसरली आहे. या दोन्ही कारणांमुळे इमारतीच्या देखभालीचा खर्च भाड्यातून भागणे अशक्य झाले आहे आणि यामुळेच आपल्याला मुंबईत सर्वत्र जुन्यापुराण्या, मोडकळीला आलेल्या इमारती अधिकाधिक दिसत आहेत.

केरकर समितीच्या अहवालानुसार आज मुंबईत सुमारे ३०,००० मोडकळीला आलेल्या इमारती धोकादायक स्थितीला पोहोचल्या आहेत. आपल्या सर्वांना माहीतच आहे, की असा एकही पावसाळा गेला नाही की ज्यात मुंबईत कुठे ना कुठे इमारती कोसळल्या नाहीत आणि त्यामध्ये बायकामुलांसहित अनेकांचे प्राण गेले नाहीत – ही वस्तुस्थिती आहे. मी काही वर्षांपूर्वी तत्कालीन मुख्यमंत्र्यांच्या निदर्शनाला आणून दिले, की या मृत्यूंना सरकारच जबाबदार आहे कारण भाडे-नियंत्रण कायद्यात सुधारणा करण्याचा मुद्दा वा इमारतींची दुरुस्ती करण्याचा किंवा दुरुस्ती करता येत नसेल तर त्या राहण्यायोग्य नाहीत असे फर्मान काढण्याचे अधिकार सरकारच्याच कक्षेत येतात. त्यावर त्यांनी काय उत्तर दिले ठाऊक आहे?

ते सुहास्यवदनाने म्हणाले, "मि. टाटा, जागामालकांपेक्षा कुळांची संख्या जास्त आहे."

अर्थातच त्यांचा रोख मतदारांवर होता.

मी नमूद करू इच्छितो, की सरकारने शहरे व खेड्यांच्या गरजांसंदर्भात आपली वृत्ती आमूलाग्र बदलण्याची गरज आहे. महाराष्ट्रामध्ये आपल्या राजकारण्यांची अशी समजूत दिसते की शहरे समृद्ध असतात. त्यामुळे ती स्वत:च्या पोटापाण्याची सोय करू शकतात; खेडी मात्र गरीब असतात त्यामुळे सर्व राज्य महसूल त्यांच्या उद्धारासाठी खर्च व्हावा. पण त्याचवेळी या मंडळींचे या वस्तुस्थितीकडे दुर्लक्ष होते, की आज मुंबईत झोपडपट्टीत व मोडकळीला आलेल्या इमारतींच्या अत्यंत भयानक परिस्थितीत जीवन जगणाऱ्या पन्नास लाखांपैकी बहुतेकसे लोक आणि घराचा निवारा नसल्यामुळे रस्त्यावरच पथाऱ्या पसरलेले हजारो लोक खेडूतच आहेत किंवा अगदी आत्ता-आत्तापर्यंत खेडूतच होते. त्यांना आजच्या या दाटीवाटीच्या गलिच्छ अवस्थेपेक्षा चांगली स्थिती, निदान खेड्यातल्याइतकी तरी, मिळवण्याचा हक्क नाही का?

यासंदर्भातील परिस्थितिजन्य पुरावा अगदी स्पष्ट आहे. जर यासंदर्भात तातडीची व दृढनिश्चयी कारवाई झाली नाही, तर या शतकाच्या अखेरीस- लक्षात घ्या, त्यासाठी आता फक्त १७ वर्षे बाकी आहेत, मुंबई हे बहुधा संपूर्ण जगातील सर्वांत दुर्दैवी, रोगराईचे आगर बनलेल्या गलिच्छ वस्त्यांचा समूह बनेल.

गर्दी कमी करणे

मला सांगायला आनंद वाटतो, की निराश होण्याची गरज नाही. मी आयुष्यभर नेहमीच आशावादी राहिलो आहे. त्यामुळे आयुष्याच्या या टप्प्यावरही मी निराश होणार नाही. निराश झालोच तर ते बहुधा फक्त स्वत:च्याच बाबतीत होईन. पण ते माझ्या पत्नीने व्हावे! मी निराश होणार नाही कारण, गेल्या तीस वर्षांतील दुर्लक्षामुळे अथवा त्याहून वाईट परिस्थितीमुळे निर्माण झालेल्या समस्येची व्याप्ती व तिचे धोकादायक स्वरूप एव्हाना आपले सरकार व आपले नोकरशहा यांच्या पूर्णपणे लक्षात आले आहे. आता मुंबई वाचवण्यासाठी काहीतरी केलेच पाहिजे हे त्यांना उमगले आहे आणि त्यादृष्टीने त्यांनी पावले उचलली आहेत, धोरणे आखली आहेत. त्याबद्दल मी त्यांचे अभिनंदन करतो. त्यांनी मुख्य भूप्रदेशात नवी मुंबई व इतर क्षेत्रे विकसित करून, तसेच सर्व नव्या उपक्रमांना चालना देऊन व जुन्या उपक्रमांपैकी अनेक उपक्रम नवी मुंबईत स्थलांतरित करून शहरातील गर्दी कमी करण्याचा प्रयत्न सुरू केला आहे. सरकारचे एका निर्णयाबद्दल (अद्याप या निर्णयाची अंमलबजावणी व्हायची आहे.) विशेष अभिनंदन केले पाहिजे, तो म्हणजे मुंबईतील घाऊक बाजारपेठा (बहुधा मुंबईतील गर्दीला कारणीभूत असणारा सर्वांत मोठा स्रोत) व सरकारची प्रशासकीय मुख्यालये नवी मुंबईत स्थलांतरित करण्याचा निर्णय.

त्याचबरोबर मी नुकत्याच सुरू झालेल्या आणखी एका प्रकल्पाचे स्वागत करतो, तो म्हणजे नव्या न्हावा शेवा बंदराची निर्मिती. दुर्दैवाने शहर व औद्योगिक विकास संस्था म्हणजेच सिडको (CIDCO) व नवी मुंबईतील इतर क्षेत्रांचा विकास इतका संथ गतीने सुरू आहे, की त्यामुळे व्यावसायिक घडामोडींच्या संदर्भात अथवा लोकांनी त्या भागात स्वयंस्फूर्तीने स्थलांतर करावे या दृष्टीने प्रोत्साहक असे काहीही नाही, अशी स्थिती आहे. महाराष्ट्र सरकारने भारत सरकारच्या अनुमतीने या बंदराला जोडणारा पूल बांधण्याचा निर्णय घेतला आहे. याचाही मला आनंद वाटतो कारण, या पुलामुळे मुंबईतील गर्दी कमी होण्यास मदत होईल. त्यांनी या कामाची पृष्ठभूमी तयार करण्याचे काम माझ्यावर विश्वासाने सोपवल्याबद्दल मी त्यांचा कृतज्ञ आहे.

माझ्या मते, आज मुंबई प्रशासनासमोर असणारी सर्वांत तातडीची कामे म्हणजे :

पहिले, नवी मुंबईच्या पायाभूत विकासाला चालना देणे आणि आज जुन्या शहरात गोंधळ, दाटीवाटी निर्माण करणारे आणि तिकडे स्थलांतरित केल्यानंतरही सक्षमपणे व आर्थिकदृष्ट्या किफायतशीरपणे चालवता येऊ शकणारे सर्व आर्थिक व्यवहार तिकडे स्थलांतरित करण्यासाठी, शक्य त्या सर्व मार्गांनी संबंधितांचे मन वळवणे व जरूर तर सक्ती करणे.

दुसरे, मी आपल्या सरकारला पूर्वी अनेकदा सांगितले आहे, त्याप्रमाणे मुंबईत इथून पुढे येणारा स्थलांतरितांचा अनिर्बंध लोंढा अशाच मार्गांनी रोखणे, कारण जर हा प्रचंड लोंढा असाच येत राहिला तर झोपडपट्टीवासीयांचे पुनर्वसन करण्याचे सर्व प्रयत्न व योजना धुळीला मिळतील.

तिसरे, घाऊक बाजारपेठा नवी मुंबईकडे स्थलांतरित करण्याचा कार्यक्रम शक्य तितक्या जलद गतीने पूर्ण करावा.

चौथे, मुंबई भाडे नियंत्रण कायद्यात दुरुस्ती करून त्यायोगे महानगरपालिकेला अतिरिक्त कर महसूल मिळवून द्यावा आणि जागामालकांना कमीत कमी त्यांच्या इमारतींच्या दुरुस्तीसाठी तरी काही निधीची हमी मिळवून द्यावी.

मी आत्तापर्यंत जे काही बोललो, ते फक्त आजवर इतरांनी जे केलेले आहे वा भूतकाळात केलेले नाही – पण भविष्यकाळात करावे असे वाटते, त्याबद्दल... याची मला जाणीव आहे. मुंबईच्या सर्व नागरिकांनी व्यक्तिगत असोत वा संस्था असोत – ज्यांच्यापाशी

मानसिक व आर्थिक साधनस्रोत आहेत आणि ज्यांची साहाय्य करण्याची इच्छा आहे – अशा सर्वांनी भूतकाळातील चुका व दुर्लक्षाची काही अंशी जबाबदारी स्वीकारली पाहिजे, असे मला वाटते. तसेच, महानगरपालिकेच्या सध्याची परिस्थिती बदलण्याच्या प्रयत्नांना पाठिंबा देण्यासाठी या सर्वांनी चालू घडीला व भविष्यातही महत्त्वपूर्ण भूमिका बजावायची आहे. मी ज्या उद्योग समूहाशी निगडित आहे, अशांसारखे उद्योगसमूह शहर स्वच्छ राखण्यासाठी, त्याचा विनाश रोखण्यासाठी, त्याला सुंदर रूप देण्यासाठी आणि एकूणच शहराच्या हिताच्या दृष्टीने सरकार, महानगरपालिका, पोलीस व वाहतूक नियंत्रण अधिकाऱ्यांना त्यांच्या कार्यात सहकार्य करण्यासाठी बरेच काही करू शकतात.

जागरूक नागरिकांचे आपापल्या प्रभागात काम करून महानगरपालिकेला विविध प्रकारे साहाय्य करणारे अनेक गट आहेत. माझ्या मते, आता सरकारने पश्चिमेकडील काही देशांत आढळतात त्याप्रमाणे एका शिखर संस्थेच्या छत्राखाली असे सर्व गट एकत्र आणून त्यांचे सक्रिय सहकार्य घेण्याची वेळ आली आहे.

■

तग धरून राहण्यासाठी धोरण

सप्टेंबर १९६९: मनुष्यजातीला नव्याने सापडलेल्या शक्तीमुळे प्रचंड धोके व संधी निर्माण झाल्या, अशा परिस्थितीत 'नोबेल फाउंडेशन'ने मानवी उद्दिष्टे व मूल्य यांच्या पुनर्मूल्यांकनासाठी एक चर्चासत्र आयोजित केले होते. या चर्चासत्रात जे. आर.डी. टाटांना 'तग धरून राहण्यासाठी धोरण' या विषयावरील व्याख्यानासाठी निमंत्रित करण्यात आले होते.

सध्या जगासमोर उभा असलेला पेचप्रसंग गुंतागुंतीचा व बहुविध स्वरूपाचा आहे, पण सोयीसाठी – खरे तर त्याचे स्वरूप जरुरीपेक्षा जास्तच सोपे करण्यासाठी- त्याची दोन प्रमुख उपभागांत विभागणी करता येईल. एक, जगातील अधिक समृद्ध जीवन जगणाऱ्या लोकांच्या मनोवृत्तींच्या संदर्भातील पेचप्रसंग. याचे दर्शन युरोप, अमेरिका व अन्यत्र तीव्र मतभेद, संघर्ष, प्राचीन मूल्ये व पूर्वी स्वीकारलेल्या राष्ट्रीय उद्दिष्टे व धोरणांना वाढता नकार, फारकत घेणारी तरुणाई या आणि अशाच प्रकारच्या गोष्टींवरून घडले आहे.

या पेचप्रसंगामागची काही कारणे अद्यापी पूर्णपणे उमगली नसली तरी हा परिवर्तनाचा पेचप्रसंग आहे ही गोष्ट स्पष्ट आहे. माणसाला त्याच्या सभोवतीचे वातावरण, त्याचा जीवनमार्ग, त्याची विचारप्रक्रिया व त्याच्या मूल्यांचे मापदंड या संदर्भात इतक्या कमी काळात इतक्या प्रचंड बदलाला यापूर्वीच कधीच सामोरे जाण्याची गरज भासली नव्हती. आज माणूस आपण स्वत:च केलेल्या शास्त्रीय, तंत्रज्ञानविषयक, उत्पादनक्षम, व्यवस्थापकीय व मार्केटिंग कौशल्यांसंदर्भातील वेगवान प्रगतीने गोंधळून गेला आहे, तसेच चिंतातुरही झाला आहे. आपल्या नेत्यांना आण्विक ताबा मिळाल्यामुळे बहाल झालेल्या विनाशकारी शक्ती ते संहारक उपयोगासाठी वापरतील का, या भीतीने त्याला पछाडलेले आहे, लष्करी उद्दिष्टे व अर्थशून्य युद्धे यांसाठी जगाच्या मिळकतीतला व संपत्तीतला वाटा प्रमाणाबाहेर खर्च होतो याची त्याला चीड येते. हाच पैसा मानवजातीच्या कल्याणासाठी उपयोगात आणता येऊ शकतो असे त्याला वाटते, वर्तमान संस्कृतीच्या अत्यंत ऐहिक स्वरूपाविरुद्ध बंड पुकारताना

माणसाला आपण जीवनातील क्लेशकारक बदलांशी सामाजिक व आत्मिकदृष्ट्या जुळवून घेणे अशक्य झाले आहे.

पूर्वीच्या काळी ताणतणाव वा धोक्याच्या परिस्थितीत माणूस सामर्थ्य, दिलासा व आत्मविश्वास या गोष्टी धर्म, नेत्यांवरील विश्वास वा प्राचीन मूल्यांवरील अढळ निष्ठा यांच्या साहाय्याने मिळवू शकत होता व त्याने त्या मिळवल्याही, मात्र आजचा सुशिक्षित माणूस साधारणपणे त्याला कशाचीही वानवा नसताना मार्गदर्शन व संकटात असताना साहाय्य मिळण्याच्या संदर्भात स्वत:ला अगदी एकाकी समजतो... अथांग सागरात भरकटलेल्या जहाजाच्या खलाशासारखा, हरलेला, पोरका आणि मृत्यूच्या धोक्याच्या सावटाखाली असल्यासारखा.

ही जगबुडी झाल्याची भावना – आश्चर्याची गोष्ट म्हणजे जगभरातील बहुसंख्य सुशिक्षित लोक व विशेषत: तरुण पिढी या भावनेने पछाडलेली आहे – अतिशयोक्त आहे, हे स्पष्टच आहे. याला आण्विक विनाशाच्या भीतीसारख्या मुद्याचा समर्थनीय अपवाद आहे. त्या संदर्भात सुद्धा आण्विक सत्तांनी जर ही गोष्ट समजून घेतली, की कोणत्याही आण्विक युद्धाचे पर्यवसान दोन्हीही प्रतिस्पर्ध्यांचा संपूर्ण विनाश, आणि जगभरातील अब्जावधी निष्पाप लोकांचे बळी जाण्यात वा माणसांच्या पिढ्यान्‌पिढ्यांत कधीही न दुरुस्त होणारी शारीरिक विकृती निर्माण होण्यात होणे अटळ आहे, तर अशा प्रकारच्या प्रचंड सामूहिक आत्महत्या कधीही घडणार नाहीत याची खात्री बाळगता येईल.

गेल्या अर्धशतकात तंत्रज्ञानविषयक परिवर्तनाने निर्माण केलेल्या इतर मुख्य समस्या हवा व पाणी प्रदूषण, घेटोज व गलिच्छ वस्त्या, लोकसंख्येचा विस्फोट, साधनस्त्रोतांचा अपव्यय, संघटनात्मक व व्यवस्थापकीय कमतरता, सामाजिक, वांशिक व आर्थिक विषमता आणि अन्याय, आगामी काही दशकांत सोडवणे आधुनिक माणसाच्या आवाक्यात आहे हे स्पष्ट आहे, मात्र त्याने दरम्यानच्या काळात आत्मनाश ओढवून घेऊ नये म्हणजे झाले! आज माणसाच्या अस्तित्वाला धोका उत्पन्न होण्याचे प्रमुख कारण आहे आजचे विज्ञान व तंत्रज्ञान आणि याच विज्ञान व तंत्रज्ञानामुळे निर्माण झालेल्या समस्यांवर माणूस त्यांच्याच मदतीने तोडगा शोधून काढेल. अशा प्रकारे, पाश्चात्त्य संस्कृतीला धोका उत्पन्न करणारा पेचप्रसंग सोडवताना, महत्त्वाचा प्रश्न म्हणजे या प्रचंड मोठ्या कार्याच्या पूर्तीसाठी आवश्यक असणारे ऐहिक साधनस्त्रोत मानवी कौशल्ये व विपुल शास्त्रीय ज्ञान एकत्र आणण्याची व त्याचा समन्वय साधण्याची साधने शोधणे.

उणिवांचा पेच

आजच्या संस्कृतीला धोका उत्पन्न करणारा, जागतिक पेचप्रसंगातील दुसरा प्रबळ घटक म्हणजे जगातील दोन तृतीयांश लोकांच्या वाट्याला आलेल्या उणिवांचा पेच. त्याजोडीने मी याआधी उल्लेख केलेल्या काही घटकांनी घेरलेले आहेच. हा पेच, जर सोडवला नाही तर, कोट्यवधी मनुष्यप्राण्यांना, त्यांच्या मुलांना, त्यांच्या मुलांच्या मुलांना सतत दारिद्र्याच्या दलदलीत व मानसिक अंधकारात रुतून राहावे लागेलच, पण उर्वरित जगालाही त्याचे अनिष्ट दूरगामी परिणाम भोगावे लागतील. अविकसित देशांतील लोकांच्या दृष्टीने त्यांचे अस्तित्व टिकणे किंवा त्यांचे जिवंत राहणे म्हणजे जीवनातील मूलभूत गरजांची – अन्न,वस्त्र, निवारा, शिक्षण व सर्वांत महत्त्वाचा म्हणजे रोजगार यांची हमी मिळणे. त्यांच्या लेखी त्यांच्या अधिक समृद्ध आयुष्य जगणाऱ्या पाश्चात्त्य बांधवांना सतावणारी निराशा व साशंकता यांपेक्षा या मूलभूत गरजांची हमी अधिक महत्त्वाची आहे. आपल्यापैकी जे लोक अशा उणिवांचा पेच असणाऱ्या देशांतून आले आहेत, त्यांच्या दृष्टीने हा विषय अतिशय महत्त्वाचा व प्रचंड आस्थेचा असणे स्वाभाविक आहे.

आण्विक युद्धाचा अपवाद वगळता या दोन्ही पेचप्रसंगांपैकी हा पेच अधिक गंभीर आहे. या पेचाला तोंड देण्यात, त्यामुळे निर्माण झालेले पेचप्रसंग सोडवण्यात, आणि त्यावर मात करण्यासाठी आवश्यक असणाऱ्या कार्याची पूर्तता करण्यात अपयश आले तर त्यांचे संपूर्ण जगाला विनाशकारी परिणाम भोगावे लागतील; कारण, अविकसित देशातील पीडित जनतेने शतकानुशतके 'आलिया भोगासी असावे सादर' अशा पद्धतीने आपल्या दुर्दैवाला संयमाने तोंड दिले आहे. आता इथून पुढेही त्यांनी हे सर्व सोसत राहावे अशी अपेक्षा करता येणार नाही. आज रेडिओ, दूरदर्शन, वृत्तपत्रे, सचित्र मासिके व चित्रपट अशा माध्यमांतील अभूतपूर्व विकासामुळे बातम्या व माहितीचा प्रसार होत आहे; त्यामुळे पाश्चात्त्य समृद्धीची प्रतिमा जगभरात पसरत आहे, अगदी गरिबात गरीब देशांतील अशिक्षित लोकसुद्धा त्यांचे जीवनमान आणि युरोप, अमेरिका, आता रशिया आणि जपान सुद्धा येथील लोकांच्या जीवनमानातील प्रचंड तफावतीबाबत सजग झाले आहेत. त्यांना या समृद्धीतला वाटा थोडासा का होईना हवा आहे; हा वाटा त्यांना फक्त त्यांच्या नातवंडांसाठी नकोय, तर त्यांना स्वतःच्याच जीवनकालात त्याचा लाभ हवा आहे. आता वाढत्या अपेक्षांची क्रांती घडत आहे. तिचे चांगले-वाईट अशा दोन्ही संदर्भात सामर्थ्य प्रचंड आहे. आगामी एक-दोन दशकांत अविकसित जगतातील लोकांच्या जीवनातील दुःखद स्थितीत टिकाऊ स्वरूपाची व दृष्य सुधारणा झाली नाही, तर दोन तृतियांश मनुष्यजात जगातील संपत्ती व संधींच्या अत्यंत अन्यायी वाटपाविरोधात बंड करून उठण्याची

शक्यता आहे.

गेल्या अर्धशतकात, मानवजातीने अशा दोन उठावांना तोंड दिले आहे- रशिया व चीन या देशात या उठावांत प्रत्यक्ष वा अप्रत्यक्षरीत्या एक अब्ज लोकांचा बळी गेला आहे. मानवी इतिहासातील या अत्यंत अवघड टप्प्यावर असताना विज्ञान व तंत्रज्ञानाने आपल्या भोवतीच्या वातावरणात जे परिवर्तन घडवले आहे, त्या बदलाशी जुळवून घेण्याची आपली क्षमता अगदी तुटेपर्यंत ताणली आहे. अशा परिस्थितीत, आपण गेल्या शतकानुशतके अतिशय कष्टाने उभारलेली लोकशाही संस्कृती वाचवायची असेल तर आपल्याला यापेक्षा मोठा उठाव घडणे अजिबात परवडणार नाही.

अशा प्रकारे या युगाच्या मोठ्या आव्हानांपैकी एक दोन पदरी आव्हान आहे अविकसित वा विकसनशील देशांतील जीवनस्तर व शैक्षणिक स्तर किमान स्वीकारार्ह स्तरापर्यंत उंचावणे, आणि या प्रचंड मोठ्या कार्याचाच एक भाग म्हणून लोकसंख्येचा विस्फोट थांबवला पाहिजे. कारण आज लोकसंख्येच्या विस्फोटामुळेच जे देश स्वबळावर आर्थिक विकास घडवण्यास सक्षम आहेत, त्यांची प्रगती खुंटते व काही बाबतीत तर संपूर्ण विनाशच घडतो.

आपल्याला माहीत आहे, की काही लोकांना – त्यांपैकी काही लोक अत्यंत ज्ञानी आहेत – वाटते की भारतासारख्या देशांतील आर्थिक समस्यांची व्याप्ती व त्याजोडीला या देशांतील लोकसंख्येची वाढ हे समीकरण सोडवण्यापलीकडचे आहे किंवा या समस्येवर उपाय शोधण्याचा खर्च इतका आवाक्याबाहेरचा आहे, की विकसित देशांनी त्यासाठी अगदी अंशतः अर्थसाहाय्य करायचे म्हटले तरी ते त्यांच्या कुवतीबाहेर जाईल. अशाप्रकारे ते भविष्याचा वेध घेत भाकीत करतात, की आगामी काही वर्षांत जगातील मोठ्या क्षेत्रांत दुष्काळ व मृत्यूचा शिरकाव होईल. मॅल्थसच्या सिद्धान्तानुसार अटळ संकट! माझ्या मते अशा निराशावादाला कसलाही आधार नाही. आज, भारतात व भारतासारखीच स्थिती असणाऱ्या देशांत नियोजनबद्ध आर्थिक विकासाच्या संदर्भात बरीच प्रगती घडली आहे व घडत आहे. त्याचबरोबर लोकसंख्येची समस्याही ताकदीने, अभूतपूर्व रीतीने व सुयोग्य वेळेत यश लाभण्याच्या स्पष्ट चिन्हांसह हाताळली जात आहे.

भारत – जिवंत राहण्याची कसोटी

जगातील सर्व अविकसित वा विकसित देशांमध्ये (चीन सोडून) भारत हा सर्वाधिक लोकसंख्या असणारा व दरडोई उत्पन्न सर्वांत कमी असणाऱ्यांपैकी असल्यामुळे इथला जीवनस्तर किमान स्वीकारार्ह स्तरापर्यंत उंचावण्याचे व या देशाची स्वबळावर वृद्धी घडण्याची हमी मिळवण्याचे कार्य सर्वांत कठीण आहे.

त्यामुळे अविकसित देशांना सहकार्य करण्यासाठी आखलेल्या कोणत्याही विश्वव्यापी कार्यक्रमासाठी भारत ही सर्वोत्तम 'जिवंत राहण्याची कसोटी' ठरू शकेल. भारतात वाजवी काळात व मदत करणाऱ्या देशांच्या दृष्टीने वाजवी खर्चात जर हे उद्दिष्ट साध्य होऊ शकते असे दिसून आले तर जगात अन्यत्र कुठेही हे उद्दिष्ट अधिक सहजपणे, जलद व कमी खर्चात पूर्ण होईल यात शंकाच नाही. शिवाय, भारतासारख्या देशात, जिथे आजही अनेक शतके हातात हात घालून नांदतात, जिथे आजही माणसे बैलगाडीबरोबरच विमानातूनही प्रवास करतात, जिथे आजही लाकडी नांगर व हातमागांबरोबरच ट्रॅक्टर्स आणि अत्याधुनिक स्वयंचलित यंत्रमाग वापरले जातात, जिथे स्नायुशक्ती व अणुशक्ती या दोन्हीचाही उपयोग केला जातो, असा देश संभाव्य शक्यता व आनुषंगिक परिणाम यांच्या संदर्भात प्रयोग नियोजन व त्याविषयीचे समग्र ज्ञान मिळवण्यासाठी एक अपूर्व कार्यशाळा वा पृष्ठभूमी ठरेल.

सुसंस्कृत जीवनासाठी आखलेले कोणतेही धोरण जगातील सर्व लोकांना अभाव व भय यांपासून मुक्त जीवन उपलब्ध करून देण्याच्या उद्दिष्टाचा समावेश केल्याखेरीज अर्थपूर्ण होऊ शकत नाही. या महान कार्यसिद्धीसाठी साधने व साधनस्रोत विपुल प्रमाणात उपलब्ध आहेत. शिवाय, जिथे-जिथे व जेव्हा जेव्हा संकटाचा आघात होतो, तेव्हा आपल्या शेजाऱ्याला मदत व सहकार्य करण्याच्या माणसाच्या क्षमतेचा पुरावाही भरपूर आहे. त्यामुळे, आपल्या अस्तित्वाला भय उत्पन्न करणारा, मनोवृत्तीच्या संदर्भातील पेच सोडवण्यासाठी आणि उणिवांच्या आव्हानाला तोंड देण्यासाठी आता कशाची आवश्यकता असेल, तर ती आहे हे भौतिक व मानवी साधनस्रोत एकत्र आणून त्यांचा जागतिक सहकार्याच्या धाडसी व सातत्यपूर्ण कार्यक्रमात प्रत्यक्ष वापर करण्याची.

■

अध्यक्षीय राज्यपद्धती

२० फेब्रुवारी, १९६८ : 'दी इंडियन मर्चंटस् चेम्बर, मुंबई' : वार्षिक सर्वसाधारण सभा

उद्योगक्षेत्रातील व्यावसायिकांनी व्यवसाय व राजकारण यांची सरमिसळ करू नये या मताचे मी नेहमीच समर्थन केले आहे व अजूनही करतो. मात्र याचा अर्थ असा नव्हे, की त्यांनी सुशिक्षित व जबाबदार नागरिक या नात्याने राजकीय प्रश्नांत रस घेऊ नये किंवा त्याबाबत तर्कशुद्ध मते बनवू नयेत. वस्तुतः आपल्या अभेद्य नियोजन, नियंत्रण व नियमन असणाऱ्या अर्थव्यवस्थेत राजकारणाच्या वर्चस्वाचा प्रभाव जमेस धरल्याखेरीज आर्थिक प्रश्नांचे बुद्धिवादी विश्लेषण करणे शक्य नाही.

गेल्या पंधरा वर्षांहून अधिक काळात सरकारने आपल्या पंचवार्षिक योजना तयार केल्या, त्या संसदेने मंजूर केल्या. आपले आर्थिक कार्यक्रम अनेकविध कायदे व कार्यकारी निर्णयांनी नियंत्रित केले. सर्व आर्थिक सत्ता मंत्रिमंडळ, केंद्र व राज्य विधीमंडळाचे सदस्य व नोकरशहा यांच्या हाती एकवटली आहे. आज पूर्वी कधीही घडले नसेल इतक्या प्रमाणात प्रत्येक प्रश्न व प्रत्येक निर्णय यांचा विचार राजकीयदृष्ट्या केला जात आहे.

जोपर्यंत सध्या अस्तित्वात असणारी राजकीय पद्धती प्रभावीपणे कार्य करत नाही, जोपर्यंत राजकीय स्थैर्य व कायद्याचे राज्य अस्तित्वात येत नाही, तोपर्यंत आर्थिक वातावरणात सुधारणा घडवून आणण्याचे सर्व प्रयत्न निष्फळच ठरणार आहेत. या निकषांच्या आधारे आणि नुकत्याच बंगाल व आपल्या इतर विधानसभांत घडलेल्या चीड आणणाऱ्या घटना, प्रचंड प्रमाणात उदयाला येणारे पक्ष व पक्षांमधील गटबाजी, सत्ता मिळवण्याची अथवा टिकवण्याची धडपड, देशाच्या अनेक भागांत कायदा व सुव्यवस्थेची उडालेली धूळधाण, केंद्र सरकारचा वाढता कमकुवतपणा या सर्व पार्श्वभूमीवर आपण स्वीकारलेली राजकीय पद्धती अपयशाच्या दिशेने वाटचाल करत आहे, हे माझे मत पटण्याजोगे नाही का?

मी या गृहीताच्या आधारावर आज तुमच्यापुढे प्रबंध सादर करत आहे. माझे मत आहे, की आपण आपल्या राज्यघटनेत सन्मानाने अंतर्भूत केलेली ब्रिटिश सांसदीय

राज्यपद्धती आपल्या देशातील स्थिती, आपल्या लोकांची स्वभाववृत्ती व आपली ऐतिहासिक पार्श्वभूमी यांना अनुरूप नाही. युरोपच्या दक्षिणेच्या विस्तृत भौगोलिक प्रदेशाकडे नजर टाका. पश्चिमेत अटलांटिकपासून ते पॅसिफिकपर्यंत, मोरोक्कोपासून जपानपर्यंत कुठेही तुम्हाला ही पद्धती आढळणार नाही. याला अपवाद आहे तो फक्त भारत, सिलोन व मलेशिया या देशांचा. या देशांत ही पद्धती यशस्वीपणे रूढ झालेली आहे. फक्त ज्या देशांमध्ये राजकीय परिपक्वता लक्षणीय आहे, शिवाय आपल्यापेक्षा कमी लोकसंख्या आहे, अशा देशांत ही पद्धती त्यामध्ये योग्य ते बदल करून यशस्वी ठरली आहे, किंवा अजूनही यशस्वी ठरत आहे.

प्रतिवादासाठी असे म्हणता येईल, की फ्रान्ससारखा देश जो गेली कित्येक दशके राजकीयदृष्ट्या अस्थिर होता, पण तरीही तो टिकून राहिला आहे, त्याने प्रगती साधली आहे; तसंच आपल्या देशातील सध्याचं राजकीय अस्थैर्य काही काळापुरतं आहे, या अर्भकावस्थेतील लोकशाहीच्या वाढत्या वेदना आहेत पण भारत यांतून तरून जाईल. कारण भारत याहीपेक्षा तीव्र राजकीय अस्थैर्यातून हजारो वर्षं वाटचाल करत टिकून राहिला आहे. माझ्या मते ही धोकादायक भ्रामक समजूत आहे. यामध्ये प्रचंड बदल हा मुद्दा दुर्लक्षिला जात आहे. आज राजकीय, आर्थिक व तंत्रज्ञानविषयक आघाड्यांवर आपल्या देशात व उर्वरित जगातही प्रचंड बदल घडत आहेत, शिवाय आपल्याकडील लोकसंख्या विस्फोटाचा जबरदस्त प्रभाव आहेच.

राजकीय कालबाह्यता

भारत हा विसाव्या शतकातील एक प्रमुख राजकीय कालबाह्यतेचे उदाहरण असणारा देश आहे असे नमूद करण्याचे मी धाडस करतो. एका छोट्याशा पाश्चिमात्य बेटाची शासनपद्धती निश्चित करण्यासाठी हजारो वर्षे प्रयोग करत, चुका दुरुस्त करत-करत सांसदीय पद्धती विकसित झाली, आणि एका संसदेच्या माध्यमातून अत्याधुनिक द्विपक्षीय समितीचे सुरळीत कार्य घडेल असा अंदाज करून आशियायी उपखंडात तिचा प्रशासनासाठी स्वीकार केला गेला. पण आपल्याकडे बहु- बहु पक्ष पद्धत विकसित होत होती आणि अनेक राज्य विधीमंडळेही.

ब्रिटिश पद्धती यशस्वी होण्यासाठी प्रशिक्षित व्यावसायिक उच्च कौशल्यसंपन्न राजकारणी व प्रशासक यांच्या पिढ्यान्पिढ्यांनी परिश्रम घेतले आहेत. त्याउलट भारतात, बहुतेकसे राजकारणी अप्रशिक्षित आणि आधुनिक समाजव्यवस्थापनाच्या गुंतागुंतीच्या कार्यात अकुशल आहेत; त्याचबरोबर देशाच्या प्रशासनाची मुख्य जबाबदारी कामाच्या ओझ्याने आधीच पिचलेल्या वरिष्ठ सनदी अधिकाऱ्यांच्या

शिरावर टाकण्यात आली आहे, मात्र अर्ध्या अब्जाहून अधिक लोकांच्या गरजा भागवण्यासाठी या अधिकाऱ्यांची संख्या अपुरी आहे.

यात भर म्हणून आर्थिक नियोजन व विकास कार्यक्रमांच्या अत्यंत महत्त्वाकांक्षी योजनांचे प्रचंड ओझे यंत्रणेवर आहे. सोव्हिएत रशियानंतर अशा योजनांचा भार सोसणारा भारत हा पहिलाच देश असावा. त्या जोडीने संरक्षण, परराष्ट्र संबंध व वित्त हे अत्यंत कठीण प्रश्न आहेतच. १९६० च्या दशकाच्या प्रारंभापर्यंत या यंत्रणेवरचा ताण एका थोर नेत्याच्या प्रभावी व्यक्तिमत्त्वामुळे दडून राहिला होता. त्यावेळी परोपकारी एकपक्षीय एकाधिकारशाही राजकीय स्थैर्य व कृतीशील लोकशाहीचा बुरखा पांघरून देशाचा कारभार पाहत होती. पण नेहरूंच्या निधनानंतर हा बुरखा फाटू लागला आणि यंत्रणा कोलमडून पडण्याची वाढती चिन्हे दिसू लागली.

या प्रक्रियेचा वेग भारतीय जनतेच्या भ्रमनिरासाने अधिकच वाढवला. त्यांनी मोठ्या साहसाने प्रारंभ केला पण वीस वर्षे नियोजन व निर्बंधांच्या कचाट्यात काढून, प्रचंड पैसा खर्च करून, आपली परिस्थिती अगदी अल्प प्रमाणात सुधारली, अशी त्यांची भावना आहे. नव्या नेतृत्वाचा व नव्या राजकीय संकल्पनांचा शोध सुरू झाल्यामुळे आधीच बहुसंख्य असलेल्या पक्षांचे आणखी विभाजन सुरू झाले. या पक्षांपैकी बहुतेक पक्ष संकल्पनांच्या बाबतीत इतके दिवाळखोर आहेत, की ते आजही १९व्या शतकातील समाजवादाच्या घोषणा आणि चावून चोथा झालेल्या कल्पना चघळत आहेत. आपल्याला नैराश्याने घेरले आहे व आपला विश्वास लोप पावला आहे, त्यामुळे आपली राष्ट्रीयत्वाची भावनाही झपाट्याने कमकुवत होत असून, परस्पर शत्रुत्व निर्माण करणाऱ्या प्रादेशिक विभाजनाला उत्तेजन मिळत आहे.

पुन्हा आपल्या प्रबंधाकडे वळूया – तर, आपण स्वीकारलेली सांसदीय राज्यपद्धती कोसळण्याच्या मार्गावर असताना, पुढचा प्रश्न असा आहे,की याचे कारण काय? याला आपल्या पद्धतीतील अंगभूत उणिवा कारणीभूत आहेत की ती अमलात आणणाऱ्या राजकारण्यांचे अपयश? माझ्या मते याला ही दोन्हीही कारणे जबाबदार आहेत.

मानवी साधनसामग्री

भारतात जर केंद्र व राज्य कायदेमंडळावर निवडून गेलेले बहुसंख्य व्यावसायिक राजकारणी आपल्यापेक्षा राजकीयदृष्ट्या प्रगत देशांतील त्यांच्यासारख्याच राजकारण्यां-इतकेच परिपक्व, नागरिकांच्या हिताचा विचार करणारे, माहितीसंपन्न व जबाबदार असते, तर आपल्यालाही किमान राजकीय स्थैर्य, माहितीपूर्ण आणि उच्च बौद्धिक पातळीवरील चर्चा व कायदा आणि सुव्यवस्थेच्या संदर्भात अधिक आदर – या गोष्टी

लाभल्या असत्या. तथापि, तरीसुद्धा आपल्याला अपयशाला तोंड द्यावेच लागले असते. त्याचे माझ्या मते कारण म्हणजे आपल्याकडील परिस्थितीत यंत्रणेचे प्रमुख अपयश होय. आपल्याकडे घटनेतील तरतुदीनुसार केंद्र व राज्यांची मंत्रिमंडळे फक्त संसद सदस्य व संबंधित विधीमंडळ सदस्य यांच्या समावेशाने बनतात आणि देशाच्या अथवा राज्यांच्या दैनंदिन कारभाराला थेट जबाबदार असतात.

सरकारी कार्यकारी अधिकारी व कायदेविषयक शाखा यांना हाताळाव्या लागणाऱ्या समस्या बहुविध, असंख्य व गुंतागुंतीच्या आहेत. या समस्यांचे स्वरूप भारतातल्यासारखे जगात कुठेच पाहायला मिळणार नाही. यांपैकी बहुतेकशा समस्या खचितच राजकीय समस्या नाहीत. त्यामुळे या समस्यांवर मुख्यत्वे तज्ज्ञ, तंत्रज्ञ, शास्त्रज्ञ, अर्थतज्ज्ञ, औद्योगिक व्यवस्थापक आणि इतर व्यावसायिकदृष्ट्या प्रशिक्षित स्त्री-पुरुषांनीच तोडगा काढला पाहिजे, ही गोष्ट उघड नाही का? आपल्या देशासारख्या अफाट विस्तार असलेल्या देशाच्या व्यवस्थापनाशी निगडित असणाऱ्या कुठल्याही विशेष क्षेत्राचे प्रशिक्षण नसलेले व त्याविषयी काहीही माहीत नसलेले आपले राजकारणी आज झपाट्याने बदलत असणाऱ्या परिस्थितीशी जुळवून घेण्यात व समोर उभ्या ठाकणाऱ्या समस्या सोडवणे तर दूरच, पण त्या समजून घेण्यातही अपयशी ठरले तर आपण त्यांना कसा दोष द्यायचा? काही असामान्य क्षमतेच्या व समर्पित वृत्तीच्या स्त्री-पुरुषांचा अपवाद वगळता – आपण त्यांच्याप्रती आदर व कृतज्ञता व्यक्त केली पाहिजे – बाकीचे राजकारणी या सांसदीय राजकारणाच्या नव्या मैदानात उतरून फक्त आपले स्वतःचे राजकीय स्थान व प्रतिष्ठा जपणे यालाच मुख्य प्राधान्य देताना दिसतात. ही मंडळी सत्तेची प्रचंड हाव व राजकीय सत्तेसोबत येणारे इतर अनेक विशेषाधिकार यांच्या लालसेला बळी पडली, तर त्यांना दोष देता येईल का?

१९७२ साली येणाऱ्या सार्वत्रिक निवडणुकांपर्यंतच्या काळात आपल्या मतदारांचा इतका पराकोटीचा भ्रमनिरास होणार आहे, की ते सांसदीय लोकशाही कार्यपद्धती व आचार यांकडे पूर्णपणे पाठ फिरवतील. समजा असे घडले नाही तरी, गेल्या निवडणुकीत (१९६७ साली) दिसलेला कलच पुन्हा १९७२ साली आणखी जास्त प्रमाणात दिसण्याची शक्यता नाही का? आणि समजा असे घडलेच तर, केंद्रात व बहुतेकशा राज्यांत अशा दोन्ही स्तरांवर धोकादायक अस्थिरता निर्माण होईल. अशा परिस्थितीत अनेक पक्ष सत्तेसाठी सतत डावपेच लढवत राहतील. त्यातून सतत बदलत्या युती, पक्षत्याग, पक्षांतराची मालिका सुरू राहील. सरकार व संसद यांच्या अधिकाराची अशी लक्तरे निघतील, की देशात बेबंदशाही माजेल, देश एखाद्या हुकूमशहाच्या तावडीत सापडून त्याच्या हुकमतीखाली जाईल किंवा एकसंध भारताचे अस्तित्व धुळीस मिळेल.

आपल्याला इतका मोठा धोका परवडेल का? आणि आपल्या लक्षावधी भुकेल्या बांधवांचे काय? तोपर्यंत त्यांचा राग शिगेला पोचलेला असेल. आपण हा धोका पत्करला आणि या जुगारात हरलो तर?

मग, या सगळ्याला पर्याय काय? संघराज्य सरकारची अध्यक्षीय राज्यपद्धती हा पर्याय ठरू शकणार नाही का? या पद्धतीत ठराविक वर्षांच्या कार्यकालासाठी केंद्रात एक कार्यप्रमुख असतो व राज्यांमध्ये कार्यकारी राज्यपाल निवडून दिलेले असतात. या ठराविक कार्यकालात त्यांना पदावरून दूर करता येणार नाही आणि या दरम्यान ते त्यांनीच नियुक्त केलेल्या तज्ज्ञांच्या मंत्रिमंडळाद्वारे – हे तज्ज्ञ व्यावसायिक राजकारणीच असण्याची गरज नसते – राज्यकारभार करण्यास स्वतंत्र असतात.

अशा पद्धतीमध्येसुद्धा बरेच बदल करता येऊ शकतील. अध्यक्ष व राज्यपाल यांच्या निवडीचे अनेक मार्ग ठरवता येतील, पण या पद्धतीचे मुख्य वैशिष्ट्य म्हणजे एका बाजूला स्थैर्य व दुसऱ्या बाजूला राज्यकारभारासाठी तज्ज्ञ व्यवस्थापन. अशा सरकारचे कार्यकारी अधिकारी ब्रिटिश पद्धतीप्रमाणे देशाच्या दैनंदिन कारभाराच्या व्यवस्थापनासाठी संसदेला थेट जबाबदार असणार नाहीत व राजकीय कट-कारस्थानांचा सततचा बळी ठरणार नाहीत, उलट त्यांना संसदेच्या सततच्या व दक्ष छाननीसाठी सज्ज राहावे लागले. अर्थातच, संसद ही कायदे बनवणारी एकमात्र संस्था राहील.

धैर्य हवे

घटना समितीने आपली राज्यघटना अस्तित्वात येण्याआधी व ब्रिटिश पद्धतीला पसंती देण्याआधी या पर्यायाचा विचार केला होता, याची मला पूर्ण कल्पना आहे. पण तेव्हापासून आजअखेर, आपण तिच्या वाटचालीचा वीस वर्षे अनुभव घेतला आहे, तसेच १९४७ साली आपण ज्या संभाव्य परिस्थितीचा अंदाज बांधला होता, तशी परिस्थिती आज नक्कीच अस्तित्वात नाही. या वीस वर्षांत आपण जवळपास तितक्याच वेळा घटनादुरुस्ती केली आहे. चार वेळा महत्त्वपूर्ण घटनादुरुस्ती झाली आहे. आज आपल्याकडे जे सरकार आहे, त्यापेक्षा अधिक स्थिर व अधिक तज्ज्ञ सरकार देशाला लाभावे या उद्देशाने आणखी एखादी घटनादुरुस्ती करण्यासाठी आपण का घाबरायचे?

त्यासाठी आपल्याला प्रत्यक्षात काय करावे लागेल? मी नमूद करेन, की पहिली पायरी म्हणून संसदेने उच्चाधिकार आयोगाची नेमणूक करून, त्यामार्फत या समस्येचा सर्वांगीण अभ्यास करून, इच्छित उद्दिष्ट साध्य होण्यासाठी आपल्या घटनेत कोणत्या दुरुस्त्या करण्याची आवश्यकता आहे, याबाबत शिफारस घ्यावी.

या आयोगामध्ये राजकारण, कायदा, शिक्षण, विज्ञान व इतर व्यवसाय क्षेत्रांतील विख्यात तज्ज्ञांचा समावेश करावा.

मला ठाऊक आहे, की याला खूप धाडस हवे; पण त्यावरच एक सप्तमांश मानवी वंशाचे त्याचबरोबर, आपल्या लोकांना एकाच एकसंध राष्ट्राच्या छत्राखाली कायमचे बद्ध ठेवण्याच्या संपूर्ण प्रयोगाचे भवितव्य अवलंबून आहे.

दरम्यान आपल्याला धाडस निर्माण होण्याची वाट पाहणेसुद्धा परवडणारे नाही. आपल्याला आपल्या राजकारणाचे काही प्रमाणात स्थैर्य व आपल्या नागरिकांसाठी त्याहून अधिक प्रमाणात सुरक्षितता कायम राखण्यासाठी मधले मार्ग व साधने शोधावी लागतील. स्वतंत्र राज्यांमधल्या पक्षांचे राजकारण काहीही असो वा पक्षांच्या युती कशाही घडोत, संपर्कसूत्रे टिकून राहिलीच पाहिजेत आणि किमान काही निवडक, धोरणात्मकदृष्ट्या महत्त्वाचे उद्योग दहशत व घातपाती कृत्यांपासून दूर राखलेच पाहिजेत.

जरी या प्रकारची कारवाई सरकारच्या अखत्यारीत असते, हे स्पष्ट असले तरी आपण उद्योगक्षेत्रातील लोक – विशेषत: ज्यांचे कार्यक्षेत्र एका राज्याच्या सीमा ओलांडून दूरवर विस्तारले आहे असे लोक – आपले उदाहरण, आपले शब्द व कृती यांच्या साहाय्याने, आज देशभर दिसणारे सांप्रदायिक व भाषिक अडथळे दूर करण्यासाठी बरेच काही करू शकतो.

■

उदयोन्मुख समाज

भारत : सन २०३०

★

हिंसा व लोकशाहीचे भवितव्य

★

बदलती मूल्ये

★

व्यवसायाची नीतितत्त्वे

★

ग्रामीण समाजाचे औद्योगिकीकरण

खाली नमूद केलेल्या भाषणांतील अंशात, टाटांची भविष्यविषयीची कल्पना समजते.

'भारत : सन २०३०' मध्ये ते 'भारतात लोकशाही टिकेल का?' यासारखा प्रश्नांची उत्तरे मिळवायचा प्रयत्न करतात. ते 'भारताची आर्थिक प्रगती कुठवर जाणे अपेक्षित आहे?' 'आपण या देशापुढील समस्या सोडवण्यासाठी कशी मदत करू शकतो?' अशासारख्या प्रश्नांची उत्तरे देण्याचा प्रयत्न करतात.

'हिंसा व लोकशाहीचे भवितव्य' मध्ये ते भारतातील हिंसेचा उगम शोधतात, तिचा लोकशाहीला कसा धोका आहे ते मांडतात व परिस्थितीला नवी दिशा देण्याचे उपाय सुचवतात.

'बदलती मूल्ये' मध्ये ते सध्याच्या अधोगतीच्या कारणांचे विश्लेषण करून त्याबाबत काही विशिष्ट उपाय सुचवतात. उदा. आपल्या निवडणूक व करआकारणी पद्धतीत सुधारणा, ज्यायोगे सार्वजनिक जीवनात सभ्यता येईल.

जमशेदपूरच्या 'झेवियर लेबर रिलेशन्स इन्स्टिट्यूट' (XLRI) मध्ये 'जे.आर.डी.टाटा फाउंडेशन फॉर बिझनेस एथिक्स'च्या उद्घाटनपर भाषणात बोलताना, टाटांनी आपल्या देशातील भ्रष्टाचाराची व अनीतीमुळे झपाट्याने फोफावण्याच्या समस्येचा मागोवा घेऊन ती रोखण्यासाठी उपाय सुचवले आहेत.

'द ड्यूक ऑफ एडिनबरो स्टडी कॉन्फरन्स' ने टाटांना 'बहुसंख्य ग्रामीण समाजाचे औद्योगिकीकरण' या विषयावर बोलण्याची संधी दिली होती. या प्रसंगी त्यांनी टाटा समूहातील त्यांच्या प्रत्यक्ष अनुभवाचा दाखला दिला. टाटा समूहाने जमशेदपूर (बिहार) व मिठापूर (गुजरात) या ठिकाणी औद्योगिक नगरे वसवली आहेत. ते म्हणतात, की भारतासारखे आकारमान व विविधता असलेल्या देशात, देशाला साहाय्यभूत ठरेल अशा लक्षणीय आकारमानाचा औद्योगिक पाया प्रस्थापित केल्याखेरीज योग्य समृद्धी लाभणे अशक्य आहे.

भारत : सन २०३०

१० एप्रिल, १९८१ : मुंबई विद्यापीठाने एका खास पदवी प्रदान समारंभात जे.आर.डी.टाटांना 'डॉक्टर ऑफ लॉज' (L.L.D) या सन्माननीय पदवीने अलंकृत केले, त्या प्रसंगी दिलेले भाषण:

सन २०३० मध्ये भारत कसा असेल, याचे आजच्या तरुण-तरुणींच्या नजरेतून व त्यांच्या मनांतील आशांवरून कल्पनाचित्र पाहण्याचा प्रयत्न करूया.

मला वाटते, आपण राजकीयदृष्ट्या गृहीत धरूया व ठाम हेतू ठेवूया, की भारताने सुरुवातीपासूनच जी लोकशाही सरकारपद्धती व आदर्श स्वीकारले आहेत, त्यांच्याशी तो भविष्यातही निष्ठावंत राहील. आपल्यापैकी काहीजणांच्या मनात, आपल्याकडील राजकीय जीवनाचा सततचा ऱ्हास काही शंका उत्पन्न करेल, तरीसुद्धा आपल्याला हे गृहीत धरावेच लागेल. तथापि, आर्थिक आघाडीवर मात्र आपल्यासाठी पुढे बरेच मार्ग आहेत आणि आपल्या प्रवासाअंती आपल्या हाती काय लागणार हे आपण जो मार्ग निवडू त्यावर अवलंबून राहील. नियोजनबद्ध विकासाच्या गेल्या तीस वर्षांत एकामागोमाग एक आलेल्या सरकारांनी निवडलेलाच मार्ग इथून पुढेही निवडला गेला तर आपण आर्थिक व लोकसंख्या विकासाचे दर व प्रत्यक्ष अनुभवलेले चालू प्रवाह डोळ्यांसमोर आणले, की या प्रवासाअखेरचे चित्र स्पष्ट होईल. त्यावेळी आपले दीड अब्ज लोक त्यांच्या आत्ताच्या मिळकतीच्या दुप्पट मिळवत असतील आणि तरीही त्यांची गणना जगातील सर्वांत गरीब लोकांत होईल, कदाचित सर्वांत गरीब, कारण तोवर इतर विकसनशील देशांनी आणखी उंची गाठलेली असेल.

आपले लोक अशा प्रकारच्या संभाव्य विनाशाचा शांतपणे स्वीकार करतील असे आपण समजायचे का? माझ्या मते आपले लोक याचा अजिबात स्वीकार करणार नाहीत, कारण आता ते अन्य ठिकाणच्या जीवनमानाची स्वत:च्या जीवनमानाशी तुलना करू शकतात; ते या संदर्भात अनभिज्ञ असण्याचे दिवस संपले आहेत. याचे श्रेय आजच्या विपुल प्रसारमाध्यमांना द्यायला हवे. त्यांना इतर देशातील आपल्यासारख्याच

लोकांना व भारतातील अल्पसंख्याक बांधवांना मिळणाऱ्या संपन्न जीवनमानाची चांगली जाणीव आहे.

त्यांच्या सहनशीलतेचा व संयमाला नक्कीच मर्यादा आहे. कधीतरी त्यांच्या नैराश्याचा व संतापाचा उद्रेक होऊन गोंधळ माजण्याची भीती रास्त नाही का? त्यामुळेच मी नमूद करतो, की आपण तोच मार्ग अनुसरू शकत नाही आणि आपण आर्थिक जीवनाचे उच्च स्तर जलद वेगाने गाठू शकणारा मार्ग निवडणे अत्यंत जरुरीचे आहे.

आर्थिक विकास व ऐहिक सुस्थिती साध्य करणे हे विकासाचे मुख्य उद्दिष्ट असू नये असे अनेकदा म्हटले गेले आहे, कारण पश्चिमेकडील समृद्ध देशांत व्यक्तिगत सुखसोयींवर अतिरिक्त लक्ष केंद्रित झाल्यामुळे परिणामी फाजील लाडांचे स्तोम माजलेला, आध्यात्मिकदृष्ट्या वैराण व दुःखी समाज निर्माण झाला. ही गोष्ट खरी असेल; पण आपल्या देशासारख्या देशात, जिथे अजून बहुसंख्य लोक दारिद्र्याच्या खोल गर्तेत खितपत पडले आहेत, अधिक चांगले जीवनमान लाभण्यासाठी कायम झगडत आहेत, अशा ठिकाणी अतिसमृद्धीमुळे नैतिक ऱ्हास होण्याचे भय दाखवणे म्हणजे त्यांचे दुःख कायम करणारे क्रूर समर्थन आहे.

अधिक चांगले व सुखी जीवन लाभण्यासाठी रोजगार व मिळकत यासंदर्भात शक्य तितक्या जलद उच्च स्तर गाठणे आवश्यक आहे ही गोष्ट आपण मानत असलो तर, गेल्या तीस वर्षांत साध्य झालेल्या दरडोई १.४% इतक्या दुर्दैवी विकासदरापेक्षा जास्त विकासदर साध्य करण्याच्या शक्यता किती आहेत? आपले दरडोई उत्पन्न वाढण्यासाठी केवळ आपण आर्थिक विकासाला गती देणे पुरेसे ठरणार नाही तर आपण जन्मदर कमी केला पाहिजे. अद्यापही आपल्याकडचा जन्मदर हजारी छत्तीस आहे. नियोजन आयोगाने १९८० साली म्हणजे १२ वर्षांपूर्वी हा दर हजारी पंचवीस राखण्याचे लक्ष्य ठेवले होते. इथे पुन्हा आमच्या काळातील प्रश्न येतोच आणि तरीही, विश्वास ठेवा अगर ठेवू नका, पण पंचवार्षिक योजनेच्या आराखड्यात कुटुंब नियोजन कार्यक्रमावरील खर्च १९७९-८० मध्ये चौथ्या पंचवार्षिक योजनेत १.८% वरून ०.९% वर आणण्यात आला आणि सहाव्या पंचवार्षिक योजनेत तर त्यासाठी अवघ्या १% ची तरतूद आहे!

एक राष्ट्र म्हणून आपण टिकून राहण्याला हा जो गंभीर धोका उत्पन्न झाला आहे आणि जो अजूनही आपल्या देशात मोठ्या प्रमाणात दुर्लक्षित आहे, ही माझ्या लेखी धैर्यगलित व उद्विग्न करणारी बाब आहे, आणि बऱ्याच लोकांनी, कदाचित आज सभागृहात उपस्थित असलेल्यांपैकी बऱ्याच जणांनी आपल्या अतिरिक्त लोकसंख्यावाढीच्या सततच्या समस्येशी अपरिहार्यता समजून जुळवून घेतलले दिसते. त्यामागे या समस्येवर कुठलाही व्यवहार्य उपाय नाही अशी समजूत

असावी, पण माझ्या मते अशा निराशावादाला थारा देण्याची काहीच गरज नाही.

सत्तरच्या दशकापासून प्रारंभ करूया. या दशकात जन्मदर घसरल्याचे दिसून आले आहे. साठच्या दशकात हजारी एक्केचाळीस असणारा जन्मदर सत्तरच्या दशकात हजारी छत्तीस वर आला. असे असले तरी प्रत्यक्षात एकूण लोकसंख्या अजूनही साठच्या दशकातील दरानेच वाढण्याचे कारण म्हणजे मृत्यूदरात झालेली घट.

दुसरी गोष्ट म्हणजे, भारतातील स्त्रियांना अगदी गरिबांत गरीब व त्यांच्यातील सर्वांत अशिक्षित स्त्रियांनासुद्धा स्वत:साठी व आपल्या जवळच्या नातलगांसाठी छोटे कुटुंब असण्याचे फायदे पटू लागलेले दिसत आहेत आणि त्यांना कुटुंबनियोजनाची साधने व सुविधा उपलब्ध करून दिल्या, तर त्याला त्यांचा वाढता प्रतिसाद मिळत असल्याचा वाढता पुरावा मिळत आहे.

तिसरी गोष्ट म्हणजे, मोलेक्यूलर व सूक्ष्मजीवशास्त्र, जैवरसायनशास्त्र, जीवन-शास्त्रांतील आनुवंशिकतेचे शास्त्र व त्यांच्याशी निगडित शास्त्रांमध्ये अलीकडे झालेल्या नेत्रदीपक व वेगवान प्रगतीने जननियंत्रण क्षेत्रात यशस्वी संशोधनाचे नवे आश्वासक मार्ग खुले झाले आहेत. त्यामुळे मी सरकारला कळकळीची विनंती करतो, की त्यांनी या क्षेत्रातील वैज्ञानिक संशोधनावर केंद्रित असणारा व्यापक कार्यक्रम हाती घ्यावा आणि परदेशी विज्ञान व उद्योगाला त्यामध्ये सहभागी होण्याचे आवाहन करावे.

चौथी गोष्ट म्हणजे आत्तापर्यंत आर्थिक प्रोत्साहकांचे जे सामर्थ्य दिसले आहे, त्यापेक्षा त्यांचा अधिक प्रमाणात वापर करून घेण्याने आश्चर्यकारक प्रगती साधता येईल. दु:खदायक पण वास्तव गोष्ट आहे की, आपल्या लोकांच्या प्रचंड प्रमाणात आढळणाऱ्या गरिबीमुळे अशी प्रोत्साहके लोकांना कुटुंबनियोजनाच्या किरकोळ शस्त्रक्रियेसाठी प्रवृत्त करण्याचे समर्थ साधन बनतात हे सिद्ध झाले आहे. आत्तापर्यंत, २००रुपयांइतक्या अल्प प्रोत्साहकांनीसुद्धा लक्षणीय फलनिष्पत्ती घडवली आहे. यापेक्षा मोठ्या रकमेच्या प्रोत्साहकांमुळे नेत्रदीपक फलनिष्पत्ती घडू शकेल. आज देशातील प्रत्येक अतिरिक्त नागरिकाला किमान आवश्यक असणाऱ्या अन्न, वस्तू, सेवा व इतर गरजेच्या गोष्टी पुरवण्यासाठी देशाला अंदाजे ७००० रु. पेक्षा जास्त खर्च होतो. सध्या उपभोगाचा इतका कमी स्तर असूनही हा आकडा इतका मोठा आहे. यानंतरच्या वर्षात, हा आकडा लक्षणीय वाढणार आहे.

भारतातील एका जोडप्याला सरासरी किमान चार मुले होतात. यापैकी एका मुलाचा जन्म रोखला तरी पुढच्या दोन पिढ्यांत किमान पाच मुलांचा जन्म रोखता येईल, व आजच्या रुपयाच्या हिशोबाने ४२,००० रुपये भांडवली खर्च वाचवता येईल. त्याचबरोबर कुटुंबनियोजन शस्त्रक्रिया करून घेणाऱ्या स्त्री-पुरुषांना २,०००

रुपये अथवा ५,००० रुपयेसुद्धा प्रोत्साहक म्हणून देण्याचा निश्चितच भरघोस परतावा मिळेल.

अशा प्रकारच्या वाढीव आर्थिक प्रोत्साहकांच्या प्रतिसादादाखल, आगामी पाच वर्षांत ५० दशलक्ष मुलांचे जन्म रोखता येऊ शकतील व २०३० सालापर्यंत या मार्गाने आपली लोकसंख्या ३०० दशलक्षांनी घटवता येऊ शकेल. अर्थातच ही चाचणीवजा आकडेवारी आहे, पण त्यावरून सरकारने विनाविलंब अशा प्रोत्साहकांची मोठी योजना आखण्याचा विचार करावा अशी आहे. जर ही योजना प्रचंड यशस्वी झाली तर, या योजनेच्या अल्पकाळात संभाव्य चलनवाढीच्या आनुषंगिक परिणामांना सामोरे जावे लागेल, पण आगामी वर्षांत मागणीत जी प्रचंड घट होईल, त्यायोगे याची भरपाई होईल.

उच्च जीएनपीसाठी अधिक चांगले व्यवस्थापन

आपण सध्याच्या ३.५% जीएनपी विकास दरानेच वाटचाल करत राहिलो तर येत्या पन्नास वर्षांत आपल्या लोकांचे दरडोई उत्पन्न त्यांच्या आत्ताच्या उत्पन्नाच्या फक्त दुप्पट, म्हणजे प्रतिवर्षी १,८०० रुपये होईल. १९५० ते १९८० या तीन दशकांच्या कालावधीत जपान व दक्षिण कोरिया यांचा सरासरी वार्षिक जीएनपी विकासदर अनुक्रमे ८% हून अधिक व ८% च्या जवळपास होता. ही आकडेवारी व भारतात याआधीच तयार झालेला आर्थिक पाया विचारात घेता, मी नमूद करू इच्छितो, की आगामी ५० वर्षांत आपण आपले सामर्थ्य व क्षमता यांच्या कक्षेत, अधिक चांगले व्यवस्थापन आणि भांडवल व उत्पादन यांचे उत्तम गुणोत्तर यांच्या मदतीने सरासरी ६% विकास दर गाठू शकतो.

आपल्या या महान साहसामध्ये परदेशी भांडवलाच्या सहभागास परवानगी देण्यात फार थोडा धोका व बराच लाभ आहे. ही संपूर्ण प्रक्रिया आपल्या सरकारच्या नियंत्रणाखाली घडेल, त्यामुळे निर्माण होणाऱ्या सर्व नोकऱ्या, मालमत्ता, भारतीय असतील, परदेशी लोकांनी आणलेले सुधारित तंत्रज्ञान आपोआपच आपली प्रगती घडवेल आणि अखेरचा पण महत्त्वाचा मुद्दा म्हणजे त्यायोगे रोजगाराभिमुख प्रगतीसाठी, विशेषत: आपल्या ग्रामीण भागाच्या जलद विकासासाठी अत्यावश्यक असणाऱ्या कृषी व कृषी-उत्पन्नाधारित कार्यासाठी आपल्याच साधनस्त्रोतांचा मोठा हिस्सा उपलब्ध आहे.

औद्योगिकीकरणाला पन्नास वर्षे पूर्ण झाल्यानंतरही, भारताच्या राष्ट्रीय उत्पन्नातील मोठा वाटा भूमी, जंगले, नद्या, समुद्र व सूर्य यांच्याद्वारे मिळवणारा देश असेल. खरे तर, आपण या पन्नास वर्षांत आपल्या प्रचंड कृषी सामर्थ्याचा संपूर्ण लाभ

उठवला तर, आपण आपली अन्नधान्याची गरज भागवूच, शिवाय भारत हा जगाला अन्नधान्य पुरवठा करणारा प्रमुख देश बनेल आणि या प्रक्रियेमध्ये घसघसशीत विदेशी चलन मिळवेल.

भारताने गेल्या पन्नास वर्षांत बरीच मजल मारली आहे, प्रचंड व अभूतपूर्व संघर्षानंतर स्वातंत्र्य मिळवले आहे. फाळणीसारखे दु:खद प्रश्न सोडवले आहेत, देश एकसंघ बनला, लोकशाही प्रस्थापित झाली आहे आणि ती खंबीरपणे टिकवली आहे. आता हुकूमशाहीखाली असणाऱ्या नव्याने मुक्त झालेल्या राष्ट्रांसारखी इथे अवस्था नाही.

तथापि, आर्थिक विकासावर इतके प्रचंड परिश्रम व साधनस्रोत खर्चूनही आपले लोक जगातील सर्वांत वंचितांच्या यादीतच राहिले आहेत. याचे प्रमुख कारण आपल्याकडची चौखुर उधळलेली लोकसंख्यावाढ हे जसे आहे, तसेच त्याला आपल्याकडील सर्व सरकारांनी अनुसरलेली निर्बंधात्मक व अंमलबजावणीच्या संदर्भात दयनीय ठरलेली आर्थिक धोरणेही कारणीभूत आहेत. आपण आगामी वर्षांत यात काही चांगले बदल घडवले नाहीत तर, भविष्यकाळ भयाण असेल हे नक्की. काहीही करून आपण ही परिस्थिती बदललीच पाहिजे, आपण आपल्याकडचा जन्मदर घटवलाच पाहिजे.

आपण शक्य त्या सर्व साधनांनिशी आपल्या जीएनपी विकासाला चालना दिलीच पाहिजे, आणि या प्रक्रियेत आपले पूर्वग्रह, मनात घट्ट रुतलेल्या रूढी-परंपरेच्या जुनाट संकल्पना सोडण्याची तयारी ठेवली पाहिजे, कारण आत्तापर्यंत या गोष्टींनी विकासाला प्रचंड खीळ घालून, देशाला खूप मोठी किंमत मोजायला लावली आहे.

आपण वार्षिक जीएनपी विकास दर ६% वर नेण्यात व आपली लोकसंख्या एका अब्जापुढे जाऊ न देण्यात यशस्वी झालो – माझी ठाम खात्री आहे, की आपण दृढ निश्चय व योग्य धोरणांच्या बळावर या दोन्ही गोष्टी साध्य करू शकतो – तर आपण सन २०३० पर्यंत आपल्या लोकांना सध्याच्या दराने, वार्षिक २२,००० रु. पेक्षा जास्त दरडोई उत्पन्नाची म्हणणेच त्यांच्या आजच्या उत्पन्नाच्या साडेबारा पट उत्पन्नाची हमी देऊ शकू. अर्थात, हा आकडा आज युरोपमधल्या लोकांच्या कमाईपेक्षा निम्म्याने कमी आहे, तरीसुद्धा इतक्या मिळकतीच्या मदतीने सभ्य व सुफल जीवन जगण्याच्या सर्व गरजा भागतील, निदान दारिद्र्य व गलिच्छतेतून त्यांची सुटका होईल.

आणि मगच आजची तरुणाई भविष्याचा वेध घेऊ शकेल आणि आज त्यांच्या नजरेसमोर असणारे काळ्याकट्ट ढगांनी आच्छादलेले आभाळ इंद्रधनुष्याच्या रंगांनी खुलेल, आणि या इंद्रधनुष्याच्या टोकाला त्यांना लोकप्रसिद्ध सुवर्णकलश सापडणार

नाही. पण त्यांच्यासाठी व त्यांच्या मुलाबाळांसाठी असे जीवन मिळेल, की त्यात आज बहुसंख्यांच्या वाट्याला असणाऱ्या अश्रू व दैन्य यांच्या जागी सुख-समाधान व वाढती समृद्धी असेल.

■

हिंसा व लोकशाहीचे भवितव्य

३१ मे, १९९१ मुंबईतील एका जाहीरसभेतील भाषण.

आपल्या देशासारख्या ठिकाणी, जिथे अहिंसेचा शोध लागला असे म्हणायला हरकत नाही, ज्या देशाने अहिंसेचा फक्त शोधच लावला नाही,तर ती प्रत्यक्ष निर्माण केली, ज्या देशात अहिंसेला समर्पित असणाऱ्या महान धर्मांचा जन्म झाला, गौतम बुद्ध, महावीर, यांच्या शिकवणीत त्याचबरोबर हिंदू धर्माच्या शिकवणीत अहिंसेचे तत्त्व मांडण्यास प्रारंभ झाला, ती परंपरा महात्मा गांधींपर्यंत चालत राहिली आहे, अशा देशात हिंसाचाराचे थैमान माजावे ही गोष्ट मला मोठी विचित्र वाटते. ज्या थोर ज्ञानी महात्म्यांनी व प्रेषितांनी आपल्यासाठी, आपल्या फायद्यासाठी जगातील थोर धर्मांची रचना केली – ते आपल्यापासून काहीसे दूर आहेत असं म्हणता येईल कारण या व्यक्ती २००० वर्षे किंवा त्याहूनही जास्त काळापूर्वी हयात होत्या, पण गांधीजी तर आपल्याच शतकात होते. तुमच्यापैकी कितीजण गांधीजींना प्रत्यक्ष भेटले आहेत, ते मला माहीत नाही. मला मात्र ते भाग्य लाभले आहे. मी त्यांना भेटलो आहे, ते अतिशय विलक्षण व्यक्ती होते, ते समोरच्या माणसाला केवळ त्यांच्या स्मितहास्याने, त्यांच्या मिष्किल वृत्तीने जिंकत असत. अहिंसेचा असा थोर वारसा असणाऱ्या देशात आज मला या विषयावर बोलावे लागत आहे याचे मला फार आश्चर्य व काहीशी शरमही वाटत आहे.

आपल्यापैकी बराच जणांना – मलासुद्धा – ही आपल्या देशाला, आपल्या लोकशाहीला, आपल्या भवितव्याला आणि जन्माला येऊन आज जिवंत असलेल्या लक्षावधी लोकांच्या व दरवर्षी खरे तर दररोज जन्माला येणाऱ्या अनेकांच्या भवितव्याला धोका उत्पन्न करणारी गोष्ट आहे असे अगदी कळकळीने वाटते, पण केवळ तेवढे वाटणे पुरेसे नाही. माझे तुम्हाला सांगणे आहे : शांततेने जगा. तुम्हाला जर काही समस्या असेल तर ती शांततेने सोडवण्याचा विचार करा – स्वतःही शांततेची भूमिका घ्या आणि ही समस्या ज्यांच्या संदर्भात उद्भवलेली असेल त्यांच्याशीही शांततापूर्ण वागा.

मला वाटते, आपल्याला जर हिंसाचाराच्या प्रश्नांशी दोन हात करायचे असतील

तर हे पुरेसे होणार नाही कारण, आपण हिंसाचाराची कारणे जाणतो. मी उद्योगात सक्रिय असल्यापासून किंवा माणूस म्हणून जगतो आहे तेव्हापासून माझ्या लेखी एक गोष्ट अगदी स्पष्ट झाली आहे, ती म्हणजे हिंसाचार संतापातून उफाळतो, आणि आपल्या देशातील बहुसंख्य जनतेला त्यांना माणूस म्हणून, भारतीय म्हणून त्यांच्या हक्काच्या गोष्टी न मिळणे हे त्यांच्या संतापाचे कारण आहे आणि त्यामुळेच आपल्यापैकी विचार करू शकणाऱ्या माणसांनी, अथवा ज्यांच्याकडे ज्ञानसंपादनाची साधने आहेत त्या लोकांनी या समस्येचे स्वरूप समजून घेणे हे त्यांचे कर्तव्य आहे. आपल्याकडील इतक्या बहुसंख्य जनतेला संतापाच्या कायमच्या धगीत होरपळत का जगावे लागते?

आपण या समस्येचा जेव्हा खोलवर विचार करतो, तेव्हा केवळ अहिंसेचा, शांततेत जगण्याचा पुरस्कार केला की झाले, असे नाही, तर आपण हिंसाचार टाळला पाहिजे. होय, आपण ते केले पाहिजे. आपण सर्वचजण आपापल्या व्यक्तिगत आयुष्यात कधी ना कधी त्रस्त होतो, रागावतो आणि हाच राग ही हिंसेची सुरुवात असते, जरी त्याचे स्वरूप फक्त काळजातली हिंसा इतकेच असले तरी सुरुवात तिथूनच होते. मला जेव्हा जेव्हा सभोवताली दैन्य, दु:ख, दारिद्र्य, वंचना दिसते किंवा माझा अशा वातावरणाशी संपर्क येतो तेव्हा तेव्हा माझ्या संतापाचा पारा चढतो आणि वर्षानुवर्षे हीच वंचना, हेच असमाधान, हेच नियम, चुकीचे नियम आपल्या जनतेला लागू केले जात आहेत आणि आपण काहीही करत नाही. उलट आपली वृत्ती अशी असते, की आपण हे सरकारवर ढकलतो, हे त्यांचे काम आहे अशी आपली धारणा असते. आज आपल्या सभोवताली जी वंचना दिसते तिचे कारण आपली लोकसंख्यावाढ – हे आपल्याला ठाऊक आहे.

दरवर्षी, आपण आणखी १७ दशलक्ष जीवांची भर घालतो, त्यांच्यासाठी आपल्याला जगण्याची साधने शोधावी लागतात. ही नवजात अर्भके मोठी झाली की ती जीवनातल्या चांगल्या गोष्टींना मुकतील हे आपण जाणतो. या गोष्टी त्यांना मिळाव्यात असे आपल्याला वाटते. त्यामुळे मी फक्त एवढेच म्हणेन, की आपण भारतीय नागरिक, आपल्यापैकी बरेचजण पुरेसा नीट विचार करत नाहीत, आपल्या देशात अराजक माजवणाऱ्या समस्या सोडवण्यात रस घेणे हे आपले कर्तव्य आहे. ही गोष्टच आपण समजून घेत नाही. आपण चित्रपट, फुटबॉल किंवा जीवनातील इतर आनंदात मश्गुल राहण्यापेक्षा या कर्तव्याबाबत जागरूकता दाखवायला हवी. आपले स्वत:चे जीवन उंचीवर नेण्यासाठी आपल्याला भूमिका बजावावी लागतेच, पण आपल्या देशातील दु:ख व दारिद्र्यात पिचणाऱ्या कोट्यवधी जनतेसाठीही आपली जबाबदारी लागते.

माझ्याकडे तुमच्यासाठी कसलाही उपदेश नाही. पण आपण निदान, काय

करता येऊ शकेल याचा रचनात्मक मार्ग तरी शोधूया. आपण आपले प्रतिनिधी निवडून देताना, आपले सरकार निवडून देताना व आपल्या राजकारण्यांना समर्थन देताना काय करू शकतो? याचा विचार करुया. माझ्या मते ही माणसे आपल्या देशात सर्वांत कमी विचार करतात. खरे तर, त्यांनीच सर्वाधिक विचार करून आपल्याला शिक्षित करावे अशी आपण अपेक्षा करायला हवी. असो, या अपेक्षेप्रमाणे ते जर आपल्याला शिक्षित करणार नसतील तर आपण स्वत:चे स्वत:च शिक्षित होऊया. आपण शिक्षणापासूनच आरंभ करूया. आज भारतात अनेक ठिकाणी उत्तरेत जिथे प्रत्येक शंभर स्त्रियांमागे, १०० मुली जन्मतात व त्यातला ९० मुलींना कधीही शाळेचे तोंडसुद्धा पाहायला मिळत नाही; लिहिणे तर दूरच पण त्यांना कधीही वाचतासुद्धा येणार नाही अशा परिस्थितीत आपल्या लक्षावधी बांधवांनी स्वत:चा स्वत: विचार करावा व आपली स्वत:ची निर्णयशक्ती वापरावी अशी अपेक्षा आपण कशी करायची? पुरुषांची अवस्था त्यांच्यापेक्षा थोडी बरी आहे. शिक्षणाचा प्रारंभ साक्षरतेपासून झाला पाहिजे.

फ्रान्स या अतिशय उच्चशिक्षित देशात – माझा जन्म तिथे झाला व शिक्षणाची काही वर्षे तिथे गेली – सर्वांत महत्त्वाचा मंत्री, दुसऱ्या शब्दांत सांगायचे तर देशातील राजकारणी हा अध्यक्ष किंवा गृहमंत्री किंवा संरक्षणमंत्री नसतो, तर शिक्षणमंत्री असतो. आपल्या देशातही आपण शिक्षणाचे महत्त्व जाणून घेऊ, त्याचा आपल्या जनतेपर्यंत प्रसार होईल असे पाहू आणि मग याच जनतेतून राजकारणी घडतील, तेव्हा ते या शिक्षणाचा सुज्ञ वापर करतील, एवढीच मी आशा करू शकतो.

■

बदलती मूल्ये

४ जानेवारी, १९८३ : 'रोटरी क्लब ऑफ बॉम्बे'मधील व्याख्यान.

या प्रसंगी मी अतिशय विस्तृत चर्चा करण्याजोग्या एका विषयाच्या फक्त विशिष्ट वर्णपटावर लक्ष वेधणार आहे. हा विषय म्हणजे :

आपल्या व्यक्तिगत व कौटुंबिक जीवनावर प्रभाव टाकणारी नैतिक मूल्ये. एक व्यावसायिक, उद्योग क्षेत्रातील व्यक्ती अथवा लोकसेवक या भूमिकेत काम करत असताना आपल्यावर परिणाम घडवणारी नैतिक मूल्ये, राजकीय मूल्ये—जे लोक राजकारणात जराही सहभागी नसतात, तरीसुद्धा त्यांच्याही आयुष्यावर जबरदस्त परिणाम करणारी मूल्ये.

आपण जेव्हा बदलती मूल्ये या विषयावर बोलतो, तेव्हा कधी कधी आपला कल प्रतिकूल बदलांचाच विचार करण्याकडे असतो. ही विचारसरणी चुकीची आहे. कारण, आपल्या जीवनात चांगल्या अर्थानेही ठळक बदल नक्कीच घडलेले आहेत. उदाहरणादाखल सांगायचे तर :

उद्योग-व्यवसाय क्षेत्राची समाजातील पददलित घटक व पर्यावरण या संदर्भात सामाजिक जबाबदारी मानण्याची वाढती वृत्ती.

दुसऱ्या जागतिक महायुद्धानंतर, सर्व राष्ट्रांना स्वतंत्र होण्याचा अधिकार आहे या विचाराला मिळालेली जागतिक मान्यता, याला बहुधा सोव्हिएत साम्राज्याचा अपवाद असावा. हा अधिकार सर्वमान्य झाल्यामुळे, रोमन साम्राज्याच्या काळापासून जगाच्या बहुतेक भागांवर वर्चस्व गाजवणारा वसाहतवाद व मुलूख पादाक्रांत करण्याचे प्रकार नाट्यमयरीत्या बंद झाले.

सुमारे २००० वर्षांपूर्वी अथेन्समध्ये सुव्यवस्थितपणे प्रस्थापित झालेले पण अद्यापही वैश्विक स्वीकृती न लाभलेले राष्ट्राराष्ट्रांमधील लोकशाही स्वातंत्र्याचे तत्त्व.

शतकानुशतके पिळवणूक करण्यात आलेल्या श्रमिकांच्या हक्कांना मिळणारी विस्तृत मान्यता.

चांगल्या अर्थाचे जे बदल घडले त्याबाबत अधिक काही सांगण्याची गरज नाही, पण प्रतिकूल बदलांची मात्र आपल्याला चिंता आहे आणि मी माझ्या प्रतिक्रिया

तेवढ्या मुद्द्यापुरत्याच मर्यादित ठेवणार आहे. मी प्रारंभी सांगू इच्छितो की, एकूणच चित्र पाहता मूल्ये बदललेली नाहीत, तर आपण त्या मूल्यांना जे महत्त्व जोडतो, त्यात बदल घडला आहे.

उदाहरणादाखल सांगायचे तर, आजही कौटुंबिक मूल्ये आणि विवाह, मुलाचा जन्म यांच्याशी निगडित असलेल्या संस्कारांना खूप मोठ्या प्रमाणात मान्यता मिळते. या गोष्टी जन्मभर विविध समाजांत – गरीब असोत व श्रीमंत, संपूर्णत: पाळल्या जात आहेत, मात्र व्यवहारात त्यांची वाढती उपेक्षा सुरू आहे, ही गोष्ट घटस्फोट, विभक्त होणे व विवाहबंधनाविना मुलांना जन्म देणे यांच्या मोठ्या व वाढत्या प्रमाणावरून दिसते. या गोष्टींना पाश्चिमात्य समाजात मान्यता मिळाली आहे व त्या आधुनिक जीवनाचे अंग म्हणून स्वीकारल्या गेल्या आहेत. आपल्या देशातसुद्धा – जिथे अजूनही सनातनी परंपरा मोठ्या प्रमाणात प्रचलित आहेत, तिथेसुद्धा हळूहळू या गोष्टींचा शिरकाव होत आहे.

बहुतांश देशातील तरुण-तरुणींना धार्मिक तत्त्वांचे व धर्माने घालून दिलेल्या आचारसंहितेचे किती कमी महत्त्व आहे हे पाहिले की असाच धक्का बसतो. त्यांच्या या प्रवृत्तीमुळेच बऱ्याच देशांत सध्याचे अनिर्बंध, स्वच्छंदी वर्तन, नैतिक कर्तव्यांची उपेक्षा करण्याची वृत्ती व मादक द्रव्यांचा वाढता वापर फोफावला आहे.

त्याचबरोबर आपल्याकडेही उद्योग वा व्यावसायिक जीवनात, एकीकडे सचोटी, कायद्याविषयीचा आदर व प्रामाणिक व्यवहार यांची भलावण व प्रचार होत आला आहे, तर दुसरीकडे, करचुकवेगिरी, काळ्या पैशाचे व्यवहार, अवैध धंदे व भ्रष्टाचार हा भारतीय जीवनाचा सामान्य भाग बनत आहेत आणि त्याचे प्रमाण हे केवळ कायद्याची किती कडक अंमलबजावणी होते त्यावर, करआकारणीच्या पातळीवर, अप्रामाणिक कृत्यांतून मिळू शकण्याजोग्या लाभाच्या व्याप्तीवर, आणि जर पकडले गेलेच तर किती कडक शिक्षा होऊ शकते, त्याच्या तीव्रतेवर अवलंबून आहे.

आपल्या देशात स्वीकृत मूल्यांचे सर्वाधिक अध:पतन बहुधा राजकारणाच्या क्षेत्रातच घडले असावे. स्वातंत्र्यसंग्रामाच्या वैभवशाली युगात नि:स्वार्थी समर्पणवृत्ती, त्याग, व्यक्तिगत स्वातंत्र्याचीसुद्धा आहुती ही वैशिष्ट्ये आढळत असत; आता त्यांची जागा सत्तेसाठी पिसाळलेली झोंबाझोंबी, स्वत:च्याच पक्षाशी बेईमानी, अवैधरीत्या मिळवलेल्या पैशाचा अत्यंत निंद्य संचय व विनियोग, आणि सर्व सेवांमधील भ्रष्टाचार – याला अपवाद आहे फक्त संरक्षण क्षेत्रांचा, निदान अजूनतरी! – यांनी घेतली आहे.

ऱ्हासाची कारणे

आपले आईवडील, शिक्षक, धार्मिक नेते यांनी हजारो वर्षांपासून आपल्यामध्ये

रुजवलेली जुनी नैतिक मूल्ये व सामाजिक सद्गुण आजही लोकांना हवेहवेसे वाटतात, बोलायला चांगले वाटतात, पण व्यक्तिगत वा व्यावसायिक जीवनात त्यानुसार आचरण करणे त्यांना दिवसेंदिवस कठीण होत चालले आहे असे दिसते.

मूल्यांचा असा ऱ्हास होण्याची प्रमुख कारणे काय असतील? आणि हा प्रवाह बदलण्यासाठी काय करता येऊ शकेल?

माझ्या मते जगात व सध्याच्या युगात प्रकर्षाने जाणवणाऱ्या, चारित्र्याच्या दर्जात घसरण व वर्तनाचे स्वतःच ठरविलेले परिमाण या गोष्टींना जे बरेच घटक कारणीभूत आहेत, त्यांपैकी काही कारणे खालीलप्रमाणे :

पहिला, दोन्ही जागतिक महायुद्धे – या युद्धांनी संपूर्ण दोन पिढ्यांना हिंसा व तीव्र द्वेष यांचा परिचय घडवला; लक्षावधी कुटुंबांना देशोधडीला लावले, त्यांना दारिद्र्याच्या खाईत लोटले आणि अंदाधुंदी, हिंसाचार व दौषैकवृत्तीच्या वातावरणात वाढलेल्या तरुणाईच्या मनावर विध्वसंक परिणाम घडवला.

दुसरा, विज्ञानातील अभूतपूर्व प्रगती – त्यामुळे पूर्वीच्या काळी पश्चिमेकडे सामाजिक मूल्ये व शिस्तबद्ध वर्तणूक यांवर सखोल प्रभाव टाकणाऱ्या धार्मिक वलयाची विश्वासार्हता बरीच कमी झाली.

तिसरा, प्रगत समाजाची समृद्धी व आर्थिक सुरक्षितता यात झालेली लक्षणीय वाढ – आज संपन्न समाजातील उपभोगवृत्ती व भोगासक्तीच्या मुळाशी हे प्रमुख घटक आहेत.

चौथा, औद्योगिक क्षेत्रात संघटनाशक्तीची वाढ व तिचे वर्चस्व – संघटनाशक्तीची आवश्यकता बऱ्याच काळापासूनची असली तरी बरेचदा तिचा गैरवापर झाला आहे, परिणामी गैरशिस्तीचे फावले आहे. ग्राहक, सर्वसामान्य नागरिक व खुद्द कर्मचारी यांना संघटनेच्या बेजबाबदार कृतीमुळे जे हाल सोसावे लागतात, त्यावरून संघटनाशक्तीचा दुरुपयोग लक्षात येतो.

पाचवा, पश्चिमेकडील बहुतेकशा देशात झालेली कल्याणकारी राज्यनिर्मिती त्यामुळे नव्या पिढीला विशिष्ट जीवनस्तर व आर्थिक सुरक्षितता यांची हमी मिळाली. पूर्वीच्या काळी अशी हमी फक्त जीवनभर कष्ट उपसले व बचत केली तरच मिळत असे. खरे तर, कल्याणकारी राज्याचे लाभ इतक्या उंचीवर जाऊन पोहोचले आहेत की बऱ्याचशा देशांना त्यांचे आर्थिक आरोग्य धोक्यात घातल्याखेरीज तो खर्च पेलणे आवाक्याबाहेरचे झाले आहे, किंवा त्यांना इतकी प्रचंड करआकारणी करणे भाग आहे, की त्यामुळे प्रामाणिक करदात्याला कठोर शिक्षा व कर चुकवणाऱ्यांना सुरेख बक्षीस मिळणार आहे! उदाहरणार्थ, स्वीडन. इथे करआकारणी इतकी प्रचंड आहे, की कुशल कामगाराला त्याच्या मिळकतीच्या ४५ टक्के कर भरावा लागतो; या लोकांना स्वतःच्या कमाईपेक्षा बेकारभत्ताच जास्त मिळेल किंवा रात्रीचे बिनकराचे

धंदेच जास्त पैसे मिळवून देतील अशी अवस्था आहे. अगदी इंग्लंडमध्येसुद्धा जिथे वैयक्तिक व उद्योग व्यवसायातील सचोटीचा दर्जा नेहमीच कमालीचा उच्च मानला गेला आहे, तिथेसुद्धा दुसऱ्या महायुद्धानंतरच्या काळात जेव्हा करआकारणी प्रचंड झाली तेव्हा काही वर्षे कर चुकवेगिरीला ऊत आला होता. आपल्या देशात अजून आपल्याला हा धडा शिकायचा आहे.

अनैतिक आत्मसमृद्धी

आपल्या देशात आजही आपल्या बहुतांश खाजगी जीवनावर धार्मिक कर्मठता व खोलवर भिनलेल्या सामाजिक रूढी-परंपरा व श्रद्धा याचा प्रचंड पगडा आहे, मात्र नैतिक मूल्यांचा सर्वाधिक ऱ्हास दिसून येतो तो आर्थिक क्षेत्रात! याचे एक कारण म्हणजे समाजवादाचा चुकीचा अर्थ लावून भ्रष्टाचाराच्या माध्यमातून अवैधरीत्या लाभ मिळवणे, करचुकवेगिरी आणि पैसे मिळवण्याच्या वा वाचवण्याच्या इतर समाजविघातक साधनांचा वापर या बाबी आपल्या देशाच्या आर्थिक पद्धतीत सुस्थापित झाल्या आहेत.

मी हा मुद्दा स्पष्ट करतो. आपल्या राजकीय व सांसदीय पद्धतीनुसार, संसद वा राज्य विधीमंडळांच्या निवडणुकांचे आपल्याकडील शिक्षित व अर्धशिक्षित लोकांच्या प्रचंड गटाला मोहमयी आकर्षण असते. आज निवडणूक लढवणाऱ्या प्रत्येक उमेदवाराला प्रचंड पैसा ओतावा लागतो. हा खर्च लाखांच्या घरात असल्यामुळे इतकी रक्कम तो उमेदवार अथवा त्याचा पक्ष केवळ अवैधरीत्या व काळ्या पैशातूनच उभी करू शकतात.

सरकारी नोकरांना मिळणारे हास्यास्पद वाटण्याजोगे अल्पवेतन व त्या जोडीला आपल्या खाजगी क्षेत्रावर 'राजा'ने लादलेली परमिटे व परवाने हेच भ्रष्टाचाराचे स्रोत आहेत. सरकारच्या ज्येष्ठ राजपत्रित अधिकाऱ्यांना, मग ते नागरी प्रशासन सेवेतील असोत की सार्वजनिक उद्योग क्षेत्रात काम करणारे असोत, शंभर वर्षांपूर्वी जेवढे वेतन दिले जात असे – त्याकाळी रुपयाची किंमत आत्ताच्या पंचवीस पट जास्त होती व त्याकाळी आयकर नव्हता! – तेवढेच किंवा त्याहूनही कमी वेतन सध्या दिले जाते. काळाच्या ओघात जवळपास प्रत्येक देशाने आपल्या अधिकाऱ्यांचे वेतन चलनवाढीशी व वाढत्या जीवनस्तराशी जुळवून घेता येण्याएवढे वाढवले आहे, मात्र भारतातील सरकारी व सार्वजनिक क्षेत्रातील कर्मचाऱ्यांना वारंवार क्रयशक्तीच्या ऱ्हासाला तोंड द्यावे लागत आहे आणि आता तर त्यांची मिळकत चांगल्या राहणीमानाच्या अगदी किमान गरजा भागण्यापुरती जेमतेम उरली आहे, मग त्यांच्या मुलांच्या शिक्षणाचा किंवा त्यांच्या स्वतःच्या निवृत्तीनंतरच्या जीवनाचा खर्च भागणे दूरच!

पन्नास वर्षांपूर्वी जेव्हा मी माझ्या करियरला प्रारंभ केला, त्यावेळी कर चुकवेगिरी व इतर दुराचाराला प्रोत्साहन देणारे सध्याच्या आर्थिक वातावरणातले हे बहुतेकसे घटक अस्तित्वात नव्हते. करचुकवेगिरी अगदी अल्प प्रमाणात होती कारण करआकारणी कमी होती तसेच भ्रष्टाचाराचे प्रमाणही अगदी कमी होते, कारण त्याकाळी मंजुरी, परमिट किंवा परवाने मिळवावे लागत नसत, त्यामुळे कुणाला भ्रष्टाचारी व्हावे लागत नसे.

कायदे व वर्तन

यावरून असे दिसून येते, की आपल्या देशांतील मूल्यांचा बराचसा ऱ्हास निदान आर्थिक क्षेत्रातील दरी, धोरणे व कायदे यांमुळे झाला आहे. ही धोरणे व कायदे चुकीच्या कल्पनांवर आधारित तर आहेतच, शिवाय ही उत्पादकताविरोधीही आहेत, तसेच आज आपल्याला घेरणाऱ्या दुष्ट शक्तींच्या जन्माला कारणीभूत आहेत. अर्थातच याचा अर्थ असा नाही,की आपल्या समोरचे मोह व दबाव, कितीही असह्य असोत, यांमुळे चुकीची कृत्ये थोडी क्षम्य होतात. खरे तर, उद्योगात व सरकारमध्ये सर्व स्तरांवर अनेक लोक असे आहेत, की जे आजही त्यांच्या पूर्वजांच्या नैतिक दर्जाला चिकटून आहेत; कितीही प्रखर त्याग करावे लागले, आर्थिक नुकसान सोसावे लागले तरी ते त्यांच्या निष्ठांपासून ढळलेले नाहीत.

तथापि, अलीकडच्या काही वर्षांत आर्थिक, राजकीय व इतर दबावांमुळे आपल्या देशातील सर्वसाधारण नैतिक मूल्ये झपाट्याने घसरत आहेत व करचुकवेगिरी, लाच देणे व घेणे, काळ्या पैशाचा विस्तृत प्रमाणात वापर आणि इतर काही समाजविघातक साधने आपल्या समाजाची एकूण बांधणीच भ्रष्ट करत आहेत. यातून आपण मार्ग आणि तोही लवकर काढला नाही, तर आज आपण ज्या दलदलीत रुतलेलो आहोत, त्याचा एक दिवस असा सार्वजनिक उद्रेक घडेल, की बऱ्याच देशात जसा गोंधळ माजण्यात व क्रांतिकारी कृती घडण्यात परिणती झाली, तसे घडेल आणि या प्रक्रियेत व्यक्तिस्वातंत्र्य व लोकशाही यांना तिलांजली मिळेल.

आपल्या देशातील अनेक सुदैवी लोकांना या परिस्थितीच्या गांभीर्याची जाणीव नाही आणि त्यांच्याच उत्तम भवितव्याला व त्यांच्याच अस्तित्वाला धोका असूनही ते अनैतिक आत्म-समृद्धी मिळवण्यात संतुष्ट आहेतच, शिवाय ते त्यांच्या दिखाऊ जीवनशैलीतून व डोळ्यांवर येणारे खर्च करत त्यांची अवैध मिळकत दिमाखाने मिरवत आहेत, या गोष्टीने मी अतिशय खिन्न होतो.

आपल्या देशात सामाजिक उलथापालथ होण्याचा धोका काल्पनिक वा दूरचा

नाही, ही गोष्ट दररोज वृत्तपत्रांत वाचायला मिळणाऱ्या देशाच्या सर्व भागांत घडणाऱ्या गुन्हे व हिंसाचाराच्या नित्य वाढत्या घटनांवरून दिसतेच आहे. संघटित निदर्शने व मोर्चांमुळे आपल्या शहरातील जीवनात व सार्वजनिक रस्त्यांवर सतत अडथळे येत आहेतच, शिवाय त्यात भरीस भर म्हणून गुंड व इतर समाजविघातक घटकांकरवी जाळपोळ, लुटालूट व सार्वजनिक मालमत्तेचा विध्वंस वाढत्या प्रमाणावर सुरू आहे, त्याकडे गरीब व बेरोजगार अगदी सहज आकर्षित होतात.

सुयोग्य मूल्यांची प्रस्थापना

मी मूल्यांची घसरण होण्याच्या कारणांचे विश्लेषण करण्याचा प्रयत्न केल्यामुळे, आता माझ्याकडून, भाषणाचा समारोप करण्यापूर्वी, हा धोकादायक प्रवाह बदलण्यासाठी व आपली संकटाच्या दिशेने सुरू असलेली वाटचाल थोपवण्यासाठी मी मार्ग सुचवावा अशी अपेक्षा असेल.

माझ्या मते, या दृष्टीने मुख्य पाऊल उचलायचे आहे ते सरकार, संसद आणि केंद्र व राज्य विधीमंडळांनी कारण, त्यांच्यापाशी कायदे व नियम करण्याची व ते अस्तित्वात आणण्याची सत्ता असते. माझ्या दृष्टीने आपल्या देशातून भ्रष्टाचाराचे उच्चाटन करण्यासाठी व इथे पुन्हा वर्तनाचे सुयोग्य मापदंड प्रस्थापित होण्यासाठी खालील मुद्दे आवश्यक आहेत :-

* निवडणूक पद्धतीत बदल घडला पाहिजे. राजकीय उमेदवारांना मोठ्या प्रमाणात करचुकवेगिरी व अवैधरीत्या निधी संकलन यांच्या आधाराविना निवडणूक लढवता आली पाहिजे;

* सध्या आपण स्वीकारलेली राजकीय पद्धत अशा पद्धतीने बदलली पाहिजे, की त्यायोगे निवडणुकीनंतर ठराविक काळ राजकीय स्थैर्य लाभण्याची हमी असावी आणि सध्या मुक्तपणे सुरू असणारे पक्षत्याग, पुन:पुन्हा पक्षांतर अशांसारख्या सरकारचा पाडाव करण्याच्या वा त्यामध्ये फूट पाडण्याच्या संधी व मोह यांना थारा नसावा.

* करविषयक कायद्यांची कठोर अंमलबजावणी व्हावी, आणि या कायद्यांचे उल्लंघन करणाऱ्यांना कडक शिक्षा व्हावी;

* सार्वजनिक सेवेतील नोकरांना योग्य वेतन व निवृत्तीनंतरचे लाभ द्यावेत, ज्यायोगे त्यांना त्यांची प्रतिष्ठा, जबाबदाऱ्या व कौटुंबिक गरजा यांचा मेळ घालून विशिष्ट जीवनस्तर कायम राखता येईल;

* सध्याच्या करपद्धतीत अशा पद्धतीने सुधारणा व्हावी, की ज्यायोगे गुंतवणूकदारांकडे त्यांच्या प्रकल्पांच्या जागी दुसरी यंत्रसामग्री आणता येईल व

त्यांचे प्रकल्प आधुनिक करता येतील;

* आर्थिक निर्बंधांची जुलमी यंत्रणा मोठ्या प्रमाणात मोडीत काढून, आर्थिक धोरणांना नवी दिशा द्यावी ज्यायोगे साहस व धोका पत्करण्याच्या तयारीला नाउमेद न व्हावे लागता, त्यांना प्रोत्साहनच मिळेल. ज्या ठिकाणी गैरवर्तन किंवा दुर्मिळ साधनस्त्रोतांचा अपव्यय स्पष्टपणे आढळेल, तिथेच फक्त विकास वा साहसी उपक्रमांवर निर्बंध लादले जावेत किंवा त्यांची प्रोत्साहके काढून घ्यावीत.

सरकार व संबंधित अधिकारी यांच्याकडून अपेक्षित असणाऱ्या गोष्टींबाबत बरेच सांगितले. आता बिगर – सरकारी अधिकाऱ्यांचे कार्य व वैयक्तिक कृतीचे काय?

आपण सर्वजण – आर्थिक घडामोडींच्या कोणत्याही क्षेत्रात काम करत असलेले सर्वजण – आज आपण ज्या उकिरड्यात आहोत, तो स्वच्छ करण्यासाठी साहाय्य करू शकतो. आपण वैयक्तिक स्वयंशिस्तीची जपणूक आणि आपल्या स्वतःच्या व्यावसायिक कार्यामध्ये नीतिमूल्यांशी निष्ठावंत राहण्यासोबतच, व्यक्ती म्हणून अथवा चेम्बर्स, क्लब व इतर कुठल्याही स्वयंसेवी संघटनेचा सदस्य म्हणून आपली भूमिका बजावू शकतो. आपण आपल्या देशात आर्थिक व राजकीय मूल्यांची पुनःस्थापना होण्यासाठी अधिक चांगले कायदे, नियम, पद्धती व त्यांची अंमलबजावणी होण्यासाठी दक्ष जनमताचा सामूहिक आवाज उठवून परिस्थितीशी दोन हात करू शकतो. वृत्तपत्रसृष्टी – सुदैवाने हे क्षेत्र भारतात पूर्णतः स्वतंत्र आहे – भ्रष्टाचाराची प्रकरणे उघडकीला आणणे, प्रामाणिकपणाची उदाहरणे लोकांसमोर आणून त्यांची स्तुती करणे, आणि मजबूत धोरणे व त्यांची प्रामाणिक अंमलबजावणी याला पाठिंबा देणे, तसे न घडल्यास त्या विरोधी निदर्शने करणे अशा मार्गांनी विशिष्ट भूमिका बजावू शकेल. आज भारतीय वृत्तपत्रसृष्टी हे प्रमुख कार्य पुरेसे करत नाही असे म्हणावे लागेल.

महाविद्यालयीन शिक्षणात नागरिकशास्त्राच्या अभ्यासक्रमांचा समावेश करावा. विद्यार्थ्यांना आधुनिक लोकशाही समाजाची कार्यपद्धती, नागरी जबाबदाऱ्या व कर्तव्ये यांची चांगली जाणीव व्हावी यादृष्टीने असे अभ्यासक्रम आवश्यक आहेत.

नागरिकांनी सार्वजनिक व राजकीय जीवनात उच्च दर्जा राखण्याची प्रतिज्ञा केलेल्या उमेदवारांनाच मत द्यावे.

आपले पूर्वज ज्या उच्च नैतिक मूल्यांसाठी विख्यात होते, तीच मूल्ये पुन्हा प्रस्थापित करण्याच्या महान कार्यात आपण सर्वजण आपापला वाटा उचलूया, मग तो खारीचा वाटा का असेना!

भारत आजही त्रस्त जगतातील थोर सांस्कृतिक व आध्यात्मिक शक्ती अशी

उत्तुंग कीर्तिमान आंतरराष्ट्रीय ख्याती मिळवून आहे. जर ही कीर्ती वा ते नेतृत्व यांची झळाळी मंद झाली किंवा आपण आपल्या पूर्वजांनी आखून दिलेल्या थोर परंपरा वा मापदंड राखण्यात अपयशी होऊन ही कीर्ती घालवून बसलो तर ती शोकान्तिका ठरेल.

■

व्यवसायाची नीतितत्त्वे

४ मार्च, १९९१ : जमशेदपूर येथील 'झेवियर लेबर रिलेशन्स इन्स्टिट्यूट' (XLRI) मध्ये 'जे.आर.डी.टाटा फाउंडेशन फॉर बिझनेस एथिक्स'च्या उद्‌घाटन समारंभातील उद्‌घाटनपर भाषण.

आपल्या देशाच्या औद्योगिक जीवनात व्यवसायाची नीतितत्त्वे उच्च राखण्याच्या संकल्पनेचा पुरस्कार करण्यासाठी आत्ताच 'व्यवसायाच्या नीतितत्त्वां'चे प्रतिष्ठान स्थापन करण्याची काय गरज होती, असा प्रश्न उपस्थित होऊ शकेल. माझ्यासारखे, बरेच पावसाळे पाहिलेले लोक भूतकाळात डोकावून पाहू शकतात; ज्या काळी व्यवसायात उच्च नैतिक मूल्यांचा पुरस्कार करण्याची गरजच नव्हती असे युग नजरेसमोर आणू शकतात. त्याकाळी हा प्रश्न आला नव्हता कारण असे मापदंड त्यावेळी आधीपासूनच होते; त्यांच्याप्रती निष्ठा राखली जात असे. त्याकाळी इतका लक्षणीय भ्रष्टाचार नव्हता, करचुकवेगिरी, काळ्या पैशाची निर्मिती व वापर, लाचखोरीची उदाहरणे अगदी क्वचित कधीतरी कानावर येत असत. पण दुर्दैवाने, ही परिस्थिती बदलली आहे आणि मी स्वत:लाच अनेकदा प्रश्न केला आहे, की आज आपल्या देशात सर्रास आढळणारा व्यावसायिक नीतिमत्तेचा ऱ्हास व व्यवसायातील अनैतिक प्रवृत्ती निर्माण होण्याची मुख्य कारणे काय आहेत?

जाता जाता उल्लेख करतो, भ्रष्टाचार व इतर अनैतिक कृत्यांसंदर्भात सुधारणा कृतीची गरज इतर देशांतही निर्माण झाली होती हे लक्षात घ्या. जिथे भ्रष्टाचाराला आवर घालण्याच्या उद्देशाने अनेक वर्षांपूर्वी कायदा अस्तित्वात आला, त्या अमेरिकेतसुद्धा 'बिझनेस स्कूल्स'मध्ये व्यवसायाची नीतितत्त्वे या विषयाचा अभ्यासक्रमात नियमित समावेश करण्यात आला आहे आणि अनेक कंपन्यांनी त्यांच्या व्यवस्थापन व कर्मचाऱ्यांसाठी नैतिक मार्गदर्शक सूत्रे आखून दिली आहेत.

अनैतिक कार्यपद्धती

आपल्या देशात गेल्या काही दशकांत भ्रष्टाचार व अनैतिक कार्यपद्धती फोफावण्याची

मुख्य कारणे कोणती आहेत?

सर्वप्रथम, या शतकाच्या पूर्वार्धातील सुरुवातीच्या दशकांतील व्यावसायिक विकास लक्षात घ्या. त्यावेळी उच्च न्यायालयाचे न्यायाधीश व सरकारी सचिव यांना सरकारी नोकऱ्यांतील सर्वाधिक म्हणजे प्रतिमहिना चार हजार रुपये वेतन दिले जात असे. ही गोष्ट ज्यावेळी रुपयाची क्रयशक्ती आत्ताच्या चाळीस ते पन्नास पट होती आणि करांचं ओझं नव्हतं किंवा जाणवण्याइतपत नव्हतं, त्या काळी कंपनीच्या अध्यक्षांना किंवा व्यवस्थापकीय संचालकांना किंवा कार्पोरेट व्यवस्थापकांना किती मोबदला द्यावा यासंदर्भात अडथळे नव्हते. मला टाटा समूहातील एका ब्रिटिश संचालकाने एक आठवण सांगितलेली आठवतीय. ती म्हणजे तो भारतात पहिल्यांदा आला तेव्हा महिना दहा रुपयांत घोडा पाळू शकत होता.

भारत स्वतंत्र झाल्यानंतर आपल्या सरकारने समाजवादाच्या नावाखाली प्रथम ज्या काही गोष्टी केल्या, त्यापैकी एक म्हणजे सरकारनं त्यांच्या सर्वांत जेष्ठ कर्मचाऱ्यांचे वेतन प्रतिमास चार हजार रुपयांवरून साडेतीन हजार रुपयांवर आणलं. हाच निर्णय खाजगी क्षेत्रावरही लादण्यात आला. यामध्ये, एका वस्तुस्थितीकडे दुर्लक्ष करण्यात आले, ती म्हणजे रुपयाची क्रयशक्ती सतत घटत असल्यामुळे अधिकाऱ्यांची मिळकत कमी करण्याचे उद्दिष्ट साध्य केलेलेच आहे. दरम्यान, प्रशासकीय सेवेतील व सार्वजनिक इच्छित क्षेत्रांतील कंपन्यांमधील कमी मिळकत असणाऱ्या कर्मचाऱ्यांची वेतने धीम्या गतीने वाढली. त्याचे मुख्य कारण म्हणजे संघटनांचा दबाव.

सरकार व राजकारण्यांच्या समाजवादाच्या व्याख्येनुसार, सरकारने वा संसदेने त्यांच्या अधिकारात प्रचंड करआकारणी केली आणि ज्याला 'लायसेन्स व परमिट राज' म्हणून ओळखले जाते, त्याची निर्मिती केली. याद्वारे निर्बंध, नियम व नियंत्रणे प्रचंड प्रमाणात लादली गेली, परिणामी व्यवसाय व उद्योगाच्या प्रगतीवर गंभीर परिणाम घडले. आयकर प्रचंड वाढला, त्याजोडीला संपत्तीकर आला.

त्यामुळे अशा परिस्थितीत कुठेही जे अनुभवास येईल तेच घडले. करांचे ओझे दडपून जाण्याइतके प्रचंड अथवा अयोग्य ठरते, तेव्हा प्रामाणिकपणा व नैतिकता हे गुण लोप पावतात. करचुकवेगिरी, काळ्या पैशाची निर्मिती व वापर आणि करमुक्त पैसा गोळा करणे वा त्यांचा संचय करण्याच्या इतर अप्रामाणिक मार्गांचा वापर करणे अशा गोष्टी चालू घडीची मागणी बनल्या, आजही तीच अवस्था आहे.

निर्बंधांची अंमलबजावणी व कर संकलन या बाबी नोकरशाहीकडे सोपवण्यात आल्या. या प्रक्रियेमध्ये त्यांना होकार अथवा नकार देण्याच्या, किंवा त्याच तोडीच्या जुलमी निर्णय लांबणीवर टाकण्याच्या प्रचंड आर्थिक सत्ता देण्यात आल्या. सगळ्या

निर्णयांवर पैशाचा प्रभाव मोठा ठरू लागला.

अशा प्रकारे, गेल्या पन्नास वर्षांत प्रामाणिकपणा व चारित्र्याचे जे गंभीर अवमूल्यन अनुभवास आले आहे, त्याचे मूळ मुख्यत्वे आपल्या एकामागोमाग एक आलेल्या सरकारांनी व संसदेने समाजवादाच्या नावाखाली स्वीकारलेल्या चुकीच्या व हानिकारक सामाजिक-आर्थिक धोरणांमध्ये आहे किंवा समाजवादाच्या त्यांनी लावलेल्या चुकीच्या अर्थामध्ये आहे. सुदैवाने, अलीकडेच या समाजवादाची संपूर्ण जगभरात अपकीर्ती झाली आहे आणि जिथे तो अस्तित्वात होता, तिथेही त्याचे उच्चाटन झाले आहे, अगदी ज्या देशांत तो धार्मिक श्रद्धांच्या तोडीचा बनला होता त्या देशांतसुद्धा.

दुर्दैवाने, आपल्या देशात, अशा प्रकारच्या सुधारणेसाठी आर्थिक धोरणांमध्ये जे बदल घडणे आवश्यक आहेत, ते अतिशय मंद गतीने व घुटमळत होत आहेत याचे कारण लक्षात येण्याजोगे आहे. कारण असे घडण्याने नोकरशाहीच्या सत्ता व मिळकत क्षमतासुद्धा कमी होणे अपरिहार्य आहे. त्यामुळे, बरीच जुनी तत्त्वे व धोरणे देशाच्या आर्थिक प्रगतीला हानी पोहोचवत आहेत.

उद्योगक्षेत्राला काळीमा फासणाऱ्या व्यक्ती

आपल्या देशामध्ये खाजगी उद्योगांप्रती असणारा संशय व वैरभाव याचे सर्वांत महत्त्वाचे व हानिकारक कारण म्हणजे उद्योग-व्यवसायातील काही घटकांनी भूतकाळात स्वीकारलेली नैतिक मूल्ये जितकी उच्च असायला हवी होती तितकी उच्च नव्हती व काही जणांच्या बाबतीत तर ती अत्यंत खालच्या दर्जाची होती. गेल्या पन्नास वर्षांत, मोठ्या उद्योगांचे प्रमुख असणाऱ्या काही व्यक्तींनी केलेली लुटालूट, दुष्कृत्ये व डोळ्यांवर येणारा खर्च यांमुळे खाजगी उद्योगाच्या प्रतिमेला प्रचंड हानी पोचली आहे. अशा व्यक्तींनी संपत्ती, नफा व आत्मप्रगतीच्या मागे लागून सार्वजनिक हिताची प्रचंड उपेक्षा केली आहे. आपल्या देशातील अशा अधिक सुदैवी लोकांची वाढती संख्या पाहून मला दु:ख होते व भयही वाटते. या लोकांना स्वत:च्याच भविष्याला व जगण्याला असणाऱ्या धोक्याची जाणीव दिसत नाही, आणि हे लोक अनैतिक आत्मसमृद्धी तर साधत आहेतच शिवाय डामडौलाची राहणी व डोळ्यांवर येण्याजोगे खर्च करून त्यांची ही अवैध मिळकत मोठ्या दिमाखाने फडकवतही आहेत.

अलीकडच्या काही वर्षांत अधिक जलद नफा व संपत्तीचा अधिक जलद संचय ही फलनिष्पत्ती असायला हवी अशा समजुतीतून ज्या जुन्या तत्त्वांकडे व नैतिक मूल्यांकडे सतत दुर्लक्ष झाले आहे वा त्यांची उपेक्षा झाली आहे, ती पुन्हा प्रज्वलित

होण्याची खचितच गरज आहे. टाटा समूहातील आमच्या स्वत:च्या अनुभवाने अशी समजूत चुकीची आहे हे दाखवून दिले आहे.

■

ग्रामीण समाजाचे औद्योगीकीकरण

२६ जुलै, १९५६ : 'ड्यूक ऑफ एडिंबरोज' अभ्यास परिषद, ऑक्सफर्ड.

आज जगासमोर जी प्रचंड मोठी कामे उभी ठाकलेली आहेत,यातील बहुधा सर्वांत कठीण काम जगातील अविकसित क्षेत्रांचे औद्योगिकीकरण हे असेल, आणि मला वाटतं, या कामात एकूणच मानवजातीला भरभक्कम पारितोषिके मिळतील. अर्थात, माझ्या प्रतिक्रिया या विषयाच्या फक्त अल्पशा भागाला स्पर्श करू शकतील, आपण त्या गोड मानून घ्याल असे समजतो. शिवाय, माझे हे विचार फक्त भारताच्या संदर्भात लागू होतील कारण, माझे थोडेफार प्रत्यक्ष ज्ञान व अनुभव याच देशापुरते मर्यादित आहे.

या संदर्भात विचारला जाण्याजोगा, पहिला प्रश्न म्हणजे, आजच्या भारतासारख्या देशाच्या औद्योगिकीकरणाशी निगडित समस्या आणि एकोणिसाव्या शतकात व विसाव्या शतकाच्या पूर्वार्धात पश्चिमेकडे याच संदर्भात अनुभवास आलेल्या समस्या यांत फरक आहे का?

मला तसे वाटत नाही. कारण, दोन्हीबाबतींत या प्रक्रियेत सारखेच परिवर्तन घडेल. हे परिवर्तन, वातावरण आणि बहुसंख्य लोकांच्या कामाच्या व जगण्याच्या सवयींत घडेल. शेतावरचं जीवन जगणारे लोक, छोटे कारागीर व व्यापारी यांची जीवनपद्धत बदलून त्यांना औद्योगिकीकरण झालेल्या शहरी भागाकडे वळावे लागेल. कुठेही गेले तरी मूळ मानवी वृत्ती सदासर्वकाळ सारखीच असल्यामुळे अशा परिवर्तनाला सर्वसाधारणपणे सारख्याच पद्धतीने प्रतिसाद मिळणे अपेक्षित आहे.

माझ्या दृष्टीने यामधील मुख्य फरक असेल तो मूळ आशयापेक्षा प्रमाण व स्वरूप यांमध्ये. उदाहरणार्थ, भारतीय संस्कृतीला सुमारे पाच हजार वर्षांचा इतिहास आहे आणि अजूनही भारताच्या बहुतेकशा ग्रामीण भागातील जीवन दहाव्या शतकातल्यासारखे आहे, यामुळे आधुनिकीकरणाची प्रक्रिया अधिक कठीण बनणे अपेक्षित आहे. शिवाय निरक्षरता, हवामान व ताकद कमी असणे या अडचणींवरही मात करावी लागेल. आपण या क्रांतिकारी युगात जगत आहोत, त्या युगातील

परिवर्तनाची गती व सातत्य यांमुळे आपल्यासमोरील समस्या व अडचणी यांत भरच पडणार आहे.

दुसऱ्या बाजूला, आपले हे कार्य सोपे होण्यासाठी काही घटकांची मदतही होणार आहे, ते म्हणजे औद्योगिकदृष्ट्या प्रगत देशांच्या अनुभवसंचिताचा उपयोग करून घेणे, आपल्या लोकांचे अंगभूत कौशल्य व संयम, आणि कारागिरी व उत्पादक कर्तृत्व यांनी समृद्ध असणाऱ्या भूतकाळापासून त्यांना घेता येण्याजोगी प्रेरणा. त्यांच्या लेखी, औद्योगिकीकरण म्हणजे काही प्रमाणात आधीच अस्तित्वात असलेल्या गोष्टींचे पुनरुज्जीवन व विस्तार असेल.

तुमच्यापैकी काहीजणांना माझे भारताच्या औद्योगिकीकरणाचे पुनरुज्जीवन करण्याबाबत बोलणे विचित्र वाटू शकेल, कारण पश्चिमेकडील थक्क करणाऱ्या मापदंडांच्या तुलनेत हा देश अद्याप औद्योगिकीकरणाच्या उंबऱ्यावर उभा आहे असे वाटू शकते. तथापि, आपण जर उत्पादक उद्योगाचा केवळ आधुनिक यंत्रे, प्रक्रिया व तंत्रे या संदर्भातच विचार न करता, साहित्य व तयार झालेली उत्पादने या संदर्भातही विचार केला तर, अठराव्या शतकापर्यंत आणि त्यापूर्वी जवळजवळ वीस शतके किंवा त्याहून जास्त काळ भारत हा विशेषत: धातुविद्याशास्त्र, कापडउद्योग, रंग व औषधे या क्षेत्रांत जगातील सर्वांत प्रगत औद्योगिक देशांच्या पंक्तीत होता. अगदी आजसुद्धा आधुनिक पोलाद कारखानदारांना दिल्लीतील सुप्रसिद्ध लोहस्तंभ पाहून आश्चर्य वाटते. सव्वीस फूट उंचीचा व सहा ते सात टन वजनाचा हा लोहस्तंभ त्या काळी उपलब्ध असलेल्या अत्यंत प्राथमिक उपकरणांच्या मदतीने अखंड कसा घडवला असेल, याचा त्यांना विस्मय वाटतो. भारतातील सुती कापड उद्योगाला पाच हजार वर्षांचा इतिहास असल्याचा पुरावा आहे. इजिप्तमध्ये पाच हजार वर्षांपूर्वीच्या थडग्यांतील 'ममीज' भारतीय मलमलीत गुंडाळलेल्या आढळल्या आहेत.

गेल्या दोन शतकांत भारतीय कारागिरांची काही कौशल्ये व सर्जनशील चैतन्याचा अस्त झाला आहे ही गोष्ट खरी असली तरी, माझी खात्री आहे की, देशाच्या औद्योगिक पुनरुज्जीवनात ते थोडी भूमिका बजावतील.

तथापि, भारतीय लोकांपाशी केवळ या जुन्या स्मृतींचेच संचित नाही. आजच्या भारतात उद्योगाची आधुनिक रूपेही लक्षणीय प्रमाणात अस्तित्वात आहेत आणि आपले पंतप्रधान जवाहरलाल नेहरू यांच्या जोरदार नेतृत्वाखाली दुसऱ्या पंचवार्षिक योजनेखाली विस्तृत विकास योजना आखण्यात आल्या आहेत. लक्षावधी भारतीय लोक आधुनिक उद्योग व सेवांत याआधीच काम करत आहेत आणि त्यांपैकी काहीजणांच्या दुसऱ्या वा तिसऱ्या पिढ्याही या क्षेत्रात काम करत आहेत. त्यामुळे कारखान्यातील काम व औद्योगिक शहरातील जीवन या गोष्टी भारतीयांच्या दृष्टीने

नव्या वा अपरिचित नाहीत आणि काही प्रमाणात आधुनिक उद्योगाच्या प्रभावामुळे निर्माण होणाऱ्या प्राथमिक समस्यांची ओळख आधीच झाली आहे.

इतर देशांतल्याप्रमाणेच, भारतातील औद्योगिकीकरणाच्या मानवी पैलूंचा विचार करता, त्यामध्ये सुष्ट व दुष्ट यांचे मिश्रण आढळेल, आणि त्याची कारणेही तिथल्यासारखीच आहेत. अनेक वर्षांपूर्वी, मोठ्या शहरांत किंवा शहरांजवळ स्थापन झालेल्या जुन्या उद्योगांना व नीट व्यवस्थापन नसलेल्या लघुउद्योगांना मुख्यत्वे अपयश आले आहे. काही मोजके अपवाद वगळता, त्या काळी समाजकल्याणाच्या आधुनिक संकल्पना ज्ञात नव्हत्या वा त्यांच्याकडे लक्ष दिले जात नव्हते. उत्पादन व नफा यांपलीकडे इतर कशाचीही जबाबदारी आपल्यावर आहे असे मानणारे मालक थोडे होते आणि उद्योगक्षेत्र अथवा सरकार यांपैकी कुणीही कर्मचाऱ्यांची निवासस्थाने, आरोग्यसुविधा व त्यांचे सुख-समाधान यांसाठी फारच थोडी तरतूद केली होती अथवा काहीच तरतूद केली नव्हती.

शून्यमनस्कता व संदिग्धता बाजूला सारणे चांगलेच! आता मी तुम्हाला आम्हाला टाटा समूहामध्ये जो थोडाबहुत अनुभव मिळाला तो सांगतो. आम्ही भारतामध्ये स्थापन केलेल्या काही औद्योगिक प्रकल्पांभोवती वसलेल्या गावांमध्ये ग्रामीण भागातून आलेले लोक राहतात. उदाहरणार्थ – बिहारमधील जमशेदपूर हे पोलाद शहर, काठियावाड मधील मिठापूर हे रासायनिक उपनगर आणि त्रावणकोर-कोचीन राज्यातील साबण व तेलाच्या कारखान्याभोवती वसलेले टाटापुरम्. नुकतेच आम्ही या तिन्ही ठिकाणी सामजिक सर्वेक्षण घेतले, त्यामध्ये कर्मचाऱ्यांचे काम व त्यांची जीवनपद्धती या गोष्टींचा समावेश होता. या सर्वेक्षणातील काही निष्कर्ष तुम्हाला रस वाटण्याजोगे असू शकतील.

उद्योग व्यवसायासाठी शहरी विभागांकडे स्थलांतर करण्याचा प्रतिकूल परिणाम म्हणून, अपेक्षित होतेच त्यानुसार, कौटुंबिक बंध कमजोर बनले. त्यांच्यातील एकी व स्थैर्य कमी झाले. या कमजोरीला कारखाना परिसरात निवासस्थानांची कमतरता काही प्रमाणात कारणीभूत ठरते. त्यामुळे कर्मचाऱ्यांना त्यांच्या कुटुंबीयांना त्यांच्यासोबत राहायला आणणे कठीण बनते; त्या जोडीने त्यांच्या व्यवसायातील बदल आणि त्यांच्या जुन्या व नव्या वातावरणांतील मोठी आर्थिक व सामाजिक तफावत निःसंशय कारणीभूत ठरते.

समाजरचनेवरील प्रभाव

हा प्रतिकूल घटक असला तरी, या समूहातील स्त्रियांची स्थिती सुधारली आहे हे निःसंशय. टाटापुरम् मध्ये 'टाटा ऑईल मिल्स कंपनी' ही स्त्रियांना प्रयोगशाळा

व प्रशासकीय कार्यालयांमध्ये नोकरी देणारी एक अग्रणी कंपनी होती. सुरुवातीला या विकासाभिमुख पावलाच्या विरोधात पुरुषांकडून लक्षणीय विरोध झाला. ज्या दिवशी मुख्य कार्यालयात पहिल्या महिला कर्मचाऱ्याची कारकूनपदी नेमणूक झाली तेव्हा या बिचाऱ्या मुलीला सहकारी कारकुनांनी 'कॉल बेल' अखंड वाजवून हैराण केले. हा त्यांचा निषेध नोंदवण्याचा मार्ग होता! आज, महिला कर्मचाऱ्यांची नेमणूक नित्याची बाब समजली जाते.

औद्योगिकीकरणाचा समाजरचनेवर व विशेषत: जातीपद्धतीवर तितकाच लाभदायक प्रभाव पडला आहे. हा प्रभाव विशेषत: अस्पृश्यतेच्या संदर्भात दिसून येतो. पूर्वी जमशेदपूरमध्ये हिंदू, मुस्लिम अथवा ख्रिश्चनांच्या हातून बाटलीतले पाणीसुद्धा घ्यायला नकार देत असत, निरनिराळ्या समाजाच्या लोकांसाठी स्वतंत्र स्वयंपाकघरे ठेवावी लागत असत. त्यानंतर पुढे बऱ्याच वर्षांनी टाटा कर्मचारी संघटनेच्या संमतीने मात्र मनात धाकधूक वाटत असतानाच ही पद्धत बंद करण्याचा निर्णय घेतला, त्यावेळी या निर्णयाला जवळपास कसलाही विरोध झाला नाही अथवा त्याविरुद्ध निषेध नोंदवला गेला नाही याचे कंपनी व संघटना दोघांनाही सुखद आश्चर्य वाटले होते.

अशाच प्रकारचा बदल मिठापूरमध्येही दिसून आला. मिठापूरमधील लोक मुळात पारंपरिक सनातनी आहेत. इथेही आता कोणत्याही जातीची माणसे, अस्पृश्यसुद्धा सर्व प्रकारची कामे करतात आणि या ठिकाणी कोणत्याही लोकांसाठी निवासाची वेगळी क्षेत्रे नाहीत. नुकत्याच यातील पंचाहत्तर टक्के लोकांच्या मुलाखती घेतल्या, त्यामध्ये त्यांनी अस्पृश्यता व खुद्द जातिव्यवस्थेबद्दल उघड साशंकता व्यक्त केली आहे.

मिठापूरमधील बहुसंख्य लोक वाघीर जमातीचे आहेत. ब्रिटिशांच्या काळात ही गुन्हेगारी जमात मानली जात असे. माझ्या मते त्यांना चाचेगिरीचा बहुरंगी पूर्वेतिहास असावा. आम्ही जेव्हा इथे प्रकल्प उभारला, त्यावेळी मुख्यत्वे स्थानिक वाघीर लोकांकडून जमीन संपादन करावी लागली. ही जमीन अत्यंत नापीक व उजाड होती आणि त्यासाठी त्यांना अगदी पुरेशी नुकसानभरपाई मिळाली होती. तरीसुद्धा सरकारने जेव्हा ही जमीन सक्तीने ताब्यात घ्यायला सुरुवात केली, तेव्हा साहजिकच काही अडचणी निर्माण झाल्या.

मला या संदर्भात एक प्रसंग आठवतोय. तिथल्या एका वृद्ध माणसाला अशा प्रकारे त्याच्या मालमत्तेचा ताबा घेतला जाणे हा त्याचा व त्याच्या पूर्वजांचा घोर अपमान वाटला होता आणि या अपमानाची आग केवळ रक्तानेच विझणार होती. भारतातील पूर्वीचे ब्रिटिश सरकार अशा गुन्हेगार मानल्या जाणाऱ्या जमातीतील निष्ठावंत व विश्वासू वाटणाऱ्या काही शांतताप्रिय लोकांना शस्त्रपरवाने देत असे. हे

सद्गृहस्थही त्यांपैकी एक असल्यामुळे त्यांच्याकडे सुसज्ज रायफल होती. कारखान्याचे महाव्यवस्थापक त्यांची जमीन काढून घेणाऱ्या संस्थेचे प्रतिनिधी असल्यामुळे त्यांनी ठरवून टाकले की, आपल्या अपमानाची आग शमवण्यासाठी याच माणसाचे रक्त हवे, म्हणून त्याने या व्यवस्थापकाच्या मागावर राहायला सुरुवात केली. आमचे व्यवस्थापकही तसे सहजासहजी बधणारे नव्हते, पण तेही वैतागून या माणसाचा उपद्रव होत असल्याची तक्रार घेऊन पोलिसांकडे गेले.

पोलिसांनी विचारले, "त्याने तुम्हाला गोळी घातल्याशिवाय आम्ही काय करू शकतो? तसे घडल्यावर मग आमच्याकडे या!"

महाव्यवस्थापकाने याच वृद्ध सद्गृहस्थाला त्याचा खाजगी अंगरक्षक म्हणून नेमले आणि हा प्रश्न सोडवला!

त्यानंतर पुन्हा कसलाही त्रास झाला नाही, निदान त्या व्यवस्थापकाला तरी! त्याऐवजी गावातल्या इतर काहीजणांना जीव मुठीत घेऊन फिरायची वेळ आली आणि अखेर त्या वृद्ध सद्गृहस्थांची थोड्या कमी प्राणनाशक खात्याकडे बदली करावी लागली!

या कारखान्यांच्या गावांकडे स्थलांतर होण्याचे एक आनंददायी वैशिष्ट्य म्हणजे आरोग्याचा दर्जा लक्षणीय सुधारला आहे. सरासरी आयुर्मान बरेच वाढले आहे; बालमृत्यू व प्रसूतीदरम्यान मातांच्या मृत्यूचे प्रमाण कमी झाले आहे आणि आज हे प्रमाण राष्ट्रीय सरासरीच्या बरेच खाली आले आहे. साथीच्या रोगांचे उच्चाटन झाले असून, मुबलक प्रमाणात उपलब्ध असलेल्या वैद्यकीय सोयी-सुविधांचा पुरेपूर उपयोग करून घेतला जात आहे. कधीकधी मला वाटते हा उपयोग थोडा जास्तच करून घेतला जातो!

मला एक प्रसंग आठवतोय. मी जमशेदपूर हॉस्पिटलला नियमित भेट द्यायचो. अशाच एका भेटीत मी तिथे एक चांगला तुकतुकीत चेहऱ्याचा, सोनेरी व मखमलीचे, जरतारी जाकीट घातलेला माणूस पाहिला. त्याला बंदुकीची गोळी लागली होती, त्या जखमेवर उपचार करून घेण्यासाठी तो तिथे दाखल झाला होता. जगभरात सर्वत्र पोलाद कारखान्यातले कर्मचारी चांगले राकट असतात हे मला माहीत होते, पण जमशेदपूरमधले लोक त्या वेळपर्यंत तरी चांगले शांतताप्रिय होते आणि आपापसातले वाद बंदुकींच्या साहाय्याने सोडवत नव्हते, त्यामुळे मी अधिक चौकशी केली असता मला समजले की, त्या माणसाला वायव्य सरहद्द प्रान्तामध्ये खांद्याला गोळी लागली होती. ही घटना घडली होती जमशेदपूरपासून १४०० मैलांवर. त्या माणसाचा भाऊ आमच्या पोलाद कारखान्यात कामगार होता. तो त्याला इतक्या दुरून इथे घेऊन आला होता, आपल्या भावाला इथल्या इतके चांगले

उपचार कुठेच मिळणार नाहीत याची त्याला खात्री होती.

या जोडीने, साक्षरता व शिक्षण या क्षेत्रांतही चमकदार प्रगती घडली आहे. मिठापूर व जमशेदपूर या ठिकाणी शाळेच्या उपस्थितीत झालेली वृद्धी गावाच्या लोकसंख्यावृद्धीपेक्षाही अधिक जलद घडली आहे. टाटापूरम्‌मध्ये कंपनीच्या कर्मचाऱ्यांची साक्षरता ९०% आहे आणि बहुसंख्य कर्मचारी स्थानिक भाषेतले एखाद-दुसरे नियतकालिक नियमितपणे वाचतात. त्यांपैकी काहीजण वृत्तपत्रे व नियतकालिकांत नियमित लेखनही करतात.

नव्या वातावरणाचे प्रोत्साहन

या प्रवाहापेक्षा अधिक ठळक बदल दिसून आला तो एकूण दृष्टिकोनात. यापूर्वी, भारतीय खेड्यातील साध्यासुध्या व खडतर जीवनाची सवय असलेले लोक जीवनमान सुधारण्याच्या संधींचा उपयोग करून घेण्यासाठी आणि ग्रामीण समाजजीवनातील अज्ञान, मानसिक शैथिल्य व भावना दडपण्यापासून सुटका मिळवण्यासाठी आतुर होते. त्यांनी त्यांच्या सभोवतीच्या नव्या वातावरणाने निर्माण केलेल्या प्रोत्साहनाला व त्यांच्या समोर खुल्या होणाऱ्या अधिक विस्तृत क्षितिजाला प्रतिसाद दिला आहे. त्यातील तरुण घटकांनी अशा संधी दोन्ही हातांनी कवेत घेतल्या आहेतच. पण आपल्या पूर्वीच्याच सनातन जीवनपद्धती टिकवून ठेवायला आवडणाऱ्या वृद्धांनीसुद्धा स्वत:ला जे शिक्षण घेण्याची संधी मिळाली नाही, ती संधी आपल्या मुलाबाळांना देऊन आणि त्यांना अधिक आधुनिक जीवनपद्धती स्वीकारण्यास प्रोत्साहित करून, त्यांची प्रगती होण्याकडे लक्ष दिले आहे.

या नव्या औद्योगिक उपनगरांचा आजूबाजूच्या ग्रामीण परिसरावर पडलेला प्रभावही कमी लक्षणीय नाही. मिठापूरमध्ये जी मतनोंदणी झाली, त्यावरून दिसून येते, की येथे रोजगाराच्या संधी, खेड्यातील उत्पादनांसाठी बाजारपेठेची निर्मिती, वैद्यकीय सुविधा आणि परिपूर्ण सामाजिक व सांस्कृतिक जीवन, हे काही लाभदायक मुद्दे नोंदवण्यात आले आहेत. ही प्रक्रिया अधिक गतिमान करून तिची जोपासना करण्यासाठी, आम्ही टाटांनी स्थापन केलेल्या लोककल्याणकारी विश्वस्त निधींपैकी एका निधीच्या साहाय्याने, आमच्या काही औद्योगिक प्रकल्पांच्या लगतच्या खेड्यांत उपलब्ध संघटन नेतृत्व व सेवाभावी वृत्तीला प्रेरणा देण्यासाठी; आत्मनिर्भर होऊन सामाजिक व आर्थिक प्रगतीला चालना देण्यासाठी ग्रामीण विकास प्रकल्प हाती घेतले आहेत.

भारतात जिथे अशीच परिस्थिती व मापदंड आहेत, त्या ठिकाणी व उद्योगांमध्ये असेच चित्र पाहायला मिळते. त्यामुळे मला वाटते, की गर्दीचा अतिरेक झालेल्या

शहरांपासून दूरवर जिथे नव्या औद्योगिक संस्था अस्तित्वात आल्या आहेत, त्या ठिकाणी निवास व इतर सर्व आवश्यक त्या नागरी सुख-सुविधा, सेवा पुरवण्यात आल्या आहेत,अशा ठिकाणी खेडे ते कारखाना व औद्योगिक उपनगर या दरम्यानचे स्थित्यंतर अतिशय सुरळीतपणे घडले आहे आणि त्यामुळे आर्थिक व सामाजिक स्थिती सुधारली आहे.

आपल्या देशाचे आकारमान व लागवडीसाठी उपलब्ध कृषीक्षेत्र यासंदर्भात विचार केला तर, औद्योगिक क्षेत्राची लक्षणीय साथ लाभल्याखेरीज ग्रामीण भागाची पुरेशी भरभराट होणे अशक्य आहे या गोष्टीकडे आवश्यक तेवढे लक्ष दिलेले दिसत नाही.

तीन प्रमुख आवश्यक घटक

हा विषय सर्वांत गुंतागुंतीचा आहे हे मी स्वत: अनुभवाने जाणतो, त्यामुळे मी हा विषय अधिक सोपा करून मांडणार नाही. भारतातील व त्याच प्रकारची स्थिती असणाऱ्या इतर देशांतील या महाकाय कार्याच्या तीन प्रमुख गरजा आहेत.

पहिली, जो आता सर्वत्र स्वीकारला गेला आहे असा घटक म्हणजे कामगारांच्या मूलभूत भौतिक गरजा भागवणे : निवृत्तीनंतर लाभ, निवासाची सोय, आणि कर्मचारी व त्याच्या कुटुंबासाठी वैद्यकीय सुविधा व शैक्षणिक सवलती.

दुसरा घटक म्हणजे, कारखान्यात व कारखान्याबाहेर, अत्यंत अनाकलनीय पण तितक्याच तीव्र मानवी इच्छा-आकांक्षा असतात, तिला स्व-अभिव्यक्ती घडवायची संधी हवी असते, परिपूर्ती हवी असते, तिला व्यक्ती म्हणून स्वतंत्र ओळख हवी असते, बढती व नेतृत्वाच्या संधी हव्या असतात आणि ‘अमक्या-अमक्याचा भाग किंवा घटक असल्याची’ जाणीव हवी असते. पण मोठ्या उद्योगधंद्यांच्या संदर्भात वैयक्तिक संपर्काचा अभाव व उत्पादनाचे अंतिम स्वरूप व व्यक्तिगत काम यांमध्ये बरेच अंतर आणि उद्योगात व्यक्तिगत हितसंबधांचा अभाव हे पैलू आढळतात. या प्रश्नाकडे भारतासारख्या देशात इतरत्र कुठल्याही देशापेक्षा जास्त लक्ष दिले पाहिजे.

तिसरा घटक म्हणजे, खेड्यातून आधुनिक औद्योगिक शहरी समाजात नव्याने वसवलेल्या कर्मचाऱ्यांच्या विशेष प्रश्नांना तोंड देणे. त्या कर्मचाऱ्याच्या दृष्टीने त्या स्थित्यंतरातील ताण त्याच्या नेहमीच्या जीवनातील ताणांपेक्षा साहजिकच अधिक असणार आहे, त्याला शहरी जीवनातील टक्केटोणपे झेलावे लागणार आहेत. याआधी त्याला त्याच्या कुटुंबाने व छोट्याशा खेडूत समाजाने सामाजिक जीवनाचे व मानवी व्यवहाराचे सर्व घटक पुरवले होते. आधी खेड्यातील जीवनाचा निकटचा संबंध असणारा हा कर्मचारी स्वत:ला त्या आपुलकीविरहित वातावरणात एकाकी

समजू लागतो, त्याला ते वातावरण विरोधी वाटू लागते. त्यासाठी तो कुटुंब व सामाजिक संबंध, व्यक्तिगत प्रतिष्ठा, स्नेहभाव, विश्वास, अनुकंपा सगळे काही मागे सोडून आलेला असतो. अशावेळी गोंधळून गेलेल्या दु:खी व चिडचिड्या मन:स्थितीत, आधीची पार्श्वभूमी व आध्यात्मिक मूल्ये यांच्यापासून फारकत व व्यक्तित्वाची हानी यामुळे त्याने अतिशय तीव्र व्यथा सोसल्या आहेत.

म्हणून सर्वांत महत्त्वाची गरज आहे ती या कर्मचाऱ्यांना पुरेशी घरे पुरविण्याची. मग दूरवरच्या ग्रामीण भागातून येणारे कर्मचारी आपल्या कुटुंबीयांना त्यांच्यासोबत राहायला आणू शकतील व त्यायोगे कौटुंबिक भावबंध व त्यांचा प्रभाव अबाधित राहील. ही गोष्ट योगायोगावर ढकलता कामा नये. यासाठी सर्व स्तरांवरील व्यवस्थापनाने मानवी समस्यांबाबत सजगता दाखवणे आवश्यक आहे. व्यवस्थापनाला यंत्रे व प्रक्रिया यांच्याबरोबरच माणसांच्या व्यवस्थापनाचेही विशेष प्रशिक्षण दिलेले असते. आत्तापर्यंत भारतासारखे देश या महत्त्वाच्या क्षेत्रात पाश्चिमात्य देशांच्या मागे पडत होते, पण आता आपण व्यवस्थापनाच्या मानवी जबाबदाऱ्या जलद गतीने आत्मसात करीत आहोत व आपल्याला त्यांची जाणीव होत आहे, व आपल्याला त्याची फळेही मिळू लागली आहेत.

आमच्या स्वत:च्या समूहामध्ये, व्यवस्थापक व पर्सोनेल अधिकारी यांच्या परिषदांत, आमच्या कार्यकारी अधिकाऱ्यांसाठी असणाऱ्या स्टाफ कॉलेजमध्ये व पर्यवेक्षकीय अधिकाऱ्यांसाठी असणाऱ्या कंपनीच्या माहिती अभ्यासक्रमांत व्यवस्थापनाच्या मानवी समस्यांवर विशेष भर देत आहे.

आत्मीयतेची जाणीव

त्यानंतर, औद्योगिक समाजामध्ये व्यक्तिगत व सामूहिक जीवनाच्या परिपूर्तीची हमी लाभण्यासाठी, कोणत्याही उद्योग-व्यवसायाने केवळ रोजगाराचा एक स्रोत बनून न राहता, एक जीवनमार्ग बनले पाहिजे. मला पीटर ड्रकर यांनी 'द न्यू सोसायटी' या त्यांच्या पुस्तकात मांडलेली स्वायत्त प्रकल्प अथवा औद्योगिक समाजाची संकल्पना खूप अर्थपूर्ण वाटते. आत्ता माझ्यापाशी या विषयावर बोलण्यासाठी वेळ नाही, पण मला अगदी आवर्जून वाटते, की आपल्या देशात या दृष्टीने गांभीर्याने व काळजीपूर्वक विचार व्हावा. मला या संकल्पनेतील अतिशय भावणारी गोष्ट म्हणजे, त्यामध्ये औद्योगिक समाजरचनेत, सामाजिक जीवनाची कार्यपद्धती व प्रत्यक्ष घडामोडी आणि कारखान्यातील प्रत्यक्ष कार्यपद्धती व घडामोडी या दोन्ही बाबींतील फरक स्पष्ट केला आहे. यापैकी सामाजिक जीवन या घटकामध्ये कामगार कल्याण, शिक्षण, मनोरंजन, निवासस्थाने उपलब्ध करणे व त्याचे व्यवस्थापन,

क्रीडा व वाहतूक व उपाहारगृहे यांचा समावेश असेल. एखाद्या प्रकल्प समाजातील – जो त्यामध्ये काम करणाऱ्या सर्वांच्या सहभागाने बनतो –सदस्यांना या बाबींच्या व्यवस्थापनामध्ये भाग घेण्याचे स्वातंत्र्य असावे व त्यांच्या मताचा काही प्रमाणात आदर व्हावा. या कल्पनेबद्दल बरेच बोलता येईल असे मला वाटते. यामुळे औद्योगिक समाजाच्या लोकशाही तत्त्वाचा प्रभावी विस्तार होईल आणि आत्मीयतेची व सहभागाची जाणीव निर्माण होण्यास काही प्रमाणात मदत होईल. हे ग्रामीण समाजातील जीवनाचे महत्त्वाचे घटक आहेत.

तथापि, माझ्या या विधानांचा विपरीत अर्थ घेतला जाऊ नये, मला व्यवस्थापनाची कोणतीही मूलभूत कार्ये सोडून द्यावीत असे सांगायचे नाही. कारभार सांभाळणे हे व्यवस्थापनाचे कर्तव्य आहे या मताशी मी ठाम सहमत आहे. मात्र, या संदर्भात एक महत्त्वाची गोष्ट स्पष्ट असायला हवी, ती म्हणजे : कारभार सांभाळण्यासाठी काय व्यवस्थापन आहे? जिथे कारखान्याच्या परिघातील समूहाची सामाजिक संघटना कारखान्याच्या आर्थिक कामगिरीवर प्रत्यक्ष परिणाम घडवत नसते, तिथे फक्त व्यवस्थापनाचीच जबाबदारी आहे असे गृहीत धरणे अनावश्यक असते व त्यामुळे जो क्षोभ व चीड निर्माण होते, ती टाळता येण्याजोगी असते.

आशियाई लोकांची सामाजिक व भावनिक कृती या मुद्द्याकडेही थोडे लक्ष द्यायला हवे. या संदर्भात त्यांची वृत्ती त्यांच्या पाश्चात्त्य बंधु-भगिनींपेक्षा अनेक अर्थांनी वेगळी आहे. भारतामध्ये अजूनही मालक व कर्मचारी यांच्यातील नात्याचा कर्मचाऱ्याकडून नकळत वेगळा अर्थ घेतला जातो. ते बरेचदा या नात्याकडे पिता-पुत्र या भावनेने पाहतात. या मतप्रणालीची गुणवत्ता काहीही असो, पण भारतीय माणसे अजूनही भावनाप्रधान कल असणारी आहेत आणि अधिकारपदावरील व्यक्तींना, मग ते सरकार असो वा औद्योगिक व्यवस्थापन, आपले माय-बाप मानणारी आहेत, ही गोष्ट खरी आहे.

यावरून मला एक प्रसंग आठवतो. फार फार वर्षांपूर्वीची गोष्ट आहे. त्यावेळी जमशेदपूरमध्ये आमच्या कारखान्यात एक अमेरिकी महाव्यवस्थापक होते. (टी.डब्ल्यू. टुट्विलर). त्यांचे बाह्यरूप भयानक उग्र होतेच, त्या जोडीला दमदार आवाज आणि तोंडी तितकीच भयानक भाषा होती. त्यामध्ये 'कुत्र्या' हे तर जणू लाडाचेच संबोधन! पण त्यांचे हृदय कोमल होते. त्यांच्यापुरते सांगायचे तर औद्योगिक क्षेत्रात लोकशाहीच्या आधुनिक संकल्पना वगैरे निरर्थक होत्या. त्यांच्या लेखी, कामगार नेमणे, कर्मचाऱ्याला झापणे व नियम बनवणे हा त्यांचा देवदत्त हक्क होता, बस्स! आणि ते नेहमी, एखाद्याला झापायचे व कामावर नेमायचे असा क्रम लावत असत! सुदैवाने, पोलाद प्रकल्पात हे सर्वांना चांगलेच ठाऊक होते. एखाद्या कर्मचाऱ्याला त्यांनी झापले की तो पुन्हा कामावर घ्यावे यासाठी त्यांच्या कार्यालयात अथवा घरी जाऊन त्यांच्या

पिच्छा पुरवत असे. असाच एक कामगार होता, त्याचे नाव महंमद दिन. तो कामावर असताना झोपलेला आढळला, तेसुद्धा तीन वेळा. नेहमीप्रमाणे त्याने श्री. टुट्विलर यांच्याकडे आर्जव केले. त्यांच्या घरी जाऊन विनवणी केली, कार्यालयात जाऊन भेटला, पण परिणाम शून्य! अखेर त्याने लेखी विनंती केली. त्याचे ते दु:खी, काळजाला हात घालणारे पत्र आजही आमच्या फाईलमध्ये आहे. त्या पत्रात त्याने अनाथ म्हणून भोगाव्या लागणाऱ्या यातनांचे अत्यंत हृदयद्रावक वर्णन सविस्तरपणे केले होते आणि त्याला चौथ्यांदा साहेबाच्या रागाला तोंड द्यावे लागल्यामुळे त्याने लिहिले होते,

"सर, तुम्हीच माझे माय-बाप आहात, आणि मी गरीब बिचारं कुत्र्याचं पिल्लू!"

अखेर, मी नमूद करीन की, भारतात आपल्यापुढे एक विशेष समस्या आहे, ती पाश्चिमात्यांच्या फारशी परिचयाची नाही, ती म्हणजे, आपल्याकडे जवळपास वीस दशलक्ष आदिवासी दऱ्याडोंगरांत व जंगलांत राहतात, त्यांना आधुनिक जीवनाची ओळख नाही. कदाचित सुदैवाची गोष्ट म्हणता येईल, की यातील बहुतेकशा लोकांना आधुनिक संस्कृतीचा स्पर्शही घडलेला नाही. एकूणच ही माणसे सुखी, निरागस, अगदी लहान मुलासारखी आहेत, त्यांच्यात काही विशेष सद्गुण आहेत, तसेच काही उणिवाही आहेत. ते प्रचंड दारिद्र्यात जगतात, त्यांच्या आर्थिक जीवनाला अनिश्चिततेची क्रूर किनार आहे. त्यांनी औद्योगिक समाजाशी एकरूप होण्यासाठी विशेष काळजी घेण्याची, सहानुभूतीने समजून घेण्याची गरज आहे हे उघड आहे.

विकासाचे भिन्न आदर्श

त्यामुळे आपल्या हे लक्षात येईल, की अन्यत्र कुठल्याही ठिकाणापेक्षा भारतासारख्या देशात, औद्योगिक व्यवस्थापनासमोरील प्रचंड मोठ्या कामांपैकी एक मुख्य काम म्हणजे माणूस, त्याच्या भोवतीचे वातावरण व त्याने आत्मसात केलेले तंत्रज्ञान यादरम्यानच्या नात्याविषयी पुरेशी समज विकसित करणे. माझ्या मते चालू घडीला तंत्रविषयक कौशल्ये व सामाजिक कौशल्ये यांच्या विकासा- दरम्यानच्या समतोलाच्या अभावामुळे घातक परिणामांना तोंड द्यावे लागले आहे.

भारतासारख्या जलद गतीने औद्योगिकीकरण होत असलेल्या देशात मानवी समस्यांचा विचार करताना, आपल्याला भारतीय लष्कराकडून अनमोल धडा शिकता येईल. त्यांनी नागरी संघटनांच्या कितीतरी आधी सामाजिक कौशल्ये विकसित केली आहेत. विशेषत: निवड, प्रशिक्षण, मनुष्य व्यवस्थापन व सैनिककल्याण या क्षेत्रांत

त्यांनी बरीच आघाडी घेतली आहे. आपण आता ज्या संदर्भात चर्चा करत आहोत तो संदर्भ आणि लष्करात भरती झालेल्या सैनिकाच्या बाबतीत होणारे स्थित्यंतर. या गोष्टी भिन्न असल्या तरी, एक वस्तुस्थिती कायम आहे, ती म्हणजे लष्करात वर्षानुवर्षे लक्षावधी भारतीय, त्यापैकी बहुतेकसे अडाणी व अत्यंत गरीब आहेत – दाखल होत आहेत. हे जवान खेड्यापाड्यांतून, जंगलातून, दऱ्याडोंगरांतून, सर्व प्रकारच्या धार्मिक समुदायांतून, व्यवसायांतून व जातींतून आलेले असतात. हे सर्व लोक त्यांच्या नेहमीच्या समाजापेक्षा सर्वस्वी भिन्न समाजाच्या साच्यात अगदी सहजपणे व आनंदाने सामावले आहेत आणि त्यांची पलटण हा त्यांचे कुटुंब व खेडे यांसाठी समाधानकारक पर्याय बनला आहे. माझ्या मते हे सामाजिक अभियांत्रिकीच्या ठळक यशाचे एक उदाहरण आहे.

ब्रिटिश व भारतीय या दोन्ही लष्करांतील भारतीय सैनिकांनी अनेक युद्धांत त्यांच्या उत्तुंग शौर्य व उच्च नीतिधैर्याची साक्ष दिली आहे. हे सर्व केवळ कठोर लष्करी शिस्तीच्या बळावर साध्य होऊ शकत नाही. माझ्या मते यामध्ये नेतृत्व, मानवी संबंधांवर भर आणि जवानाच्या वैयक्तिक जीवनाविषयी व कल्याणाविषयी आस्था या घटकांचा मोठा वाटा आहे. भारतीय लष्करातील अधिकाऱ्यांच्या कर्तव्याचा महत्त्वपूर्ण भाग असणारे हे घटक उद्योग-व्यवसायाच्या क्षेत्रातही अनुकरण करण्याजोगे आहेत.

माझ्याप्रमाणेच, ज्या माणसांना वाटते, की भारतातील स्थित्यंतर अधिक सोपे व अधिक सुखद घडेल – कारण हे स्थित्यंतर मुक्त समाजातील मुक्त लोकांनी साध्य केलेले असेल – त्यांचा विश्वास महात्मा गांधींच्या विधानाने अधिकच दृढ झाला आहे.

महात्मा गांधींनी म्हटले आहे, "मी शासनाच्या अधिकारांत होणाऱ्या वृद्धीकडे सर्वांत मोठे भय म्हणून पाहतो. त्यामुळे जरी पिळवणूक कमी होते असे चांगले चित्र दिसत असले तरी त्यामुळे स्वतंत्र व्यक्तिमत्त्वाचा नाश होतो व पर्यायाने मनुष्यजातीची सर्वांत मोठी हानी होते. कारण सर्व प्रगतीच्या मुळाशी स्वतंत्र व्यक्तित्वच असते."

अध्यक्ष महोदय (H.R.H. प्रिन्स फिलीप), याच व्यासपीठावरून आपण आपल्या प्रास्ताविकात हाच विचार मांडलात, याचा मला विशेषकरून आनंद वाटतो. 'व्यक्तिस्वातंत्र्याचा बळी देऊन सामर्थ्यसंपन्न व समृद्ध राज्य निर्माण करण्यात मला कसलाही फायदा दिसत नाही,' असे उद्‌गार आपण काढलेत.

याच संदर्भात मला असे खात्रीपूर्वक वाटते, की भारत व चीन या देशांतील भिन्न भिन्न प्रगती एकूणच जगात प्रचंड महत्त्वाची ठरेल. जर आगामी वर्षांत भारताला लोकशाहीमार्गांनी देशवासीयांना समृद्धी बहाल करण्यात यश लाभले, तर ते भारताचे लोकशाही जीवनमार्गाचे अस्तित्व व त्याची सातत्यपूर्ण प्रगती यांसाठी

दिलेले निर्णायक योगदान ठरेल. पण, जर भारताला यामध्ये अपयश आले व एकाधिकारशाही पद्धती अवलंबणाऱ्या चीनला यश लाभले तर अद्याप जगातील अविकसित भागांत राहणारे कोट्यवधी लोक, कोणते मार्ग अवलंबले या मुद्द्याकडे लक्ष देण्याऐवजी फलनिष्पत्ती काय घडली, याची तुलना करतील आणि मग मानवी स्वातंत्र्याची दुःखदायक पीछेहाट होईल.

आज जग एकमेकांच्या जवळ येत आहे, अशावेळी आपल्या सर्वांसमोर एक वास्तव व तातडीचे आव्हान आहे. ते म्हणजे आशिया व आफ्रिका या खंडांतील गलिच्छ झोपड्या. आपण त्यांच्यापासून कितीही दूरवर असलो तरी आपल्याला त्याची झळ पोहोचणारच आहे.

जगातील औद्योगिक देशांनी त्यांच्यापाशी आवश्यक तंत्रज्ञान व भांडवल आहे या आव्हानाचे महत्त्व ओळखून भारताला व अशीच परिस्थिती असणाऱ्या इतर देशांना साहाय्य केले तर आपण साधनस्रोत, ज्ञान व कौशल्ये एकत्र आणू आणि जगातील सर्व लोकांना संपन्नता व सुखसमृद्धी देणाऱ्या युगात प्रवेश करू!

■

मागे वळून पाहताना...
भविष्यात डोकावताना...

शिक्षण व आरोग्यसुविधा या विषयांवरील विचार

लोकसंख्यावाढीच्या समस्येबरोबरच जे.आर.डी.टाटांच्या अत्यंत आस्थेचे विषय म्हणजे जनसामान्यांचे शिक्षण व त्यांच्यासाठी आरोग्यसुविधा.

या प्रकरणात समाविष्ट केलेल्या त्यांच्या भाषणात त्यांनी सरकार व संस्था यांची विशिष्ट क्षेत्रातील भूतकाळातील कामगिरी व मर्यादा यांवर नजर टाकली आहे आणि हे महान कार्य पुढे चालू ठेवतानाच जमेची बाजू अधिक बळकट करण्यासाठी उपाय सुचवले आहेत. या प्रक्रियेमध्ये, मानवहितकारी कार्यात साहाय्य करणाऱ्या स्वतंत्र व्यक्ती व संस्था यांची भूमिका काय असावी, ते त्यांनी मांडले आहे. या मार्गाने देश नक्कीच प्रगतिप्रथावर जाईल.

याच संदर्भात, १९८९ साली 'दादाभाई नौरोजी स्मृती पुरस्कार' स्वीकारताना त्यांनी काढलेले उद्गार विशेष उल्लेख करावा असे आहेत. ते म्हणाले होते, "मला आयुष्यात मिळालेल्या सर्व मान-सन्मान, पुरस्कारांमध्ये माझ्या लेखी या पुरस्काराच्या नैतिक व बौद्धिक मूल्याच्या तोडीचा कोणताही पुरस्कार नाही."

प्रारंभीच्या काळात जे.आर.डी.टाटा दादाभाई नौरोजींच्या स्त्रियांमध्ये शिक्षणप्रसार करण्याच्या जीवनध्येयाने प्रभावित झाले होते.

राष्ट्रीय समस्या सोडवण्याबाबत विचार व्यक्त करताना जे.आर.डी. नेहमी देशातील तरुणांचा उल्लेख करायचे. या समस्या सोडवण्यासाठी तरुणांना त्या कामी सहभागी होण्यास प्रवृत्त करायला हवे, असे त्यांना वाटत असे.

त्यांच्या मनात एकविसाव्या शतकातील भारताचे सुस्पष्ट चित्र होते. १९९२ साली त्यांना 'भारतरत्न' सन्मान लाभल्यानंतर टाटा समूहातील कर्मचाऱ्यांनी एक समारंभ आयोजित केला होता. या समारंभात बोलताना ते म्हणाले होते, "मला भारत आर्थिक महासत्ता व्हायला नको आहे. मला भारत सुखी देश व्हायला हवा आहे."

शिक्षण व आरोग्यसुविधा या विषयांवरील विचार

तरुणांना प्रेरणा द्या

७ सप्टेंबर, १९८७ : 'इंडियन मर्चंटस् चेम्बर, मुंबई'च्या १८ व्या वर्धापनदिन समारंभात दिलेले व्याख्यान.

मी जेव्हा व्यवसायात प्रवेश केला त्यावेळी म्हणजे साधारण १९२२-२३ साली, 'इंडियन मर्चंटस् चेम्बर' ही मला माहीत असलेली पहिली सार्वजनिक व्यापारी संस्था होती आणि त्यानंतरही अनेक वर्षे मला फक्त याच संस्थेविषयी माहीत होते. मला समजले की, या चेम्बरच्या पहिल्या समितीवर सोहराब वॉर्डन नावाचे परदेशी सद्‌गृहस्थ टाटा समूहाचे प्रतिनिधित्व करत होते. मला हे सद्‌गृहस्थ आठवत नाहीत, मात्र श्री. बी. ए. मॅडॉन चांगले आठवतात. आजही चेम्बरच्या समिती कक्षात त्यांचे दाढीधारी चित्र लावलेले दिसते. ते माझे टाटा समूहातील अर्थतज्ज्ञ गुरू होते. त्यांचे जमशेटजी टाटांशी जवळचे संबंध होते.

आपण सर्वजण चेम्बरच्या सेवाकार्याचा उत्तुंग इतिहास व त्याची भारतीय व्यापार व उद्योगाच्या हितरक्षणासाठी असणारी समर्पित वृत्ती जाणतो. भारतीय व्यापार व उद्योग परदेशी प्रभावाखाली व पिळवणुकीखाली होता त्या अनेक दशकांच्या काळाच चेम्बरने ही महत्त्वपूर्ण कामगिरी बजावली आहे. मला वाटते, आपण चेम्बरचा ASSOCHAM शी संबद्ध संस्था म्हणून पुनर्जन्म झाल्याचा आनंद साजरा करू शकतो. ASSOCHAM च्या छत्राखाली चेम्बर त्याच क्षमतेने व वैशिष्ट्यानिशी भारतीय व्यापार व उद्योगाची सेवा करत राहील.

आता प्रश्न विचारला जाऊ शकतो की, "आपले भवितव्य काय, किंवा चेम्बरचे सदस्य म्हणून व त्यापेक्षा व्यापक संदर्भात ASSOCHAM चे सदस्य म्हणून आपण कोणती भूमिका पार पाडली पाहिजे?"

या प्रश्नांचे उत्तर साधे-सोपे नाही, पण ते सुस्पष्ट आहे. माझ्या मते, आपण एखादी गोष्ट बोलतो किंवा एखादी भूमिका स्वीकारतो, त्यावेळी सर्वांत आधी आपण आपल्या विश्वसनियतेची हमी पटवायला हवी. मला वाटते, या देशातील काही

चेम्बर्सनी विशिष्ट व्यक्तीसमूहांच्या हाती सर्व अधिकार सोपवल्याने त्यांची विश्वासार्हता गमावली. या चेम्बर्सवर त्या व्यक्तीसमूहांचे फाजील वर्चस्व राहिले, ही वस्तुस्थिती आहे. 'इंडियन मर्चंटस् चेम्बर' ने स्वतंत्र संस्था व ASSOCHAM चा भाग अशा दोन्ही भूमिकेत व्यक्त केलेली मते किंवा ते ज्या मुद्द्याला पाठिंबा देत असतील त्या संदर्भात सरकार, संसद, प्रसारमाध्यमे, लोकमत व चेम्बरचे सदस्य यांच्या मनात आपली विश्वासार्हता टिकवली आहे ही महत्त्वाची बाब आहे.

मला वाटते, आपण आवर्जून करण्याजोगी आणखी एक गोष्ट म्हणजे स्वत:मध्ये पुन्हा आत्मविश्वास जागविणे. अलीकडल्या काही वर्षांत, विशेषत: अलीकडच्या काही काळात आपला स्वत:वरचा विश्वास उडू लागला आहे. ही गोष्ट काहीशी खिन्न करणारी आहे. आपल्याजवळ असमाधानीपणाचे समर्थन करण्यासाठी उत्तम कारण असेलही कदाचित, पण या देशात एक प्रकारची निराशावादी प्रतिमा दाखवली जाते. तिचे घटना व चालू प्रवाहांचे वास्तव दाखवून समर्थन करता येणार नाही. ही प्रतिमा या महान देशाचे सामर्थ्य, इथल्या परंपरा व आपण या सर्वांशी विसंगत आहे. होय, परंपरांचे पालन व्हायलाच हवे. आपण फार फार वर्षांपूर्वी ज्या परंपरा स्थापन केल्या त्यांचा सार्थ अभिमान बाळगून त्या परंपरा अनुसरणे सोपे आहे. पण आपण मार्गक्रमण करत असताना नव्या, मजबूत परंपरांचा पाया घालत पुढे गेले पाहिजे. माझ्या मते ASSOCHAM व चेम्बर यांना आपल्या देशाच्या आर्थिक जीवनात ही भूमिका साकारावी लागणार आहे. आपण इतरांमध्ये आत्मविश्वास जागवलाच पाहिजे, पण आपल्यातही आत्मविश्वास भरभरून असला पाहिजे. आपल्या स्वत:च्या कार्यात, आपल्या देशात! मला वाटते, आजवर जे काही केले आहे अथवा जे करण्यात अपयश आले आहे त्या संदर्भात प्रचंड कमीपणाची भावना आज घेरून आलेली दिसते. मी जेव्हा तरुण होतो त्या काळापेक्षा आपला देश आज फारच निराळा आहे. आपण चाळीस वर्षांपूर्वी पारतंत्र्याचे जोखड फेकून दिले आहे ही वस्तुस्थिती असली आणि आपण जे जे काही साध्य करू शकलो असतो अथवा साध्य करायला हवे होते ते सर्व आपण साध्य केलेले नाही हेही वास्तव असले तरी, आपण आपल्या देशाला आधुनिक बनवण्यासाठी मला सत्ताकेंद्र म्हणायचे नाही – पण आर्थिकदृष्ट्या सामर्थ्यवान व समृद्ध बनवण्यासाठी बरीच अभिमानास्पद कामगिरी बजावली आहे.

आपल्या अपयशांपैकी एक म्हणजे – त्याविषयी बोलून मला तुम्हाला 'बोअर' करायचे नाही – पण हा विषय गेल्या पस्तीस वर्षांत सतत माझ्या मनात घोळत आहे – आपल्याला आपल्या देशातील अतिरिक्त लोकसंख्यावाढ रोखण्यात आलेले अपयश. आज आपल्या देशासमोरचा हा सर्वांत मोठा प्रश्न असावा.

मी अलीकडच्या काही वर्षांत आयआयटी व आयआयएम मधल्या विद्यार्थ्यांसमोर,

हुशार तरुणांसमोर बोललो आहे. मी त्यांच्यासमोर भाषणे देण्यास नकार देतो, मात्र त्यांच्यासमवेत प्रश्नोत्तरांची सत्रे घेतो. मी हा प्रयोग पूर्व-पश्चिम- दक्षिण-उत्तर अशा सर्व क्षेत्रांत करत आहे, मात्र अजूनही त्यांच्यापैकी एकानेही कधी मला असा प्रश्न केलेला नाही की, पुढच्या शतकात आपली लोकसंख्या दुपटीने वाढून दीड अब्जावर जाऊन ठेपेल, त्यावेळी त्याचा आमच्यावर,आमच्या, आमच्या मुलाबाळांवर व नातवंडांवर त्याचा काय परिणाम घडेल?

आपण नव्या शतकाच्या उंबरठ्यावर उभे आहोत. अशावेळी मला वाटते आपण नेत्रदीपक कामगिरीसाठी सज्ज आहोत. बंदुका, पाणबुड्या व तत्सम गोष्टींबाबतच्या समस्या आपली सदैव सोबत करणार नाहीत. त्यामुळे आपण आपल्या भविष्याशी खऱ्या अर्थाने निगडित असणाऱ्या बाबींची व कामांची चर्चा करू. या विषयांची चिंता करू व त्या संदर्भात काम करू अशी मी आशा करतो. आपल्या सर्वांसमोर प्रचंड मोठे काम वाढून ठेवलेले आहे.

हा देश जितका काळ गरीब राहील तितका काल आपल्याला या देशातील अनेक लोकांची करुणाजनक स्थिती पाहायला मिळेल. आपल्या या महान शहरात आज कित्येक लोक अशा अवस्थेत जगत आहेत, ज्याच्याजवळ संवेदनेचा जरासा अंश असेल त्याला या लोकांची अवस्था पाहून दु:ख होईल. मुंबईत विशेषत: पावसाळ्यात हजारो स्त्रिया व लहान मुले रस्त्यावर राहताना दिसतात, त्यांची गर्दी, दाटीवाटी, त्यांना राहायला मिळणारी जागा... हे सर्व पाहून मन व्यथित होते, आपण ही अवस्था पाहतो आणि आपल्या देशबांधवांपैकी ३५ ते ४०% लोक अजूनही या स्तरावर जीवन जगताना पाहतो, तेव्हा आपल्यासमोर केवढे प्रचंड आव्हान उभे ठाकले आहे ते समजते.

माझ्यासारखी वृद्ध खोडं या गोष्टी सुरळीत करणार नाहीत. आम्ही फक्त त्याविषयी बोलू शकतो, लोकांना कार्यप्रवृत्त करायचा प्रयत्न करू शकतो. यासंदर्भात कृती करण्यासाठी आम्ही तरुणांकडून अपेक्षा ठेवली पाहिजे आणि मला वाटते की, तरुण लोकांना पुढे येण्यास प्रवृत्त करणे, ते केवळ राजकीय प्रश्नांत नव्हे तर आपल्या देशातील खऱ्याखुऱ्या समस्यांमध्ये रस घेतील, असे पाहणे – हे चेम्बर व ASSOCHAM पुढील मोठे आव्हान आहे. आपले राजकारणाचे झपाटलेपण हे आपल्या प्रगतीच्या आड येणारे एक मुख्य कारण आहे, आणि मला वाटते, आपण देशाशी निगडित प्रश्नांकडे, देशांच्या गरजांकडे, येथील संधी व शक्यता यांकडे लक्ष देण्याची आणि आपण जवळपास प्रत्येक गोष्टीचा विरोध करतो व त्याबद्दल वादविवाद करतो, ते थांबवण्याची वेळ आली आहे.

साक्षरता प्रसाराला प्राधान्य द्यायला हवे

१२ सप्टेंबर, १९८९ : मुंबईत दादाभाई नौरोजी स्मृती पुरस्काराला उत्तर देताना..

मला आयुष्यात मिळालेल्या सर्व मान-सन्मान, पुरस्कारांमध्ये माझ्या लेखी या पुरस्काराच्या नैतिक व बौद्धिक मूल्याच्या तोडीचा कोणताही पुरस्कार नाही.[१] मला असे वाटण्याचे कारण, ज्या महान व्यक्तीच्या नावाने मला हा पुरस्कार दिला जात आहे ती व्यक्ती थोर राजकारणी, उत्तम शास्त्रज्ञ, एवढेच नव्हे तर उद्योगपती होती – हे मला ठाऊकसुद्धा नव्हते – किंवा त्यांना महान बौद्धिक लेणे लाभले होते, त्यांनी थोर कर्तबगारी दाखवली होती, एवढेच नाही, तर त्याहूनही महत्त्वाचे म्हणजे त्यांनी त्यांच्या जीवनाचा जो मुख्य उद्देश बनवला होता, तो आहे.

दादाभाई नौरोजींना बुद्धिसंपदा व विविध क्षेत्रांतील कुशलता निसर्गदत्त लाभली होती. सुमारे शंभर वर्षांपूर्वी ज्या काळात ते होऊन गेले तो काळ व तेव्हाचे वातावरण विचारात घेतले तर त्यांची कामगिरी अगदी असामान्य होती. तथापि, इतर कोणत्याही गोष्टीपेक्षा महत्त्वाचे म्हणजे ते जीवनात अगदी प्रारंभीच – त्यावेळी ते फक्त विद्यार्थिदशेत होते – एका विलक्षण विचाराप्रत आले, तो म्हणजे त्यांना उत्तम शिक्षण लाभून त्यांचे भवितव्य उज्ज्वल घडण्यास गरीब माणूस कारणीभूत ठरला आहे. हा विलक्षण विचार माझ्या मनात कधीच उमटला नसता. त्याकाळी शालेय शिक्षणाचा खर्च सरकार करत असे, हा खर्च मुख्यत्वे गरीब ग्राहकांकडून व अप्रत्यक्ष करांतून वसूल केला जात असे. त्यामुळे ते स्वतःला शिक्षण मिळाल्याबद्दल गरिबांचे ऋण मानत असत व शक्य त्या कोणत्याही मार्गाने या ऋणाची परतफेड करणे हे कर्तव्य मानत असत. मी या तरुणाची कल्पना पाहून थक्क झालो होतो – गरिबांच्या ऋणातून उतराई होण्याचा सर्वोत्तम व कदाचित एकमात्र मार्ग म्हणजे ज्यांना अक्षरओळखसुद्धा घडली नसती अशा गरीब कुटुंबातील लहान मुलांना सुशिक्षित करण्यासाठी व्यक्तिशः साहाय्य करणे.

त्यानंतर जवळपास पंचाहत्तर वर्षांनंतरसुद्धा आपल्या देशात अजूनही शिक्षणाचाच नव्हे तर साक्षरतेचासुद्धा इतका अभाव असणे ही शोकान्तिका आहे. तुम्ही कदाचित ऐकले असेल, की माझ्या मनात आपल्या देशातील झपाट्याने वाढणाऱ्या लोकसंख्येच्या समस्येचा सदैव विचार असायचा. तुमच्यापैकी काहीजणांना कदाचित शिक्षण वा

---

१. श्री. टाटा यांनी वैयक्तिक योगदानासह या पुरस्काराची रक्कम कस्तुरबा गांधी नॅशनल मेमोरियल ट्रस्टला दिली. ते या विश्वस्त संस्थेचे एक संस्थापक विश्वस्त होते.

त्याचा अभाव आणि आपल्या लोकांची जननक्षमता यांच्या परस्परसंबंधांची जाणीव नसेल. पण ही गोष्ट प्रत्यक्षात सिद्ध झाली आहे, की आपल्या देशातील राजस्थान, मध्यप्रदेश, उत्तर प्रदेश व बिहार या चार राज्यांत आपल्या एकूण लोकसंख्येच्या निम्म्या लोकसंख्येचा सरासरी साक्षरता दर – शिक्षणाबद्दल बोलायलाच नको – अशा प्रकारचा आहे की, आज जन्माला येणाऱ्या दर शंभर मुलींमधल्या सुमारे ९० मुलींना लिहिता-वाचता येत नाही व ते त्यांना कधीच येणारही नाही. त्यांच्यामध्ये जन्मदर सर्वोच्च आहे. हाच दर केरळमध्ये सर्वांत कमी आहे. या राज्यात साक्षरतेचे प्रमाण सर्वाधिक आहे. साक्षरतेचा अभाव या गोष्टीकडे आपल्या देशात जे दुर्लक्ष झाले आहे, त्याचा आपल्याला संताप यायला हवा.

आज आपल्यापैकी अगदी मोजक्या लोकांनी जी गोष्ट जाणली आहे, ती दादाभाईंनी तेव्हाच जाणली होती, ती म्हणजे आपल्या लोकांना विकास व समृद्धी साधण्याची संधी द्यायची तर शिक्षणाइतके महत्त्वाचे दुसरे काहीही नाही.

आरोग्यसुविधा क्षेत्रातील उत्कृष्ट कार्य

२८ फेब्रुवारी, १९९१ : मुंबईच्या 'टाटा मेमोरियल सेंटर' च्या सुवर्णमहोत्सवी समारंभातील उद्घाटनपर भाषण.

सर दोराब टाटा यांनी मुहूर्तमेढ रोवलेल्या राष्ट्रीयदृष्ट्या महत्त्वाच्या प्रकल्पांपैकी एक प्रकल्प म्हणजे 'टाटा मेमोरियल हॉस्पिटल' होय, हे आपण जाणतो. आम्हा टाटा समूहातील सर्वांना त्याचा रास्त अभिमानही आहे. १९४१ साली या हॉस्पिटलच्या उद्घाटनप्रसंगी मुंबईचे गव्हर्नर सर रॉजर लूमले यांनी काढलेले उद्गार मला आजही आवर्जून उल्लेख करण्याजोगे वाटतात,

त्यावेळी ते म्हणाले होते, "मला सर्वांत भावलेली गोष्ट म्हणजे या संकल्पनेची महानता आणि ती प्रत्यक्षात उतरवण्यासाठी दाखवलेली आस्था व चिकाटी."

आज आपण जमलो आहोत त्या 'टाटा इन्स्टिट्यूट ऑफ फंडामेंटल रिसर्च' सारख्या दोराबजी टाटा ट्रस्टद्वारे स्थापन झालेल्या इतर सार्वजनिक संस्थांच्या उभारणीच्या बऱ्याच पूर्वी ते म्हणाले होते की, "टाटांच्या नावाशी संलग्न असणाऱ्या सर्व जनहितार्थ प्रकल्पांमध्ये, लोकांच्या दृष्टीने 'टाटा मेमोरियल हॉस्पिटल' इतका महत्त्वपूर्ण प्रकल्प दुसरा नसेल, आणि त्यामुळेच या प्रकल्पाच्या शिल्पकारालाही त्याचे मोठे श्रेय आहे."

आता 'टाटा मेमोरियल सेंटर' म्हणून ओळखला जाणारा हा प्रकल्प युरोप, अमेरिका व इतरत्र असणाऱ्या तशाच प्रकारच्या भव्य संस्थांमध्ये इमारती व भौतिक

सोयीसुविधांसाठी असणाऱ्या गुंतवणुकीच्या आकारमानाशी कदाचित बरोबरी करत नसेलही, पण, इथली यंत्रसामग्री व उपकरणे गेल्या पन्नास वर्षांत इथल्या वैद्यकीय, शल्यचिकित्सा विभागातील व इतर तांत्रिक कर्मचाऱ्यांनी सिद्ध केलेली व्यावसायिक कार्यक्षमता व समर्पित वृत्ती यांची जगातील सर्वोत्तम मापदंडाशी नक्कीच तुलना करता येईल. त्यांनी या प्रक्रियेमध्ये मुंबईच्या नागरिकांना व देशभरातील इतर ठिकाणच्या हजारो लोकांना खूप सेवा दिली आहे आणि सल्ला, निदान, शुश्रूषा व उपचार या माध्यमातून त्यांचे कल्याण केले आहे व त्यांच्या कुटुंबांनाही धीर दिला आहे. त्यामुळे मला वाटते, आज मी सर्वप्रथम, ते ज्या आदराला पात्र आहेत. तो आदर त्यांना बहाल केली पाहिजे आणि कार्यरत असतानाच जीवनयात्रा संपवणाऱ्या डॉ. अर्नेस्ट बोर्जेस यांच्यासारख्या काही व्यक्तींबद्दल अत्यंत कृतज्ञभाव, आदर व कौतुक व्यक्त केले पाहिजे.

सार्वजनिक आरोग्यसुविधा व सेवा या क्षेत्रात मर्यादित आर्थिक साधनस्रोतांनिशी काम करणाऱ्या कोणत्याही खाजगी संस्थेला अगदी आजही भेडसावणारा सर्वांत मोठा प्रश्न म्हणजे या संस्थेकडून मिळणाऱ्या सेवांच्या सतत वाढणाऱ्या मागणीला कसे तोंड द्यायचे? १९५७ साली, दोराब टाटा ट्रस्टच्या विश्वस्तांना कळून चुकले, की ते स्वत:च्या बळावर अशा मागणीला पूर्णपणे न्याय देऊ शकत नाहीत, म्हणून त्यांनी भारत सरकारच्या आरोग्य मंत्रालयाला विनंती केली. या मंत्रालयाकडे आर्थिक, तांत्रिक व संघटनात्मक साधनस्रोत प्रचंड प्रमाणात असूनही त्यांनासुद्धा या 'सेंटर' च्या सतत वाढत्या गरजांना पुरे पडणे अशक्य असल्याचे जाणवले. अशावेळी, सरकारच्या अणुऊर्जा विभागाचे सुप्रसिद्ध अध्यक्ष डॉ. होमी भाभा यांनी या विषयात लक्ष घातले. त्यांनी तत्कालीन पंतप्रधान पंडित जवाहरलाल नेहरू यांच्यासमोर एक प्रस्ताव सादर केला. त्यामध्ये त्यांनी 'टाटा मेमोरियल हॉस्पिटल' चालवण्याची व त्याची व्यवस्था पाहण्याची जबाबदारी अणूऊर्जा विभागाकडे सोपवण्याची विनंती केली होती. अमेरिकी अणुऊर्जा आयोग किरणोत्सर्गाशी निगडित क्षेत्र असल्यामुळे अमेरिकेत कर्करोग संशोधन रुग्णालये चालवत होता. पंडित नेहरूंनी डॉ. भाभांच्या विनंतीला मान्यता दिली आणि अशा प्रकारे दरम्यानच्या कालखंडात 'टाटा मेमोरियल सेंटर' ला उपचार व संशोधनाच्या क्षेत्रात कार्य करण्यासाठी व इथल्या सोयीसुविधांमध्ये सुधारणा करण्यासाठी आवश्यक असणारे प्रचंड साधनस्रोत मिळणे शक्य झाले. त्यानंतर अणुउर्जा आयोगाच्या अध्यक्षपदी विराजमान झालेल्या सर्व व्यक्तींनी 'सेंटर' च्या व्यवस्थापनाचे सुकाणू सांभाळले आहे.

'टाटा मेमोरियल सेंटर' मध्ये संशोधन व उपचार यांसाठी भारत सरकार व अणुऊर्जा आयोग यांच्याकडून प्रचंड साधनस्रोत लाभत असले तरी इतक्या प्रचंड आकारमानाच्या व लोकसंख्येच्या देशात, राष्ट्रीय स्तरावर या समस्येची संपूर्ण उकल

करण्यासाठी आवश्यक असणारा आर्थिक स्रोत फारच अपुरा आहे. विशेषत: कर्करोगासारख्या भयावह व गुंतागुंतीच्या क्लेषकारक आजारात रुग्णाला निरीक्षणाखाली ठेवावे लागते, अनेक वर्षे त्याची काळजी घ्यावी लागते. 'टाटा मेमोरियल सेंटर' सारख्या आणखी दोन-तीन केंद्रांच्या मदतीनेसुद्धा देशाची संपूर्ण गरज दीर्घकाळ भागवता येणार नाही. त्यामुळेच आपण 'टाटा मेमोरियल सेंटर' चे समर्पित संचालक डॉ. प्रफुल्ल देसाई आणि त्यांच्या सहकाऱ्यांच्या प्रयत्नांना पाठिंबा दिलाच पाहिजे. ही मंडळी सरकार व अणुऊर्जा विभागाच्या सहयोगाने भारतात अन्य ठिकाणी कर्करोग उपचार व संशोधनासाठी अत्याधुनिक उपकरणांनी व उच्चकौशल्यसंपन्न माणसांनी सुसज्ज असणारी केंद्रे स्थापन करण्याचा प्रयत्न करत आहेत. जर या स्तुत्य प्रयत्नांना यश लाभायचे असेल तर, अन्यत्र स्थापन झालेल्या तुलनेने नव्या असणाऱ्या प्रकल्पांनी उत्कृष्ट केंद्रे म्हणून स्वत:चा विकास घडवला पाहिजे. लोकांचा 'टाटा मेमोरियल सेंटर' वर ज्या प्रकारचा विश्वास आहे, तसा विश्वास निर्माण करण्याइतकी उत्कृष्टता या प्रकल्पांनी साध्य केली पाहिजे. असे न घडल्यास, 'टाटा मेमोरियल सेंटर' मध्ये दाखल होणाऱ्या रुग्णांचा वाढता दबाव तसाच चालू राहील. त्यामुळे लवकरच देशाच्या विविध भागात अशी उत्कृष्ट केंद्रे उभी राहतील अशा आपण सर्वजण आशा करूया.

'टाटा मेमोरियल सेंटर' ने या राष्ट्रीय उद्दिष्टासंदर्भात सामर्थ्यशाली संप्रेरकाची भूमिका बजावली आहे आणि देशात अन्यत्र कर्करोग केंद्रे स्थापन करण्याच्या प्रकल्पांना चालना दिली आहे. अशा प्रकारचे एक केंद्र आसाममध्ये व एक ग्रामीण केंद्र सोलापूरजवळ स्थापन झाले आहे. त्या त्या भागातील गरीब रुग्णांना त्यांच्या गावाजवळ अथवा खेड्याजवळ उपचार घेणे शक्य व्हावे हा यामागचा उद्देश आहे. २००० सालापर्यंत सहा दशलक्ष कर्करोगपीडित रुग्णांना साहाय्य व उपचारांची गरज असेल असा अंदाज वर्तवण्यात आला आहे, त्यापैकी बहुसंख्य रुग्ण सर्वसामान्य शुल्क भरण्याच्या दृष्टीनेसुद्धा फारच गरीब असतील. वस्तुत: 'टाटा मेमोरियल सेंटर' स्वबळावर वार्षिक सुमारे दहा हजार कर्करोगपीडित रुग्णांना मोफत उपचार पुरवत आहे. आमच्या आधीच कामाचा जादा बोजा उचलणाऱ्या कर्मचाऱ्यांचा विचार करता, हे महान कार्य इतरांपर्यंत पसरले पाहिजे. आमचे कर्मचारी आवश्यक तिथे साहाय्य व सल्ला देतीलच.

'टाटा मेमोरियल सेंटर' चे किंवा इथल्या डॉक्टर्स व कर्मचाऱ्यांच्या समर्पित टीमचे त्यांच्या निर्मळ सेवेबद्दल फक्त कौतुक करणे पुरेसे नाही तर, आता उद्योगसमूह, औद्योगिक कंपन्या व धर्मादाय प्रतिष्ठाने यांनी या महान मानवहितकारी कार्याप्रती स्वच्छ व निश्चित स्वरूपात कृतज्ञता व्यक्त करण्याची व सकारात्मक साहाय्य करण्याची वेळ येऊन ठेपली आहे.

"या देशाची सेवा करण्याची विलक्षण संधी आहे..."

३१ मार्च, १९९२ : जे.आर.डी. टाटांना 'भारतरत्न' हा सर्वोच्च नागरी सन्मान लाभल्यानंतर टाटा समूहातील कर्मचाऱ्यांनी मुंबईत त्यांच्यासाठी एक अभिनंदनपर समारंभ आयोजित केला होता. त्या समारंभातील जे.आर.डी. टाटांचे भाषण.

मी या फर्मसाठी मला शक्य ते सर्वोत्तम व प्रामाणिकपणे केले आहे, या माझ्या मताशी तुम्ही सर्वजण सहमत व्हाल अशी मला खात्री वा आशा आहे. मी जे काही केले ते फार लक्षणीय, महत्त्वाचे असे काही नाही. माझ्या दृष्टीने हे अगदी सोपे काम होते, अगदी सोपे काम. उद्योग चालवताना सहकाऱ्यांसमवेतचे माझे संबंध आणि उद्योग व टाटांप्रती असणारी माझी वृत्ती या सगळ्या गोष्टींत मी जमशेटजी टाटांचे उदाहरण डोळ्यांसमोर ठेवले होते.

१९२५ साली मी या फर्ममध्ये आलो. तेव्हापासून मी जमशेदपूरमध्ये आणि टाटांनी निर्माण केलेल्या एखाद-दुसऱ्या ठिकाणी राहिलो आहे. अगदी सुरुवातीपासूनच मला जमशेटजी टाटांनी निर्माण केलेल्या फर्मशी निगडित असल्याचा, हे नाव धारण करण्याचा खूप अभिमान आहे.

आज टाटा समूहाने जगभरात कुठेही ओळखावे असे स्थान निर्माण केले असले तरी अजूनही टाटा समूह जागतिक मापदंडांच्या तुलनेत छोटा उद्योग मानला जातो. पण त्यापेक्षाही महत्त्वाचे म्हणजे, टाटा जगभरात केवळ उद्योगविश्व निर्माण करणारी कंपनी म्हणून तिचा लौकिक आहे. टाटांचा नावलौकिक भारताबरोबरच परदेशातही आहे आणि या गोष्टीचा मला अभिमान आहे. आपण इथे व भारतात अन्यत्र कामगिरीची जी उत्तुंग उंची गाठली आहे, त्याचे खरे श्रेय आज इथे उपस्थित असणाऱ्या तुम्हा सर्व – २००० जणांना आहे. आपले सरकार, सध्याचे राजकारणी यांच्यासह प्रत्येकाला आपली भूमिका व आपल्या सेवा यांचा चांगला परिचय आहे

काही दिवसांपूर्वी मी पुण्यात होतो. श्री. रतन टाटांनी टेल्कोमार्फत बनवलेल्या एका कारचे 'लॉन्चिंग' होते. मी या प्रसंगाची खूप मजा अनुभवली आणि या गोष्टीचा मला अभिमान वाटला. पण मी एका गोष्टीची त्यापेक्षाही जास्त मजा लुटली. मला हा प्रसंग अनपेक्षित होता. टेल्कोच्या महाव्यवस्थापकांनी मला फॅक्टरीच्या प्रत्येक विभागाची सफर घडवली. मी जीपमधून, कारमधून किंवा चालत ही सर्व ठिकाणे पाहिली, त्यावेळी माझे छान स्वागत झाले. मी या सर्व लोकांना भेटलो. हे स्वागत फार सुखद होते. मी आजवर जितके पावसाळे पाहिले आहेत, त्यामध्ये, आदर

लाभण्याच्या जाणिवेने जीवनाला खूप अर्थ दिला आहे. ज्या लोकांना मी कधीही भेटलेलो नाही, जे लोक टाटा समूहात नाहीत, ते लोकसुद्धा मी शेजारून जाताना मला अभिवादन करतात ही मोठी आनंदाची गोष्ट आहे आणि कौतुकाची, मान मिळण्याची, प्रेम लाभण्याची जाणीव फार सुखद असते. आपण ही जाणीव जोपासली पाहिजे. पण, फक्त काय हवे आहे तेच करण्याच्या माध्यमातून किंवा आपल्या काळजात इतरांना प्रतिसाद देण्याचे महत्त्व रुजवून.

मी एका गोष्टीत स्वत:ला भाग्यवान समजतो व मला त्याविषयी पूर्ण विश्वास आहे, ती म्हणजे हा कंपनीसमूह कार्यमग्न राहून, प्रगती साधून, नफा मिळवणार आहेच, त्यासोबत सर्वांच्या शुभेच्छा व प्रशंसेलाही पात्र ठरणार आहे.

काहीही असले तरी, मला खूप चांगले जीवन लाभले. माझ्याजवळ अभिमान वाटावा अशा स्मृती आहेत, जतन करून ठेवलेल्या गोष्टी आहेत. मागे वळून पाहतो, तेव्हा मला आपल्या देशातील अतिशय उत्कृष्ट, सुप्रसिद्ध लोकांना भेटण्याची थोर संधी मिळाल्याचे जाणवते. काही काळापूर्वी एका अमेरिकी व्यक्तीने अंदाज वर्तवला होता की, काही वर्षातच भारत आर्थिक महासत्ता बनेल. मला भारत आर्थिक महासत्ता बनावा असे वाटत नाही, तर मला भारत हा सुखी-समाधानी देश बनावा असे वाटते. मला असा देश हवा आहे, की जेथे कुणाच्याही मनावर भयाचे सावट नसेल आणि जो इथले आध्यात्मिक व बौद्धिक साधनस्रोत, कार्यक्षमता व कार्यसिद्धी या संदर्भात ओळखला जाईल व प्रशंसा मिळवेल.

मी तुमच्यापैकी प्रत्येकाला व्यक्तिनिशी ओळत नसलो तरी तुम्ही माझे मित्र आहात, माझी मुले आहात ही भावना माझ्या मनाला खूप आनंद देते. माझ्या देशातील परिस्थिती तुम्हाला व तुमच्या कुटुंबीयांना मागील पिढ्यांपेक्षा अधिक चांगले जीवनमान उपभोगता येण्याइतकी सुधारावी अशी माझी इच्छा आहे व तसे घडण्याची मी आशा करतो.

आपला देश महान होऊ शकतो व तो महान होईलही. पण त्यासाठी खूप परिश्रम घ्यावे लागतील, पूर्वग्रहांच्या चौकटी मोडाव्या लागतील आणि आपल्याला इतरांपेक्षा जास्त कळते ही समजूत सोडून द्यावी लागेल. ढोंगीपणा किंवा फाजील आत्मविश्वास या गोष्टींना थारा मिळता कामा नये. या देशाची सेवा करण्यासाठी खूप काही करता येण्याजोगे आहे. या देशाची सेवा करण्याची विलक्षण संधी आहे, अगदी थेट सेवा केली नाही तरी देशाला उपयोग होईल किंवा तुम्ही ज्या गावात राहता, तिथे उपयुक्त ठरतील अशा गोष्टी करता येतील. या संदर्भात आपण काहीतरी करू शकतो ही जाणीव मनाला समाधान देणारी आहे, कारण माझी खात्री आहे की तुमची कुटुंबे, तुमची मुले-नातवंडे आपल्या देशाला शिस्तबद्ध बनवण्याच्या कार्यात सहभागी होतील.

शिस्तबद्ध व सुशिक्षित नागरिक घडण्याची आवश्यकता

१२ फेब्रुवारी, १९९३ : मुंबईच्या 'टाटा इन्स्टिट्यूट ऑफ सोशल सायन्सेस' या संस्थेच्या वतीने 'डी.लिट.' पदवीप्रदान समारंभात या विद्याशाखेतील विद्यार्थ्यांना संबोधित करताना.

जेव्हा 'सर दोराबजी टाटा ट्रस्ट' नेम्मी या ट्रस्टचा अध्यक्ष आहे – तरुणांना समाजकार्य या विषयाचे प्रशिक्षण देण्यासाठी एक शिक्षणसंस्था स्थापन करण्याचे ठरवले त्यावेळी माझ्या लक्षात आले की, ज्यांना चांगले जीवनमान लाभण्याच्या संधी मर्यादित आहेत, अशा विपन्नावस्थेतील स्त्री-पुरुषांच्या या गरीब देशात समाजकार्याचे शिक्षण व प्रशिक्षण खूप महत्त्वाचे आहे. वास्तविक मला 'डेमोग्राफी' किंवा लोकसंख्या अर्थशास्त्र या विषयांतील प्रश्नांविषयी फारशी माहिती नाही. पण या विषयाचे महत्त्व माझ्या लक्षात आले.

मला सांगायला अत्यंत खेद वाटतो, की आपल्यापैकी बहुतेकांना निरक्षरतेची किती मोठी किंमत चुकवावी लागते. ते ठाऊक असूनही, राजस्थान, मध्यप्रदेश, उत्तरप्रदेश व बिहार या भारताच्या उत्तरेकडील राज्यांत जन्माला येणाऱ्या दर शंभर मुलींमधल्या नव्वद मुली जीवनभर निरक्षर राहतील आणि नऊ किंवा जास्तीत जास्त दहा मुली शाळेचे तोंड पाहू शकतील. मी काही वर्षांपूर्वी स्थापन केलेल्या कुटुंबनियोजन प्रतिष्ठानाकडून ही आकडेवारी काही महिन्यांपूर्वी मला समजली. माझ्या दृष्टीने ही धक्कादायक बाब होती.

अशा परिस्थितीत, अयोध्येत व मुंबईत नुकतेच जे वादळ घडले, त्यामुळे बराच अनावश्यक त्रास सहन करावा लागला, अनेक लोकांना प्राणसुद्धा गमवावे लागले. माझ्या दृष्टीने हे सगळे त्यांच्या गरजांशी पूर्णत: विसंगत आहे.

मी या देशातील ऊर्जेचा अपव्यय व धार्मिक श्रद्धांच्या मुद्द्यांवर शांततामय वाटचालीत निर्माण होणारे अडथळे यांमुळे व्यथित होणारा माणूस आहे. देशात बरेच लोक आपल्यासाठी शांततामय, बुद्धिसंपन्न व सुशिक्षित समाजउभारणी वा विध्वंसामध्ये अधिक रस घेत आहेत, ही गोष्ट मला तापदायक वाटते. माझे मन या गोष्टीने व्यथित होते. माझी खात्री आहे, की तुमच्यापैकी अनेकांना – ज्यांना या वादळाचा तडाखा बसलेला नाही अशांनासुद्धा हेच वाटते – आणि या अनुभवातून गेलेले बहुसंख्य लोक आपली अर्धी लोकसंख्या अजूनही निरक्षर आहे आणि केरळ व गोवा अशा एखाद-दुसऱ्या राज्याचा अपवाद वगळता, भारतातील सर्व स्त्रियांना,आपली मुले – त्यातसुद्धा विशेषत: मुली निरक्षर म्हणून वाढत आहेत ही गोष्ट स्वीकारावी

लागणार आहे – अशा परिस्थितीत या गोष्टीची चिंता करतील व निराळ्या जीवनमार्गाची इच्छा बाळगतील अशी मी आशा करतो.

मी या जीवनाकडून व या देशाच्या गरजांमधून एक गोष्ट शिकलो आहे, ती म्हणजे भारतासमोर उभ्या असणाऱ्या अनेक समस्या माझ्या जीवनकाळात सुटणार नाहीत किंवा कदाचित तुमच्यासुद्धा. आपण त्यासाठी शिस्तबद्ध व सुशिक्षित नागरिक घडवायला हवेत. आपल्या लोकसंख्येचे आकारमान व वाढीचा दर छाती दडपवणारा असला तरी आपल्याकडच्या लोकसंख्येचा कनिष्ठ दर्जा ही मोठी समस्या आहे. हा दर्जा फक्त शिक्षणाद्वारेच सुधारता येऊ शकतो.

■

हलकेफुलके

सर होमी मोदी यांना निरोप

एखाद्या औद्योगिक समूहाचे नेतृत्व करण्याचा गंभीर उद्योग विनोद व मानवतावाद यांच्या शिडकाव्याने टवटवीत होऊ शकतो. सर होमी मोदी यांच्या निरोप समारंभात टाटांच्या व्यक्तिमत्त्वातील, त्यांच्या मित्रपरिवारातील परिघाबाहेर फारशा माहीत असलेल्या पैलूचे दर्शन घडते. सर होमी तंत्रकुशल व्यक्ती होतेच, शिवाय त्यांना कला, कायदा व लेखन यांचीही पार्श्वभूमी होती. त्यांनी टाटा समूहात विविध कामे पार पाडली. त्यांचा विशेष गुण म्हणजे त्यांची लोकांशी जुळवून घेण्याची क्षमता. त्यांच्या व्यक्तिमत्त्वाचा प्रभाव व तत्पर विनोदबुद्धी यांमुळे ते त्यांच्या सहकाऱ्यांतही प्रिय होते.

एखाद्या औद्योगिक टीमला एकत्र बांधून ठेवण्यासाठी – त्यातल्या प्रत्येकाचे सामर्थ्य व मर्यादा वेगवेगळ्या असतात अशा वेळी – काय लागते? आणि प्रत्येक माणसातील सर्वोत्तम ते बाहेर कसे आणायचे?

जे.आर.डी. टाटा म्हणतात, "माझ्याजवळ एखादा सद्गुण असेल तर तो म्हणजे माणसांशी जमवून घेणे, त्यांचे मार्ग, त्यांची गुणवैशिष्ट्ये यांनुसार त्यांच्याशी पटवून घेणे. मी गेल्या पन्नास वर्षांत शंभर एक उच्चपदस्थ संचालकांशी व्यवहार केला आहे आणि माझे त्या सर्वांशी चांगले जमले आहे. यासाठी कधीकधी स्वत:लाच दडपावे लागते. हे वेदनादायी असते, पण आवश्यक असते... नेतृत्व करायचे असेल तर माणसांना आपुलकीने वागवावेच लागते..."

जे.आर.डी. टाटांचे भाषण व सर होमी मोदींचे उत्तर यावरून दिसते की, आपुलकीचा प्रवाह फक्त एकतर्फी नसतो!

सर होमी मोदी यांना निरोप

मे, १९५९ : ताजमहाल हॉटेल, मुंबई

सर होमी, लेडी मोदी आणि सभ्य स्त्री-पुरुषहो,

सर, आज मी तुमच्यासमोर बोलायला उभा आहे, पण मनात संमिश्र भावनांचा कल्लोळ आहे आणि काय बोलावे याबद्दल मनात अनिश्चितता आहे. कुणालाही निरोप देणे हे नेहमीच, किंवा कायमच म्हणूया, दुःखद व गंभीर प्रकरण असते. आज विशेषकरून तशीच अवस्था आहे कारण, आज ज्या व्यक्तीला 'गुड-बाय' म्हणायचे आहे ती व्यक्ती दोन दशकांहून अधिक काळ आपले मार्गदर्शक, सल्लागार व जवळचे मित्र या भूमिकांत आपल्यासोबत होती. त्यामुळेच आज मला विनोदाचे तुषार उडवावेसे वाटत नाहीत, तर सर होमींना निरोप देताना माझ्या भावभावनांना वाट करून देण्याचे धैर्य लाभावे असे वाटत आहे. तथापि मला एका गोष्टीचे भय वाटते आहे, ते म्हणजे मी जर असे केले तर कदाचित सर होमीसुद्धा माझ्या पावलावर पाऊल ठेवतील कारण, काहीही असले तरी आसू व हसू या दरम्यान कधीच फार अंतर नसते. शिवाय सर होमी काही आपल्यापासून पूर्णत: बाजूला होणार नाहीत ही आनंदाची गोष्ट आहे. ते अजूनही सर दोराबजी टाटा ट्रस्ट व इंडियन हॉटेल्स कंपनीचे अध्यक्ष आहेत आणि जोवर त्यांना वाटेल किंवा जोवर त्यांना आपण सल्ला घेण्यास पात्र वाटतो तोवर ते कोणत्याही व प्रत्येक विषयावर टाटा समूहाचे प्रमुख सल्लागार असतील. आज मला माझे भाषण फारच गंभीर वळणावर न्यायचे नाहीये त्याचे कारण म्हणजे मला सर होमींचा या कार्यक्रमातला आनंद कमी करायचा नाहीय.

माझ्या माहितीतील सर्व माणसांमध्ये सर होमींइतकी निरोप समारंभाची मजा दुसरा कुणीच अनुभवत नसेल. त्यांना आमच्यातर्फे देण्यात येणारा हा तिसरा निरोप समारंभ आहे : पहिला १९४१[१] मध्ये झाला होता, दुसरा १९४९[२] मध्ये व तिसरा

---

१. १९४१ साली सर होमींची व्हाईसरॉय यांच्या कार्यकारी समितीवर सदस्यपदी नेमणूक झाली होती;

२. १९४९ साली, त्यांची उत्तर प्रदेशच्या राज्यपालपदी नियुक्ती झाली होती.

१९५९ मध्ये होत आहे. माझ्या माहितीप्रमाणे, दरम्यानच्या काळात त्यांनी इतर समूह व संस्थांकडून डझनावारी निरोप समारंभ उकळले. त्यावेळी त्यांनी या संस्था कायमस्वरूपी वा तात्पुरत्या सोडल्या होत्या आणि जेव्हा निरोप समारंभाला काही निमित्तच नसायचे, तेव्हा सर होमींनी स्वत:ला सन्मान अथवा पदवी बहाल करून घेतली आहे, किंवा स्वत:ची केंद्र सरकारमध्ये अथवा राज्यपालपदी नियुक्ती करून घेतली आहे, अशा सर्व प्रसंगी अभिनंदनपर समारंभ आनंदाने घडतच असत!

त्यामुळे मला आज सर होमींची ही सायंकाळ व त्यांच्या सहवासातील आपला आनंद खराब करायचा नाहीये. हा समारंभ फारच गांभीर्याने न घेण्यामागे आणखी एक कारण आहे, ते म्हणजे खरे सांगायचे तर सर होमी टाटा समूह सोडून जातील याची मला मुळीच खात्री नाही. ते अत्यंत युक्तिबाज आहेत. आम्ही श्री. जे. डी. चोक्सींच्या सल्ल्यानुसार कितीही खबरदारी घेतली तरी, ते टाटांच्या संचालक मंडळावर पुन्हा व्यवस्थित शिरकाव करून घेतील. त्यांनी यापूर्वी एकदा तसे केलेही आहे. लक्षात घेण्यासारखी गोष्ट आहे, त्यांनी बॉम्बे हाऊस मध्ये त्यांच्यासाठी एक खोली राखून ठेवण्याबाबत बजावले आहे व त्यांना एक सचिवही हवा आहे.

दहा वर्षांपूर्वीही साधारण याच दिवशी, याच दालनात आपण सर होमींनी निरोप व शुभेच्छा देण्यासाठी जमलो होतो. त्यावेळी ते उत्तर प्रदेशच्या राज्यपालपदाची धुरा सांभाळण्यासाठी गेले होते. त्या प्रसंगी सर होमींनी संस्मरणीय व जरासे बदनामीकारक भाषण केले होते. परवा मी ते भाषण पुन्हा वाचण्याची तसदी घेतली. या भाषणात त्यांनी त्यांच्या सहकाऱ्यांवर निरनिराळे गंभीर आरोप केले आहेत. म्हणजे, त्यांच्यापासून सुटका मिळवण्याचा कट करणे, त्यांच्या सल्ल्याचा अनादर करणे, त्यांना कामापासून दूर ठेवणे. त्यांनी दहा वर्षांपूर्वी बोलून दाखवलेल्या काही गोष्टी ऐकणे तुम्हाला आवडेल असे मला वाटले म्हणून मी त्यातील काही भाग उद्धृत करतो.

त्यांनी टाटा समूहातील त्यांच्या कार्याविषयी सविस्तर भाषण दिले होते, ते म्हणाले होते :

"माझ्या दृष्टीने आनंदाची गोष्ट म्हणजे, माझ्या एकाही सहकाऱ्याला मी कुठले काम करू शकतो असे वाटत नव्हते, परिणामी माझ्याकडे कुठलेही काम देण्यात आलो नाही. माझ्या सुरुवातीच्या वर्षांत मला त्याचा खूप राग यायचा. मग मी जेव्हा फारच आग्रह धरला, की मला काहीतरी काम द्यावे आणि मी काहीतरी काम करू शकतो, तेव्हा माझ्या सहकाऱ्यांनी गुप्त बैठक घेतली आणि सुरक्षिततेच्या योग्य उपायांसह ताजमहाल हॉटेलचा कारभार माझ्याकडे देण्याचा निर्णय घेतला. हे सुरक्षिततेचे योग्य उपाय म्हणजे अध्यक्षांनी कोणत्याही प्रकारचे बदल व अंतर्गत सजावटीशी संबंधित सर्व प्रश्न स्वत:कडे राखून ठेवायचे, ए. पी. साबावाला यांनी हॉटेलची व्यवस्था पाहायची, बॅनर्जींनी पाकगृहाची व्यवस्था सांभाळायची. दोराब

टाटांनी 'डच स्वीट' ची व जे.डी. चोक्सींनी गायकाची व्यवस्था बघायची. या गोष्टी सोडून ती मला आवडेल ते काम करायचे. मी बॉम्बे हाऊस मध्ये दुपारचे भोजन ठेवू शकत होतो आणि सरकारी वकिलांच्या प्रश्नांना उत्तरे देण्यास पोलीस कोर्टात हजर राहू शकत होतो.''

सभ्य स्त्री-पुरुषहो, हेच सर होमी अजूनही टाटा समूहाचे संचालक आहेत, विश्वस्त निधीचे अध्यक्ष आहेत, इंडियन हॉटेल्स कंपनीचे अध्यक्ष आहेत, जनसंपर्क संचालक आहेत आणि या फर्मचे सल्लागार आहेत. ते वैवाहिक संबंधांसह प्रत्येक विषयावर सल्ला द्यायला तयार असतात!— शिवाय फर्मच्या प्रत्येक बाबीत त्यांची लुडबूड असतेच... मग आता मला सांगा, त्यांनी त्यांच्या सहकाऱ्यांवर चढवलेला हल्ला योग्य आहे का? आज त्यांनी पुन्हा तेच करू नये म्हणून ही एक प्रकारची ताकीद आहे!

सर होमी जीवनभरात बहुप्रसव लेखक म्हणून कार्यरत आहेत ही गोष्ट कदाचित तुम्हाला ठाऊक नसेल. खरे तर, त्यांनी दोनच पुस्तके लिहिली. वयाच्या सत्तावीस वर्षे या कोवळ्या टप्प्यावर त्यांनी 'द पोलिटिकल फ्यूचर ऑफ इंडिया' हा ग्रंथ लिहिला. या ग्रंथाने त्यांना बरेच शिणवले असावे कारण, त्यानंतर तब्बल तेरा वर्षांनी चाळिशीत त्यांनी त्यांच्या कारकीर्दीतला सर्वोत्तम ग्रंथ (Magnum opus) लिहिला- 'लाईफ ऑफ सर फिरोजशहा मेहता' बाय द वे, त्यांनी दोन्ही ग्रंथांची सगळी आवृत्ती विकत घेतली होती ही बदनामीकारक कहाणी अजिबात खरी नाही. प्रत्यक्षात त्यांच्या पहिल्या ग्रंथाच्या तीन आणि दुसऱ्या ग्रंथाच्या सहा आवृत्त्या हातोहात खपल्या. तेव्हा अशा या दुप्पट खटाटोपानंतर अजूनपर्यंत सर होमींनी काहीही प्रकाशित केलेले नाही. आता त्यांना थोडा वेळ मिळेल आणि विविध दिशांनी होणाऱ्या हल्ल्यांमध्येच ते पुन्हा एकदा साहित्यक्षेत्राकडे वळतील आणि बहुधा त्यांच्या आठवणी लिहितील अशी मी आशा करतो.

त्यांच्या शैक्षणिक पार्श्वभूमीबद्दल बोलायचे तर, शांतीस्वरूप भटनागरांखेरीज इतक्या संख्येने सन्माननीय पदव्या मिळवणारी दुसरी व्यक्ती माझ्या माहितीत नाही. त्यांपैकी काहींचे पैसे ट्रस्ट अजूनही चुकते करत आहेत.

तथापि, त्यांचा बौद्धिक लौकिक आणि त्यांनी देश, व्यवसाय व उद्योग क्षेत्राची केलेली असामान्य सेवा, आणि त्यांना बहाल करण्यात आलेले मान-सन्मान हा माझ्या लेखी सर होमी व त्यांच्या जीवनाचा फक्त एक भाग आहे. आज या प्रसंगी, या थोर माणसाला, महान सद्‌गृहस्थाला आणि कुणालाही आपल्या आयुष्यात भेटावा असे वाटण्यासारख्या प्रेम करण्याजोग्या व्यक्तीला सलाम! त्यांचे औदार्य; त्यांची मित्रांप्रती असणारी निष्ठा व त्यांनी अशी बरीच धोरणे स्वीकारली आहेत – त्यांचे राजकीय धैर्य, त्यांची अत्यंत आग्रही, स्वतंत्र मते; त्यांची असामान्य विनोदबुद्धी

तिचा वापर ते इतरांप्रमाणे स्वत:वरही नेहमी करत असतात; कुणाही व्यक्ती वा प्रसंगामुळे – मग ती कितीही संकटप्रद असो – गर्भगळित न होण्याची वृत्ती – ही सगळी सर होमींच्या जीवनाची महत्त्वाची व वैशिष्ट्यपूर्ण अंगे आहेत. सर्वांत महत्त्वाचे म्हणजे, माझ्या लेखी ते एक पक्के मित्र आहेत आणि दुसऱ्याच्या माथ्यावरच्या ओझ्याचा भार वाटून घ्यायला सदैव तत्पर असणारी आहेत. त्यांच्या निवृत्तीमुळे मला किती चुकल्याचुकल्यासारखे होणार आहे ते शब्दांत मांडता येत नाही.

त्यांच्या खाजगी जीवनात, ते अतिशय उत्तम पिता आहेत हे आपण सर्वजण जाणतो. एकूण विचार केल्यास ते सुसह्य म्हणण्याजोगे चांगले व निष्ठावान पतीही आहेत. आज लेडी होमीही आपल्यासमवेत इथे उपस्थित आहेत याचा आम्हाला आनंद वाटतो. सर होमींना लेडी होमींची जागा घेणारी दुसरी कुणी स्त्री आढळली असेल अशी मी कल्पनासुद्धा करू शकत नाही. त्यासुद्धा सर होमींना अर्पण करण्याच्या आदरफुलांच्या मानकरी आहेत. त्या अतिशय मोहक व्यक्ती आहेतच, शिवाय त्या अतिशय हुशारही आहेत. त्यांनी इतकी वर्षे सर होमींना ज्या पद्धतीने सांभाळले आहे आणि त्यांना निदान खोड्यांपासून काही अंशी दूर ठेवले आहे, त्यावरून त्यांच्या हुशारीची कल्पना येतेच!

आपण अशा निरोपसमारंभात नेहमी 'शांततामय व सुखी निवृत्तकाळ लाभो!' अशा सदिच्छा व्यक्त करतो, पण त्या या दोघांनाही लागू होत नाहीत. हे दोघेही 'निवृत्त' या शब्दाच्या कुठल्याच अर्थाने जवळपासही फिरकत नाहीत. हे दोघेही चिरतरुण आहेत आणि सुधारण्यापलीकडले आनंदी प्राणी आहेत.

तेव्हा सर होमी आणि लेडी मोदी, तुम्हा उभयतांना आपल्या समाजाच्या समाजवादी रचनेतून तुम्हाला जितके मिळवता येईल तितके दीर्घायुष्य, सुख-समाधान, आरोग्य आणि समृद्धी लाभो अशी मी सदिच्छा व्यक्त करतो. मी तुम्हाला शांती व स्वस्थता लाभो अशी प्रार्थना करत नाही. उलट तुम्ही या देशाच्या जीवनात जो काही नवा उपक्रम अथवा गोंधळ अथवा हलकल्लोळ निर्माण कराल, त्यामध्ये तुम्हाला मनमुराद मजा व थरार अनुभवता यावा अशी मी सदिच्छा व्यक्त करतो!

तुम्हा उभयतांवर परमेश्वराची सदैव कृपादृष्टी राहो!

सर होमींनी उत्तरादाखल केलेले भाषण

अशा प्रसंगी माझी मन:स्थिती फारशी आनंदी असू शकत नाही, याची आपण कल्पना करू शकता. श्री. टाटांनी अगदी उजाळा देऊन सांगितल्याप्रमाणे 'बॉम्बे हाऊस'ने माझ्या सन्मानार्थ आयोजित केलेला हा तिसरा समारंभ आहे आणि मी 'हा

शेवटचाच ठरेल असे दिसते' असे म्हणण्याच्या बेतात होतो, तितक्यात अध्यक्षांचे उल्हसित करणारे शब्द कानांवर पडले. आज तुम्ही इथे इतक्या बहुसंख्येने जमलेले आहात त्यावरून, माझ्या समीप येऊन ठेवलेल्या निर्गमनाने प्रचंड उत्साह निर्माण केल्याचे मला कळून चुकले आहे.

तुम्हाला कदाचित गंमत वाटेल, १९५२ साली माझा उत्तर प्रदेशातील कार्यकाल संपल्यानंतर, मी जवळपास इथून गेल्यातच जमा होतो. माझ्या सहकाऱ्यांना – त्यांचे माझ्याविषयी फारसे कधीच काही मत नव्हते, आणि हो! आत्ता आपल्या अध्यक्षांनी माझ्याविषयी काढलेल्या उद्गारांकडे आपण लक्ष देऊ नये कारण, मृत्यूलेखातील निवेदन नेहमीच प्रेमळ व उत्साहपूर्ण असते – ठरवूनच टाकले होते की, माझ्यात गंभीरपणे काम करण्याची जी काही थोडीफार क्षमता असेल ती, माझ्या राज्यपालपदाच्या तीन वर्षांच्या कारकीर्दीत गारद झाली असणार, त्यामुळे ते ही गोष्ट शक्य तितक्या सौजन्याने मला सांगण्याच्या बेतात होते. पण मी त्यांच्यापेक्षा चलाख! त्यांनी या विषयात काही पाऊल उचलण्याआधीच मी उत्तर प्रदेशातून परत आल्यादिवशीच तडक 'बॉम्बे हाऊस' गाठले!

माझ्या सहकाऱ्यांना याबाबतीत काहीच करता आले नाही, मग त्यांनी माझ्यासाठी चौथ्या मजल्यावर दरवाजांचे जंगल पार करून जावे लागणारी एक खोली मुक्रर केली. मी त्याठिकाणी तीन वर्षे घुटमळलो, आणि जेव्हा मी कुठली दारे ढकलायची व कुठली ओढायची हे नुकता कुठे शिकलो, तोवर त्यांनी मला पुन्हा खालच्या मजल्यावर माझ्या जुन्या खोल्यांत ढकलले. या ठिकाणी मी आणखी चार वर्षे अनिश्चित अस्तित्व दाखवत राहिलो. मी तसा अनिश्चित काळ इथेच राहिलो असतो, पण अखेर मी नाखुषीने अशा निष्कर्षाप्रत आलो की, निवृत्तीची नोटीस हातात पडण्याआधी आपणच ऐटीत निवृत्त होणे अधिक चांगले!

या पंचवीस वर्षांत 'बॉम्बे हाऊस'ने बरेच मोठे बदल पाहिले आहेत. मी येथे सर्व प्रथम रुजू झालो तेव्हा माझे स्नेही स्वर्गीय सर नवरोजी सकलातवाला अध्यक्षपदी होते. त्यांनी या पदाला वैशिष्ट्यपूर्ण शोभा आणली होती. टाटा समूहाच्या सेवेतच त्यांचे केस काळ्याचे पांढरे झाले होते, ते या 'हाऊस'च्या कार्यपद्धती, व परंपरांत मुरलेले होते. या समूहाचा कारभार कुटुंबप्रमुखाच्या छत्राखाली चालवला जात असे. त्याकाळी संचालक परस्परांना फारसे भेटतसुद्धा नसत आणि स्वाभाविकपणे आयुष्य अधिक शांत होते.

त्यानंतर आपल्या वर्तमान अध्यक्षांचे आगमन होताच नव्या संकल्पना, कार्यपद्धती, सगळ्या पद्धतींची अमेरिकी उपकरणे यांचा 'बॉम्बे हाऊस' मध्ये प्रचंड लोंढा अवतरला. या सगळ्यांनी 'बॉम्बे हाऊस'ला नवे रूप बहाल केले.

त्याकाळी तुमच्यापैकी कुणाला जर संचालकाला भेटायचे असेल तर तुमच्या

मार्गात कमीतकमी अर्धा डझन दिव्यांचा अडसर असायचा. भगवा दिवा असेल तर त्याचा अर्थ – बॉस टेलीफोनवर बोलत आहेत, पिवळा दिवा असेल तर त्याचा अर्थ ते त्यांच्या सेक्रेटरीला काहीतरी मजकूर सांगत आहेत; त्या दालनात दुसरेच कुणी असेल तर आणखी एखादा निराळ्या रंगाचा दिवा प्रकाशमान होत असे. दालनात पुरुष गेला असेल तर गुलाबी दिवा आणि तोच जर लाल दिवा असेल तर एखादी मुलगी आहे, हे नक्की असायचे! त्याचबरोबर, महोदय थोड्या विचारात गढले आहेत अशी परिस्थिती असेल तेव्हा – तसा प्रसंग फारसा येत नाही – निळा दिवा असायचा, आणि जर तुम्हाला हिरवा दिवा प्रकाशमान दिसला तर आपले भाग्य फळफळले म्हणून समजायचे! अशावेळी तुम्ही थेट त्यांच्या भेटीला आत जाता यायचे, पण संचालक कामात अतिशय गढल्याचा आव आणून असायचे.

आपल्याला अध्यक्ष म्हणून अत्यंत विलक्षण माणूस लाभला आहे. ते अत्यंत कुशाग्र बुद्धीचे आहेतच, जरा जास्तच! त्यांचे बहुपैलुत्व खरोखर विस्मयकारक आहे. ब्लास्ट फर्नेस असो की आईस्क्रीम फ्रीजर, एअरक्राफ्ट इंजिन असो की सिगरेट लायटर, ते या सगळ्या गोष्टी सारख्याच सहजतेने सांभाळतात. ते स्वतःच स्वतःचे डॉक्टर असल्याची बतावणी करत असतात, पण ते डॉक्टर म्हणूनही व रुग्ण म्हणूनही अतिशय वाईट आहेत, यावर आपल्यापैकी काहीजणांचे एकमत आहे. आढावा-पत्रकाचे (balance-sheet) सादरीकरण हा त्यांचा विशेष छंद आहे. त्यांना या कामाला कलात्मक रूप दिले आहे, आणि तुमच्या कदाचित लक्षात आले असेल की, नफा जितका कमी, तितके ते आढावापत्रकात चित्रे, तक्ते व आकडेवारी जास्त मांडतात. एकूणच, मला आपल्या अध्यक्षांविषयी अत्यंत कौतुक व ममत्व आहे. अशा विशाल दृष्टीचा आणि बऱ्या-वाईटाची इतकी उत्कृष्ट जाणीव असणारा प्रमुख लाभणे हे टाटा समूहाचे परमभाग्य आहे.

मित्रहो, आता तुमची मी स्वतःविषयी चार शब्द बोलावेत अशी इच्छा असेल असे वाटते. माझी कारकीर्द खूप वैचित्र्यपूर्ण व रसपूर्ण होती. कधीकधी मागे वळून पाहतो, त्यावेळी मी ज्या ज्या गोष्टी करून पाहिल्या, त्यांची संख्या पाहिली की घाबरायला होते. माझ्या जीवनाच्या प्रारंभीच्या काळात मी झटपट बदलणारा कलाकार असलो पाहिजे, असे वाटते. लोकांना यश अनेक मार्गांनी लाभते—प्रत्येक वेळी त्यात गुणवत्तेचा वाटा असतोच असे नाही आणि मी अशा खोट्या विनयाने सांगत नाही, पण जेव्हा जेव्हा मी माझ्या उतावीळपणात केलेल्या मूर्ख गोष्टींचा विचार करतो, तेव्हा मी साध्य केलेल्या गोष्टी सुखद अपघात समजतो. मी माझ्याबद्दल फक्त एकच दावा करू शकतो, तो म्हणजे मी आयुष्यात काही विशिष्ट मूल्ये व कल्पनांशी ठाम राहिलो. माझी श्रद्धा आहे, की आयुष्यात एखाद्याने काय मिळवले यापेक्षा तो माणूस कसा आहे, हे खरे महत्त्वाचे! माझ्या एखाद्या स्नेहपूर्ण

शब्दाने अथवा कृत्याने कुणा मनुष्यप्राण्याच्या जीवनात आनंद निर्माण झाला म्हणून माझी सदैव आठवण राहिली तर मी स्वत:ला भाग्यवान समजेन. मी फक्त ऐहिक यशच मिळवले असेल तर मी माझे आयुष्य फुकट गेले असे समजेन.

माझ्या वैयक्तिक आयुष्याबद्दलचे हे भाष्य माझ्या पत्नीच्या उल्लेखाविना पूर्ण होऊ शकत नाही. आपल्या अध्यक्षांनी तिला हरभऱ्याच्या झाडावर जरा जास्तच उंच चढवले आहे. तिच्यापाशी असणारी उत्तम जाणीव, तिचे प्रेमळ मन आणि योग्य गोष्ट करण्याची उपजत अंत:प्रेरणा या गोष्टींचा माझ्यावर मोठा प्रभाव पडला आहे. तिने माझी साहायक सहचरी ही भूमिका सर्वार्थाने पार पाडली आहे. तिला प्रत्येक गोष्ट अतिशय थंडपणे घेण्याची तापदायक सवय आहे. गेल्या वर्षी तिने माझे आजारपण किती आनंदीपणे झेलले ते तुम्ही पाहायला हवे होते. आम्हा दोघांमध्ये कायमच परिपूर्ण सामंजस्य असते, आणि जेव्हा आमच्यात मतभेद होतात, तेव्हा ती तिच्या मार्गाने जाते, आणि मी तिच्याच!

मित्रहो, मला वाटते एवढे पुरे झाले. या प्रसंगाचा हलकेफुलकेपणा मुक्तपणे अनुभवणे मला थोडे अवघडच झाले आहे. मी जड अंत:करणाने तुमचा निरोप घेत आहे, पण गेल्या काही आठवड्यांत, मी टाटा समूहातील सदस्यांचा मनात माझ्याविषयी असणारा सद्भाव पाहून खूप आनंदित झालो आहे. मला या समूहाशी संलग्न असण्याचा अभिमान आहे आणि गेली पंचवीस वर्षे तो माझ्या आयुष्याचा अविभाज्य भाग मानला आहे. या समूहाच्या संस्थापकांनी पाहिलेले भव्य कल्पनाचित्र, त्यांनीसुद्धा कल्पना केली नसेल अशा पद्धतीने प्रत्यक्षात साकारले आहे. हा भव्य प्रासाद उभारताना आपल्यापैकी प्रत्येकाने त्यात जो काही वाटा उचलला आहे, त्या कार्याचा आपल्या सर्वांना अभिमान आहे. आपल्याला कोणत्याही भौतिक पारितोषिकापेक्षा किंवा तशाच प्रकारच्या कुठल्याही गोष्टीपेक्षा, संस्थेप्रती असणारी निष्ठा व समर्पित वृत्ती यांचे रेशीमबंध एकत्र गुंफून ठेवतात.

अखेर, सभ्य स्त्री-पुरुषहो, तुम्ही मला नेहमीच दाखवलेली सहृदयता व आदर यांबद्दल मी तुमचे आभार मानतो आणि टाटा समूहाची प्रतिष्ठा, वजन व सामर्थ्य असेच टिकून राहो व काळासोबत अधिक बलशाली होत राहो हीच ईश्वरचरणी प्रार्थना! तुम्हा सर्वांचा निरोप घेऊन तुमचे शुभ चिंतितो!

■

भारतरत्न हा सर्वोच्च नागरी सन्मान मिळवणाऱ्या एकमेव उद्योगपतीची विविधांगी ओळख

जेआरडी

एक चतुरस्र माणूस

माधुरी शानभाग

'भारतरत्न' हा सर्वोच्च नागरी सन्मान मिळालेले पहिले अन् एकमेव उद्योगपती श्री. जेआरडी टाटा यांनी उद्योगाचा विकास करताना 'जे देशाच्या भल्याचे ते टाटांसाठी उत्तमच असेल' हा विचार प्रधान मानला. नीतिमूल्यांची बूज राखत व्यवहार, उद्योग चालवणारे हात अन् मने जपणे, समाजातून मिळवलेली संपत्ती समाजाच्या विकासासाठी वापरणे, उद्योग उभा असलेल्या परिसराचा विकास ही टाटा उद्योगसमूहाची संस्कृती आहे. नव्याचे स्वागत करत जेआरडींनी अनेकजणांना घडवले, नव्या वाटा खोदल्या, नवे मापदंड निर्मिले. त्यांना लाभलेला उज्ज्वल वारसा, व्यक्तिमत्त्वाची जडणघडण, नवे आयाम मिळत विकसित झालेले त्यांचे समृद्ध, चतुरस्र व्यक्तिमत्त्व यांची ओळख या पुस्तकातील लेख करून देतात. विशेषत: अनेकविध भूमिकांना पुरून वर दशांगुळे उरणारा त्यांच्यातील सहृदय, रसिक, संभाषणचतुर, आनंदी 'माणूस' वाचकाला अधिक भावतो.